எதிர்க்கரை

எதிர்க்கரை

யுவன் சந்திரசேகர்

எழுத்து
பிரசுரம்

Title: Ethirkkarai
Author's Name: Yuvan Chandrasekar

Published by Ezutthu Prachuram

Zero Degree Publishing
No. 55(7), R Block, 6th Avenue,
Anna Nagar,
Chennai - 600 040

Website: www.zerodegreepublishing.com
E Mail id: zerodegreepublishing@gmail.com
Phone: 89250 61999

Ezutthu Prachuram First Edition: December 2022
ISBN: 978-93-95511-19-3
TITLE NO EP: 400

Cover Design: Manivannan
Layout: Vijayan, Creative Studio

நண்பர் திரு அமரநாதனுக்கு

ஆனால்
பகல் இரவு என இரண்டு இல்லை
ஒளி இருள் என இரண்டு இல்லை
ஆனந்தம் துக்கம் எனவும் இரண்டு இல்லை
ஜனனம் மரணம் என்றுகூட இரண்டு இல்லை
கிறங்கிய பார்வைக்கு
இரண்டிரண்டாய்த் தெரியும்
ஒற்றைத் தளத்தில்
ஒன்றுபோலவே தென்படும்
பலவின் கலவை நான்.

வங்காள நவீன கவி சித்தார்த்த போஸுடைய
நீள்கவிதையில், பிரபஞ்ச தேவி என்ற
பாத்திரத்தின் கூற்றாக வரும் வரிகள்

முன் குறிப்பு

நான் மொழிபெயர்க்கும் இரண்டாவது நூல் இது. முன்பே ஒருதடவை, தோற்றுப்போன ஹிந்துஸ்தானிக் குரலிசைக் கலைஞன் பற்றிய நூலை மொழிபெயர்த்திருந்தேன். கேசவ்சிங் சோலங்கி என்ற குஜராத்தியர் எழுதிய நூல். ஏதோ நானே எழுதிவிட்ட மாதிரி, பாராட்டுகளும் வசவுகளும் வாங்கித் தீர்த்தேன். இத்தனைக்கும், வழக்கமான புனைபெயரில் அல்லாது, வேறொரு பெயரில் பிரசுரித்த மொழிபெயர்ப்பு அது. அட, களத்தையும் மொழிநடையையும் பார்த்தாலே ஒரு கூர்மையான வாசக மனத்துக்குத் தெரிந்துவிடாதா - எது மொழிபெயர்ப்பு, எது தனது மொழியில் அசலாக உருவானது என்று, அசட்டையாய் இருந்துவிட்டதன் விளைவு.

பொய்யை உண்மை மாதிரி எழுதும் எழுத்தாளர்கள் இருக்கும்போது, உண்மையைக் கற்பனை என்று கருதும் வாசகர்கள் இருப்பதற்கும் நியாயம் உண்டுதானே! அப்படி இரண்டு இருக்கிறதா என்று புறப்படும் விதண்டாவாதிகளை எதற்காகப் பொருட்படுத்துவது?

சொல்ல வந்தது இதுதான்: நான் அந்த நூலை **எழுதவில்லை,** மொழிபெயர்க்க மட்டுமே செய்தேன் என்ற உண்மை முழுமையாகச் செல்லுபடியாகவில்லை. இப்படித்தான், செய்த பிழைகளுக்கு தெய்வாதீனமாகத் தப்பிப் பிழைப்பது, செய்யாத பிழைகளுக்குக் கண்டனமும் தண்டனையும் பெறுவது என்று என் வாழ்க்கை முழுவதுமே கோளாறுகளால் நிரம்பியிருக்கிறது...

இந்த முறை ஜாக்கிரதையாய் இருப்பேன். ஆரம்பத்திலேயே சொல்லிவிடுகிறேன். **டென்ஸின்** என்கிற திபேத்தியர் எழுதிய நூல்[1] இது. தற்செயலாக வாசிக்கக் கிடைத்த நூலில், சமூக

---

1 ‘செவ்வாய்க்கிழமை மருத்துவர்’ என்று குறிப்பிடப்படுபவரும், திபேத்திய வாழ்க்கை மற்றும் துறவியர் மடங்கள் பற்றிப் பல நூல்கள் எழுதியவரும், ஸிரில் ஹென்றி ஹோஸ்கின் என்ற பிரித்தானியரின் உடலில் ஆவிரூபமாய்ப் புகுந்து வசித்ததாகச் சொல்லப்படுகிறவருமான லாப்ஸங் ரம்ப்பாவின் சாயல் பெருமளவில் தென்படும் எழுத்து.

‘சீனாவுக்கு எதிரான அமெரிக்க சதி’ என்று ரம்ப்பாவுடைய நூல்கள் பற்றி ஒரு கருத்து நிலவுகிறது. டென்ஸினுடைய இந்த நூல்மீது அப்படியொரு புகாரை வைக்க முடியாது. இது, துறவு வாழ்வையும், பொது சமூகத்தில் அங்கம் வகிக்கும் ஒரு சாதாரண குடும்பஸ்தனின் வாழ்வையும் பக்கத்தில் பக்கத்தில் வைக்கும் முயற்சி என்றே சொல்ல வேண்டும்’ என்கிறார் ப்ரென்னர். ‘இரண்டு வாழ்முறைகளையும் ஒப்பிடுவதும் இல்லை’ என்று நான் சேர்த்துக்கொண்டேன் - வாசித்து முடித்த பிறகு.

டென்ஸின் பற்றிய சிறு குறிப்புகூட எங்கும் கிடைக்கவில்லை. அதைவிட சுவாரசியமான விஷயம், ஜார்ஜ் ப்ரென்னர் பற்றியுமே உருப்படியான தகவல் ஏதும் கிடைக்கவில்லை - ‘ஆய்வு நிமித்தமாக’ திபெத்திலும் மேற்கு வங்காளத்திலும் நீண்டகாலம் வசித்தவர்’ என்ற செய்தியைத் தவிர. எது குறித்த ஆய்வு, அதில் அவர் கண்டறிந்தவை என்ன; களக் குறிப்புகளோ, ஆய்வு முடிவோ நூலாக வெளிவந்திருக்கிறதா என்பது குறித்தெல்லாம் சிலகாலம் தேடிப் பார்த்தேன். கூகிளும்கூடக் கைவிட்டுவிட்டது.

இதுபோக, ஜார்ஜ் ப்ரென்னர் என்பது அவரது சொந்தப் பெயர்தானா,

வாழ்வும், ஆன்மிகப் பயணமும் சமவிகிதத்தில் கலந்திருக்கிறது என்று தோன்றியதாலும், இருக்கும் இடத்தின்மீது தாளாத அதிருப்தியுடன் இருக்கும் என்னைப்போலவே இந்த நூலின் மையப் பாத்திரங்களும் உணர்கின்றன என்று பட்டதாலும் மொழிபெயர்க்க முற்பட்டேன். சில பார்வைத் தெறிப்புகளும், துறவியின் எண்ணவோட்டமாக இடம்பெறும் பகுதிகளில் நிலவும் கவித்துவமும் என்னை வெகுவாக வசீகரித்தன என்பதையும் குறிப்பிட வேண்டும். பொதுவாகவே,

---

புனைபெயரில் நிகழ்த்தப்பட்ட ஆய்வுக்கு அங்கீகாரம் உண்டா; பெயரும் அடையாளமுமே நிஜமில்லை என்றால், ஆய்வு மட்டும் உண்மையாக இருப்பதற்கு உத்தரவாதம் உண்டா என்றும் குழம்பினேன்.

கிட்டத்தட்ட இதே ஐயத்தை என் நண்பர் எங்கெல்ஸ் துரைராஜும் எழுப்பினார். 'நிஜமான வரலாறு என்றால், இதன் உண்மைத்தன்மை குறித்த ஆவணங்கள் எவை? மாறாக, முழுவதுமே புனைவு என்றால், இதை எழுதத் தூண்டிய நோக்கம் அல்லது துர்நோக்கம் என்ன என்பதை அறிந்தாக வேண்டும்' என்று கோபமாகச் சொன்னார். கைப்பிரதியாய் இருந்த மொழிபெயர்ப்பையும், ஆங்கில மூலநூலையும் வரிவரியாய் ஒப்பிட்டு உதவியவர் அவர். மொழிபெயர்த்த என்னுடைய நோக்கத்தையும் உள்ளூர சந்தேகிக்கிறாரோ என்று ஒரு கணம் துணுக்குற்றேன்.

அப்புறம், 'எனக்குப் பிடித்திருக்கிறது என்பதைவிடவும் உத்தமமான வேறொரு நோக்கம் தேவையா என்ன' என்று சமாதானம் செய்துகொண்டேன்.

தவிர, சாமானிய மக்களின் வாழ்க்கையையும்; முற்றிலும் வேறு [illegible] நியமங்களை, நடைமுறையை உடைய துறவியரின் மடாலய வாழ்க்கையையும் அருகருகே நிறுத்திக் காட்டுவது தவிர வேறு துர்நோக்கம் ஏதும் மூல எழுத்தாளருக்கு இருந்ததா என்று தெரியவில்லை - குறைந்தபட்சம் இந்த நூலில் அதற்கான தடயங்கள் இல்லை. அல்லது, அதைக் கண்டறியும் தீர்க்கமான அறிவோ, சித்தாந்தப் பின்புலமோ என்னிடம் இல்லை.

மற்றபடி, வழக்கம்போல, நண்பருடைய அறக்கோபத்தை இரண்டுங்கெட்டான் மனநிலையுடன் கேட்டுக்கொண்டிருந்தேன்...

ஆனால், அவருடைய எதிர்ப்புணர்வை முழுசாக ஒதுக்கிவிடுவதற்கும் இல்லை. குறிப்பாக, அவர் கூறிய மூன்று விமர்சனங்கள்:

1. இரண்டு தனித்தனிப் பகுதிகளை ஒட்ட வைத்ததுபோல வடிவமைக்கப்பட்ட இந்த நூலில், வங்காளத்தில் நிகழ்பவை துல்லியமான கால - இடக் குறிப்புகளோடு இருக்கின்றன. மடாலயப் பகுதியின் நிகழ்வுகளுக்கு தெளிவான அடையாளம் ஏதும் இல்லை. மடாலயம் அமைந்திருக்கும் இடம் பற்றிக்கூட நேரடியான குறிப்பு ஏதும் இல்லை என்றார்...

என்னையும் தன் வடிவத்தினுள் ஈர்த்துக்கொள்ளும் புத்தகங்களை மட்டுமே விரும்பியும், கடைசிவரையும், படித்து முடிப்பேன்.

மூலநூலை ஆங்கிலத்தில் படித்தேன். தமிழ் ஆங்கிலம் என்ற இரண்டு மொழிகள் மட்டுமே, வெகு சுமாராக, அறிந்தவன் நான். பிழையில்லாத தமிழ் எழுத முயல்கிறவன் என்று வேண்டுமானால்

இந்த வாதத்தை நான் உள்ளூர மறுத்துக்கொண்டேன். காரணம், தேசத்தின் பெயர் குறிப்பிடாததற்கு, வலுவான காரணம் ஏதேனும் இருந்திருக்கலாம் - குறிப்பாக, பின்விளைவுகள் பற்றிய அச்சம். தவிர, நோர்பு என்ற துறவி தொடர்பான நிகழ்வுகள் இந்திய சுதந்திரத்தையொட்டி ஆரம்பிப்பதும், சுதந்திரத்துக்குப் பிறகு இருபதாண்டுகள் வரை நீடிப்பதும் வெளிப்படையாகவே சொல்லப்பட்டிருக்கிறது. கவனக் குறைவாலோ, உத்தேசபூர்வமாகவோ, 'ஒரு வல்லரசு' பற்றிய தகவலும் வந்துபோகிறது. வெளிப்படையாய்ச் சொல்லப்படாத அந்தப் பெயர் திரு.துரைராஜுக்குத் துலாம்பரமாய்த் தெரிவதனாலேயே இத்தனை எதிர்ப்புணர்வோ என்றுகூட நான் சந்தேகித்தேன். திபெத் அல்லது அதன் வெளி எல்லையையொட்டி அமைந்த மடாலயம் என்பதற்கான தடயங்களும் அநேகம் காணக் கிடைக்கின்றன. ஓரிரு இடங்களில், வெளிப்படையான குறிப்புகளே உள்ளன.

2. பௌத்த மடாலயம் என்பது நேரடியாய்த் தெரியவந்தாலும், பௌத்தத்தின் ஏகப்பட்ட பிரிவுகளில் எதைச் சார்ந்தது என்ற குறிப்பு இல்லை. அதைப் பொறுத்தே, மடாலய நியமங்களின் உண்மைத்தன்மையும், அதையொட்டி நிகழ்வுகளின் உண்மைத்தன்மையும் தெளிவுறும். தவிர, ஒரே மதத்தின் ஒவ்வொரு உட்பிரிவுக்கும் ஒவ்வொரு அரசியல் இருக்கத்தான் செய்யும்; அதன் காரணமாகவே அவை உதயமாகியிருக்கவும் செய்யும். கருக்கலைத்தல் தகுமா தகாதா என்பது ஒட்டுமொத்த ஐரோப்பாவையும் இரண்டாகப் பகுத்துவிடவில்லையா என்ன!...

திரு.துரைராஜின் இந்த ஆட்சேபணை பற்றி எனக்கு ஏதும் சொல்வதற்கில்லை. பௌத்தத்தை விடுங்கள், நான் பிறந்த மதம் பற்றியே, அதன் எண்ணிறந்த பிரிவுகள் பற்றியே எனக்கு ஒரு மண்ணும் தெரியாது... அரசியலற்ற எதுவுமே மனிதக் கூட்டத்துக்குள் நடக்க முடியாது என்பது முக்கியமான அரசியல் பார்வை என்பது சரிதான். ஆனால், சகலத்திலுமே அரசியல் பின்புலத்தைக் காண்பதும் கற்பிப்பதும் ஆன்ம வறட்சியின் தடயமே என்று வேறொரு நண்பர் திரு. துரைராஜிடம் கோபமாகக் கூறியதும், அதன்பிறகு அவர்கள் இருவருக்குமான நட்பு முறிந்துவிட்டதும் நினைவு வருகிறது.

3. இரண்டு தனி நபர்களின் நினைவோட்டமே ஒரு முழு நூலாக விரிந்திருக்கிறது. இத்தனை துல்லியமாக, இவ்வளவு விபரங்களோடு ஒரு

சேர்த்துக்கொள்ளலாம். இது தற்பெருமை என்று தோன்றுமளவு, சமகாலத் தமிழ் எழுத்துலக நிலவரம் தென்படுவது ஆரோக்கியமான விஷயமில்லை; பெருமைப்படும் விஷயமும் இல்லை என்று சொல்லத் தோன்றுகிறது.

ஆங்கிலத்தில் மொழிபெயர்த்தவர், திபெத்தில் பல ஆண்டுகாலம் தங்கியிருந்து கள ஆய்வு செய்த ஆஸ்திரியரான ஜார்ஜ் ப்ரென்னர். திபேத்திய மொழி தவிர, பாலியும் சமஸ்கிருதமும்கூட அறிந்தவர் என்று ஆசிரியர் குறிப்பு சொல்கிறது. அதிகம் தெரியவராத அமெரிக்கப் பதிப்பகமான Double Wing Books வெளியிட்டிருக்கும் இந்த நூலின் ஆங்கிலத் தலைப்பு Metamorphosised Land. புத்தாயிரத்தின் தொடக்கத்தில், 'சீனா திபெத்தைக் கையகப்படுத்தியதன் பொன்விழாவை முன்னிட்டு இந்த மொழிபெயர்ப்பை வெளியிடுகிறோம்' என்கிறது பின்னட்டையில் உள்ள ஆங்கிலப் பதிப்பாளர் குறிப்பு. மூலநூல் எழுதப்பட்ட ஆண்டு பற்றிக் குறிப்பில்லை...

தமிழில் மொழிபெயர்த்த அனுபவம் பற்றியும் சில வார்த்தைகள் சொல்லவேண்டும். சில விசேஷச் சொற்கள் படுத்தியெடுத்துவிட்டன.

மனவோட்டம் நிகழ முடியுமா!?...

உளவியல் என்ற துறையை நம்புவதென்றால், இந்த மாதிரியான விவரிப்பையும் நம்பித்தான் ஆக வேண்டும். நோயாளிகளின் எண்ணவோட்டத்தை எழுதி வாங்கிய பதிவுகள் அநேகம் படித்திருக்கிறேன். கனவில் வந்த பறவையின் சிறகு நிறம், அலகின் கூர்மை, பார்வையின் தீர்க்கம் என்று மாத்திரமின்றி, அதை விவரிக்கும் தற்சமயத்தில் தோன்றும் எண்ணங்களையுமே விரிவாகப் பதிவு செய்தவை.

ஆமாம், எண்ணவோட்டத்தை இத்தனை விரிவாக அனுபவம் கொள்ள முடியுமா என்று கேட்டால், 'முடியாது என்பதற்கும் நிரூபணங்கள் கிடையாதே!' என்றுதான் பதில் சொல்லவேண்டும்...

ஆனால், திரு. துரைராஜின் இன்னொரு சிறப்பம்சத்தையும் சொல்லித்தான் ஆக வேண்டும் - தமக்குக் கொஞ்சமும் ஒப்புதல் இல்லாத பிரதி என்றாலும்கூட, அக்கறை குறையாமல் வாசித்து உதவிய அவரது மேன்மை. தமது கருத்துக்களையும், தம்மிடம் கையளிக்கப்பட்ட பணியையும் தொடர்புபடுத்திக் குழப்பிக்கொள்ள வேண்டியதில்லை என்று ஒரு கர்மவீரராக அவர் நடந்துகொண்ட விதம்.

உதாரணமாக, being என்ற சொல். இதைத் தமிழாக்கவே படாத பாடு படும்போது, அடுத்த பக்கத்தில் non-being என்றொரு சொல் இடிபோல இறங்கியது. அப்ப்ப்பா, இதுபோன்று எத்தனை சொற்கள்...

சித்தர் இலக்கியத்திலோ, பழம்பாடல்களிலோ இவற்றை உணர்த்தும் தமிழ்ச் சொல் ஏதாவது கிடைக்கக்கூடும் என்று ஒரு நண்பர் ஆலோசனை சொன்னார். மேற்சொன்ன இரண்டு வகைகளிலும் எனக்கு வாசிப்பு குறைவு; தவிர, சித்தர் மரபின் நடைமுறைகளும் பௌத்தத் துறவு வாழ்வின் நியமங்களும் ஒன்றேதானா என்ற குழப்பம் வேறு தலைதூக்கியது. அவ்வாறு துழாவிக் கிடைக்கும் ஒரு சொல், இந்தத் தலைமுறைக்கு நேரடியாய்ப் புரியுமா என்பது இன்னும் பெரிய குழப்பம்.

பார்க்கப்போனால், இந்த நூலில் விவரிக்கப்படும் அனுபவங்களேகூட நடப்புத் தலைமுறையை எந்த அளவுக்கு ஈர்க்கப் போகின்றன என்று தெரியவில்லை - அதாவது, அவர்கள் வாசிக்கிற பட்சத்தில். அறிவியல் தொழில்நுட்பங்களால் வேகம் அதிகரித்துவிட்ட பொதுச் சமூகத்தின் பார்வையில், இந்த நூலில் விவரிக்கப்படுவது போன்ற சங்கதிகளுக்கும் அவை கோரும் நிதானத்துக்கும் இடமுண்டா என்பதும் சந்தேகமளிக்கத்தான் செய்கிறது.

மேற்சொன்ன பலவீனத்தைப் பொருட்படுத்தாமல் தமிழ்ப் பதிப்பை வெளியிட முன்வந்திருக்கும் 'மாற்று' பதிப்பகத்துக்கு என் மனமார்ந்த நன்றிகள்...

இப்படிச் சொல்லி முடித்துவிடலாம்: இந்த நூல் எனக்குப் பிடித்திருந்தது. இதன் விவரிப்பில் எனக்கு ஒருவித சுவாதீனத்தை உணர முடிந்தது. அவ்வளவுதான் -மொழிபெயர்க்க முனைந்துவிட்டேன். ஒன்றுமே இல்லாவிட்டாலும், ஒரு சரித்திர நூல் என்று வாசித்துக் கடக்கலாமே! சரித்திரம் என்ற ஒற்றைச் சொல் சர்வசாதாரணமாக மழுக்கிவிடும் பல கோடித் தனிநபர் வாழ்வுகளில் ஓரிரண்டை துல்லியமான அனுபவமாக அறிந்துகொள்ளப் பார்க்கலாமே.

அடிக்கோடிட்டுச் சொல்லவேண்டிய இன்னொரு செய்தி உண்டு. பதிப்புரை, ஆசிரியர் முன்னுரை, மொழிபெயர்ப்பாளர் குறிப்பு என

எங்குமே இது ஒரு புனைகதையா, நிஜமாகவே நிகழ்ந்தவற்றைக் கோத்த தொகுப்பா என்ற தகவலே இல்லை.

அப்படி ஒரு குறிப்பு இருந்திருந்தாலும், நூலின் ஆதாரத்தில் மாற்றமோ, சேதமோ ஏற்பட்டிருக்காது என்றே எண்ணுகிறேன்...

ஆனால், என்னளவில், இது ஒரு புனைகதை என்றே நம்புவேன் - ஏனெனில், ஒரு காலைவேளையில், ஒரே பூங்காவின் இரண்டு வெவ்வேறு மூலைகளில் வந்து அமர்ந்து, சாயங்காலம்வரை அதே இடத்தில் நிலைகொண்டிருக்கும் இரண்டு பேரின் நினைவோட்டமாகவே மொத்த நூலும் அமைந்திருக்கிறது. இப்படியொரு தற்செயல் நிஜ வாழ்வில் நேர்வதற்கு வாய்ப்புகள் குறைவு என்றே எண்ணுகிறேன். புனைவின் சுதந்திரத்தில் மட்டுமே அது சாத்தியம்.

மற்றபடி, எண்ணவோட்டத்தின் மின்னல் வேகத்தில், எத்தனை நூற்றாண்டுகளும் சில நொடியில் நிகழ்ந்து தீர்ந்துவிடும் சாத்தியத்தையும் மறுப்பதற்கில்லை... என் எதிரில் நிற்கும் மலை, எனக்கு ஒரு கணக் காட்சிதான்; என்றாலும், மில்லியன் கணக்கான ஆண்டுகளாக அதே இடத்தில் நிற்கிறது அது என்ற உண்மையையும் சேர்த்தேதானே தரிசிக்கிறேன்!

தவிர, கனவில் வருகை தந்தவள் முன்னாள் காதலி என்னும்போது, அவள் நின்று சென்ற சில நொடிகளில், காதலித்த நாட்களின் முழுச் சித்திரமும் பொங்கித் தீர்த்து மறையாதா!!...

கடைசியாக, இந்த நூலில் சில எழுத்தாளர்கள், கவிஞர்கள், தலங்களின் பெயர்கள் இடம்பெற்றிருக்கின்றன. தமிழ் வாசகர்களுக்கு உதவும் விதமாக அவற்றைப் பற்றித் தகவல்கள் சேகரித்து, அடிக்குறிப்பாக வழங்கினாலென்ன என்று ஒரு யோசனை எழுந்தது. நீண்ட பரிசீலனைக்குப் பிறகு, கைவிட்டுவிட்டேன். மூல ஆசிரியர்களே மெனக்கெடாத ஒரு சமாசாரத்தில் அநாவசியமாய் மூக்கை நீட்டுவானேன் என்றுதான். மற்றபடி, மேற்சொன்ன பெயர்களிலும், விவரிக்கப்பட்டிருக்கும் சம்பவங்களிலும்கூட, எத்தனை சதவீதம் நிஜம், புனைவின் வீதம் எவ்வளவு என்பதையெல்லாம் அறிவது சுலபமல்ல என்றே படுகிறது.

புனைவின் புலத்தில் இரண்டு பேராகத் தெரியும் நாயகர்கள், நிஜமாகவே இரண்டு பேர்தானா அல்லது, டென்ஸின் என்ற அதீத

மனத்தின் பிளவுபட்ட இரண்டு பிரிவுகளா என்ற சந்தேகத்தையும் இந்த இடத்தில் சேர்த்துக்கொள்ளத் தோன்றுகிறது...

அப்புறம், நாவலின் விவரிப்பு அநேக இடங்களில் தன்னனுபவமாகவே ஒலிக்க, சில இடங்கள் மட்டும் படர்க்கைச் சித்தரிப்பில் இருப்பதும் ஏன் என்று விளங்கவில்லை.

இறுதியாக, வரிசைக்கிரமமாக அடுக்காமல், ஒன்றுவிட்டு ஒன்றாகவும், முன்பின்னாகவும் அத்தியாயங்களைக் கோத்திருப்பதன் தர்க்கமும் புரிய மாட்டேனென்கிறது!

என் தாய்வழிப் பாட்டியின் மூத்த தாய்மாமன், உலகப் புகழ்பெற்ற ஓவியரான குமார் சன்யால். உருவப்படங்கள் வரைவதில் நிபுணர். இத்தாலியிலும் ஃப்ரான்ஸிலும் இங்கிலாந்திலும் அவரது ஓவியங்கள் காட்சிக்கு இருக்கின்றன. பேரழகியான மருமகளின் சிறு வயதில் அவளைத் தத்ரூபமாக வரைந்து அன்பளித்திருக்கிறார்.

பள்ளிப் பிராயத்தில், பருவ விடுமுறைதோறும் பாட்டிவீட்டுக்குப் போவேன். சுவரில் மாட்டியுள்ள ஓவியத்தைக் கண்ணிமைக்காமல் பார்த்துக்கொண்டிருப்பேன். மரப்பாச்சிகளும், மரச் செப்பு சாமான்களும் சுற்றிலும் இறைந்திருக்க, சைத்ரீகரை நிமிர்ந்து நேர்ப்பார்வை பார்ப்பாள் சிறுமி. எனக்குப் பாட்டியை ரொம்பப் பிடிக்கும். படத்தில் இருப்பவளை இன்னும் பிடிக்கும். கிழவியானபோது, அவளுடைய சமையல் பாத்திரங்களுக்கும் வயதாகி, நிஜமானவை ஆயின. ஆனாலும், ஒரு புலத்தில் கிழவியாகவும், மறு புலத்தில் சிறுமியாகவும் ஒரே சமயத்தில் இருக்கக் கிடைத்தது பாட்டிக்கு.

எனக்கு மட்டும் வாய்க்குமானால், அந்த ஓவியத்துக்குள் போய்விட விரும்பினேன். அப்போது, ஓவியப் பாட்டிபோல, நானும் சிறுவனாகவே மீந்திருப்பேனல்லவா. எங்கள் விளையாட்டும் முடிவற்று நீண்டிருக்கும்.

அவள் கிழவியானால்தானே நான் பேரனாகப் பிறக்க முடியும் என்பதெல்லாம் பெரியவர்களின் கேள்விகள் - நாம் பொருட்படுத்தவேண்டியதில்லை! (சிரிக்கிறார்).

ஜதீன் சட்டோபாத்யாயா, ஒரு நேர்காணலில்

01

கல்லூரி வாசலில் ரிஷான் காத்திருப்பது இங்கிருந்தே தெரிந்தது. வலது கையில் பிடித்த ஏதோ ஒரு புத்தகத்தைத் தீவிரமாகப் படித்துக்கொண்டு நின்றான். இயல்பாகவே அகலமான கைகள் அவனுக்கு. கனத்த புத்தகத்தைக்கூட, ஒரே கையில் பற்றி மணிக்கணக்காக வாசிக்க முடியும்.

இடது கை தோள்பைக்குள் நுழைந்திருந்தது. ஒரு கை பகிரங்கமாகவும், மற்றொன்று ரகசியமாகவும் வேலைசெய்வதாக இவனுக்குப் பட்டது. இப்படித்தான், எல்லாவற்றுக்கும் ஒரு விவரணையோ உதாரணமோ கட்டக் கிளம்பிவிடும் மனம். இத்தகைய மனப்பழக்கம் பின்னாளில் உதவிகரமாய் இருக்கப்போகிறதோ என்னவோ! தானாகச் சிரித்துக்கொண்டான் மனோஜ்.

ரிஷானுடைய வகுப்பு ஒரு மணி நேரம் முன்பாகவே முடிந்துவிட்டது. இவனுக்குக் கடைசி வகுப்பு ஆரம்பிப்பதற்கு முன்னால் தேடி வந்தான். 'நூலகத்துக்குப் போகிறேன், கல்லூரி முடியும் நேரத்துக்கு வாசலில் வந்து நிற்பேன்' என்று சொல்லிவிட்டுப் போனான். சீக்கிரமே வந்துவிட்டான் போல. நடைமுறை ஒழுங்கின் சிகரம் அவன். உடையணிவதிலும், உண்பதிலும்கூட அபாரமான நேர்த்தியையும் சீர்மையையும் கடைப்பிடிப்பவன். உச்சமாக, காந்தி சொன்னார் என்று முழு சைவமாக மாறிவிட்டவன். இத்தனைக்கும், காக்கா குடும்பத்தில் அத்தனைபேரும் அசைவ உணவுப் பிரியர்கள்...

ரிஷான் இயற்பியல் படிக்கிறான். இவன் ஆங்கில இலக்கியம் படிக்கச் சேர்ந்ததில் கடும் அதிருப்தி அவனுக்கு. அடிக்கடி அங்கலாய்ப்பான்:

> உனக்கு இருக்கும் அறிவுத்திறனுக்கு, அறிவியலோ கணிதமோ எடுத்திருக்கலாம் மனோஜ்.
>
> சரிதான், எல்லாருமே அந்தப் பக்கம் போய்விட்டால், கலைகளையும் இலக்கியத்தையும் வளர்ப்பதற்கு

> நாதியில்லாமல் போய்விடாதா! சுதந்திரம் கிடைத்த பிறகு, ஜனங்களுக்கு அதிக சாவகாசம் கிடைக்குமே! நயமான புத்தகங்கள் கிடைக்கவேண்டாமா அவர்களுக்கு!!

என்று இவன் சிரிப்பான். இன்னொரு சந்தர்ப்பத்தில்,

> சுதந்திரம் கிடைத்தபிறகு உருவாகும் புதிய பாரதத்தில் எல்லாரும் கட்டடம் கட்டப் போய்விட்டால், புதிய சமூகத்தைக் கட்டியெழுப்பும் பொறுப்பை யார் வகிப்பதாம்!

என்றும் சொன்னான்.

மற்றபடி, நனவிலும் கனவிலும் தனக்குள் சிறுகச் சிறுக வளர்த்துவரும் கனவை யாரிடமும் பகிர்ந்துகொண்டதில்லை - நெருங்கிய நண்பனான ரிஷானைத் தவிர.

இதே கல்லூரியில், இதே ஆங்கில இலக்கியத்துறையில், டேவிட் ஓ ப்ரையன் மாதிரி விரிவுரையாளராக வந்து சேர வேண்டும்; கலையனுபவத்தை நுகர்வதற்கான நுட்பங்களை அடுத்தடுத்த தலைமுறைகளுக்குக் கொண்டுசேர்க்க வேண்டும் என்று ரகசிய ஆசை. அத்தனையொன்றும் பாதகமானதோ, கேலிக்குரியதோ அல்லவே. ஆனால், இரண்டு அம்சங்களில் ப்ரையனிடமிருந்து மாறுபட வேண்டும் - முழுக்க முழுக்க அந்நியமான, ஐரோப்பிய உச்சரிப்பு அவருடையது. ஆமாம், வங்காளியை பரம்பரை வங்காளிகளைப்போலவும், ஆங்கிலத்தை ஆங்கிலேயர்போலவும் சரளமாகப் பேசும் ஆங்கிலேயர் அவர்.

ஆக, வங்காளத்தின் கிராமப்புறங்களிலிருந்து கல்லூரிக்கு வந்துசேரும் இளம் மனங்கள் மிரண்டு விடாதபடி தனது உச்சரிப்பையும், வாக்கியங்களையும் அமைத்துக்கொள்ளவேண்டும் என்பது முதல் அம்சம். இரண்டாவது, ப்ரையனின் முகத்தில் இருக்கும் நிரந்தரச் சிடுசிடுப்பை அறவே விலக்கிவிட வேண்டும்... சிரிக்கவே தெரியாத மனிதர், பாவம்...

கல்லூரி வாயில்காவலர் ரிஷானிடம் ஏதோ கேட்கிறார். சிரித்தபடி பதில் சொல்கிறான் அவன். ஒளிவு மறைவற்ற முகம் அவனுக்கு. உணர்ச்சிகளை சரளமாக வெளிக்காட்டுவது. அவனுடைய நட்புமே அப்படித்தான் - எதையுமே மறைக்கவேண்டிய அவசியமற்ற

நட்பு. அவனிடம் வெளிப்படையாய்ச் சொல்லிவிட்டாலும்கூட தனது தினவின் வேகம் அடங்கிவிடாது என்று நம்பியதால்தான் சொன்னான். மற்றவர்களிடம் சொல்லவிடாமல் தடுத்தது கூச்சம் மட்டுமில்லை; ஒருவேளை, நினைப்பது நிறைவேறாமல் போய்விட்டால், தனக்கு மட்டும் சமாதானம் சொல்லிக்கொண்டால் போதுமே. தவிர, அம்மா கொடுக்கும் தின்பண்டத்தை உடன்பிறப்புகளை விட்டு விலகி, தனியாய் உட்கார்ந்து தின்னும் பால்ய மனம் இன்னும் முதிரவில்லையோ என்னவோ என்றுகூடப் பல தடவை யோசித்திருக்கிறான்... தனக்குத்தானே புன்னகைத்துக் கொள்வான்.

> இப்படி எதையெடுத்தாலும் துருவித்துருவி யோசித்துக் கொண்டே இருக்கும் மனம், இலக்கியம் படிக்கப் பொருத்தமானதுதான்!

என்று ரிஷானே மனமுவந்து சொன்னதும் உண்டு...

இன்னொரு ரகசியக் கனவும் இருக்கிறது. நூலகத்தில் யதேச்சையாய்ப் படிக்கக் கிடைத்த ஜதீன் சட்டோபாத்யாயாவின் சிறுகதைத் தொகுப்பு போட்ட விதை. அவரைப்போல நவீனயுக எழுத்தாளனாக மலர வேண்டும். வங்காள மொழியின் செழுமையை உயர்த்தும் விதமாக இலக்கியத்தில் ஈடுபட வேண்டும்; தாகூருக்கு நொபேல் பரிசு கிடைத்தது அவருடைய ஜாதக விசேஷத்தால் அல்ல; வங்காள மனத்தின் செறிவும், உலகளாவிய கரிசனமும், குருதேவர் அதை வெளிப்படுத்திய விதமும்தான் காரணம் என்று உலகறியச் செய்ய வேண்டும்...

ரிஷானுடனான நட்பு, வம்சாவளியாக வருவது. அவர்கள் குடும்பத்துடன் பல தலைமுறை சிநேகிதம். இவனுக்குத் தெரிந்தே, கொள்ளுத்தாத்தாக்கள் காலத்திலிருந்து நட்பு. ரிஷானின் கொள்ளுத்தாத்தா தறி நெய்பவர். சொந்தமாக ஏழெட்டுத் தறிகள், அவற்றில் அமர்ந்து நெய்பவர்கள், உதவியாளர்கள், சாயம் தோய்ப்பவர்கள் என்று அவரைச் சுற்றி சிறு சாம்ராஜ்யமே இருந்தது என்று அப்பா சொல்லியிருக்கிறார்.

அவரிடமிருந்து புடவைகளும் வேஷ்டிகள், லுங்கிகளும், துண்டுகளும் கொள்முதல் செய்து, மாவட்டம் முழுவதும் சென்று விற்று வருவாராம் மனோஜுடைய கொள்ளுத் தாத்தா. இருவருடைய மகன்களும் நண்பர்கள். சமவயதுக்காரர்கள். மனோஜின் தாத்தா ஸரோட் கலைஞர். கரீம் தாத்தா பக்வாஜ் வித்தகர். இருவருமே வேறொரு கலைஞருடன் இணைந்து வாசித்தது கிடையாது. உத்பல் தாத்தா எழுபது வயதுவரை மேடையேறிக்கொண்டு இருந்தவர்..

ஒருமுறை கச்சேரி முடித்து வீடு திரும்பி மறுநாள் காலையில் உறங்கப்போன கரீம் தாத்தா, சாயங்காலமாகியும் எழவில்லை. ஆமாம், அதற்கப்புறம் எழவேயில்லை.

> சிவபெருமானுக்கு வாசிக்கப் போய்விட்டான் போலிருக்கிறது. நந்திதேவருக்கு சோர்வு தட்டியதோ என்னவோ. ஆளனுப்பி இவனை அழைத்துக்கொண்டு விட்டார்கள். 'இதோ வருகிறேன்' என்று கிளம்பிவிட்டான், பைத்தியக்காரன், 'நம்மை நம்பி இத்தனை வருஷம் ஒருத்தன் வாசித்திருக்கிறானே, பாவம் அவன் என்ன செய்வான் இனி' என்று யோசித்தாவது பார்த்தானா. 'வரமாட்டேன்' என்று அடம் பிடித்திருக்க வேண்டாம்?...

என்று கைப்போடு சொல்வாராம் தாத்தா - அப்பா சொல்லியிருக்கிறார். நண்பனைப் பொதிந்த பெட்டியை, முன்வரிசையில் நின்று, தலைக்குத் தொப்பி அணிந்து, கபர்ஸ்தானுக்குச் சுமந்து போனாராம் உத்பல் தாத்தா. அதைவிடப் பெரிய அர்ப்பணமாக,

> கரீம் இல்லாமல் கச்சேரி மேடை ஏறமாட்டேன்.

என்று உறுதியாய் அறிவித்துவிட்டார். நல்லவேளை, அதற்குள் அப்பாவுக்கு உள்ளூர் கோவாப்பரேட்டிவ் சொஸைட்டியில் குமாஸ்தா உத்தியோகம் அமைந்திருந்தது. பெரியவரின் தீர்மானத்தைக் குடும்பம் தடையின்றி ஏற்றுக்கொண்டது. தவிர, நண்பர்கள் இருவருமே, ஆளுக்கொரு துண்டு விளைநிலம் வாங்கியிருந்தார்கள். அடுத்தடுத்த நிலங்கள். ஒரே குத்தகைதாரர் வசம் இருந்தவை. நேர்மையான குத்தகைக்காரர்களின் காலம் அது.

அதன் பிறகு, படுக்கையில் வீழும்வரை தாளம் இல்லாமல்தான் சாதகம் செய்வார் தாத்தா. அவருடைய ஒன்றுவிட்ட தங்கை ஒரு பாட்டி வந்திருந்தாள்.

> ஏன் அண்ணா, நீதான் கச்சேரிக்குப் போவதில்லையே. சேவலுக்கும் முன்பாக எழுந்திருந்து இப்படி 'டொய்ங், டொய்ங்'கென்று ஓசைப்படுத்தாவிட்டால்தான் என்ன. வீணாக அடுத்தவர்கள் தூக்கத்தை ஏன் கெடுக்கிறாய்?

என்று உரிமையும் சிரிப்புமாய்க் கேட்டாளாம். தாத்தா பிறந்த பரம்பரையின் சங்கீத ஞானம் அத்தகையது. தப்பிப் பிறந்த தாத்தாவுக்கு மட்டும் எப்படித் தொற்றியதோ. அவருடனே அந்தத் தொடர்பு அறுந்தும் போனது... தாத்தா சிரித்துக்கொண்டே பதில் சொல்லியிருக்கிறார்:

> கறப்பதற்கு ஆளில்லை என்பதற்காக, பசுவின் மடுவில் பால் ஊறுவது நின்றுவிடுமா பெண்ணே!

அடுத்த நாளும் அதே நேரத்துக்கு எழுந்து சாதகம் தொடங்கத்தான் செய்தார். உச்ச வேகத்தில் வாசிக்கும்போது, மூடிய கண்களிலிருந்து கரகரவெனக் கண்ணீர் இறங்கும். 'கரீம் காக்காவின் நினைவுதான் அவரைக் கண்ணீர் பெருக்க வைக்கிறது போல' என்று அப்பா ஒருதடவை சொன்னார்.

சின்னஞ்சிறுவனான மனோஜ், தாத்தா சாதகம் செய்வதைப் பார்த்திருக்கிறான். 'சரிதான், ரொம்ப வேகமாக வாசிக்கும்போது விரல்கள் மிகவும் வலிக்கும் போல. வீட்டுப்பாடம் நிறைய எழுதவேண்டி வரும் நாட்களில், தனக்கு அழுகை வருகிறமாதிரி, தாத்தாவுக்கும் வருகிறது' என்று நினைத்துக்கொண்டிருந்தான் - அப்பாவும் அம்மாவும் நிகழ்த்திய மேற்படி உரையாடலைக் கேட்கும்வரை.

ஆனால், அகாலமாய் இறந்துவிட்ட தனது நண்பனைப் பற்றி உத்பல் தாத்தா பேசி ஒருநாளும் கேட்டதில்லை மனோஜ்.

மற்றபடி, ஊரைவிட்டு இத்தனை தொலைவில் உள்ள கல்லூரியில், ஒருத்தன் சேர்ந்ததால்தான் மற்றவனையும் கொண்டுவந்து சேர்த்ததாகத் தகப்பன்மார் பேசிக்கொள்வதைக் கேட்டிருக்கிறான்!

முதல் முடிவு யாருடையது என்பது அநேகமாக அவர்கள் இருவருக்குமே தெரிந்திருக்காது!...

இவன் வருவதை ரிஷான் பார்த்துவிட்டான். புத்தகத்தை மூடி, தோள்பைக்குள் வைத்தான். நின்றிருந்த இடத்தைவிட்டு லேசாக நகர்ந்தான்.

தினசரியும் இப்படியொரு பழக்கம்; கல்லூரி முடிந்ததும் மூன்று மைல் தொலைவுக்குக் குறையாமல் நடக்கப் போவார்கள். ஊரின் எல்லையில் அமைந்திருந்தது கல்லூரி. இடதுபுறம் செல்லும் சாலையில் சுமார் நூறு மீட்டர் தொலைவிலேயே வயல்வெளி ஆரம்பித்து விடும். உருளைக்கிழங்கும், பெருங்கடுகும், இன்னும் கொஞ்சம் தள்ளிப்போனால் நெல்லும், பருப்பு வகைகளும் பயிராகும் வயல்கள். இருபுறமும் பசுமையின் வாசனை மண்டியிருக்கும். கங்கைச் சமவெளியின் செழுமை காற்றையும் மனத்தையும் நிபந்தனையின்றி நிரப்பும். அபூர்வமாகச் சிலநாள், இன்னும் தணியாமல் இருக்கும் வெயில் சற்று உறுத்தும். ஆனாலும், அது பாவிக்காத அளவு ரம்மியம் காட்சியில் நிறைந்திருக்கும். இன்னும் அதிகப்படியான இதம் ரிஷானுடனான உரையாடலில் கிடைக்கும். நாள்தவறாமல் நடக்கப் போவதற்கு நிஜமான காரணமே அந்த உரையாடல்தான்...

உண்மையில், இன்னும் ஓரிரு மணிநேரம் கழித்துக் கிளம்பினால், இன்னும் ஆனந்தமாய் இருக்கும். ஆனால், இவன் தங்கியிருப்பது, ஊருக்குள் ஒரு வாடகை வீட்டில். ரிஷானுடைய குடும்பத்துக்கு அதெல்லாம் அதிகப்படி சொகுசு. உடன்பிறந்தவர்கள் ஏழெட்டுப்பேர். கணவனால் கைவிடப்பட்ட அத்தை ஒருத்தியும் நாலு குழந்தைகளோடு பிறந்தகத்தில் வந்து வசித்தாள். குடும்பத்தின் வருவாயில் கணிசமான பகுதியை ரிஷானுடைய படிப்புக்காகத் திருப்பிவிட்டிருக்கிறார்கள்; ஆனாலும், நகரத்தில் வந்து படிக்கவும், கல்லூரி விடுதியில் தங்கவுமே கொஞ்சம் இழுபறியாகத்தான் இருந்தது...

கிட்டப் போனபோது, ரிஷானுடைய முகத்தில் ஒருவிதப் பரபரப்பு தெரிந்தது. கடுமையாக வியர்த்திருந்தான் - இளவெயிலில் காத்து நின்றதால் என்று மனோஜ் நினைத்துக்கொண்டான்..

என்ன ரிஷான், ரொம்ப நேரமாய்க் காத்திருக்கிறாயோ?

அட, அதெல்லாமில்லை. நூலகத்தில் பொருந்தி அமர முடியவில்லை. வெளியேறி வந்தேன். சும்மா, அரைமணி நேரம்தான் ஆகிறது.

வகுப்புக்குக் கொண்டுசெல்லும் ஜோல்னாப் பைகளை வாயிற்காவல் கூண்டில் வைத்துவிட்டு, நடக்கத் தொடங்கினார்கள்.

வாசலுக்கு வரும்போது மனத்தில் எழுந்த தாத்தாவின் பிம்பம் இன்னும் மறையவில்லை. மேடையேறுவதைத்தான் நிறுத்தியிருந்தாரேயொழிய, கற்றுக்கொடுப்பதை நிறுத்தவில்லை அவர். பர்த்வானிலிருந்துகூட ஓரிரு மாணவர்கள் வருவார்கள். வாரமொரு முறை அவர்களுக்கு வகுப்பு. எடுத்த எடுப்பில் பாடம் நடத்த மாட்டார் தாத்தா.

சீடப்பிள்ளை எவனாவது அவருக்குப் பின்னால் குத்தவைத்து அமர்ந்து, தோளில் சாய்த்த தம்பூராவில் சுருதி கூட்டுவான். எடுத்தவுடனே வாசிக்க ஆரம்பிக்க மாட்டார்... லேசாகப் பின்புறம் திரும்பிய தலை, மூடிய கண்கள், வாகாக மடியில் கிடத்திய ஸரோட், சதா வாயில் குதப்பும் தாம்பூலம் என்று அமைதியாய் உட்கார்ந்திருப்பார்.

சொட்டுச்சொட்டாகச் சொரியும் சுருதி, தம்பூராவை நோக்கித் திரும்பிய காதுக்குள்ளும் மனத்துக்குள்ளும் முழுக்க நிரம்பித் ததும்பும்வரை காத்திருப்பார் போல. சட்டென்று ஆவேசமுற்றவர் மாதிரி ஸரோடை ஒரு தடவை மீட்டுவார். அதன் ஒலி ரீங்கரித்து அடங்கும்வரை பொறுமை காத்து, அடுத்த மீட்டல். எப்போது தொடர்ந்து வாசிக்க ஆரம்பித்தார், ராகத்துக்குள் புகுந்த வேளை என்ன, எப்போது வேகமெடுத்தார் என்பதையெல்லாம் கவனிக்க இயலாதபடி, ஸரோட் எழுப்பும் நாதம் அறைக்குள்ளும், கேட்பவருக்குள்ளும் நிரம்பத் தொடங்கும்.

முழுமையாக வாசித்து முடித்த பிறகு, தாமே வாசித்துக் காட்டிவிட்டு, என்னவெல்லாம் அவதானித்தார்கள் என்று மாணவர்களைச் சொல்லச் சொல்வார். அவர்கள் கவனித்ததையும், கவனிக்கத் தவறியதையும் பற்றிப் பேச ஆரம்பித்து பாடத்தின் நுட்பங்களை எடுத்துரைப்பார்.

முடிவில், அன்று யாருடைய முறையோ அந்தச் சீடன் வாசித்துக் காட்ட வேண்டும். தாத்தா திருத்தங்கள் சொல்வார்...

ரிஷானுடைய உரையாடலுக்கும் தாத்தாவுடைய வகுப்பின் தன்மை இருந்தது; நடை ஆரம்பித்து நெடுநேரம் அமைதி காத்துவிட்டு, சடாரென்று பொழிய ஆரம்பிப்பான். இதை முதன்முறையாய்க் கண்டறிந்த நாளில் அளப்பரிய சந்தோஷம் மனோஜுக்குள் மேவியது. அந்த நாள் பற்றிய சித்திரத்தில் நீடிக்கவிடாமல், சாலைக்கு இழுத்தது ரிஷானின் குரல்.

மனோ...

இத்தனைநேரம் இருவரும் பேசிக்கொள்ளவில்லை என்பதே அப்போதுதான் மனோஜுக்கு உறைத்தது.

ம்.

நூலகத்தில் இருந்தபோது, பிரின்ஸி வந்தார். வாசிப்பு மேஜையில் நாங்கள் நாலைந்துபேர் இருந்தோம். சட்டென்று எங்கள் மத்தியில் வந்து நின்றவர், 'கைஸ், விஷயம் தெரியுமா? பிரிட்டிஷ் பார்லமெண்ட்டில் அட்லீ அறிவித்துவிட்டார், '48 ஜூனுக்குள் இந்தியா சுதந்திரமடைந்துவிடும்...' என்றார். தங்களை மறந்து நாலைந்து பேர் கைதட்டினார்கள். தீவிரமான குரலில், 'உஷ்! இது லைப்ரரி, ஜெண்டில்மென். பொதுக்கூட்ட அரங்கம் இல்லை!' என்று சொல்லிவிட்டுப் போனார்...

மனோஜ் சிரித்தான்.

ஸ்டைலாக நடந்துபோயிருப்பாரே!... ஆனாலும், குறும்புக்கார மனிதர்!

ரிஷானிடமிருந்து பதிலில்லையே என்று பக்கவாட்டில் திரும்பிப் பார்த்தவன் லேசாக அதிர்ந்தான். ரிஷானின் முகம் ஏனோ வெளிறியிருந்தது.

என்னாயிற்று ரிஷான்?!...

என்று கேட்டான். ரிஷான் பதில் சொல்லாமல் நடந்தான். திடீரென்று, கவலையாய்ச் சொன்னான்:

நவகாளியின் அதிர்வுகள் அடங்கி முழுசாக மூன்று மாதங்கள்கூட ஆகவில்லை. ஏற்கனவே பலவீனமாக

இருக்கும் ஏரியின் கரை வேறு எந்த இடத்திலாவது உடைப்பெடுத்துவிடக் கூடாதே என்று விசனமாய் இருக்கிறது. பர்த்வானுக்கருகிலும் அங்கங்கே சலசலப்பு இருப்பதாக, உஷ்ணம் சன்னஞ்சன்னமாக உயர்ந்துவருவதாகப் பேசிக்கொள்கிறார்கள்...

அவனுடைய குரலில் தென்பட்ட ரகசியமும் பதற்றமும் மனோஜுக்குப் புதிதாய் இருந்தன. எதையுமே உணர்ச்சி கலக்காத விவேகத்துடன் பார்க்கவும் பேசவும் கூடியவன் ரிஷான். அவனே கலங்குவது மனோஜுக்குள் ஒருவித மிரட்சியை உருவாக்கியது. பேச்சை மாற்றும் உத்தேசத்துடன் சொன்னான்:

...இதில் ஒரு ஆச்சரியம் பார் ரிஷான். இன்று காலை மிஸ்டர் ப்ரையன் பாடம் நடத்தும்போது சொன்னார்: 'அரசியல் சுதந்திரம், பொருளாதார சுதந்திரம் என்பதெல்லாம் மனிதர் கூட்டத்துக்கு முக்கியமானவைதாம்; சந்தேகமில்லை. ஆனால், அவர்கள் அகசுதந்திரம் நிறைந்த தனிமனிதர்களாய் ஆகும்வரை, கலையும் இலக்கியமும் போராடித்தான் ஆக வேண்டும்' என்றார்.

அட! ஏதோ டெலிபதி ஓடியிருக்க வேண்டும். இந்தியா முழுவதும் இருக்கிற, கற்றறிந்த அத்தனைபேருக்கும் இது நடந்திருக்கலாம் ஒருவேளை...

நடையை நிறுத்தி நின்றான் ரிஷான்.

...ஆனால், கல்வியறிவற்ற பாமரர்களைத் தூண்டி, களத்தில் இறக்கிவிடுவதும் அவர்கள்தானே? அது சரி, மாணவர்கள் என்ன ரியாக்ட் செய்தார்கள்?

நூலகத்தில் மாதிரித்தான்; மொத்த வகுப்பும் இல்லாவிட்டாலும், நாங்கள் கொஞ்சப்பேர் கைதட்டினோம். மிஸ்டர் ப்ரையன் தாமும் கைதட்டினார்!

இருவரும் சிரித்தார்கள். நல்லவேளை, ரிஷான் இயல்புநிலைக்குத் திரும்பிவிட்டான்!

ஆனால், இயல்பற்ற ஒரு காரியம் செய்தான். வழக்கமாக, இன்னும்

ஒரு கல் தொலைவு நடப்பார்கள். தலைகளால் ஒன்றையொன்று உரசி நிற்கும் பனைகள் இரண்டு நிற்குமிடம் வரை சென்று திரும்புவார்கள். ஏனோ, திடீரென்று ரிஷான் கேட்டான்:

திரும்புவோமா?

கழுத்தைத் திருப்பி அவனை உற்றுப் பார்த்தான் மனோஜ். ருசித்துத் தின்றுகொண்டிருந்த பண்டத்தைப் பாதியில் பறிகொடுத்த குழந்தைபோல உணர்ந்தான். ஆனாலும், தன்னிச்சையாய்க் கால்கள் திரும்பின. சற்று விரைவாகவே நடக்கும் ரிஷானுக்கு ஈடுகொடுத்து விசைகூட்டின.

அபூர்வமான ஆரஞ்சு நிறம் மண்டிய மேற்கின் ஆகாயத்தைப் பார்த்தபடி நடந்து வந்தார்கள். கண்ணுக்கு ரஞ்சகமான ஆகாயமும், இதமாக வருடும் அக்டோபர் மாதக் காற்றும், நண்பனின் அருகாமையும் எனத் ததும்பும் இந்தச் சாயங்காலம் நீண்டுகொண்டே இருக்கக் கூடாதா என்று ஒரு கணம் தோன்றியது மனோஜுக்கு. அதை ஒதுக்கிவிட்டு, விட்ட இடத்திலிருந்து உரையாடலைத் தொடர முயன்றான்.

வகுப்பின் கைதட்டல் அடங்கியதும் நான் எழுந்து கேட்டேன்: 'அக சுதந்திரத்தை நோக்கித் தனிமனித விசாரத்தை ஒழுங்கமைப்பது தத்துவத்தின் வேலையல்லவா?'

ப்ரில்லியண்ட். மிக நல்ல கேள்வி.

அப்படித்தான் மிஸ்டர் ப்ரையனும் சொன்னார். ஆனால் பதில் கேள்வி ஒன்று வைத்திருந்தார்.

என்னவோ.

'தத்துவமும் கலையும் ஒன்றுக்கொன்று தொடர்பில்லாத வெவ்வேறு துறைகள் என்று நம்புகிறாயா நண்பனே? என்றார்.

நீ என்ன சொன்னாய்?

அமைதியாக அமர்ந்துவிட்டேன்.

சரிதான். இந்த மாதிரிக் கேள்விகளுக்கு நாமாக விடை

கண்டுபிடிக்க வேண்டும். அப்போதுதான் அது நம் வாழ்க்கைமுறையின் பகுதியாய் மாறும். ஆனால், இன்னொன்று...

சொல்லு.

இந்தக் கேள்விகளுக்கெல்லாம் ஒருநாளும் நேரடியான விடை கிடைப்பதற்கில்லை. அந்தந்தக் காலகட்டம், அந்தந்த தேச வர்த்தமானம் தீர்மானிக்க வேண்டிய சங்கதிகள் இவை.

அப்படியா சொல்கிறாய்?

பின்னே, பெரும்பாலான விசாரங்களின் பிறப்பிடம் ரோம சாம்ராஜ்யம். அவை உருவாகிய நாளில் அங்கே நிலவிய கல்விநிலை என்ன, சிந்தனை உச்சம் என்ன என்பதெல்லாம் முக்கியமில்லையா? இன்னமும் பச்சிலை வைத்தியத்தைவிட்டே விலக முனையாத பாரத தேசத்தின் இன்றைய ஸ்திதி என்ன, இங்கே அறிவாளியின் பொறுப்பு என்ன என்பதையெல்லாம் எப்படி நிர்ணயம் கொள்வது?...

அவ்வளவுதான். ரிஷான் முழுமையான மௌனத்துக்குள் அமிழ்ந்துவிட்டான்.

பள்ளிக்காலத்திலிருந்தே, இருவரும் உரையாடும்போது, அவன் கைபிடித்துத்தான் நடந்திருக்கிறோம்; தானாக எதையும் ஆரம்பித்ததில்லை என்று தோன்றியது மனோஜுக்கு. தவறாக, ஒருவர் துறையை மற்றவர் தேர்ந்தெடுத்துவிட்டோமோ என்றும் தோன்றியது. சட்டென்று மௌனத்தைக் கலைத்தான் ரிஷான்:

...இரண்டாகப் பிளவுபடும் தேசம், தன் அரசியல் சுதந்திரத்துக்காகக் கொடுக்க வேண்டிய விலைதான் மிக அதிகமாய் இருக்கும்போலத் தோன்றுகிறது. வங்காளமும் பஞ்சாபும் உச்சபட்ச இழப்புகளைத் தாங்க வேண்டியிருக்கும்...

சூழ்நிலையின் இதமான குளுமையை விரட்ட முற்படுவதுபோலச் சீறியது அவனுடைய பெருமூச்சு.

போகும்போதைவிட, திரும்பி வரும்போது மிகவேகமாக நடந்தார்களோ என்னவோ, சீக்கிரமே கல்லூரியின் சுற்றுச்சுவர் பார்வையில் பட்டது. சாயங்காலம் இனிமேலும் சாயங்காலமாக இருக்கப்போவதில்லை என்பது மெல்லக் கறுக்கத் தொடங்கிவிட்ட வெள்ளைச் சுவரில் அழுத்தமாய்த் தெரிந்தது. இனம்புரியாத ஏக்கம் தன்னுள் நிரம்புவது ஏன்; ரிஷானிடம் இதைச் சொல்வதா வேண்டாமா என்று தடுமாறும்போதே, பரக்கத் திறந்து கிடக்கும் கிராதிக் கதவருகில் காக்கிச் சீருடை அணிந்த ஒருவர் நின்று வாயிற்காவலரிடம் பேசிக் கொண்டிருப்பது தென்பட்டது. ஓட்டிவந்த சைக்கிளைத் தம் மீதே சார்த்தியபடி நின்றார்.. இன்னும் நாலைந்தடி நெருங்கியபோது, தந்திச்சேவகர் என்று விளங்கியது.

ரிஷானுக்குத்தான் தந்தி.

ஊரிலிருந்து வந்திருந்தது.

'ஸ்டார்ட் இம்மீடியேட்லி' என்றது.

உலரும் பனித்துளிபோல
இறந்தவனின் ஆவியுருபோல
மின்னலின் திடீர்ச் சொடுக்குபோல
இப்படித்தான் ஒருவன்
தன்னைக் கருத வேண்டும் -
ஏற்கனவே போய்விட்ட ஒன்று என.

இக்யூ ஸோஜன் -
ஜப்பானிய ஜென் துறவி,
14-ம் நூற்றாண்டு

02

அருகருகே இருந்த குன்றுகள் இரண்டும், மல்லாந்து படுத்திருக்கும் லாஸ்யாவின் சித்திரத்தைக் காட்டின. காலையில் யாசகத்துக்குப் போனபோது கண்ணில் பட்டாள் - உண்மையில், அப்போது அவள் மல்லாந்து படுத்திருக்கவில்லை. இன்னும் உண்மையாய்ச் சொல்வதென்றால், லாஸ்யா மல்லாந்து கிடப்பதை இவன் பார்த்ததேயில்லை. நீண்ட கோலின் கீழ்முனையில் கட்டிய பிரம்பு விளக்குமாற்றைத் தரையில் உரசியபடி நின்றிருக்கும் கோலமோ, சேகரித்த குப்பையைக் கூடைக்குள் அள்ளிப்போடக் குனிந்த கோலமோதான் பார்க்கக் கிடைத்திருக்கிறது.

சிலவேளை, மடாலய வாசலுக்கு இடப்புறம், சாலை மேலேறும் இடத்திலுள்ள ஆலயத்துக்கு வந்து போவாள் - வழிபடுவதற்காக. மடாலயத்தின் நிர்வாகத்துக்கு உட்பட்ட ஆலயம் அது. அங்கே பணியில் இருக்கும் நாட்களில் அவளைப் பார்த்திருக்கிறான் நோர்பு. கூரைச் சார்ப்பின் கீழ்விளிம்பில் பொருத்தி, அந்தரத் தூண்கள் போலத் தொங்கும் மர உருளைகளைச் சுழற்றிவிட்டபடி வலம் வருவாள் - விறைத்த முதுகுடன். நடை இன்னமும் நிமிர்ந்திருக்கும்; வசீகரம் கொஞ்சம் அதிகமாய்த் தெரியும். ஆக, எந்த விதத்தில் யோசித்தாலும், நின்றகோலமேதான்.

ஆனால், தோற்றத்தை மேற்கொண்டு நீட்டித்துப் பூர்த்தி செய்துகொள்ளும் மனத்தின் இயல்பில் எங்கிருந்தோ ஒரு கிடைத்தோற்றம் வந்துசேர்ந்திருந்தது. அல்லது, அவளை அப்படிக் காணும் விருப்பம் ஆழ்மனத்தில் புதைந்துகிடக்கிறதோ என்னவோ. இது போன்ற குறளிகளைத் தவிர்ப்பதற்கான பயிற்சிகளை மேற்கொள்வது துறவின் அடிப்படைத் தேவைகளில் ஒன்று என பழைய குரு ஒருமுறை கூறியிருக்கிறார்.

கண்முன் புலப்படும் காட்சியை வளர்த்துப் பூர்த்திசெய்து கொள்வதோ, அது தோன்றுமுன் இருந்திருக்கக்கூடிய நிலையை யூகித்துப் பார்ப்பதோ இயற்கையான செயல்பாடுகள் அல்ல: மனத்தின் தரையில் பொருளற்றுப் புரண்டவாறிருக்கும் மொழிக் கோவையின் சித்துவேலைதான் என்று சொன்னார். அவற்றைத் தவிர்க்கத் தவிர்க்க, தற்கணத்தில் ஊன்றி நிற்பது எளிதாகக் கைவரத் தொடங்கும் - இப்போதைய காட்சியை இன்னும் உன்னிப்பாகக் காணக் கிடைக்கும் என்றார்.

> ஆனால், அமிழ்த்த முனையும்போதெல்லாம் கூடுதல் விசையுடன் மேலெழும் பந்துபோல, தவிர்க்க முனைவதைப் பிடிவாதமாகச் சுற்றிச்சுற்றி வருவதுதானே சாமானிய மனத்தின் இயல்பு!...

அவர் சொல்லி முடித்தவுடன், லி யாங் வழக்கம்போலக் குதித்தெழுந்து நின்றான்.

'உரையின்போது குறுக்கிடக் கூடாது; பிற்பாடு கேள்வி நேரத்தின்போது ஐயங்களைத் தெளிந்துகொள்ளலாம்' என்றொரு

நடைமுறை முன்பு இருந்தது. கேள்விகளால் சலனமுறும் மனம் உரையின் அடுத்தடுத்த பகுதிகளில் முழுமையாகத் தோய மறுக்கிறது என்று புகார் சொல்லி, 'தோன்றும்போதே கேட்கலாம்' என்ற சலுகையைப் பெற்றுத்தந்தவன் லி யாங்கேதான். அதை முழுக்கப் பயன்படுத்தியவனும் அவனே. பின்னாட்களில் இந்த நியதி ரத்தானதற்கும் அவனே காரணமாய் இருந்தான்!...

இப்போது லி யாங் கேட்டான்:

> *தற்போதைய காட்சியின் அலகுகளைப் புரிந்துகொள்வதற்கே முந்தைய காட்சி பற்றிய தெளிவு வேண்டுமல்லவா?*

சீடர்கள் எல்லாரும் அவனையே பார்த்தனர். அமர்ந்திருக்கும் சிலைகளை, அவற்றின் முகத்தில் சல்லாத்துணிபோலப் படியும் குழப்பத்தை ஒரு முறை துருவிப் பார்த்துவிட்டு, தன் கேள்வியைக் கொஞ்சம் விளக்க முயன்றான்:

> *அதாவது, இப்போது ஒரு காளைமாட்டைப் பார்க்கிறேன் என்று வைத்துக்கொள்வோம்... எனக்குள் இருக்கிற காட்சித் தொகுப்பில் காளை என்ற பிம்பம் இல்லாத பட்சத்தில், அதை நான் கவனமாய் மீட்டெடுத்து ஒப்பிடாத பட்சத்தில், இது காளைதான் என்று எனக்கு எப்படித் தெரியும்?*

> *எதற்காகத் தெரிய வேண்டும்? தெரிந்து என்ன ஆகப் போகிறது!*

என்று மிருதுவாகக் கேட்டபடி புன்னகைத்தார் குரு.

விவாதங்கள் நடைபெறும்போது ஒரு தரப்பை சிலாகிப்பதோ, கண்டிப்பதோ கூடாது என்று சொல்லப்படாத நெறிமுறை ஒன்று இருந்தது. சார்மானங்கள் இன்றி வாதத்தைக் கவனிப்பதே, நடுநிலையை உறுதிசெய்யும்; கவனத்தையும் கூர்படுத்தும் என்பார் அவர். ஆனாலும், சீடர்களில் சிலர் முகத்தைத் துடைத்துக்கொள்வது போன்ற பாவனையில் ஈடுபட்டனர்... மலரவிருந்த சிரிப்பைத்தான் துடைத்துக்கொண்டார்கள் என்பது வெறும் பார்வைக்கே தெரிந்தது!

> *வைக்கோல்போருக்கும் பசுமாட்டுக்குமான வேறுபாடு தெரியவேண்டாமா? வைக்கோல்போருக்குத்தானே கொம்புகளும், மூர்க்கமும் கிடையாது!*

> கொம்புகள் உடலைச் சேதப்படுத்தட்டுமே? அதனால் என்ன பாதகம்? கொம்பின் இயல்பு கீறுவது, உடலின் இயல்பு கீறல் உறுவது...

என்று சொல்லிவிட்டு வாய்விட்டுச் சிரித்தார் குரு. தைரியம் வந்த சீடர்களும் ஓரிருவர் நகைத்தனர். லி யாங் தொடர்ந்தான்:

> இருந்தாலும்...

> கீறலோடு நின்றுவிடவில்லையென்றால் என்றுதானே கேட்க முனைகிறாய்!

லி யாங் தலைகுனிந்தான். குரு எங்கே வர முற்படுகிறார் என்பது அநேகமாய் அத்தனை பேருக்குமே புரிந்திருக்கும். அவருடைய இயல்பு அது! நடப்புக் கணத்தின் சகல அம்சங்களையும் மரணத்தின் அருகே கொண்டுசென்று பொருத்திவிடுவார். அப்புறம் எந்தக் கேள்விக்கும் அவசியம் இருக்காது!

இன்னொரு சந்தர்ப்பத்தில் அவர் உதிர்த்த வாசகம் ஒன்று - எப்போதும் அடிமனத்தில் நமட்டிக்கொண்டிருப்பது:

> மரணத்தைப் பார்த்து அஞ்சுவது பாமர மனத்தின் இயல்பு. ஜனனம் போன்றே மரணமும் புதிரானது என்பதுதான் அதற்குக் காரணம். மரணம் என்பது இன்னொரு பிரபஞ்ச நிகழ்வு மட்டுமே என்று காணும் பயிற்சி இல்லாததும் காரணம். தடையும் தயக்கமும் இன்றி பூமியை நோக்கி விரைந்து நடுவழியில் அழிந்து படும் எரிகல்லைப் பார்க்கும் துறவி என்ன அறிகிறான்!...

லி யாங் தலைகுனிந்து நிற்பதைப் பார்த்து, எப்போதையும்விட மலர்ந்திருந்தது குருவின் முகம். அபூர்வமான வசீகரத்துடன் மிளிர்ந்தது... இளகிய குரலில், அலாதியான கனிவுடன், சூத்திரம்போலச் சொன்னார்:

> தான் பாய்வதும் தெரியாது; வீழ்வதும் தெரியாது; அழிவதும் தெரியாது எரிகல்லுக்கு!...

சிறு இடைவெளி விடுத்தார் - எல்லாருக்குள்ளும் இந்த பதில் இறங்கக் காத்திருப்பவர்போல. பின்னர், தனக்குள் ஆழ்ந்த குரலில்,

தன்னையே ரத்து செய்துகொள்கிற மாதிரி, இன்னொரு வாக்கியம் உதிர்த்தார்:

> ...என்கிற மாதிரித்தான் மனித மனம் அனுமானித்துக்கொள்கிறது. அஃறிணைகளின் அந்தரங்கம் உயிர்ப்பிரபஞ்சத்துக்குத் தெரிவதற்கு வாய்ப்பேது? அனுமானங்கள், யூகங்கள்; வெறும் யூகங்கள். அவை கட்டமைக்கும் தர்க்கம்...

விநயமாய் இடுப்பை வளைத்து குருவை வணங்கினான் லி யாங். அமர்வதற்கு முன்னால், வகுப்புக்கும் அதேவிதமாய் வணக்கம் தெரிவித்தான். ஆமாம், அவர்களுடைய நேரத்தையும் தன்வசம் வைத்திருந்தான் அல்லவா...

இன்று காலை, வழக்கமான நிமிர்ந்த நடையில் இவனைத் தாண்டிப் போனாள் லாஸ்யா. அவ்வப்போது பார்த்த முகமாயிற்றே என்ற அறிமுக பாவனைகூட அவளிடம் இல்லை. ஒரு துறவிக்கும் இன்னொரு துறவிக்கும் துலக்கமான வித்தியாசம் எதையும் கவனித்திருக்க மாட்டாளோ என்னவோ! ஒருவேளை, மடாலய அங்கத்தினர் அத்தனைபேரும் ஒரே உடம்பாக, ஒரே முகமாக அவளுக்குள் பதிந்திருக்கலாம்...

இவனுக்கு அவளை அடையாளம் தெரியத்தான் செய்தது. ஐந்து ஆண்டுகளுக்கு முன்பு, மடாலயத்துக்கு இவன் வந்து சேர்ந்த நாட்களில் இருந்த அதே சிறுமி இல்லை; நன்கு விளைந்திருக்கிறாள். உடல் அசைவுகளில் ஆகர்ஷணமும் ரகசியமும் கபடமும் சேர்ந்திருக்கின்றன. இப்படியொரு தீர்ப்பு தனக்குள் விளைவதுகூடச் சரியில்லைதான். துறவி ஒருபோதும் மதிப்பிடக் கூடாது - வேடிக்கைதான் பார்க்கவேண்டும்...

பிடிவாதமாக அவளைச் சுற்றிச் சுற்றி வந்து ரீங்கரித்தது சிந்தை. உடம்புக்குள், இனம்புரியாத விதமாக முறுக்கேறியது. இறுகும் கயிற்றைத் தளர்த்திக்கொள்ள முயல முயல, இளக மறுத்தது முடிச்சு.

குன்றுகளிடமிருந்து பார்வையை விலக்கி ஆகாயத்தைப் பார்த்தான்.

நிர்மலமான ஆகாயத்தில் தீற்றிக் கிடந்த வெண்மேகத் திட்டுகள்.

தொடர்ந்து பார்த்துக்கொண்டிருந்தபோது அவற்றின் அமைப்பில் ஒரு மனித முகத்தின் சாயல் தென்பட்டது. பகவானே, அது ஒரு பெண்ணின் முகம் என்பதைவிட, லாஸ்யாவின் முகமாகவே இருந்ததுதான் மிகப் பெரிய பதற்றத்தை உண்டுபண்ணியது.

யாசகத்துக்குப் போனது தவறோ என்று ஒரு கணம் தோன்றியது. போகாதிருந்தால் அவளைப் பார்த்திருக்க மாட்டான். ஆனால், மடாலய நியமத்துக்குக் கட்டுப்பட்டிருப்பவன், தன்னிச்சையாய் முடிவெடுப்பதற்கில்லை. இன்னும் இரண்டு பௌர்ணமிக் காலம் அன்றாட யாசகத்துக்குப் போய்த்தான் ஆகவேண்டும்.

உண்மையில், மடாலயத்தின் செல்வத்துக்கு அளவேயில்லை. தரிசனத்துக்காக, சிகிச்சைக்காக, குருமார்களின் அருட்பார்வை வேண்டி என வருகிறவர்களின் எண்ணிக்கையோ, அவர்கள் மனமுவந்து செலுத்தும் அன்றாடக் காணிக்கைகளோ எந்நாளும் குறையப் போவதில்லை - பகவானின் பாதகமலங்களைத் துறவிகளின் வழியே தீண்ட முயலும் சமூகம் இது. இதுபோக, அரசாங்கமும், தேசத்தின் பணக்கார வம்சங்களும் உருவாக்கி வைத்திருக்கும் நிரந்தர மானியங்கள்.

ஒரு மாத வருமானம், மடாலயத்தின் ஒரு வருடத்துக்குப் போதுமானது. ஆக, இளந்துறவிகள் பயிற்சிக் காலத்தில் யாசகத்துக்குப் போயே ஆகவேண்டும் என்கிற கட்டாய நியதி வருவாய்க்காக அல்ல; அவர்களது அகந்தை முற்றாக நசிய வேண்டும் என்பதற்காக. பயிற்சிக் காலம் முடிந்த பின்பும், ஆண்டில் இரண்டு மாதங்கள் அன்றாட யாசகத்துக்குப் போக வேண்டும்...

தான் யாசகத்துக்கு அனுப்பப்பட்ட முதல் நாள், முதல் வீட்டின் வாசலில் நின்ற தோற்றம் மனத்தில் எழுந்தது. கருநிறக் கப்பரை மட்டும் வெளித்தெரியும்படி மணிக்கட்டுகள்வரை காவித்துணியில் பொதிந்திருக்க, கரங்கள் இரண்டையும் ஏந்தலாய் உயர்த்தி, கண்களில் கூடுமானவரை உணர்வு வறட்சியை வரவழைத்துக்கொண்டு நின்ற இளம் உருவம் இப்போது மெல்லிய புன்னகையை வரவைத்தது. அன்று, உரத்து எழும்பத் திணறும் குரலில்,

புத்தம் சரணம் கச்சாமி.

என்று கூவுவதற்குள் கடுமையாக வியர்த்துவிட்டது!

கோடைகாலம் என்பது ஒரு காரணம்; நிழல் படர்ந்த தாழ்வாரங்கள், ஏகப்பட்ட ஜன்னல்கள், இரண்டாள் உயரத்தில் பலகணிகள் கொண்ட வகுப்பறைகள் மற்றும் பொதுப் படுக்கையறைகள் என ஒருபோதும் குளுமை அகலாத சூழலில் மடாலயத்தின் கூரைக்கீழ் வலம் வருகிற உடம்பு, சூரியக் கிரணங்களின் நேரடித் தாக்குதலுக்கு ஆளானது இன்னொரு காரணம் என்று தானாக நினைத்துக்கொண்டான்.

இத்தனைக்கும் இந்தப் பிராந்தியத்தின் உச்சிவெயிலே, சாம்பிராணிப் புகையளவுதான் வெம்மை கொண்டிருக்கும். வருடத்தில் மூன்று மாதங்கள் உறைபனி மூடியும், பிற மாதங்களில் கடும் குளிரும் நிலவும் பிரதேசம். இப்படியொரு சீதோஷ்ணத்திலும், கம்பளியின் பயன்பாடே இல்லாத மடாலயம். ஒற்றை வஸ்திரம் மட்டுமே உடுத்திய துறவியர். அவர்களுக்குக் குளிர்வதும் இல்லை; வியர்ப்பதும் இல்லை. அதனால், மேலே சொன்ன எதுவுமே வியர்வைக்கான சமாதானமில்லை; இவன் பிரபுக்குல வாரிசு என்பதுதான் நிஜமான காரணமாய் இருந்திருக்க வேண்டும்.

முதல் நாளின் ஆரம்பத் தப்படிகளில், அடைத்துக் கிடக்கும் கதவுகளின் முன்னால் ஏன் நிற்கிறோம்; கேளாச்செவிகளை நோக்கி ஏன் அலறுகிறோம் என்றெல்லாம்கூட மனம் கூசிப் பதைத்தது.

ஆனால், ஒவ்வொரு வீடாக நகர்ந்து, அதே தெருவின் கடைசி வாசலுக்குச் சென்றுசேர்ந்து அதே உச்சாடனத்தைத் தொடர்ந்தபோது, வியர்வை முழுவதுமாய் அடங்கியிருந்தது. குரலும் தானாக உரத்திருந்தது. மறுநாள் காலை திருவோட்டுடன் புறப்படுகையில், அதிகாலையில் பல்துலக்கும்போது இருக்கும் சுவாதீனமும், அனிச்சையும் தாமாகப் படிந்துவிட்டிருந்தன. இப்படித்தான், மடாலய விதிமுறைகளும் நியமங்களும் கவனத்துக்கு வெளியே, தன்னியல்பின் பகுதியாக, கோத்துக்கொண்டன போல...

அவரவர் பாதையில் ஆளுக்கொரு திக்கில் போய்த் திரும்பிய இளந்துறவிகள் அனைவரும், இரவுச் சாப்பாட்டுக்கு முன்னால் ஒன்றுகூடினர். அத்தனைபேருமே, அன்றுதான் முதன்முதலாக வெளியுலகத்துக்கு அனுப்பப்பட்டவர்கள். முதல்நாள் அனுபவத்தை

விவரிக்கும்போது, அனைவருமே தவறாமல் சொன்ன சங்கதி, அந்த வியர்வையும் அது அடங்கிய விதமும்தான்... ஆமாம், ஒரே மாதிரி யோசிப்பதற்குப் பழக்கப்பட்டவர்கள் அல்லவா எல்லாரும்! தலைமை குரு புன்னகையோடு கேட்டார்:

> பகவானின் பெயரைத்தானே உச்சரிக்கிறீர்கள்? அதற்கு ஏன் வியர்வையும் பதற்றமும்!

லி யாங் தனது முதன்முதல் கேள்வியை உதிர்த்தான்! அவனுடைய கேள்விகளோ, பதில்களோ தனிமனிதனுடையதாக ஒருபோதும் இருந்ததில்லை. துறவியர் கூட்டத்தின் சார்பாக, பிறர்மீதான கரிசனம்போல தொனிக்கும் சொந்தக் கேள்விகள் அவை என்று இவனுக்குத் தோன்றும். 'தன்னுணர்வை ஒருநாளும் தொலைக்க முடியாதவன் லி யாங், பாவம்', என்று பின்னாட்களில் தோன்றியிருக்கிறது. அதுசரி, தனக்கு என்ன தோன்றியது என்பதா முக்கியம். லி யாங்கின் கேள்வி மீண்டும் ஒலிக்கிறது...

> உச்சரிக்கிற இடம் ஒரு பொருட்டில்லையா சுவாமீ?

> ஓ. தன் இடம், பிறிது என்று பிரித்துப் பார்க்க அறிந்தவனும் துறவியாகத் தகுதி உள்ளவன்தானோ!?

என்று அதே புன்னகையுடன் கேட்டார் குரு. அவருடைய பாணியே அலாதியானது. நம் கேள்வியிலிருந்து உபகேள்விகளை உருவாக்கி, நாமே பதிலை வந்தடைய வழிகாட்டுவது. ஆனால், ஒட்டுமொத்த உரையாடலிலும் முகத்திலோ குரலிலோ எந்தவொரு உணர்ச்சியின் தடயத்தையும் காண முடியாது; அவர் நம்முடன் ஒத்துப்போகிறாரா, மறுக்கிறாரா, எந்த பதிலுக்கு எந்த முனையிலிருந்து எதிர்வினை தரப்போகிறார் என்ற எதையுமே அனுமானிக்க முடியாது. உணர்ச்சி கலக்காத சொல்லுக்கு, அகராதி தருவதைத் தாண்டி வேறெந்த அர்த்தமும் இருக்க முடியாது என்பதை இவன் மறைமுகக் கல்வியாக அவரிடம்தான் கற்றான்...

எல்லார் முகத்திலும் முகிழ்த்த புன்சிரிப்பு அடங்குவதற்கு முன்னமே, அடுத்த வாக்கியத்தை உதிர்த்தார் குரு - அபூர்வமாக, இந்த முறை அது கேள்வியாக இல்லை...

இந்துத் துறவிகள், பகவான் பாதகமலங்களை விளிப்பதில்லை. 'பவதி பிக்ஷாந் தேஹி...' என்று கூவுவார்கள். 'அம்மணீ, பிட்சை இடுங்கள்' என்று அர்த்தம்... யாருமே, அந்தக் குடும்பத்தின் தலைவனான ஆண்மகனை நோக்கி ஏன் இரப்பதில்லை என்பதிலும் ஏதோ சூட்சுமம் இருக்கத்தான் செய்கிறது...

கடைசி வாக்கியத்தைத் தமக்குத்தானே சொல்லிக்கொள்பவர்போலக் குரல் கொஞ்சம் தழைந்தது.

எப்போதும்போலவே சீடர் குழுவில் மௌனம் நிலவியது. சொட்டுச் சொட்டாகப் புகட்டி, மனத்தை நிறையவைப்பதும்; அப்புறம், செய்திகளாலும், அறிவுத் துணுக்குகளாலும் நிரம்பிய பொட்டலமாக ஆகியிருக்கும் மனத்தை, தாட்சண்யமே இன்றித் திருகிக் கழற்றி எறிய வைப்பதும் பயிற்சியின் பகுதிகள்தாம். தண்டு நீங்கலாக சகலமும் வெட்டப்பட்ட தேவதாரு மரத்தின் அடிப்பாகம்போல வினாக்களும் விடைகளும் அறவே நீங்கி மீந்திருக்கும் தன்னிலையில், உணர்ச்சிகளின் தடமே இருக்காது. புலன்கள் தத்தமது பணிகளை ஆற்றுமே தவிர, அவை வாரித் தரும் அனுபவங்களுக்கு மறைபொருள் ஏற்றும் மையத் தொகுப்பு செயல்படவே செய்யாது...

அது சரிதான். தன்னிலை அடங்கித்தான் இருக்கிறது - தாய்க்கோழியின் இறக்கைபோல மடாலயம் வழங்கும் வெதுவெதுப்புக்குள் பாதுகாப்பாக இருக்கும்வரை. வெளியே காலடி எடுத்து வைத்த மாத்திரத்தில் வேறுவேறு நிறங்களும், வேறுவேறு மணங்களும், வேறுவேறு ஒலிகளும் கிளர்த்தும் சமாசாரங்கள் விபரீதமானவை - குன்றுகளாய் மல்லாந்திருக்கும் லாஸ்யாபோல...

இந்தத் தளும்பல் அடங்கும் காலம்வரை யாசகத்துக்குப் போய்த்தான் ஆக வேண்டுமோ என்னவோ. ஆனால், உள்ளூர அது அடங்கிவிட்டது என்பதை ஆசிரியர்கள் எப்படி அறிவார்கள்? ஒருவேளை, அவரவருக்கு மட்டுமே தெரிந்த ரகசியம் பகிரங்கமாகப் புலப்படும்விதமாக உடல் நடந்துகொள்ளுமோ...

இந்த இடம் சரியில்லை - எண்ணங்களின் சுனை படுவேகமாகச் சுரக்கிறது. இடத்தை மாற்றிப் பார்க்கலாம்.

எழுந்து ஏழெட்டு அடிகள் நடந்து, வேறு பாறைக்கு நகர்ந்தான்.

புதிய பாறையில் படர்ந்திருந்த குளுமை கவனத்தைச் சற்று திசைதிருப்பியது. பத்மாசனமிட்டு அமர்ந்து, கண்களை மூடினான்.

இமைகளின் திரையில் பரந்த காட்சி, கல்விக் கூடம். தலைமை குருவின் எதிரில் அமர்ந்திருக்கும் சீடர் கூட்டத்தில் தானும் ஒருவனாக அமர்ந்திருப்பதைக் கண்டான். அங்கேயிருக்கும் பிம்பமே மெய்யானது; பாறையின் குளுமையை அனுபவிக்கும் புட்டத்தை அங்கமாகக் கொண்ட உடல் வெறும் பாவனை என்று ஒரு கணம் தோன்றியது...

சென்ற வாரத்தில் ஒரு நாள் கல்விக்கூடத்தில் நடந்த விவாதம் நினைவு வந்தது. 'அகல்விளக்கின் சுடர்போல அலுங்காமல் இலங்க வேண்டும் மனம்' என்று தலைமை குரு சொன்னார். அதிதியாக வந்திருந்த முதிய துறவி, ஆமோதிப்பாய்த் தலையாட்டினார். பின்னர், சாந்தமும் வாஞ்சையும் நிரம்பிய மென்குரலில் சொன்னார்:

> சுடர்போல இருப்பது நல்லதுதான். தன்னை எரித்துக்கொண்டு வெளிச்சம் தரும் திரியின் பணி உன்னதமானது என்பதிலும் யாருக்கும் ஆட்சேபம் இருக்க முடியாது. ஆனால், என்னுடைய குரு வேறுமாதிரிச் சொல்வார்... நெற்பயிர்போல இருக்க வேண்டுமாம். முதிர்ந்த பின்னர் தலை பணிந்து இருக்க வேண்டும்; கனிவின் பலன் முழுவதையும் பிறருக்கு அர்ப்பணிக்க வேண்டும்; தாள், தலை என சகலமும் அடுத்தவருக்குப் பயன்பட வேண்டும்...

தன்னிச்சையாகப் பார்வை ஆகாயத்துக்கு மீண்டது. மேகப் பிசிறுகள் கலைந்திருந்தன. கலைந்தவை ஒரே திக்கில் நகர்ந்தாலும், சற்றுமுன் கூடிச் சேர்ந்திருந்ததை மறந்தவைபோல விலகி விலகி நகர்ந்தன. ஆகாயத்தின் நீலநிறம் தனக்குள் தான் நிரம்பிய முழுமையுடன் நிர்மலமாகக் கிடந்தது. யார் வந்தாலென்ன யார் போனாலென்ன என்று விட்டேற்றியாக இருக்கிறது அது என்று தோன்றியது... 'பார்வைக்குப் படும் சகலத்தின்மீதும் மனிதாம்சத்தை ஏன் ஏற்றிப் பார்க்கிறோம்' என்று தன்மீதே மெல்லிய எரிச்சலும் எழுந்தது...

மேற்கொண்டும் விருந்தாளித் துறவி பேசிக்கொண்டே போனது தொடர்ந்து நினைவில் ஒலித்தது:

> ...ஆனால், இன்னொன்றும் சொல்ல வேண்டும். அவர் சொன்னது சமூக வாழ்க்கையில் ஈடுபட்ட சாதாரண மனங்களுக்கு. நம்மைப் போன்ற துறவிகளுக்கு அகல் சுடரும், நெற்பயிரும் வழங்கும் கல்வி வேறொன்று இருக்கிறது...

துறவி ஒற்றைக் காவி வஸ்திரத்தின் தோள்முனையைச் சரி செய்துகொண்டார். அவருடைய முன்னங்கைச் சருமம் அழுகும் பாதையில் பிரவேசித்துவிட்ட கனியின் சாயலில் ஏகப்பட்ட சுருக்கங்களோடு இருந்ததும், ஒவ்வொரு சுருக்கமும் அவருடைய சுயவரலாற்றின் ஒவ்வொரு வரி என்று தனக்குள் தோன்றிய உருவகமும் மீண்டும் நினைவில் எழுகின்றன...

எதிரே அமர்ந்திருந்த இளந்துறவிகள் ஒவ்வொருவர் முகத்தையும் தனித்தனியாகப் பார்த்துக்கொண்டே வந்தார். அவர்கள் உன்னிப்பாகக் கவனிக்கிறார்கள் என்று திருப்தியடைந்த மாதிரி மென்முறுவல் பூத்தது அவர் முகத்தில். அப்பப்பா... அப்போது அந்த முகம்தான் எப்படி ஒளிர்ந்தது!

அவரது கண்கள் வழக்கத்தைவிட இன்னும் இடுங்கின. முன்பைவிடவும் பலமடங்கு மென்மை அதிகரித்துவிட்டிருந்த குரலில் பேசினார்:

> ...சுடரின் சாந்தத்துக்குப் பின்னால் அளப்பரிய மூர்க்கம் ஒளிந்திருக்கிறது. குலையாது நிமிர்ந்திருக்கும் அதன் கம்பீரத்தில், எப்போது வேண்டுமானாலும் எதை வேண்டுமானாலும் தன்னால் எரித்துவிட முடியும் என்ற வல்லமை தரும் அமரிக்கையைப் பார்க்க முடியும்; வாய்ப்புக் கிடைக்கும்போதெல்லாம், பலவீனமானவற்றை அவசரமாய், ஆசையாய்ப் பொசுக்கவும் செய்யும். அதைவிட...

வேண்டுமென்றே இடைவெளி விடுகிறார் என்று பட்டது.

கூடத்தில் நிலவிய அமைதியில் இறுக்கம் திடீரென்று அதிகரித்துவிட்டதாக உணர்ந்தான். துறவியின் சொல் ஒவ்வொன்றும் கூடத்தின் சுவர்களில் கூர்மையான ஆணிபோலப் பதிந்து

இறங்குவதுபோலவும், வருங்காலங்களில் மடத்துக்கு வந்து சேரும் ஒவ்வொரு சீடனுடனும் அவை உரையாடல் நடத்தும் என்பது மாதிரியும், பிரமை தட்டியது.

நகராது நின்றுவிட்ட ஒரு கணம் தாளமுடியாதபடி கனத்தது. அது படியவைத்த நிசப்தத்தைத் தகர்த்து, துறவியின் குரல் கரகரத்தது...

...சுடரின் இன்னும் இரண்டு குணங்களையும் கவனமாகப் பார்க்க வேண்டும். அதன் இருப்பே இருட்டைச் சார்ந்ததுதான். தன்னளவில், இருளுடன் போராடவே அவதாரம் எடுக்கிறது அது. எத்தனை சிறிய சுடராய் இருந்தாலும், எத்தனை அடர்ந்த இருளாய் இருந்தாலும், அவர்களுக்கிடையிலான விரோத பாவம் மாற்றவியலாதது...

மீண்டுமொரு இடைவெளி. சீடர்களில் ஓரிருவர் விடுத்த பெருமூச்சுகள், கூடத்தின் அலாதியான அமைதியைக் கீறுகிற மாதிரி உரத்து ஒலித்தன. இடைவிடாது கனல்கிற ஊதுபத்திக்கொத்து சூழலில் நிரப்பியிருந்த புகையிலும் நறுமணத்திலும்கூடக் கீறல் விழுந்திருக்குமோ...

...இருளுடன் மாத்திரமல்ல, நீருடனும் காற்றுடனும்கூட சுடருக்கு சுமுகம் கிடையாது. சதா உஷ்ணமேற்றுவதும்; மற்றவரின் கை ஓங்கும்போது உடனடியாக மரணத்தைத் தழுவுவதுமாக, நிம்மதியற்ற வாழ்வு...

இவ்வளவு நேரமும் அலுங்காமல் அமர்ந்திருந்த தலைமை குரு, இப்போது பெருமூச்சு விட்டார். அமர்ந்த நிலையிலேயே, தரையைத் தொட்டுத் தன் தலையில் ஒற்றிக்கொண்டார்.

அவருடைய காதுகளின் மட்டத்தில் ரீங்காரமிட்டபடி ஒரு கருவண்டு இரண்டு மூன்றுமுறை சுற்றிவந்தது. விர்ர்ரென்ற அதன் ஒலி தன் செவிகளில் கேட்காத மாதிரி, மாறாத முகத்துடன் அதிதித் துறவியை உற்றுப் பார்த்துக்கொண்டிருந்தார் அவர். சலனமற்ற தலையைப் பாறை என்று எண்ணியதோ என்னவோ, வண்டு தன் திசையை மாற்றிக்கொண்டு உயரத்தில் இருந்த பலகணியை நோக்கி எழும்பிப் பறந்து போனது.

...நெற்பயிரின் குணம் வேறுமாதிரியானது. பஞ்சபூதங்களுடன்

> தன் சுமுகத்தை ஒருபோதும் அது இழப்பதில்லை. அவற்றில் ஏதோவொன்று உன்மத்தம் கொள்ளும்போதும், எதிர்த்துப் போரிடுவதில்லை. முடிந்தவரை சமாளித்து, தன் உயிர்ப்பைத் தக்கவைத்துக்கொள்ள முயலும். நிலைமை கைமீறிப்போகும்போது எதிராளியை ஏதும் செய்வதில்லை; புகாரின்றி, தன்னைத்தானே மாய்த்துக்கொள்ளும்... நெற்பயிரைவிட மேலான துறவியை நான் என் வாழ்நாளில் பார்த்ததில்லை... அது சரி...

சீடர்கள்மீது படிந்திருந்த பார்வையைத் தலைமை குருவை நோக்கித் திருப்பினார். அவருடைய முகம் இன்னும் தீவிரமடைந்தது. தலையைச் சற்று முன்னோக்கித் துருத்தினார்.

> ...ஒரு கை ஓசை பற்றி இவர்களுக்குப் பாடம் நடத்தியாகிவிட்டதா!

'இல்லை' என்று தலையசைத்தார் இவர். அதிதி குரு முகம் நிறைந்த முறுவலுடன்,

> அவகாசமிருந்தால் நாளை அதுபற்றிப் பேசலாம்...

என்றார்.

ஆனால், அவகாசம் இருக்கவில்லை. மறுநாள் பாடநேரம் தொடங்குமுன்பு, அவர் தங்கியிருந்த அறையில் சென்று பார்த்துவரப் போனான். பாடவேளையில் சீடர்களும் குருவும் தாமாகவே வந்து கூடுவதுதான் நியதி. அதிதி வந்து சேரவில்லை. யார் வந்து சேர்ந்தாலும் வராவிட்டாலும், பாடம் தொடங்கிவிடுவது வழக்கம். அதிதியின் வயோதிகத்தைக் கருதியோ என்னவோ, தலைமை குரு பார்வையால் பணித்தார்.

அறைக்கதவு திறந்தே கிடந்தது. கல் கட்டிலின் தலைப்பாகத்தில் நீவி மடிக்கப் பட்ட கம்பளமும், தரையில் அமர்வதற்குப் பயன்படும் கோரைத் தடுக்கும் கிடந்தன. மற்றபடி, அந்த அறையில் ஓர் ஆள் தங்கியிருந்ததற்கான தடயமே இல்லை.

திரும்ப வந்து பதிலேதும் சொல்லாமல் அவையில் ஒருவனாக அமர்ந்தான். சலனமேயின்றி, தலைமை குரு பாடம் தொடங்கினார் -

'ஒரு கை ஓசை' அல்ல; 'வானத்தில் பறக்கும் நாரைகள் வாஸ்தவத்தில் எங்கே பறக்கின்றன' என்ற புதிர்க் கேள்வி.

லாஸ்யா குன்றுகளின் பக்கம் அனிச்சையாகப் பார்வை ஓடியது. ஆச்சரியம் காத்திருந்தது. ஆமாம், இப்போது அவை இரண்டு ஆடவர்கள்போலத் தோற்றமளித்தன. கடுமையான அப்பியாசத்தின் விளைவாக புஜங்கள் பருத்த ஆடவர்கள். அல்லது, குஸ்திப்போட்டிக்கு முன் சேர்ந்துநின்று சபையை வணங்கும் பயில்வான்களோ. இல்லை, நிபந்தனையற்றுத் தோளோடுதோள் நிற்கும் சிநேகிதர்கள் என்பதுதான் சரி.

ஆனாலும், இருவரும் ஒருவரல்ல. அவரவர் அந்தரங்கம், அவரவர் வலு, அவரவர் கடந்த காலம், அவரவர் தேகத்தில் மண்டியிருக்கும் தாவரப் பசுமையின் அடர்த்தி என அத்தனையுமே வெவ்வேறு. என்றாலும், வஸ்துவும் அதன் கண்ணாடி பிம்பமும்போல அருகருகே, ஆனால் எதிரெதிராக இருந்த குன்றுகள் இரண்டும் ஒரே மலைத்தொடரின் இரண்டு பகுதிகள் என்பதைத் தாமே உணர்ந்தவர்கள்போலப் பணிவு காட்டி நின்றன...

மனிதாம்சம் என்ற உருப்பெருக்கியின் வழியாகவே சகலத்தையும் பார்க்கும் நோவு என்றுதான் தனக்கு அடங்குமோ என்று சலித்துக்கொண்டான் நோர்பு. அதே சமயம், இனந் தெரியாத பெருமிதமும் உள்ளுக்குள் ஊறத்தான் செய்தது. ஆம், ஜடவஸ்துக்களுக்கும் உணர்வு உண்டு என்று பார்க்கக் கிடைப்பது எத்தனை பெரிய வரம்!

மணிக்கட்டில் ஒரு மழைத்துளி வீழ்ந்த மாதிரி உணர்வு தட்டியது. அட! என்று வியந்தபடி ஆகாயத்தை அண்ணாந்து பார்த்தான். முன்போலவே நிர்மலமாய் இருந்தது அது.

மணிக்கட்டில் நீர் தொட்ட இடத்தைப் பார்த்தான். வறண்டுதான் இருந்தது. அப்படியானால் நிஜமாகவே நீர் சொட்டவில்லையா? நீர்த்துளியின் ஸ்பரிசத்தை உணர்ந்த சருமம் எது?

எழுந்து நடந்தபோது, காலில் மாட்டித் தரையில் இழுபடும் உலோகத் தளை போலப் பின்தொடர்ந்தது அந்தக் கேள்வி.

மடாலயத்துக்குச் செல்லும் பாதையின் நட்ட நடுவில், கரடிக்குட்டிபோல, உடலெங்கும் அடர்ந்த ரோமத்துடன் நின்றிருந்த பழுப்பு நாய், தன் வாலை தானே கடிக்கும் முயற்சியில் ஈடுபட்டிருந்ததைக் கண்டான். கிட்டத்தட்டப் படுக்கைவசமாக நின்ற நிலையில், சுழலும் சக்கரம்போலச் சுற்றிச் சுற்றி வந்து தோற்றுக்கொண்டிருந்தது அது.

ஐயோ, தான் மட்டுமே இருந்து விளையாடும் விளையாட்டில்தான் அதற்கு என்னவொரு ஆனந்தம்!

...அவன் முகத்தை நான் இன்னும் பார்க்கவில்லை
அவன் குரலையும் கேட்கவில்லை
என் வீட்டு வாசலிலுள்ள தெருவில் அவனது
மெல்லிய தப்படிகளை மட்டுமே கேட்டேன்

ஆனால், விளக்கை இன்னும் ஏற்றவில்லை
வீட்டுக்குள் அழைக்கவும் இயலாது
அவனைச் சந்திப்பேன் என்ற நம்பிக்கையில்
உயிர்வாழ்கிறேன் - ஆனால்
சந்திப்பு மட்டும் இன்னமும் நிகழவில்லை.

ரவீந்திரநாத தாகூரின் 'காத்திருப்பு'
கவிதையிலிருந்து சில வரிகள்

03

அப்பாவின் முகம் இருண்டிருக்கிறது. வற்புறுத்தினால்தான் வீட்டுக்குள் வருகிறார். திண்ணையில் அமர்ந்து ஒரே திக்கில் அவ்வளவு நேரம் பார்த்துக்கொண்டே இருக்க சாதாரண மனங்களால் முடியாது. தவிர, அவர் முகத்தில் இத்தனை தீவிரமான தோற்றம் இருந்து யாருமே பார்த்ததில்லை. பண நெருக்கடியோ, வீட்டில் யாருக்காவது நேரும் சுகவீனமோகூட அவருடைய

நிரந்தரப் புன்னகையைப் பறித்ததில்லை. கலகலப்பான மனிதர் கிடையாது; அதற்காக, எளிதில் கலக்கம் அடைகிறவரும் அல்ல. தன் அபிமானத் தகப்பனாரின் மரணத்தையே லகுவான மனத்துடன் எதிர்கொண்டவர். துக்கத்துக்கு வந்தவர்களிடம் ஒருவர் விடாமல் ஒப்பித்துக்கொண்டிருந்தார்:

> அப்பாவுக்கு என்ன சின்ன வயதா? இல்லை, எனக்குத்தான் சின்ன வயதா. கடைசி ஆறுமாதம் அவர் பட்ட பாட்டை நினைக்கும்போது, நல்லவேளை, அவருக்கு விடுதலை கிடைத்துவிட்டது என்று ஆறுதலாக அல்லவா இருக்கிறது!

முகத்தின் புன்னகை கொஞ்சமும் பிறழாது.

> உங்கள் அப்பா யார் தெரியுமில்லையா? புத்தர்பிரானுடைய ஒன்றுவிட்ட தம்பியாக்கும்! நானே சாகக் கிடந்தாலும், சிரிப்பு மாறாமல்தான் பக்கத்தில் உட்கார்ந்திருப்பார்.

என்று அம்மா ஒரு தடவை சிரித்துக்கொண்டே சொன்னாள். குரலில்தான் கேலி இருந்தது. முகத்தின் பாவம் இன்னதென்று தெளிவாய்ப் புரியவில்லை - எரிச்சலோ, அதிருப்தியோ, அல்லது நிறைவேதானோ... அம்மாவின் சிறப்பம்சம் அது. உணர்ச்சிகளை லேசில் வெளிக்காட்டாத முகம்.

வழக்கமாய் மிளிரும் புன்முறுவல் அப்பாவிடம் இல்லை இப்போது. முகம் இருண்டும் இறுகியும் இருக்கிறது. அம்மாவின் முகமும்தான். அவருடைய முகத்தருகில் நெருங்கி சாப்பிட அழைக்கும் ஒவ்வொரு முறையும் தவறாமல் கேட்பாள்:

> இப்படி ஏன் அந்தப்பக்கமே பார்த்துக்கொண்டு உட்கார்ந்திருக்கிறீர்கள். கழுத்து வலிக்கவில்லையா!

ஏற்கனவே கலைந்திருக்கும் அவருடைய தலையைப் பரிவோடு வருடுவாள். இன்னொருமுறை அந்த வாசகத்தை உதிர்க்க நேர்ந்தால், அவள் கண்ணில் நிரம்பியிருக்கும் ஏரி உடைப்பெடுத்து வழிந்துவிடுமோ என்று பயமாய் இருக்கும். அப்பா வழக்கமான நிதானத்துடன்,

> ஷரீஃப் வருகிறேன் என்றிருக்கிறான்...

என்று தலையை அசைப்பார். சும்மா இருக்கும்போதும் அடிக்கடி தலையாட்டிக்கொள்கிறார். தெருவை வெறித்த நேரம்போக, மற்ற நேரத்தில் ஆகாயத்தை வெறிக்கிறார். நினைத்து நினைத்து உடல் விதிர்க்கிறார்...

> இரவுதோறும் இந்த மாத்திரையைக் கொடுங்கள். பாதி கொடுங்கள், பலன் இல்லையென்றால் அடுத்த பாதியையும் கொடுத்துவிடுங்கள். தொடர்ந்து ஒரு வாரம் சாப்பிட்டால் சரியாகிவிடுவான்.

என்று டாக்டர் பானர்ஜி சொன்னார். தினமுமே அப்பாவுக்கு முழு மாத்திரை தேவைப்படுகிறது. அதன்பிறகும், ஒரு மணிநேரத்துக்குக் குறையாமல் விழித்திருந்து புரண்டுகொண்டிருக்கிறார். அப்புறம் தூங்கிவிடுகிறார். வெயிலேறி வெகுநேரம் கழித்து உறக்கம் கலையும். கண்விழித்த மாத்திரத்தில் முகத்திலும் உடம்பிலும் பழைய இறுக்கம் வேகமாய்ப் படரும். ஒரு வாரத்தில் சரியாகிவிடும் என்ற நம்பிக்கை, அநேகமாக யாருக்குமே இல்லாமல் போனது - டாக்டர் பானர்ஜி உள்பட.

> தேவைப்பட்டால் பர்தொமானுக்கோ கொல்கொத்தாவுக்கோ கூட்டிப்போக வேண்டி வரலாம்.

என்று கைவிரித்துவிட்டார். அதைச் சொன்ன குரலில்கூட அத்தனை உறுதியில்லை என்பது பீதியை அதிகப்படுத்தியது.

மனமேயில்லாமல் வீட்டைவிட்டுக் கிளம்பி கல்லூரிக்கு வந்து சேர்ந்தான் மனோஜ். எப்போதும் பரக்கத் திறந்துகிடக்கிற, அலுமினிய நிற வர்ணம் பூசப்பட்ட பிரம்மாண்டக் கிராதிக் கதவுகள் இரண்டையும் சங்கிலியால் பிணைத்து, ஒரு ஆள் நுழைய மட்டும் இடைவெளிவிட்டுத் திறந்து வைத்திருந்தார்கள். அரசாங்க உத்தரவாம். வாசலின் வெளிப்புறம் நாலைந்து போலீஸ் தலைகளும் காணக் கிடைத்தன.

வழக்கம்போலத் திறந்திருந்தாலும், கல்லூரியை சிறைச்சாலை போலத்தான் உணர்ந்திருப்போம் என்று நினைத்துக்கொண்டான் மனோஜ். வாரமொருமுறை அப்பாவின் கடிதம் கிடையாது; பாடங்களோடும், நூலகத்தில் அவ்வப்போது கவனம் ஈர்க்கும்

புத்தகங்களோடும் பொழுதைக் கழிக்கும் மன நிம்மதி கிடையாது. கடந்த சில நாட்களாக, சாப்பாட்டில்கூட விருப்பம் குறைவாய் இருக்கிறது; நேர்த்தியாய் உடையணிய ஆசையில்லை. சக மாணவிகளை அடிக்கடி திரும்பிப் பார்க்கும் ஈர்ப்பு இல்லை.

இதையெல்லாம்விட, சாயங்கால நடைக்கு ரிஷான் கிடையாது - அவன் கல்லூரி திரும்பவே இன்னும் ஒரு மாதம் ஆகலாம் என்கிற மாதிரித்தான் தகவல்.

அவன் இல்லாமல் கிளம்பிப் போன முதல்நாள் சாயங்காலம் இரண்டு பக்கமும் விரிந்திருந்த வயல்வெளியில் நிரம்பியிருந்த வெறுமையைத் தாள முடியவில்லை. 'மெல்லக் கறுத்துவரும் அந்திவேளையும், கதிர்களும் காற்றும்கூட அவனை எண்ணி ஏங்குகின்றன' என்று ஒரு வாக்கியம் தோன்றியது. 'இத்தனை அதீத ரொமாண்ட்டிசிஸம் உனக்குத் தேவையா மனு?!' என்று தன்னைத்தானே கிண்டலும் செய்துகொண்டான். ஆனால், அதன்பிறகு, நடக்கப் போகவேண்டும் என்ற உந்துதலே எழவில்லை...

அன்று மனோஜுக்குத் தெரியாது - ரிஷான் இனிமேல் கல்லூரிக்குத் திரும்பவே போவதில்லை என.

காக்கா அகாலமாய் இறந்ததைவிட, அந்தச் சமயத்தில் தாம் நடந்துகொண்ட விதம்தான் அப்பாவைப் படுத்தியெடுத்தது என்று தோன்றுகிறது. நடந்து முடிந்துவிட்டதை எப்படி அழித்துச் சரிசெய்வது? இது தெரியாத அவிவேகி இல்லை அவர்; ஆனால், ரணத்தின் ஆழம் அப்படி - எளிதில் ஆற விடாது...

இறுதிவரை ஆறப்போவதில்லை என்று எல்லாருக்கும் புரிய ஓரிரு மாதங்கள் பிடித்தது - வட்டாரத்தின் பிரசித்திபெற்ற, கைதேர்ந்த பொதுமருத்துவரான டாக்டர் சத்யேந்து பானர்ஜி உள்பட. குடும்ப நண்பர் அவர். அப்பாவுக்கும் காக்காவுக்கும் அந்தரங்க சிநேகிதர். கையைப் பிசைந்தபடி கலங்கி நின்ற அம்மாவிடம்,

இவன் அவனுடன் போயிருக்க வேண்டாம்.

என்று சொன்னாராம், டாக்டர் மாமா.

ஆமாம், விதியின் கண்மூடித்தனமான சூறைக்கு ஆட்பட்ட அந்த தினத்தில், இவர் அவருடன் போயிருக்கவே வேண்டியதேயில்லை. வழக்கம்போல, தட்டுவண்டியைத் தாமே ஓட்டிக்கொண்டு வாசலில் வந்து நின்றிருக்கிறார் காக்கா.

> சுதீப். குறிப்பாக வேலையொன்றுமில்லை என்றால் என்னோடு வாயேன். பர்தொமான் போய்வரலாம்.

உடனடியாய் சம்மதித்திருக்கிறார் அப்பா. மாமாவின் குதிரை கனைத்ததாம். 'இவர் வருகிறார் என்பதில் அதுவுமே சந்தோஷப்பட்டது மாதிரி இருந்தது, மனூ...' என்று கண்ணில் முட்டிய நீருடன் அம்மா சொன்னதைப் பார்க்கச் சகிக்கவில்லை.

மாதமொருமுறை பர்த்வான் சென்று, துணிக்கடை வியாபாரிகளிடம் வசூல் முடித்துக்கொண்டு திரும்புவார் காக்கா. மொத்தமாய்க் கொண்டுபோட்ட கைத்தறிப் புடவைகளுக்கு, தவணை முறையில் பணம் பெற்றுவருவார். வட்டி வாங்கும் வழக்கம் கிடையாது.

> நெற்றியில் இவ்வளவு பெரிய கருந்தழும்பை வைத்துக்கொண்டு, வட்டி வாங்கினால் இம்மைக்கும் நியாயமில்லை, மறுமைக்கும் நியாயமில்லை...

என்று சொல்லிக்கொண்டே வெள்ளைநிற அரைத்தொப்பியைக் கழற்றி, குர்த்தாப் பையிலிருந்து உருவிய கைக்குட்டையால் வழுக்கைத்தலையை மாமா அழுத்தித் துடைத்துக்கொள்ளும் காட்சி நேற்றுப்போல மனத்தில் பதிந்திருக்கிறது.

> நாலைந்து மாதத்துக்கு அவர்களுக்கு முதலீட்டுச் சுழற்சியாய் இருக்கும். நமக்கும் மாதச் சம்பளம்போல ஸ்திரமாக ஒரு வருமானம் இருக்கும்.

என்று சொல்வார். பர்த்வான் கடைவீதியில் காக்காவுக்கு ராஜமரியாதை. ஒவ்வொரு கடைக்குள்ளும் அவர் நுழையும்போது வியாபாரிகள் எழுந்து நின்று ஸலாம் வைப்பார்களாம்...

வசூல் முடித்துவிட்டு, இவர்களுக்குப் பழக்கமான கடையில் போய் மிஷ்டி தோய் சாப்பிட்டிருக்கிறார்கள். 'அடுத்தவாரம் பயல்கள் இருவரும் வருவான்களே' என்று சொல்லியவாறே,

ரஸகுல்லா வாங்கினாராம் மாமா. சுட்ட மண் சட்டியில், துளியும் சிந்தாதபடி கட்டித் தருவார்கள் அந்தக் கடையில். இரண்டு பெரிய சட்டிகளில் வாங்கியிருக்கிறார். வாயில் போட்டவுடன் கரையும் பதமும் வெளிறிய ரோஜா இதழ் நிறமும் அமிர்தத்தில் ஊறவைத்ததுபோன்ற ருசியும் கொண்ட ரஸகுல்லாவுக்குப் பேர்போனது அந்தக் கடை. குப்பியைக் கையில் வாங்கும்போது, இளஞ்சூடு இன்னும் மிச்சமிருக்கும்...

பர்த்வானிலிருந்து சுமார் பத்து மைல் தாண்டி வந்துகொண்டிருந்தார்கள். சாலை வகிர்ந்துசென்ற அத்துவானத்தின் இரண்டு பக்கத்திலிருந்தும் ஆட்கள் மேலேறி வந்து மறித்திருக்கிறார்கள். ஐம்பதுபேர் வரை இருக்கலாம். தடையற்ற வெட்டவெளியாய் இருக்கும் பிரதேசத்தில், அவ்வளவு நேரம் எங்கே பதுங்கியிருந்தார்கள்? அல்லது, பேச்சின் சுவாரசியத்தில் இவர்கள்தான் கவனிக்கவில்லையா?

தொலைவிலிருந்து பார்க்கும்போதே, முறையற்ற கும்பல் அது என்று தெரிந்துவிட்டதாம். அநாவசியமாய் உரத்துக் கூவிக்கொண்டிருந்தார்கள் என்பதுபோக, அத்தனை பேர் கையிலும் இருந்த ஆயுதங்கள் சாயங்கால வெயிலில் பளபளத்தன. கூறுகெட்ட அந்திவெயில், அத்தனையும் ஸ்வர்ணத்தால் செய்தவைபோல ஆக்கியிருந்ததாம்... அந்த நாளை, அந்த வேளையை விவரித்ததுதான் கடைசியாய் அப்பா பேசிய உருப்படியான பேச்சு.

> அவ்வளவு விரிவாய்ச் சொல்ல விட்டிருக்கக் கூடாது. அந்தத் துர்ப்பாக்கியத்தை இன்னொரு தடவை மனசுக்குள்ளே நடத்திப் பார்த்தபோது, ஏற்கனவே வாங்கியிருந்த அதிர்ச்சி இரண்டு மடங்காகப் பெருகிவிட்டதோ என்னமோ.

என்றாள் அம்மா. பின்னால் வரவிருப்பதன் அழுத்தம் தெரியாத வெகுளித்தனம் மட்டுமில்லை; தானே உளவியல் நிபுணராகி, புத்தம்புதிதாய் ஒன்றைக் கண்டுபிடித்த பெருமிதமும் அவள் முகத்தில் தெரிந்தது என்றுதான் சொல்லவேண்டும்...

காக்காவின் குச்சத் தாடியும் அரைத்தொப்பியும் தொலைவிலிருந்தே அந்தக் கும்பலுக்குத் தெரிந்திருக்க வேண்டும். இல்லாவிட்டால்,

முன்னால் போன வண்டிகள் எதையுமே மறிக்காமல், இவர்களுடைய ரேக்ளாவை மட்டும் ஏன் தடுத்து நிறுத்த வேண்டும்.

முன் வரிசையில் நின்றிருந்தவன் கையில் நீண்ட வாள் இருந்தது. அதே வடிவத்தில், ஆரஞ்சுநிறச் செந்தூரத்தை நெற்றியின் குறுக்காகத் தீற்றியிருந்தான்.

இருவரையும் இறங்கச் சொல்லி சைகை காட்டினான். ஆமாம், அவர்கள் யாரும் ஒரு வார்த்தைகூடப் பேசவில்லையாம். 'இதெல்லாம் காலங்காலமாய் நடக்கிற விஷயம்தானே; எப்படி நடந்துகொள்ள வேண்டும் என்று உங்களுக்கே தெரியாதா' என்கிற மாதிரி சாவதானம். இவர்களைத் தாண்டிப் போன வண்டிகள் ஓரிரண்டும்கூட, அதே சாவதானத்துடன் கடந்தன என்பதைத் தம்மால் நம்பவே முடியவில்லை என்றாராம் அப்பா.

இதற்குள் சேணத்தை ஒருவன் காக்காவிடமிருந்து பறித்தான். அந்நிய வாசனையால் நிம்மதி கெட்ட குதிரை கால்களை மாற்றிமாற்றி வைத்து அல்லாடியது. ஓரிருமுறை முன்னங்கால்கள் இரண்டையும் போர்க்குதிரை மாதிரி உயர்த்தவும் செய்தது - வண்டி மல்லாக்கக் கவிழ்ந்துவிடாத அளவுக்கு. பார்வை மறைப்புகளையும் தாண்டி, எதையோ பார்க்க முடிந்திருக்கிறது அதற்கு.

> அந்தப் பிராணிக்கு இருந்த அபிமானமும் விசுவாசமும்கூட
> என் ஷரீஃப்பிடம் எனக்கு இல்லாமல் போனதே...

என்று அரற்றியிருக்கிறார் அப்பா. கட்டுப்பாடில்லாமல் கன்னங்களில் கண்ணீர் வழிந்துகொண்டே இருந்ததாம்.

அவர்களுக்குத் தலைமை தாங்கியவன்போலத் தென்பட்டவன், சுதீப் சாட்டர்ஜியை வந்த திக்கிலேயே திரும்பி ஓடும்படி சைகை செய்தான், நண்பரைப் பரிதாபமாய்ப் பார்த்தாராம் அப்பா. அவர் இறுகிய முகத்தோடு, 'போ, போய்விடு...' என்று பதற்றமாக சைகை செய்திருக்கிறார்.

மிகக் கச்சிதமாக ஒத்திகை பார்த்த காட்சிபோல, பிசிறில்லாமல் சகலமும் நடந்திருக்கிறது. ஒத்திகையில் கலந்துகொள்ளாதவர் அல்லவா, அப்பாவால் சரளமாக ஓட முடியவில்லை. தன்னிச்சையாய்க் கால்கள் பின்னின. சுமார் நூறடி தொலைவு

வந்த பிறகு திரும்பிப் பார்த்திருக்கிறார். இப்போது காக்கா பார்வைக்குப் படவில்லை. அவரைப் பொதிந்த கூட்டத்தின் தலைகளில் உருமால்போலக் கட்டிய ஆரஞ்சுநிறத் துண்டுகள்தான் தென்பட்டன - ஒரே நேரத்தில் அத்தனை தலையிலும் நெருப்புப் பிடித்தமாதிரித் தெரிந்தது என்று சொல்லி, தலையில் ஓங்கி ஓங்கி அறைந்துகொண்டாராம் அப்பா.

அவ்வப்போது சிதறலாக அம்மா சொன்ன வாக்கியங்களை வைத்து, இவ்வளவையும் ஒருவிதமாய்த் தொகுத்துக்கொண்டான் மனோஜ்...

கூட்டத்தின் வெளிவிளிம்பில் நின்றிருந்த இளைஞனுக்கு மனோஜ் வயதுதான் இருக்கும்; திரும்பிப் பார்க்க முற்பட்ட சுதீப் சாட்டர்ஜியை நோக்கி, தேங்காய்ப் பருமனுள்ள கல்லை எறிந்தான். இவருக்கு நாலடி முன்பாகத் தரையில் விழுந்து, வேகமாய் இவரை நோக்கி உருண்டு முன்னேறியது அது. உடனடியாய் இவர் ஓட ஆரம்பித்தாராம்.

சற்றுத் தொலைவு கடந்தபோது, 'யா அல்லா' என்ற ஓலமும், 'ஜெய் மா காளீ' என்ற கூட்டுக் குரல்களும் ஒரே நேரத்தில் காதில் விழுந்தன. ஓடியவாறே, தொடையோடு சிறுநீர் வழிந்து இறங்கியிருக்கிறது அப்பாவுக்கு. வண்டிச்சுமையோடு, புட்டத்தில் குத்திய தார்க்குச்சியின் கட்டளையையும் சேர்த்து இழுக்கும் காளைபோல, தரையில் நெளிகோடாக நீர்த்தடம் படிய, தொடர்ந்து ஓடியிருக்கிறார். அப்போது தோற்றிய குற்றவுணர்வுதான் அவருடைய தோள்களில் கனத்து அழுத்தியது.

> ஐயோ, எத்தனை தலைமுறை சிநேகிதம்... ஒரு நொடியில் தவறவிட்டு விட்டேனே. அந்தக் கண்றாவியைக் கண்கூடாகப் பார்ப்பதற்கா என்னைக் கூட்டிப்போனான் அவன்...

என்று ஓயாமல் சொல்லிச் சொல்லிக் கதறிக்கொண்டிருந்தார். மறுநாளிலிருந்து முற்றாக இறுகிவிட்டார். பொழுது விடியும் தறுவாயில் வந்து சேர்ந்த மனோஜிடம் குமுறலாக இதை மட்டும் சொன்னார், முகத்தைப் பார்க்காமல்:

> சுவரில் மாட்டிய சுவாமி படங்களைப் பார்க்கும்போதெல்லாம் எனக்கு அருவருப்பாய் இருக்கிறது மனு. 'யா அல்லா'

> என்று அவன் அலறியதுதான் திரும்பத் திரும்பக் கேட்கிறது எனக்குள்ளிருந்து. அத்தனை தெய்வங்களும் ஒரே நேரத்தில் செவிடாகிவிட்டது பாரேன்...

அந்தக் குரலும் சரி, அதை அடக்கும்விதமாக ஓங்கிய எதிர்க்குரல்களும் சரி, வேறு நூற்றாண்டிலிருந்து கேட்டிருக்கும் அப்பாவுக்கு என்று நினைத்துக்கொண்டான் மனோஜ்.

காலையிலும் மாலையிலும் துர்க்கையின் முன்னிலையில் கண்மூடி நின்று பிரார்த்திப்பவரான அப்பா, பிறகு தன்னுடைய காலம் தீரும்வரை அந்தக் காரியத்தைச் செய்யவேயில்லை. அவரை வீட்டுக்குள் வரவைப்பதே பெரும் பிரயாசை ஆகிவிட்டது...

சுமார் இரண்டு மணிநேரம் கழித்து, பர்த்வானிலிருந்து போலீஸ் ஜீப்பில் வந்திறங்கிய அப்பா, நெஞ்சை அழுத்திப் பிடித்துக்கொண்டு,

> அவன் ஆசையாய் வாங்கிய ரஸகுல்லாவெல்லாம் நடுரோட்டில் பரிதாபமாய் உருண்டு கிடந்தது ஜொயா. அந்தக் கண்றாவியைப் பார்ப்பதற்கா நான் பிறவியெடுத்தேன்... கண்றாவி... கண்றாவி...

என்று குமுற ஆரம்பித்தவர், ஓரிரு மணிநேரத்தில் மௌனம் பூண்டுவிட்டார். மறுநாள் அதிகாலையில் ரிஷானை அவன் வீட்டில் விட்டுவிட்டு மனோஜ் வந்து சேரும்வரை நிறுத்தவேயில்லை.

உயிர்நண்பருக்கு இறுதி மரியாதை செலுத்தவும், அடக்கத்துக்கும்கூடத் திண்ணையை விட்டு நகரவில்லை.

அடுத்த முறை வீடு சென்றபோதும், அதே இடத்தில், அதே நிலையில், அதே விதமாக அமர்ந்திருந்தார் அப்பா - திண்ணையில் உறைந்துவிட்ட உயிர்ச்சிற்பம் மாதிரி. கடுமையாக மெலிந்திருந்தார். பார்க்கப் பார்க்க மனத்தைப் பிசைந்தது. ஆனால், பர்த்வான் சாலையிலிருந்து அவரை மீட்டுவரும் வல்லமை யாருக்கும், எதற்கும், இல்லாமல் போனது. அடுத்தடுத்த முறைகளில் அந்தக் காட்சி பழகியும் போனது.

தாளவே முடியாத வேறொரு சங்கதியும் சேர்ந்துகொண்டது. எதற்கெடுத்தாலும் வீட்டு வாசலில் வந்து நின்று கூப்பிடும் ரிஷான், இந்தப் பக்கம் வருவதையே முற்றாகத் தவிர்த்தான். 'அவன் குற்றவுணர்வு கொள்வதற்கு ஏதும் இல்லையே' என்று இயல்பாக இவன் அவனிடமே கேட்டபோது,

> இதில் குற்றவுணர்ச்சி எங்கிருந்து வந்தது? எனக்கு அவரைப் பார்க்கத் துணிச்சல் இல்லை. அவ்வளவுதான்.

என்று வேறுபக்கம் பார்த்துக்கொண்டு சொன்னான்...

ஆனால், இவன் ஊரிலிருக்கும் நாட்களில்தான் வருவதில்லையாம்; மற்றபடி, வாரத்தில் இரண்டு தடவையாவது வந்து பார்த்துவிட்டுப் போவானாம். அம்மாவின் கடிதங்கள் எல்லாமே, ரிஷானுடைய கையெழுத்தில்தான் இருக்கும். அம்மாவுக்குத் தன் பெயரை எழுதும் அளவுக்குத்தான் கல்வியறிவு.

ஒருமுறை அம்மாவிடமிருந்து வந்த கடிதத்தை முழுசாக வாசிக்கவே முடியவில்லை. மளுக்மளுக்கென்று கண்கள் ஊறி, கடித வரிகளை மங்கச் செய்தன. அம்மாவின் வாசகங்கள் பசுமையாய் நினைவிருக்கின்றன:

> பிரிய மனு,
>
> நன்றாய் இருக்கிறாயா? ஷைலு நேற்றிரவு மனோ அண்ணா வேண்டும் என்று கேட்டு ஒரே ரகளை. எதற்கு என்று கேட்டால் சிரிப்பாய். அண்ணா வந்தால்தான் சொன்னபடி கேட்பாராம் அப்பா. இல்லாவிட்டால் வீட்டுக்குள் ஓடிஓடி வந்து விடுவாராம்.
>
> ஆமாம், இப்போதெல்லாம் அடிக்கடி வீட்டுக்குள் வந்துவிடுகிறார். என்ன, முன்பெல்லாம் நேரே கழிவறையைப் பார்த்துப் போவார்; இப்போது நடு ஹாலில் சிறுநீர் கழித்துவிடுகிறார். அல்லது, மிகவும் ஞாபகமாக பீரோவைத் திறந்து, அடுக்கிவைத்திருக்கும் துணிகளின்மேல் பீய்ச்சுகிறார். ஓடிப்போய்த் தடுத்தால், முகமே சுளிக்காமல் வாசலைப் பார்த்து நடக்கிறார். அதற்குள், இஸ்திரிபோட்ட துணிமணிகள் அத்தனையும் ஈரமாகி, வீடு முழுக்க நாற்றம் பரவி விடுகிறது.

அவருக்குக் கோபமே வருவதில்லை என்பதை நாமெல்லாம் அனுகூலமாக நினைத்தோமில்லையா. இப்போதெல்லாம் அவருக்குக் கோபம் வந்தால் தேவலையே என்று இருக்கிறது மனு.

ஷைலுவுக்கு இப்போதுதான் விவரம் தெரிய ஆரம்பித்திருக்கிறது அல்லவா. கேள்விகளாய்க் கேட்டுத் தள்ளுகிறாள். மனோ அண்ணா ஏன் தினமும் வீட்டுக்கு வரமாட்டேனென்கிறான். ரிஷான் அண்ணா ஏன் உன்னைப் பார்க்கும்போதெல்லாம் அழுகிறான். துணியைப் போர்த்தி அவர்பாட்டுக்குப் படுத்துத் தூங்கிக்கொண்டிருந்த ரவிராஜ் சித்தப்பாவை ஏன் எல்லாரும் சேர்ந்து தூக்கிக்கொண்டு போனார்கள்...

நான் யாருக்கென்று ஆளாவேன், கிறுக்குப் பிடித்த புருஷனுக்கா, விளக்கினாலும் புரியாத கடைக்குட்டிக்கா. இல்லை, வேளைகெட்ட வேளைகளில் உடைப்பெடுத்து எனக்குள் பெருகும் துயரத்துக்கா. நீ அருகில் இல்லாதது எனக்கே ஏக்கமாய்த்தான் இருக்கிறது மனு. என்ன செய்ய? அவரவருக்கு விதித்ததை வாழ்ந்து தீர்க்க வேண்டியதுதான்...

இந்த இடத்தில் எழுத்து வெகுவாய்க் கலைந்து மங்கியிருந்தது. மைப் பேனாவில் கோளாறா, எழுதியவனின் கண்ணீர் சொட்டி அந்த இடம் அழிந்ததா என்ற சந்தேகம் எழுந்து, கூடக் கொஞ்சம் துக்கம் ஊறியது இவனுக்குள்...

அடுத்து வந்த வாரங்களில், இதற்குச் சற்றும் குறைவில்லாத சம்பவங்கள் ஆங்காங்கே நிகழ்ந்தன. எல்லைப்புற நகரான மாயாப்பூர் வட்டாரத்தில் சற்று அதிகமாகவே நடந்தன. எங்கோ நடப்பவற்றுக்கு எதிரொலிபோல, பழிக்குப் பழிபோல, உயிர்ப்பலிகளும் நேர்ந்தன என்று செய்தி வரும். எதிரெதிர்ப் பாத்திரம் வகித்தவர்களின் மத அடையாளங்கள் மாறிமாறி இருந்தாலும், அவை மட்டுமே ஒன்றுக்கொன்று நேர் எதிரானவை; மனநிலைகளும் குரோதமும் ஒரே மாதிரியானவை என்று உணர நேரும் சந்தர்ப்பங்களில் ரிஷானுக்குத் தந்தி வந்த வேளையும்; அதற்குச் சற்றுமுன் அவன் உதிர்த்த வார்த்தைகளும், விசனம் தோய்ந்த அவனது முகமும் நினைவிலெழுந்து வதைக்கும்...

அப்புறம் ஆறுமாதம் உயிரோடிருந்தார் அப்பா. அத்தனை காலமும், பழைய நிலைக்குத் திரும்பவேயில்லை. அதே திண்ணையில் படுத்து உறங்கியவர், மறுநாள் காலையில் எழவில்லை. நல்லவேளை, அன்று ஊரில்தான் இருந்தான் மனோஜ்.

இத்தனைநாள் வேதனையும் முற்றாக வடிந்து, அபாரமான சாந்தி நிலவிய முகத்துடன் கிடந்த தகப்பனைப் பார்க்கப் பார்க்க மனத்தைப் பிசைந்தது. கொள்ளிவைத்துவிட்டுத் திரும்பும்போது, முன்னெப்போதையும்விடத் தனியாய் உணர்ந்தான். ஒரு தேசமே கூடி அவரைக் கொன்றிருக்கிறது என்று தோன்றி, அடக்க முடியாத விம்மல் வெடித்துப் பீறியது.

இரவில் மொட்டைமாடியில் தனியாய்ப் படுத்து, ஆகாயத்தை வெறித்தவாறு கிடந்தபோது, இன்னொன்றும் தோன்றியது - பரலோகத்தில் தம் ஆத்மநண்பருடன் சேர்ந்திருக்க அப்பாவுக்குத் தடையிருக்காது.

என்ன, பின்னாட்களில் சந்தித்துப் பேசும்போதெல்லாம் அவர்களுக்கு ஒரே துக்கம்தான் இருந்திருக்கும் - விட்ட இடத்திலிருந்து படிப்பைத் தொடரமுடியாமல், தகப்பனின் தொழிலைத் தொடரவும் விருப்பமின்றி, முழுநேர விவசாயியாக மாறிவிட்ட ரிஷானை எண்ணி வேதனைப்பட்டிருப்பார்கள்.

மற்றபடி, இறந்த பிறகு எல்லா மதத்துக்காரர்களும் போய்ச் சேர்வது ஒரே பிராந்தியம்தான் என்பதில் சந்தேகமே கிடையாது மனோஜுக்கு.

நீரோட்டத்துக்குத் தப்பிய
ஒற்றைத் துளி
நாணலின் உச்சியில் வீற்றிருக்கிறது -
தனக்குள் தானமிழ்ந்த
தவம் போன்ற மௌனத்தில்.

சேர்ந்து ஓடினால்
நீராக மீந்திருக்கும்.
விலகி வந்ததால்
வெம்மைக்குப் பணிந்து
ஆவியாய்க் கிளம்பி
இலக்கற்று உயர்ந்து
நிலைப்பின்றித் திரிய வேண்டும்...

ஆனாலுமென்ன,
குளிரும் நாள்நோக்கிக்
காத்திருந்தால் போயிற்று!

பாலி மொழிப் பாடல்

04

ஆண்டில் ஓரிரு முறை வருவார் பெரியப்பா. அப்பாவுக்கு நேர் மூத்த சகோதரர். ஒரே சகோதரரும்கூட. அவர் வருவதாகச் செய்தி வந்த மாத்திரத்திலேயே, வீடு விழாக்கோலம் பூண்டுவிடும். வீடு மட்டுமல்ல, ஊரே பெரும் திருவிழா நடப்பதுபோல உற்சாகம் கொள்ளும். பெரியப்பா துறவியாக இருக்கிறார். ஆனால், துறவியின்

வாழ்க்கை வாழவில்லை - மன்னருக்கு தியானப் பயிற்சியும், தத்துவப் பயிற்சியும் அளிக்கும் ஆசிரியராக இருக்கிறார். ராஜரீக முடிவுகள் எடுக்கும் உயர்மட்டக் குழுவிலும் உறுப்பினர்.

ஒரு தடவை அவரைப் பார்க்க வந்த ஒருவருடன் பேசிக்கொண்டிருந்தார். அதே அறையின் மற்றொரு மூலையில் அமர்ந்து, பெரியப்பா பரிசளித்த புத்தகத்தை ஆசையாய்ப் புரட்டிக்கொண்டிருந்தான் நோர்பு. அந்த அறைக்குள் எப்போது வேண்டுமானாலும் போகவும் அங்கேயே இருக்கவும் அவனுக்கு அனுமதி உண்டு. வெளிப்படையாய்ச் சொல்லப்படாத அனுமதி. குடும்பத்தின் மற்ற குழந்தைகள் அந்த அறைக்குள் நுழையவே தயங்குவார்கள்; பெரியவர்களும் சம்மதிக்க மாட்டார்கள்... வந்தவர் ஏதோ கேட்டார். கலகவெனச் சிரித்துவிட்டு, பதில் சொன்னார் பெரியப்பா:

> இரவுக்குப் பகல் எதிரியா என்ன? இரண்டும் சேர்ந்துதானே ஒரு நாள் என்று ஆக முடியும். எதிரெதிராய் இருப்பவை எல்லாமே அப்படி இருக்கும்படி நெறிப்படுத்தப்பட்டவை... ஒன்றுக்கொன்று முரணானவை அல்ல.

வாக்கியங்களின் வசீகரம் ஈர்க்க, அவர்களைத் திரும்பிப் பார்த்தான் நோர்பு. வந்தவர் முகத்தில் வெளிப்படையாக அதிருப்தி தெரிய, இலக்கின்றி வெறித்தார்.

> ...அட, இப்படிச் சொல்லட்டுமா! நான் துறவியாய் இருப்பவன். ராஜாங்க விஷயங்களில் ஆலோசனை சொல்லவில்லையா. இவ்வளவு ஏன், நாலு தலைமுறைக்கு முன்னால், இந்த தேசத்தின் உச்சபட்ச ராணுவத் தளபதியாய் ஒரு துறவிதான் இருந்திருக்கிறார். யுத்தங்களையும் உள்நாட்டுச் சச்சரவுகளையும் படைநடத்தி வென்றிருக்கிறார்! துறவி கொலைத்தொழில் செய்யலாமா!!

இந்த இடத்தில் முகத்தை எப்படி வைத்துக்கொள்வது என்று குழம்பினாரோ என்னவோ, வந்தவரின் முகத்தில் வெளிப்படையான தர்மசங்கடம் தெரிந்தது. பெரியப்பாவின் வாக்கியங்கள் தோராயமாக நினைவிருப்பதுபோலவே, அந்த வேளையில் அவர்கள் இருவரின் முகபாவங்களும் தனக்குள் பதிந்துபோயிருக்க வேண்டும். எப்போது

நினைவில் எழுந்தாலும் மாறாத பாவத்துடன் தென்பட்டு, தாமாகவே விளக்கமளித்துக் கொள்கின்றன... பெரியப்பா உற்சாகமாகத் தொடர்ந்தார்:

> ...துறவு என்றால் எல்லாவற்றையும் விட்டு நீங்கிவிடுவது என்று நினைத்துக் கொள்கிறார்கள் எல்லாரும். அதில் தவறும் இல்லை. முன்னோடிகள் பலரும் செய்து காட்டியதுதான். ஆனால், என்னுடைய குரு வேறு மாதிரிச் சொல்வார்: 'எந்தவொரு செயலிலும் பற்றற்று ஈடுபடுவதுதான் நிஜமான துறவு.' நியாயம்தானே. துறவியாகிவிட்டதால் தூங்காமலோ, சாப்பிடாமலோ, ஏன், செரித்ததை அன்றாடம் கழிக்காமலோ இருக்கிறோமா என்ன!...

மற்றவர் முகம் தெளிந்திருந்தது. இருவருமே புன்னகைத்தார்கள். காரணமே புரியாமல் நோர்புவும் புன்னகைத்தான்!

> ...இன்னொரு முறை, அரண்மனைக்கு ஒரு குரு வந்திருந்தார். ஓரிரு இரவுகள் அதிதியாய்த் தங்கினார். உரையாடும்போது சொன்னார்: 'சகல பொருட்களிலிருந்தும் சமதொலைவில் இருப்பதுதான் துறவு; அவை அத்தனையும் இல்லவே இல்லை என்பதுபோலப் பாசாங்கு செய்வது அல்ல!'. இப்படித்தான், எந்த ஒரு விஷயத்தை எடுத்துக்கொண்டாலும், அதன் சாரம் என்ன என்பதுதான் முக்கியமே தவிர, வடிவம் அல்ல. நீர் அணியும் பாதணியும், நான் அணியும் குறடும் ஒன்றுபோல இருக்கிறதா என்ன? ஆனால் இரண்டும் ஒரே பணியைத்தானே செய்கின்றன! அதனால்தான் சொல்கிறேன், உங்கள் கிராமத்தின் பிரச்சினையை வேறொரு விதமாகவும் தீர்த்துக்கொள்ள முடியும்...

தொடர்ந்து அவர்கள் பேசிய நடைமுறைச் சிக்கல் இன்னதென்று புரியவில்லை; அவர்கள் எட்டிய தீர்வும் புரியவில்லை. பொருளற்ற சப்தக் கோவைகள் தலைக்குமேல் கடந்து போவதைப் பார்ப்பது சலித்து, புத்தகத்துக்குத் திரும்பினான் நோர்பு. ஒரு சிட்டுக் குருவிக்கும், வேங்கைப் புலிக்குமான நட்பைப் பற்றி விவரிக்கும் படக் கதை அது.

வீட்டில் இருக்கும் பெரும்பாலான நேரங்களில் பிரமுகர்கள் யாராவது பெரியப்பாவைப் பார்க்க வந்தபடி இருப்பார்கள். முக்கியஸ்தர் அல்லவா, பரிவாரங்களுடன் வருவார்கள். யாரும் பார்க்கக்கூடிய, ஆனால் ஒரு சொல்லும் காதுக்கெட்டாத தொலைவில் பரிவாரங்கள் நின்றுவிட, வந்தவரும் பெரியப்பாவும் கிசுகிசுப்பைவிடச் சற்றே உரத்த குரலில் உரையாடுவார்கள். வருகிறவர்களுக்குத் தேத்தண்ணீர் உபசரித்தே ஓய்ந்துபோவார்கள் பணியாட்கள்.

அந்தி மயங்கியதும், தம்மைச் சுற்றிலும் குழந்தைகளை அமர்த்திக்கொண்டு, கதைகள் சொல்வார் பெரியப்பா. அரண்மனைத் தச்சர்களிடம் சொல்லி, பிரத்தியேகமாகச் செய்து வாங்கிய மரப் பொம்மைகள் கொண்டு வந்திருப்பார். பெரும்பாலும் புராணக் கதாபாத்திரங்கள். அல்லது, யாளி போன்ற கற்பனாதீதங்களின் குறுவடிவங்கள். விநோதமான உருவங்களும், அழுத்தமான வர்ணப் பூச்சுகளும் கொண்ட, பளபளக்கும் பொம்மைகள். சிறுத்த உடல், விகிதப் பொருத்தமின்றிப் பெருத்த தலைகள் கொண்டவை; கேலிச்சித்திரங்களின் சாயல் உள்ளவை.

ஆனால், அவற்றைப் பார்த்தால் சிரிப்பு வராது. அகலமான முகத்தில் புடைத்த விழிகளும், நீட்டிய கோரைப்பற்களுமாய் அச்சமூட்டும் பொம்மைகள். அவற்றைப் பற்றிய புராணக் கதைகளைப் பெரியப்பா சொன்ன மாத்திரத்தில், பயங்கரத்தை முற்றிலுமாக இழந்து, சுவாதீனமான நண்பர்களாக மாறிவிடும். ஆமாம், நெருப்பை உமிழும் யாளிகள், பெரியப்பாவின் கதை முடியும்போது வாலைக் குழைத்துச் சுற்றிவரும் நாய்க்குட்டிகள் மாதிரி ஆகியிருக்கும்.

அத்தனை குழந்தைகளிலும், இவனிடம் விசேஷப் பிரியமும் கவனமும் காட்டுவார் பெரியப்பா. தனது படுக்கையிலேயே இவனைப் படுக்க வைத்துக்கொண்டு ஏகப்பட்ட விஷயங்கள் சொல்வார். உறக்கம் அமட்டும்வரை அவருடைய குரல் கேட்டுக்கொண்டிருக்கும்; அவருடைய வலது கை விரல்கள் மிருதுவாக இவனை வருடியவாறிருக்கும். நிரந்தரமாக சாம்பிராணி மணம் இருக்கும் அவரது உடம்பையொட்டிப் படுத்திருக்க இவனுக்கு மிகமிகப் பிடிக்கும். இரவில் பெரியப்பாவின் கட்டிலில், கொசுவலைக்குள் படுத்திருந்தவன், விடியும்போது தன்னுடைய

அறையில், தன்னுடைய படுக்கையில் கிடப்பது பற்றிய ஆச்சரியம் அடங்கவே செய்யாது. அம்மாவிடம் ஒருமுறை கேட்டபோது,

> ஓ, அதுதான் விஷயமா. ராத்திரி நாலைந்து மைனாக்கள் வந்தது. எதையோ தூக்கிப் பொத்தென்று போடும் சத்தம் கேட்டது. உன்னைத்தானா!

என்றாள். பெரியவர்கள் அத்தனைபேரும் சிரித்தார்கள். பெரியப்பா இவனையே குறுகுறுவென்று பார்த்தார்.

> அடுத்த தடவை அந்த மைனாக்கள் வந்தால், 'பொத்தென்று போடாதீர்கள், பாவம் நோர்புவுக்கு வலிக்கும்; நிதானமாகப் படுக்க வையுங்கள்' என்று உத்தரவு போட்டுவிடுகிறேன்!

என்று சிரிக்காமல் சொன்னார். மற்றவர்கள் இதற்கும் சிரித்தார்கள். செவிலித்தாய் பெமாவின் முகத்தில் அடக்கமுடியாத குறும்பும் சிரிப்பும் கூத்தாடின. சிரிக்கக் கிடைக்கும் வாய்ப்பு எதையுமே வீணடிக்க மாட்டாள் அவள். பலவேளை, எல்லாரும் சிரித்து முடித்தபிறகும், தான் மட்டும் சிரித்துக்கொண்டிருப்பாள். வழக்கமான பிராயத்துக்கு வெகுமுன்பே முதுமையை எட்டிவிட்ட, சுருக்கங்கள் தாறுமாறாக மண்டிய முகம். அவள் சிரிப்பதைப் பார்த்த மாத்திரத்தில், சிரிப்பை நிறுத்தியவர்கள் மறுபடியும் முதலிலிருந்து தொடங்குவார்கள்!

அரசாங்க நடைமுறைகள், அரண்மனை பற்றிய விவரணைகள் என்று எத்தனையோ சொல்லியிருக்கிறார் பெரியப்பா. அரசருடன் பேசும்போது பயன்படுத்த வேண்டிய சொற்கள், முகத்தையும் கைகளையும் வைத்துக்கொள்ள வேண்டிய விதம், குரலிலும் தொனியிலும் இருக்க வேண்டிய பணிவு, சந்திப்பு முடிந்ததும் மன்னருக்கு முதுகு காட்டாமல் பின்னோக்கி நடந்தே வெளியேறும் முறைமை என்று எவ்வளவோ விஷயங்கள். அடுத்த தலைமுறையில் தம்முடைய ஸ்தானத்துக்கு வரவேண்டியவன் நோர்புதான் என்று ஒவ்வொரு முறையும் சொல்வார்.

ஆமாம், இந்த வம்சத்தில் ஒவ்வொரு தலைமுறையிலும் ஒரு குழந்தையைத் துறவுப் பயிற்சிக்கும், இன்னொரு குழந்தையைப் படைப் பயிற்சிக்கும் அனுப்புவது வழக்கம்; அப்பா தெற்குப்

பிராந்தியப் படைத் தளபதியாக இருக்கிற மாதிரி. தேசத்தின் முதல் பத்துக் குடும்பங்களுக்குள் ஒன்று என்பது மட்டுமல்ல; ஒவ்வொரு தலைமுறையிலும் மேற்படிப் பணிகளுக்குச் சென்றவர்கள் ஆற்றிய சேவையின் தரமும்தான் காரணம்.

ஒரு தலைமுறையில் பெண் குழந்தைகள் மட்டுமே பிறந்தால்?

என்று ஒரு இரவு வேளையில் இவன் சந்தேகம் கேட்டான். நட்டுவாக்காலி வருடத்தில் பெரியப்பாவுடைய முதல் விஜயத்தின்போது. வழக்கத்தைவிடப் பனிப் பொழிவு அதிகமாக இருந்த வருடம் அது. மொத்த பூமியையும் ராட்சத மூடி ஒன்று மூட முயல்வது மாதிரி இருக்கும். விடிந்த மாத்திரத்தில் இரவு வந்துவிடுகிற மாதிரி, பொழுது நகர்வதில் ஒரு அவசரம். ஆனால், இதெல்லாம் பெரியவர்கள் சொல்வதைக் கேட்டதால் நோர்புவுக்குள் சேகரமான வாக்கியங்கள். அவனைப் பொறுத்தவரை. அன்றாடம் வெகு எளிமையானது. தூக்கம் வரும்போது தூக்கம்; விழித்திருக்கும் வேளையெல்லாம் விளையாட்டு. அவ்வளவுதான்.

ஆனால், கொஞ்சம் பெரியவனான பிறகு, வேறொரு விளையாட்டு அறிமுமானது. கையைக் காலை அசைக்காமல் இருந்த இடத்திலேயே ஆடும் விளையாட்டு. அப்படியொன்று நடப்பதே வெளிப்படையாக மற்றவர்களுக்குத் தெரிய வாய்ப்பில்லை! அந்த விளையாட்டுக்கும் பயிற்சியாளர்கள் உண்டு!

ஆமாம், பகல்பொழுதைப் பல பிரிவுகளாகப் பகுத்து, வேளைக்கொரு ஆசிரியராக வந்துபோவார்கள். பூகோளம் அறிவியல் சரித்திரம் கணிதம் வானசாஸ்திரத்தின் அரிச்சுவடி என்று பாடமெடுப்பார்கள். கற்ற பாடத்துக்கான தேர்வுகளை அரண்மனை ஆசிரியர்கள் வந்து நடத்துவார்கள். இவன் வளர வளர, அவர்கள் கொடுக்கும் சான்றிதழில் புகழ்மொழிகள் அதிகரித்து வந்தன. இயல்பிலேயே துடுக்காகப் பேசக்கூடியவன் நோர்பு. பாடங்கள் மொழியைக் கூர்மைப்படுத்தியதோடு, சிந்தனைத் தெளிவையும், விஷய கனத்தையும் செழுமையாக்கின...

இவனுடைய கேள்வியைக் கேட்டு, உரத்துச் சிரித்தார் பெரியப்பா. கையைப் பிடித்து இழுத்துக்கொண்டு அறைக்கு வெளியே வேகமாக வந்தார். தாமரை இதழ்போல மிருதுவாக இருக்கும் அவரது

உள்ளங்கையையும், கடுமையாகக் காய்த்துவிட்டிருக்கும் அப்பாவின் உள்ளங்கையையும் மானசீகமாக ஒப்பிட்டபடி வெளியே வந்தான் அந்த எட்டு வயதுச் சிறுவன். முற்றத்தில் விரித்த கம்பளத்தின்மீது அப்பாவும் அம்மாவும் அமர்ந்து உரையாடிக்கொண்டிருந்தார்கள். அவர்கள் இருவருக்கும் சாவகாசமாகப் பேசக் கிடைப்பது அந்த ஒரு வேளைதான்.

> பார்த்தீர்களா, இவன் என்ன கேட்டான் தெரியுமா? நான் அடிக்கடி சொல்வதில்லை? 'நோர்புதான் என்னுடைய இடத்துக்கு வந்துசேரப் பொருத்தமானவன்' என்று...!?

துறவிக்குப் பொருத்தமற்ற உற்சாகத்துடன் அவர் அறிவித்ததைப் பின்னாட்களில் யோசித்துப் பார்க்கும்போது, கோலம்தான் அப்படிக் காட்டுமே தவிர, பெரியப்பா அரண்மனை உத்தியோகஸ்தர்தான்; துறவியில்லை என்று இவனுக்குத் தோன்றும். ஆமாம், அவர் ஏதோவொரு மடாலய நியதிகளுக்குக் கட்டுப்பட்டவர் அல்ல; அரண்மனை விதிகளை உருவாக்கவும், நடைமுறைப்படுத்தவும் வேண்டியவர்.

மடாலயத்தில் சேர்ந்த ஆரம்ப நாட்களில், பெரியப்பா போலின்றி, தான் முழுக்கத் துறவியாய் இருக்கவேண்டும் என்ற துடிப்பு அதிகமாய் இருந்ததற்கு, அன்று அவர் காட்டிய அதீத உற்சாகமும் ஒரு காரணம். இவனுடைய கேள்வியை பெற்றவர்களிடமும், பதிலை இவனிடமும் சொன்னார்:

> அப்படியொரு சூழ்நிலை வந்தால், பூர்விக கிராமத்தில், இரண்டு வெவ்வேறு குடும்பங்களிலிருந்து தலா ஒரு ஆண் குழந்தையைத் தத்தெடுத்து வளர்த்துவர வேண்டும். அவர்களை வளர்ப்பதும், தகுதியானவர்களாக்குவதும் நம் குடும்பத்தின் பொறுப்பு...

பெற்றவர்கள் மலர்ந்த முகத்துடன் இவர்கள் இருவரையும் பார்த்துக்கொண்டிருந்தனர். பெரியப்பா தொடர்ந்து சொன்னார்:

> இன்னொரு முக்கியமான கேள்வியையும் நீ கேட்டிருக்க வேண்டும் மகனே...

சிறு இடைவெளி விடுத்தார். தமது அவையோராகிய மூவரையும்

மாறிமாறிப் பார்த்தார்.

> ...அந்தத் தலைமுறையில் குழந்தைகளே பிறக்கவில்லை என்றால்?...

அட, ஆமாம்; தனக்கு இந்தக் கேள்வி ஏன் தோன்றவில்லை? வியப்புடன் பெரியப்பாவைப் பார்த்தான்.

> ...அப்போதும் இதே நியதிதான். ஆனால், கிட்டத்தட்ட ஐம்பது தலைமுறைகளாக அப்படியொரு உற்பாதத்தை எதிர்கொள்ளாத வம்சம் இது. பகவானின் கருணைக்கும் அவரது திட்டங்களுக்கும் அளவும் கிடையாது; எல்லையும் கிடையாது!

வெட்டவெளியில் பாய்போலப் பரவியிருந்த இளமஞ்சள் வெளிச்சத்தில், இன்னொரு கோரைப்பாய் விரித்து, கஸரத் எடுக்கும் அப்பாவும், அவருக்கு நேர் எதிரே கல் திண்டின்மீது சம்மணமிட்டுக் கண்மூடி அமர்ந்து தியானத்தில் ஆழ்ந்திருக்கும் பெரியப்பாவும் ஒரே சமயத்தில் மனத்தில் எழுந்து படர்ந்தார்கள்; ஒரே நேரத்தில் இரண்டு வெவ்வேறு காரியங்களைச் செய்கிற உருவமும் அதன் கண்ணாடிப் பிம்பமும்போலத் தென்பட்டார்கள். இல்லை, நீர்ப் பிம்பங்கள்; அவைதானே இப்படி அலையாடும்! ஒருவர் உடம்புக்கு தியானம் பழக்குகிறார்; மற்றவர் மனத்துக்குக் கஸரத் எடுக்கிறார்... தானாய் முகிழ்த்த எண்ணம் சிறு புன்சிரிப்பை மலர்த்தியது.

மொழியாசிரியர் ஒரு நாள் பாடம் சொன்ன, மஹாகவி போ இன்னின் வரிகள் எழுந்து வந்தன:

> ஆனால்
> உடல் மனம் என
> இரண்டில்லை, மானுடனே.
> பார்வையற்ற விழிகளுக்கு
> நடுப் பகலும் இரவன்றோ?
> பசித்திருக்கும் வயிற்றுக்கு
> ஊமத்தையும் உணவுதானே.
> பிளவுறாது விரிந்திருக்கும்

பேரண்டத்தை
பாராமல் பார்க்க அறிவாய்
செல்ல மகனே!

அவருடைய கவிதைகள் எல்லாமே 'மகனே' என்று முடியும். துறவிக்கு ஏது குழந்தை என்று ஆரம்பத்தில் ஆச்சரியப்பட்டதுண்டு. ஆசிரியரிடம் கேட்கவும் செய்தான்.

கவிஞனின் குரல் அவனுடையது மட்டுமே அல்ல. பிரபஞ்சம் தனது உணர்வுநிலைகளைக் கவிஞனின் வழியாக ஒலிக்கிறது. நாம் அனைவருமே பேரண்டத்தின் குழந்தைகள்தாமே!

என்று மொழியாசிரியர் விளக்கினார்.

அவர்கள் எடுத்த பாடங்களுக்கும், மடாலயத்தில் கற்பிக்கப்பட்டவற்றுக்கும் எவ்வளவு வித்தியாசம் இருந்தது! வீட்டுக்கு வந்த ஆசிரியர்கள் ஒவ்வொருவருமே ஒவ்வொரு விதத்தில் உலகத்தை அதன் விஸ்தீரணத்துடனும், ஆழத்துடனும் அறிமுகம் செய்துவைக்க முற்பட்டார்கள். பூ என்றால் என்ன, மகரந்தம் என்றால் என்ன, பூச்சி என்றால் என்ன, புன்னகை என்றால் என்ன என்கிற மாதிரி விளக்கங்களும் விவரணைகளும் நிறைந்த பாடங்கள்.

மடாலயப் பாடங்கள், பூவும் பூச்சியும் பூத்தலும், இவற்றோடு, பாடம் கேட்கும் இவனும் ஒரே ஒருமையின் வெவ்வேறு சாயல்கள் என்று புகட்ட முயன்றன. அங்கங்களை தொடர்ந்து நெருப்பில் காட்டி மரத்துப்போகப் பழக்குவதுபோல, உச்சாடனங்களும், அப்பியாசங்களும், கேள்விகளும் பதில்களும் பீறிப் பெருகி மனத்தை மரத்துப்போக வைக்க முயன்றன... ஒவ்வொரு முறையும் வகுப்பு முடிந்து தன்னிலைக்கு மீளும்போது, பார்க்கவும் கேட்கவும் ருசிக்கவும் கிடைத்த அத்தனையும் பிம்பங்கள் அன்றி வேறில்லை என்று தோன்றும்...

குத்தும் ஊசி நிஜமானால் என்ன, பிம்பமானால் என்ன?

என்று லி யாங் ஒருநாள் எழுந்து கேட்டான். ஒரு வகுப்புக்கு இத்தனை கேள்வி என்று கணக்கு வைத்துக் கேட்பானோ என்னவோ!

வலியென்பது பிம்பமில்லை என்று யார் சொன்னது!

என்று பதிலுக்குக் கேட்டு, வாஞ்சையுடன் சிரித்தார் தலைமை குரு.

இன்னொரு சம்பவம். அதுவும் பெரியப்பா வந்திருந்தபோது நடந்ததுதான்.

காலை மெல்ல முற்றி மத்தியானமாகி வருகிறது. சமவெளிப் பிராந்தியங்களில் இந்த வேளைக்கு வெயில் முற்றிக் கசகசக்க ஆரம்பித்துவிடுமாம்; ஆசிரியர் சொல்லியிருக்கிறார். இங்கே அப்படி அல்ல; உச்சிவேளை என்பது பிரகாசம் அதிகமாய் நிலவும் பொழுது; அவ்வளவுதான்...

சமவெளியிலிருந்து மடாலயத்துக்கு வந்த இளம் துறவியொருவன், முதல் ஒரு வாரமும் மடாலயம் முழுக்க ஒருவித நாற்றம் நிலவுவதாகத் தலைமைக் குருவிடம் புகார் செய்தான்.

> அது குளிரின் வாசனை; யாராலும் தவிர்க்க முடியாதது.

என்று எடுத்துரைத்தார் குரு. மாணவர் நடுவில் நின்றிருந்த அவன் தலைகுனிந்தான். எல்லாரையும் பார்த்து இன்னொன்றும் சொன்னார்:

> உண்மையில் நாசியின் வேலை நுகர்வது மட்டுமே. நன்மணம் துர்மணம் என்று இரண்டு இருப்பதற்கில்லை. நுகர்முனையின் தகவலைச் சீர்பிரித்து அறிவதும் வகைப்படுத்துவதும் எது என்பதைத் தியானித்து அறியவேண்டும். பேதத்தை உணர்வதற்கு முன்பே ருசித்துத் தீர்த்துவிடப் பழக வேண்டும்...

திடீரென்று மனம் வேறொரு பக்கம் பாய்ந்தது. அரிச்சுவடி எழுத்துக்களில் தொடங்கி, இலக்கணம் பிறழாத வாக்கியங்களுக்கு அறிமுகமாகி, மெல்லமெல்ல நடந்து வந்த பாதையில், மேற்சொன்னது மாதிரியான கனத்த வாசகங்களை வந்துசேர்ந்தது எப்படி; எப்போது...! திகைப்பாய் இருந்தது.

அதைவிட, இதுபோன்ற சிடுக்கான வாக்கியங்களை சுவாதீனமாக மனம் வாங்கிக்கொள்வதும், தன்னளவில் அவற்றுக்கு அர்த்தமேற்றிப் பார்ப்பதுவும்கூட தன்னிச்சையாய் வந்து சேர்ந்தவைதாம். ஒரு

கணம் பிரமித்து நின்ற மனம், மறு கணமே பழைய இடத்துக்கு மீண்டது...

வழக்கமாய், பெரியப்பாவின் வருகை இல்லத்துக்கு வைபவக் கோலம் அளிக்கும் அல்லவா. அதற்கு முக்கியமான காரணங்களில் ஒன்று, அப்பாவிலிருந்து கடைசிப் பணியாளர்வரை ஒருவர் பாக்கியில்லாமல் அத்தனை பேருக்கும் அவர் பரிசுப்பொருட்கள் கொண்டு வருவது. தனியாக ஒரு பாரவண்டி நிறையப் பரிசுகள் வந்து இறங்கும். குழந்தைகள் சங்கதியைக் கேட்கவே வேண்டாம் - மரத்தினாலும், நாணல், கோரை, மூங்கில், பிரம்பினாலும், பித்தளை, சுட்ட களிமண்ணாலும்கூட ஆன பொம்மைகள் அநேகம் எடுத்துத் தருவார்.

அந்த முறை இவனுக்காகக் கொண்டுவந்திருந்த பரிசுப்பொருள் வித்தியாசமானது. உயிருள்ள மட்டக் குதிரைக் குட்டி. தனியாக ஒரு வண்டியிலேறி வந்து சேர்ந்திருந்தது.

கன்றுக்குட்டிபோல குதூகலமாகத் துள்ளிக் குதித்தது. பழக்குவதற்காகக் கூடவே வந்திருந்த அரண்மனைச் சேவகனை, பின்புறமிருந்து முட்டித் தள்ளியது. மிகவும் பிரயாசைப்பட்டு அதன் வாயில் கடிவாளத்தைக் கவ்வக் கொடுத்தான் அவன். நாலுவயதுப் பையனின் முறுக்குமீசைபோல, பொருத்தமேயற்ற விசித்திரமாய், அதன் முகத்திலும் கழுத்திலும் படிந்தது சேணம்.

திடலாக விரிந்திருந்த முன்முற்றத்தில், மர நாற்காலிகளும் அவற்றின் மத்தியில் முழங்கால் உயர முக்காலியும் போட்டு அப்பா அம்மா பெரியப்பா மூவரும் அமர்ந்திருந்தார்கள் - பெற்றவர்கள் தேத்தண்ணீர் நிரம்பிய பீங்கான் கோப்பைகளைக் கையில் பிடித்தபடியும், பெரியப்பா நிலையற்று அலைபாயும் கண்களால் சகலத்தையும் உறுத்துப் பார்த்தபடியும்... பிறந்தது முதலே இவனைப் பொறுப்பேற்று வளர்த்துவரும் செவிலித்தாய் பெமா, எந்நேரமும்போலவே, பாய ஆயத்தமாய் இருப்பவள் மாதிரி, பாதநுனிகளால் நின்றிருந்தாள்.

குதிரைமீது இவனை அமரவைக்கும் முன், மௌனக்கெட்டு எழுந்து வந்து, கண்களை மூடி சுலோகம் சொல்லிவிட்டு மீண்டும் நாற்காலியில் சென்று அமர்ந்தார் பெரியப்பா. ஒரு கையால்

சேணத்தையும், மறு கையால் இவனையும் இறுகப் பற்றியிருந்தான் சேவகன். நிலைகொள்ளாமல் குதித்துக் குதித்து அடங்கியது குதிரைக் குட்டி. சேவகன் நடுவில் நின்று அதன் தொண்டைப் பகுதியை ஏந்துகிற மாதிரிப் பற்றிக்கொண்டு, சேணத்தின் நுனியை நோர்புவின் கையில் ஒப்படைத்திருந்தான். இரண்டு கைகளாலும் அந்தத் தோல்பட்டியை ஆர்வமாய்ப் பிடித்திருந்தான் இவன்.

கண்ணிமைக்கும் நேரத்தில் எதுவோ நடந்துவிட்டது. சேவகன் மல்லாந்து தரையில் கிடந்தான். தாவிப் பறந்தது குட்டி. விடுதலையின் உற்சாகமோ, முதுகில் இருக்கும் சுமை பற்றிய மிரட்சியோ, புதிய இடத்தின் அகலநீளங்களைத் தன்வயமாய் உணரும் ஆர்வமோ - தாவித்தாவி நாலுகால் பாய்ச்சலில் ஓட ஆரம்பித்தது. இவன், சேணத்தை இறுக்கிப் பிடித்தபடி, பெரியவர்கள் செய்வதுபோல, தானும் எழுந்தெழுந்து அடங்கினான். குதிரை வயிற்றின் இருபுறமும் தொங்கிய பாதந்தாங்கிகளில் பதித்த பாதங்கள் அழுந்தி அழுந்தி உயர்ந்தன. முதல்முறையிலேயே குதிரைச்சவாரியை இயல்பாக நிகழ்த்தித்தந்த அனிச்சை எது என்ற ஆச்சரியம் இப்போதுவரை நீங்கவில்லை...

ஒரு நுண்கணத்தில், பாதம் நழுவியதா, புட்டம் சரிந்ததா, கைப்பிடி தளர்ந்ததா, நெருக்கடியைச் சமாளிக்கத் தெரிகிறதே தனக்கு என்ற ஆச்சரியத்தில் கவனம் பிறழ்ந்ததா, அல்லது குதிரையின் பாய்ச்சலில் திடீரென்று மேலதிக விசை சேர்ந்துவிட்டதா, எது காரணம் என்பது தெளிவில்லை - மட்டமல்லாக்க வீழ்ந்தான்.

குதிரைக்குட்டி இன்னும் உற்சாகமாய்க் கொஞ்சத் தொலைவு ஓடிவிட்டு இவனை நோக்கித் திரும்பி வந்ததாம். தவறு செய்துவிட்டதை உணர்ந்தமாதிரி, குனிந்த தலையுடன் இவனருகில் நின்றதாம். நீள முகத்தை முன்னால் நீட்டி, இவனை முகர்ந்து பார்க்க முயன்றது.

இதற்குள், வீழ்ந்தெழுந்து, தானும் தலைகுனிந்து, உடல் நடுங்க நின்றிருந்த சேவகனை நோக்கிக் கையில் சவுக்குடன் வேகமாகப் புறப்பட்ட அப்பாவைத் தடுத்து நிறுத்தப் போராடினார் பெரியப்பா.

அவன் என்ன செய்வான், பாவம். அவனும்தானே விழுந்தான். பின்னந்தலையை இன்னும் தடவிக்கொண்டிருக்கிறான்

> பார். வாள் பயிற்சிக்குப் போய்விட்டு, புஜம் கிழிந்து நீ திரும்பிவந்தது நினைவில்லையா உனக்கு?

என்று பலவாறாகப் பேசி அவரை சமனப்படுத்த முயன்றார்.

அம்மா, நாற்காலியைவிட்டு அகலாமல் அதே நிலையில் அமர்ந்திருந்தாள். உயர்குலப் பெண்டிருக்கு, உணர்ச்சிவசப்பட அனுமதி கிடையாது. செவிலித்தாய் பெமா பாய்ந்து வந்து இவனைத் தூக்கித் தன் மடியில் போட்டுக்கொண்டு ஆசுவாசப்படுத்த முயன்றாள். இத்தனையும், பிற்பாடு பெரியப்பா சொல்லித் தெரியவந்தவை.

ஆனால், மேற்படிச் சம்பவம் அல்ல: அன்று இவனுக்குள் நடந்தவைதான் அதி முக்கியம் வாய்ந்தவை...

நட்டநடுப் பகலில், சட்டென்று பார்வைக்குள் இருள் கவிந்துவிட்டது. இருளின் உட்புறத்திலிருந்து யாரோ வீரிடுகிறார்கள்... ஒரே கணம்தான், அந்தக் குரலும், சுற்றுப்புறத்தின் ஒலிகளும் திடீரென மந்தித்து, அலாதியான நிசப்தம் வந்து மூடியது. கையெட்டும் உயரத்துக்கு வீழ்ந்துவிட்டிருந்த விண்மீன்கள், நீரில்போல இவன் கண்களுக்குள் நீந்தின.

உடல் ஒரு தளத்திலும், தனியாய்க் கழன்ற தலை மட்டும் இன்னொரு தளத்திலும் மிதக்கிற மாதிரி; உடலைவிட்டு தான் என்ற உணர்வே முழுசாக வெளியேறி அகன்றுவிட்ட மாதிரி; கண்முன்னால் பறப்பவை விண்மீன்கள் அல்ல, மின்மினிகள் என்கிற மாதிரி; அருவியின் கீழே மல்லாந்து படுத்து, கொட்டும் நீர் முழுவதையும் நேரடியாய் வாய்க்குள் வாங்கிக்கொள்ளத் துடிக்குமளவு தாகம் பெருகிவிட்ட மாதிரி; உரத்துக் கூவி யாரையும் துணைக்கழைக்க முடியாது என்கிற மாதிரி; அவ்வளவு ஏன், இனி ஒருபோதும் ஒரு சொல்லும் தன்னால் பேச முடியாதபடி தொண்டை வறண்டுவிட்ட மாதிரி; தன் உடம்பை முழுசாக இருள் விழுங்கிவிட்ட மாதிரி; இனி பெற்றவர்களைத் தன்னால் பார்க்கவே முடியாது என்கிற மாதிரி... இன்னும் எத்தனையோ இயலாமைகளும் பிரமைகளும் உருவெளித்தோற்றங்களும் பொங்கிப் பல்கிய அந்தரவெளிக்குள் சரிந்து சரிந்து வீழ்ந்துகொண்டே இருந்தான்...

நடைமுறை உலகத்துடன் தனக்கு இருந்த பிடிமானம் அனைத்தும் ஒரே தருணத்தில் தளர்ந்துவிட்டதுபோல உணர்ந்தான். ஆனால், அந்த நிலை அதிக நேரம் நீடிக்கவில்லை.

தான் அத்தனைநாளும் பறக்கும் விண்மீன் என நினைத்துவந்தது மின்மினியேதான் என்று பிற்பாடு ஒரு சந்தர்ப்பத்தில் தெளிந்தான். கீழ்நோக்கிப் போய்க்கொண்டிருந்த மின்மினி, சட்டென்று சுதாரித்தது. சின்னஞ்சிறு இறக்கைகளை அசைத்து மேல்நோக்கி எழும்ப முயன்றது. சற்றுமுன்புதான் பிறந்த சிசுவின் செல்லக் கை போன்ற ஒன்று மின்மினியை ஏந்திப் பிடிக்கிறது. மெல்ல மெல்ல ஆகாயம் நோக்கி உயர்த்துகிறது. படிக்கட்டில் ஏறுவது போலின்றி, ராட்டினத்தில் உயர்வதுபோல, தடையற்று மேலேறி வருகிறான் நோர்பு; உண்மையில் அவன் வந்தான் என்பதுகூடத் தவறுதான்; அவன் ஒன்றுமே செய்யவில்லை - உயர்த்தி அனுப்பும் மாயக் கரத்துக்கு உடன்பட்டு, சும்மா இருந்தான். அவ்வளவுதான்.

இயல்புநிலை திரும்பியபோது, அதாவது, மீண்டும் தரைக்கு வந்து சேர்ந்தபோது, அவசரமாய் நிகழ்ந்து முடிந்த கனவிலிருந்து வெளியேறியவன் மாதிரி மலங்கமலங்க விழித்தான். விவரம் தெரிந்த நாளிலிருந்து பரிச்சயமாகியிருந்த சூழல் சட்டென்று அந்நியமாகியிருந்தது.

ஆமாம், வீழ்ந்தவன் அல்ல, மீண்டு வந்தவன்.

மேலே அடுக்கிய பட்டியலில் ஒன்று மட்டும் நிஜமாகவே ஆகிவிட்டது.

பெற்றவர்கள் கண்ணுக்குத் தெரியத்தான் செய்தார்கள்; ஆனால், பெற்றவர்களாகக் காண முடியவில்லை. நிலைமாறாமல் அமர்ந்து தேத்தண்ணீர் அருந்தும் அந்நியர்கள்போல அவர்கள் தென்பட்டார்கள். நுட்பமான இந்த நிலைமாற்றம் தன்னைத்தவிர வேறு யாருக்கும் தெரிவதற்கில்லை என்பதையும் உணர முடிந்தது. சின்னஞ் சிறுவனுக்கு எப்படி இப்படியொரு உணர்வு தட்டியது என்பதும் விந்தையேதான்.

பின்னாட்களில், மடாலயத்துக்கு வந்து சேர்ந்த ஆரம்பக் கட்டத்தில், திரும்பத் திரும்பத் தனக்குள் அந்த வீழ்ச்சியை நிகழ்த்திப்

பார்த்துக்கொள்வான். சிலவேளை, அதுவாகவே நிகழவும் செய்யும். அந்த நேரங்களில், அபூர்வமான குளுமை தன்னைப் போர்த்துவதாக உணர்வான். வீழ்ச்சியின் பாதையில் இன்னும் இன்னுமென்று கீழே போக ஆசையாய் இருக்கும். ஆனால், ஒருமுறைகூட, முன்னமே போய்த் திரும்பிய ஆழத்தைத் தாண்டி இறங்க முடிந்ததில்லை.

பூமித்தளத்துக்கு மீளும் ஒவ்வொரு தடவையும், தவறாமல் ஒரு கேள்வி உதிக்கும் - பூமிக்கடியில் இருக்கும் ஏராளமான அடுக்குகளின் இடையே பிசின்போல நெருப்பு இருப்பதாகத்தானே பூகோள ஆசிரியர் சொல்கிறார்? தனக்கு மட்டும் குளுமை கிடைப்பது எப்படி... ஆனால், இதை யாரிடமும் கேட்கத் தோன்றியதில்லை. கேட்க அச்சமாய் இருந்தது என்றுகூடச் சொல்லலாம் - வாய்விட்டுக் கேட்டால் குளுமை பறிபோய் விடுமோ என்ற அச்சம்.

இப்படித்தான், முதன்முதல் ரகசியம் அவனுக்குள் சேகரமாகியது.

கொட்டும் அருவியின்கீழ் கிடந்ததான பிரமைக்கும் ஒருநாள் விளக்கம் கிடைத்தது - மயக்கம் தெளிவிப்பதற்காக, செவிலித்தாய் பெமா இவன் முகத்தில் தெளித்த குளிர்நீர் உருவாக்கிய மயக்கம் அது!

கடைசியாய் இன்னொன்று, ஆர்ப்பாட்டம் செய்த குதிரைக் குட்டி, செல்ல நாய்க் குட்டி போன்ற பணிவுடன் இவனுடன் சிநேகிதமாகிவிட்டது! சவாரி செய்தவனும் முதுகு வழங்கிய புரவியும் ஒரே நாளில் பிராயம் எய்திவிட்டார்கள் போல!

அடுத்த நாலு வருடங்கள் கழித்து இவன் மடாலயத்துக்குக் கிளம்பும் நாள் வரை, பிரியாமல் உடனிருந்த துணைவன் அந்தக் குதிரை.

பெரியப்பாவின் அந்த விஜயத்தின்போது நேர்ந்த மாதிரியே, பின்னரும் ஒரு விசித்திர அனுபவம் நேர்ந்தது. நான்கு ஆண்டுகள் கழித்து.

நோர்புவின் நேர் இளைய தம்பிக்குப் பிறந்தநாள். அதற்கு மிகச் சரியாக ஆறு மாதங்கள் முன்னால் இவனுடைய பதினாலாவது பிறந்தநாள் வந்தது. தம்பியின் பிறந்தநாளைவிடக் கோலாகலம்

அதிகமாய் இருந்தது. பரிசுப்பொருள் கொடுத்தவர்களில் பலரும் மறக்காமல் சொன்ன வாசகம், 'இதுதான் கடைசிப் பிறந்தநாள் இல்லையா!'. ஏன், மடாலயத்துக்குப் போய்விட்டால், கொண்டாடத்தானே முடியாது; பிறந்தநாளே வராதா என்ன! - இவன் தனக்குள்ளாகவே கேட்டுச் சிரித்துக்கொண்டான். பதினைந்தாவது பிறந்தநாளும் வரத்தான் செய்தது. என்ன, அன்றுதான் அந்த நாள் என்று நினைவுபடுத்த யாரும் இல்லை. இவனுக்கும் மறந்துவிட்டிருந்ததா, இன்னொரு பகல் பொழுதாகக் கடந்து போனது அது. இதுவுமே, பின்னெப்போதோ ஒரு நாள் உணரக் கிடைத்ததுதான்!

அந்த விசித்திர அனுபவம், தம்பியின் பிறந்த நாளன்று நிகழ்ந்தது.

இல்லத்தின் முன்முற்றத்திலும், மாளிகையின் பக்கவாட்டில் இரு புறமும் விரிந்திருந்த தோட்டவெளியிலும் ஏகப்பட்ட அகல்விளக்குகளை ஏற்றியிருந்தார்கள். அரசாங்க உத்தியோகஸ்தர்கள், படைத்தலைவர்கள், உள்ளூர்ப் பிரமுகர்கள், இடையிடையே உறவினர்கள் என்று பலவிதமானவர்கள் வந்து வாழ்த்தி பரிசளித்து விருந்துண்டு வெளியேறினார்கள்.

கூட்டத்தின் மத்தியில், கொண்டாட்டத்தின் கருமையத்துக்கு அருகில் நின்றிருந்த நோர்பு, தானே அறியாமல் மெல்ல விலகினான். இல்லை, இவன் நின்ற இடத்திலேயே இருந்தான்; காட்சிதான் கொஞ்சம்கொஞ்சமாய்ப் பின்வாங்கி நகர்கிறது. தொடும் தொலைவில் இருந்தவர்கள் கண்ணுக்கெட்டிய தூரம் பின்னோக்கிப் போவது பலமான அதிர்ச்சியாய்த் தாக்கியது. தரை விலகி நகர்கிறதா என்ன!

அப்படியானால், தானும் எதிர்த் திசையில் நகர்கிற மாதிரி உணர்ந்திருக்க வேண்டுமே?

ம்ஹூம். காட்சி மட்டும்தான் நகர்ந்துபோயிருக்கிறது. கூடாரத்தைத் தாங்கும் கம்பத்தில் சாய்ந்து நிற்கும் இவன் அதே இடத்தில்தான் நிற்கிறான். கால்கள் அசைந்த தடயமேயில்லை; தான் இடம்பெயர்ந்த அறிகுறியும் இல்லை. ஒருவேளை எதுவுமே நகரவில்லையோ... வெறும் தோற்றப்பிழையாய் இருக்குமோ என்று மனம் சுதாரிக்க முயன்றது. ஆனால், காட்சி மட்டுமே

நகரவில்லையே, ஒலிகளும்கூடத் தேய்ந்துவிட்டனவே? மிகுந்த அக்கறையுடன் நேர்த்தியாய்த் தயாரிக்கப்பட்ட பதார்த்தங்களின் மணமும் அல்லவா விலகிப் போய்விட்டது?

அப்படியானால், காட்சி நகர்ந்தது அல்ல; தான் நகராமல் நிற்பதாய்த் தோன்றுவதுதான் பிரமையோ? அப்படியானால், நிலைத்திருக்கும் காட்சிகளும்கூடக் குறளிகளேதானோ?

நனவின்மீது திடீரென்று கனவின் சாயை படிவதும், கனவுக் காட்சியை நிஜமென்று மனம் கிறங்குவதும் யாருக்கும் இயல்பாகவே நடக்கிறவைதானே. மெய்யாகவே தான் நகரவில்லையா என்பதை உறுதிப்படுத்திக்கொள்ள, தான் சாய்ந்து நின்ற மூங்கில் கம்பத்தை ஆள்காட்டிவிரல் நகத்தால் ஒருமுறை தட்டிப் பார்த்தான். உள்ளீடற்ற மூங்கிலின் ஓசை, மரங்கொத்தி கொத்துவதுபோல ஒலித்தது.

கரம்தான் கம்பத்தைத் தட்டியதே தவிர, பார்வை தொலைவுக்கு நகர்ந்து போய்விட்ட காட்சியில் பதிந்திருந்தது. அப்போது அந்தப் பேரதிர்ச்சி தாக்கியது.

பின்னே, தொலைவுக்கு நகர்ந்துபோயிருந்த காட்சிக்குள் இவனும் நின்றிருந்தால்...? குழப்பமாகாதா?

சந்தேகமே இல்லை, அதோ, சந்தன நிற உடையில் நின்றிருக்கும் நோர்புவிடம் தம்பி ஏதோ சொல்கிறான். அவன் கிசுகிசுக்கும் குரல் இங்கே இவன் காதுக்குள் ஒலிக்கிறது. இருவரும் சிரிக்கிறார்கள்.

ஆக, தனக்குள்ளிருந்த ஏதோவொரு அம்சம் கழன்றுகொண்டுவிட்டது. அதற்கு என்ன பெயர்? மூங்கிலைத் தட்டியபோது கேட்ட ஒலி நிஜம்தானே. சுண்டிப் பார்த்த விரல்நகத்தில் உணர்வு தட்டியதே. தம்பி கிசுகிசுப்பதும் இம்மி குறையாமல் கேட்கிறது...

குழப்பம் அதிகரித்தது. முழு உடம்போடு தான் இரண்டு இடத்தில் ஒரே சமயத்தில் இருந்ததை இன்னமும் புரிந்துகொள்ள முடியவில்லை. ஒருவன் **இங்கே**யும், இன்னொருவன் **அங்கே**யும் இருப்பதும்; இருவருக்கும் ஒரே மாதிரியான தன்னுணர்வு இருப்பதும் தாள முடியாத நூதனமாய் இருந்தது. இங்கே அங்கே என்று இரண்டு தலங்கள் இருப்பது வெறும் பிரமைதானா என்ன! தாயிடமும் தகப்பனிடமும் மாறிமாறித் தாவும் சிசுவைப் போல

இங்கும் அங்கும் தாவித் தாவி விளையாடத் தொடங்கியது மனம். ஆட்டத்தின் கிளர்ச்சியில், அச்சம் துளிகூட மிச்சமில்லாமல் காணாமல் போனது...

வேறொரு பின்விளைவும் இருந்தது - ஏற்கனவே சற்றுத் தொலைவுக்குப் போயிருந்த குடும்பமும் உறவுகளும், எட்ட முடியாத் தொலைவுக்கு அப்பால் சென்றுவிட்டன என்பதுதான் அது.

பின்னர் ஒருபோதும் அவர்களைப் பார்க்கும்போதும், மடாலயத்துக்கு வந்த பிறகு, மின்னல்போல அவர்களின் தோற்றம் தோன்றி மறைந்த தருணங்களிலும், அரைத்தூக்க வேளைகளில் அவர்கள் நினைவு தட்டியபோதும் கொஞ்சமும் இணக்கம் ஊறவில்லை. நெஞ்சு தழுதழுக்கவில்லை...

இவன் சென்று சேர்ந்துகொள்ள வேண்டிய மடாலயத் தலைமையிடம் தகவல் தெரிவித்துவிட்டதாக மறுநாள் பெரியப்பா அறிவித்தார். உண்மையில், இவன் கை பிடித்து நடந்த காலத்திலேயே அவர்களிடம் சொல்லி சம்மதம் வாங்கியிருந்தார்.

பிஞ்சுப் பிராயத்திலேயே சேர்த்துக்கொள்ளும் மடாலயங்களும் இருந்தன.

இன்னும், போர்க்கலை கற்றுத் தருகிற, சமையற்கலையில் நேர்த்தியைப் பயிற்றுவிக்கிற, தோட்டக்கலைப் பயிற்சியில் மட்டுமே கவனம் செலுத்துகிற, தத்துவம் மருத்துவம் உள்ளிட்ட இன்னோரன்ன துறைகளில் நிபுணத்துவம் அளிக்கிற பல்வேறு மடாலயங்கள் தேசமெங்கும் விரவியிருக்கத்தான் செய்தன. ஆனாலும், குறிப்பிட்ட இந்தத் தலத்தைத்தான் தேர்ந்தெடுத்தார் பெரியப்பா. அவர் துறவுப் பயிற்சி மேற்கொண்டதும் இதே இடத்தில் என்று காரணம் சொன்னார். இளம் வாலிபனாய் ஆகும்வரை இவன் குடும்பத்துடன் இருக்கட்டுமே என்ற தாட்சண்யம்கூட உபரிக் காரணமாய் இருந்திருக்கலாம் என்று தனியாக மடாலயம் நோக்கி நடந்து வந்த சமயத்தில் இவனாகக் கண்டுபிடித்தான்...

இந்த மடாலயம் சற்று வேறுவிதமானது. சொல்லப்போனால்,

பௌத்தத்தின் அத்தனை கிளைகளிலிருந்தும் தேர்ந்தெடுத்து, கூர்தீட்டித் தொகுக்கப்பட்ட நியமங்களையும் பயிற்சிகளையும் கொண்டது. அவை அனைத்திலிருந்தும் மாறுபட்ட நம்பிக்கைகளை, நியதிகளை, கடைப்பிடிப்பது. மடாலயத்தின் கூட்டு நம்பிக்கையிலிருந்தும் விலகி, தனியொருவன் தன் நிஜமான ஆன்மநிலையைக் கண்டுபிடிக்க வேண்டும் என்ற நிபந்தனையை நோக்கி உந்தி நகர்த்துவது.

> மனித சமுத்திரத்தின் ஒரு கோடியில் இருக்கும் தனித்தீவு போன்றது...

என்றார் பெரியப்பா. இங்கே வந்தபின்னர் தெரிய வந்தது - இங்கிருக்கும் குருமார்களும், சீடர்களும்கூடத் தனித்தனித் தீவுகள்தாம்...

பல்வேறு பிராயங்களில் இருக்கும் குருமார்கள். பலவிதமான பயிற்று முறைகள். அவற்றையொட்டிய அப்பியாசங்கள். போதனைகள். அவையும்கூட நிரந்தரமானவை அல்ல; அவ்வப்போதைய தலைமை குருவின் உத்தேசப்படி, காலந்தோறும் மாறிவந்திருப்பவை.

துறவுநிலை என்பது சகலத்தையும் விலக்குவது அல்ல என்பது அந்த மடாலயக் கோட்பாடு என்று முன்னமே ஒருதடவை சொல்லியிருக்கிறார் பெரியப்பா. அனைத்தையும் அறிந்தபின் விலகும்போது மட்டுமே விலகல் முழுமையாய் இருப்பதற்கு வாய்ப்புண்டு; ஆமாம், துறவு என்பது விலக்குவது அல்ல - விலகுவது என்று முதல் நாள் முதல் பாட வேளையிலேயே உரைத்தார் அப்போதைய தலைமை குரு. 'அறிவது' என்பதும் அனுபவபூர்வமாக உணர்வது என்ற பொருளில் இல்லை; புலனுக்கு வாய்க்கும் அனுபவங்களை புத்திபூர்வமாக ஆராய்ந்தறிவது என்னும் அர்த்தத்தில்தான் என்றார்.

இவனைப் போலவே புதிதாக வந்து சேர்ந்திருந்த லி யாங் என்ற இளம் துறவியும் இவனும் மட்டுமே இருந்து பாடம் கேட்டார்கள் அன்று. வசீகரமான குரல் கொண்டவன் அவன். தர்க்கத்தில் புதைந்து மீளமுடியாமல் தவித்த மனம் என்று தோன்றும் - பின்னாட்களில், அவனது நினைவு மேலெழும் சமயங்களில். லி யாங் வடக்குக் கோடியில் உள்ள, எல்லைப்புற மாகாணம் ஒன்றிலிருந்து

வந்தவன். உறைபனி மட்டுமே விளையும் பிராந்தியம் அது. ஆகக் குறைவான மக்கள் தொகை கொண்டது. அசாத்தியக் குளிரும், அலாதியான தனிமையுமே அவனுடைய நிரந்தர விறைப்புக்கும், அவநம்பிக்கைக்கும், தீராத ஐயங்களுக்கும், அவை பிறப்பித்த கேள்விகளுக்கும் காரணமோ என்றும் தோன்றும்.

அந்த முதல் நாளில் ஆழ்மனத்தில் அவனுடன் உருவாக முனைந்த நட்புணர்வையும் பின்னாட்களில் கவனமாய்த் தவிர்க்க வேண்டியிருந்தது. பார்க்கப்போனால், தன்னிடமிருந்தேகூட விலகுவதற்கான முனைப்பை மேற்கொள்ள வேண்டியிருந்தது. ஆனால், எடுத்த எடுப்பில் ஒன்றிடமிருந்து விலகிவிட முடியாது - குரு எடுத்துச் சொன்னமாதிரி, அது பற்றிய அனுபவம் முற்றியாக வேண்டும்; அதன் வரையறைகள் பற்றிய அறிதல் தனக்குள் மலர வேண்டும்; அது வேர்பிடிக்க முயலும் தரைபற்றியும்கூட விவாதபூர்வமாக ஆய்ந்தறிய வேண்டும். பின்னரே, முழுமையான விலகல் சாத்தியப்படும். அதற்கு ஆண்டுகள் பிடிக்கலாம். ஒரு முழு ஆயுளுமே போதாமல் போகலாம். அதனாலென்ன, இழப்பு ஒன்றும் இல்லையே.

ஆனால், சாவதானமாக யோசிக்கும்போது மலைப்பு தரக்கூடிய மேற்படி முறைமை, காலப்போக்கில் இயல்பான, சரளமான மனப்போக்காக மாறியதும், நிலைபெற்றதும் நிச்சயம் விந்தையேதான்.

தாயன்பையும், தகப்பனின் கண்டிப்பையும் ஏன் சகோதரப் பாசத்தையும்கூட அனுபவமாய் அறிந்தபின் விலகிவர முனைவதே சரியாய் இருக்கும் என்பதால்தான், இங்கே சின்னஞ்சிறுவர்களை ஏற்றுக்கொள்வதில்லை என்றார் குரு. அட, தான் நினைத்தது சரிதான் என்று தன்னையே பாராட்டிக்கொண்டது மனம். குரு தொடர்ந்தார்:

> பதினைந்து வயதில், மனம் ஓரளவு கெட்டிப்பட்டிருக்கும். அளவாக நீரூற்றிப் பிசைந்த வெள்ளைக் களிமண்போலப் பதநிலை அடைந்திருக்கும். அது இறுகுவதற்கு முன்பாக வனைந்து, சுட்டெடுக்கும்போது, மிக உயர்ந்த தரமுள்ள பீங்கான் கிடைக்க வாய்ப்புண்டு. ஓரிரு வருடங்கள் இருந்து பார்த்துவிட்டு, வசப்படாத மனங்கள் வெளியேறி, சாமானிய வாழ்க்கையில் ஈடுபடவும் போதிய அவகாசம் மிச்சமிருக்கும்...

மடாலயத்தைப் பற்றி வார்த்தைகளால் விளக்கப்பட்ட முதல் மற்றும் ஒரே சந்தர்ப்பம் அது. பிற விஷயங்களெல்லாம் தொடர்ந்த, தன்னிச்சையான அவதானத்தின் வழி விளங்க வேண்டியவை. அதற்காகத்தானே மடாலயத்துக்கு வந்து சேர்ந்ததே!

மடாலயத்தில் கறாரான கட்டுப்பாடுகள் என எதுவுமே கிடையாது. ஆனால், சூழலின் நிலவரத்தையொட்டி, மனம் தானாகவே கட்டுப்பாட்டுக்குள் புகுந்துவிடும். பிரம்மச்சரியம் மட்டுமே பிடிவாதமாய்க் கடைப்பிடிக்க வேண்டிய விரதம்.

> காரணம், அது மனத்தை மட்டுமல்லாமல், உடலையும் பீடிக்கக் கூடியது அல்லவா!..

என்று கேட்கும்போது, குருவின் முகத்தில் குறும்பு ஏதும் தெரிகிறதா என்று உன்னிப்பாய்ப் பார்த்தான் இவன். இல்லை, எப்போதும்போல சாந்தம் மட்டுமே நிலவியது.

> ஆக, பிரபஞ்சத் தனிமைக்கு உடம்பையும் மனத்தையும் பழக்குவதற்கான சூட்சுமங்களை வரும் நாட்களில் நீங்களாகவே அறிந்துகொள்ள வேண்டியதுதான்!...

என்று முடித்தார்.

கிளம்பி விறுவிறுவென்று நடக்க ஆரம்பித்தபோது, வாசல்வரை வந்து நின்றிருந்த பெற்றோரை, உடன்பிறப்புகளை, நாள்தவறாமல் வந்து பாடம் சொல்லிய ஆசிரியர்களை, கண்ணீர் மல்கிக் கைகூப்பி உறைந்திருந்த செவிலித்தாய் பெமாவை என்று யாரையுமே திரும்பிப் பார்க்கத் தோன்றவில்லை.

சில கணங்கள் முன்பு காணக்கிடைத்த, உணர்ச்சிமயமான, அந்தக் காட்சி எவ்வளவோ காலம் முன்பு வேறு ஏதோ இடத்தில் யாருடைய பார்வையிலோ நிகழ்ந்ததுபோலத் தொலைவுக்கு நகர்ந்துவிட்டது. பார்க்கப்போனால், அன்றுவரையிலான பதினைந்து ஆண்டுகளேகூட, தனக்கு நிகழ்ந்தவைதானா என்று குழப்பமாய் இருந்தது. தற்போதைய உருவத்துடன், சட்டென்று அத்துவானத்தில் உதித்து, விறுவிறுவென்று நடக்கத்தொடங்கிய மனித உருவமே தான் என்று பட்டது.

இன்னும் சில அடிகள் நடந்த பிறகு, தான் நிரந்தரமாக இருந்துகொண்டே இருப்பது மாதிரியும், இந்த நாளும் இப்போதைய பொழுதும் தற்சமயம்தான் சட்டென்று தன் முன்னால் தோன்றி, சரசரவென்று நிரம்புகிற மாதிரியும் பட்டது. அல்லது, இந்தப் பொழுதுமே, கவனத்துக்கு வெளியில், காலங்காலமாய் இருந்துவந்திருப்பது; இந்தத் தருணத்தில் தனக்கு அனுபவமாகிறதோ என்றுகூட ஐயம் எழுந்தது.

மேற்சொன்ன அனைத்துமே உண்மை என்கிற சாவதானமும்; யாரிடமும் கேட்டு உறுதிசெய்து கொள்ள முடியாத தன்னனுபவம் இது என்ற அறிதல் விளைவித்த இயலாமையும், குழப்பத்தை அதிகப்படுத்துவதற்குப் பதிலாக, நூதனமான சமநிலை ஒன்றை மனத்தில் நிரப்பின..

இதுவொன்றையும் பொருட்படுத்தாததுபோல, கால்கள் தன்னிச்சையாய் நடந்துகொண்டேயிருந்தன.

இதோ, இந்த இறக்கத்துக்குப் பிறகு, அவர்கள் முற்றாக மறைந்துவிடுவார்கள். அதாவது, இருந்த இடத்திலேயே இருக்கவும் கூடும்; ஆனால், இவன் கண்ணுக்குத் தெரியமாட்டார்கள். நோர்பு திரும்பிப் பார்ப்பான்; கையசைப்பான்; கண்ணீர் திரண்டு மறைக்கும் பார்வையைக் கடைசித்தடவையாய்த் தங்களுக்கு வழங்குவான் என்று நினைத்திருக்கவும் கூடும், ஒருவேளை. கலங்கிய முகத்தோடுதானே வழியனுப்பினார்கள். இவன் தனக்குள்ளே வெகுதூரம் போய்விட்டிருந்தானா, முன்னோக்கி மட்டுமே பார்த்தபடி சாலையோடு சரிந்து இறங்கினான்.

இரண்டு நாள் நடைத்தொலைவில் இருக்கிறது மடாலயம். துல்லியமாக வழி சொல்லியிருந்தார் பெரியப்பா. வீட்டு வளாகத்தைவிட்டு முதலடி வைத்து வெளியேறிய மாத்திரத்தில் **முன்னாள் பெரியப்பா** ஆகிவிட்டார் அவர் என்பது தனக்குத் துளியும் சங்கடம் விளைவிக்கவில்லை என்பதும், இந்த விதமாய் மனத்தின் ஒவ்வொரு சலனத்தையும் அவதானிக்கும் பழக்கமும், அதற்கான அவகாசமும் எங்கிருந்து ஊறுகின்றன என்ற வியப்பும் நிரம்பித் ததும்ப, வேகம் குன்றாமல் நடந்தான்.

துணைக்கு யாருமின்றித் தனியாக மடாலயம் சென்று சேரவேண்டும்

என்பது நியதி. தோளில் சாய்த்த கோலின் நுனியில் கட்டியிருந்த உணவுமூட்டையோடு போய்க்கொண்டே இருந்தான். முதல்நாள் இரவில், சாலையோரச் சாவடியில் படுத்து உறங்கிவிட்டு, மறுநாள் எழுந்து நடையைத் தொடர்ந்தபோது, சுவரில் சார்த்திய கோலை, அதன் நுனியில் கட்டியிருந்த துணிமூட்டையை ஒருமுறை வெறித்தான்.

அவற்றை எடுத்துக்கொள்ளாமலே வெளியேறி நடந்தான்.

அடுத்த ஒன்றரை நாட்கள், ஒரு பருக்கை உண்ணவில்லை; ஒரு துளி அருந்தவில்லை. சுமையற்று நடந்த தக்கைக்கு எதுவுமே தேவைப்படவில்லை.

இரண்டாவது நாள் அந்தி மயங்கும் நேரத்தில் அது நடந்தது.

சாலையோரம் அம்மணமாய் நின்றது ஒரு பெண்ணுருவம். கடைசியாகத்தான் அதன் முகத்தைப் பார்க்க வாய்த்தது. மிகவும் பரிச்சயமான முகம். பெமாவின் சொந்த மகள். அவள் குளத்தில் குளிப்பதைப் பலமுறை பார்த்திருக்கிறான். முழு அம்மணமாய்க் குளிப்பாள். அந்தரங்கத்தில் தானாகப் பதிந்து, வளர்ந்துவந்திருந்த பிம்பம் இவனுக்குள்ளிருந்து வெளியேறி, தத்ரூபமான சதையுருவாய் எதிரில் நிற்கிற மாதிரித் தென்பட்டது.

காட்சியில் தெரிந்த நிர்வாண உடலின் அங்கங்கள் எதுவுமே கிளர்ச்சி தரவில்லை என்கிற மாதிரியே, அந்த முகத்தின் முன்பரிச்சயமும் ஒன்றும் செய்யவில்லை. ஒருவேளை, தனக்குள் அப்படியொரு அம்சமே இல்லையோ என்று வியப்பாய் இருந்தது. அல்லது, இயல்பாகப் பூக்க வேண்டிய உணர்வு, தற்போதைய வேகத்தின் காரணமாக மந்தித்திருக்கலாம்; பின்னாளில் ஒரு தடவை பீறி எழப் போகிறது அது என்பது அப்போது நோர்புவுக்குத் தெரியாது.

சிறுவயதிலிருந்தே இருவரும் ஒன்றாய் வளர்ந்தவர்கள். நீராடுவதும், உண்பதும், விளையாடுவதும்கூட சேர்ந்தேதான். ஆனால், இருவரும் வளரவளர இனம்புரியாத திரையொன்று மத்தியில் விழுந்து, மெல்லமெல்லக் கனத்து வந்தது. இப்போது எதிரில் நிற்கும் பிம்பத்தின் அங்கங்கள் வளர்ந்திருக்கும் விதமாய் தான் நேரில்

பார்த்ததேயில்லை: இவற்றை யூகப்படுத்தித் தன் முன் நிறுத்திய வியக்தி எது என்ற திகைப்பு அடங்காமலே தொடர்ந்து நடந்தான்.

தானாய் வந்து முன் நின்ற பிம்பம் தானாகவே கரையவும், மடாலயத்தின் திறந்த நுழைவாயில் பார்வைக்குள் நுழையவும் சரியாய் இருந்தது.

வலசை வந்த சைபீரிய நாரை உள்ளூர் நாரையுடன் சிநேகிதமானது. சாவகாசமாக உரையாடிக்கொண்டிருந்தபோது, உள்ளூர்ப் பறவையைக் கேட்டது:

> *நாலைந்து மாதம்தானே தங்கப் போகிறேன். இதற்காக ஒரு கூடு கட்ட வேண்டுமா. உன்னுடையதில் தங்கிக்கொள்கிறேனே... என் முட்டைகளை பத்திரமாய்ப் பார்த்துக்கொள் போதும். உனக்கும் உன் குஞ்சுகளுக்கும் நான் தினசரி சாப்பாடு சேகரித்து வருகிறேன்.*

சதுப்புநிலப் புதர்களுக்குள் நுழைந்து, ஓயாமல் ஒலி எழுப்பும் குஞ்சுகளையும் முட்டைகளையும் புசிக்கும் பாம்புகள் நரிகள் கீரிகளிடமிருந்து காப்பது தொடர்பாகப் பெரும் விசனமுற்றிருந்த உள்ளூர்க்காரி சந்தோஷமாய் சம்மதித்தது...

உரிய காலம் வந்தது. விருந்தாளிப் பறவை தன் குஞ்சுகளோடு ஊர் திரும்பியது. உள்ளூர் நாரை பெற்றெடுத்த குஞ்சுகளும் தன்னிச்சையாய்ப் பறந்து போயின. கூடு வெறிச்சோடிப் போனது. தன்னந்தனியாய் உணர்ந்தது நாரை.

ஆனால், ஆகாயம் நோக்கி எழும்புவதற்கான வலு இறக்கைகளில் மிகமிகக் குறைந்துவிட்டிருந்தது. மீறி எழும் ஆவலை சோம்பல் அமுக்கியது. வசிக்கும் புதரைச் சுற்றியே இரைதேடும் துர்ப்பாக்கியவதி ஆகிப்போனது. ஊர் திரும்புவதற்கு ஓரிரு மாதம் முன்னால்,

> *வாரிசுகள்தாம் பெரியவர்களாகிவிட்டார்களே. வாயேன், என்னோடு கொஞ்சம் பறந்து திரியலாம்.*

என்று பிரியமாய் அழைத்த சைபீரியச் சிநேகிதியின் பேச்சைத் தட்டியது தவறோ என்று அவ்வப்போது தோன்றும். ஒரு கணம்தான்.

அடுத்த கணமே, தலைகுனிந்து புழுப் பொறுக்கக் கிளம்பும்.

ராஜஸ்தானிய நாடோடிக் கதை

05

முதல் தவறு, திருமணம் செய்துகொண்டது. இரண்டாவது தவறு, தீப்தியைத் திருமணம் செய்துகொண்டது. மூன்றாவது தவறு, அவளுடைய ஒரு சொல்லைக்கூட எதிர்த்துப் பேசத் திராணியில்லாத, குளிர் ரத்தப் பிராணியாய் இருந்து தொலைப்பது.

இவையெல்லாவற்றுக்கும் முந்தைய ஆதித் தவறு ஒன்று இருக்கிறது. ப்ரையன் சொன்ன அறிவுரையைக் கேட்காமல் விட்டது. ஆனால், அப்போதைய சூழ்நிலை அப்படி...

பட்டப்படிப்பு முடித்த சான்றிதழ் வாங்குவதற்காகக் கல்லூரிக்குப் போனபோது, அலுவலகத்தில் தகவல் சொன்னார்கள்:

> மிஸ்டர் மனோஜ் சாட்டர்ஜீ, நீங்கள் எப்போது வந்தாலும் தம்மை வந்து சந்திக்கக் கூறும்படி சொல்லியிருக்கிறார் மிஸ்டர். டேவிட் ஓ ப்ரையன்.

அவர் எதற்காக நம்மை வரச் சொல்லவேண்டும்? கடுகடுத்த அந்த முகத்தைப் பார்க்க வேண்டும் என்று நினைத்தபோது, தனக்குள் ஊறிய கசப்பு பலமடங்கு பெருகுவதை உணர்ந்தான். ஆனாலும், அவரைச் சந்திக்காமல் திரும்பிவிடலாம் என்று தோன்றவில்லை. அது ஏனென்றும் தெரியவில்லை.

போனான். பேராசிரியர்களின் ஓய்வறையில், பிரம்பாலான சாய்வுநாற்காலியில் சாவகாசமாய் அமர்ந்து, தினத்தாளில்

அமிழ்ந்திருந்தார் ப்ரையன். எப்போது வேண்டுமானாலும் விழுந்துவிடும்போல, நுனி மூக்கில் ஒட்டியிருந்தது கண்ணாடி. விஸ்தாரமான கூடத்தின் வாசலையொட்டி அமர்ந்திருந்தார். நிழலாடுவதை உணர்ந்தவர்போல, தலை நிமிர்த்தினார்.

ஹெல்லோ ஜென்ட்டில்மேன்!

என்று உரத்து வரவேற்றார். ஆச்சரியமும் அதிர்ச்சியும் இவனை ஒருசேரத் தாக்கின. ப்ரையனுக்குப் புன்னகைக்கத் தெரியுமா என்ன! குரலில்தான் எவ்வளவு உற்சாகம்! அவருடைய மலர்ந்த முகத்தில், இவன் எப்போதுமே கண்டிராத தனியொரு அழகு மிளிர்வதாய்த் தோன்றியது. தினத்தாளை நேர்த்தியாக மடித்து, மேஜையில் வைத்து, அதன்மேல் ஒரு கண்ணாடிப் பளுவையும் கிடத்திவிட்டு சாவதானமாய் எழுந்தார். இவனை நெருங்கி, வலது கையை நீட்டினார். இவன் இரண்டு கையாலும் பற்றிக் குலுக்கினான். பார்த்த நொடியிலிருந்து, கைகுலுக்கிய நொடிக்குள், பட்டப்படிப்பின் மொத்தக் காலமும் தனக்குள் முழுக்க ஓடி முடிந்தமாதிரி உணர்ந்தான் மனோஜ்.

தோளில் கைபதித்து மெல்ல வாசலை நோக்கி நடத்தினார். வெட்டவெளிக்கு வந்ததும், பாண்ட் பாக்கெட்டிலிருந்து எடுத்த எவர்சில்வர் சிகரெட் பெட்டியை இவனை நோக்கி நீட்டினார்.

இல்லை ஸார். நான் புகைப்பதில்லை.

என்று விநயமாக மறுத்தான். தமக்கு ஒன்றை உருவியவாறு,

என்றாவது புகைப்பவனாக மாறும்போது, என்னை நினைத்துக்கொள்!

என்று குறும்பாக ஆரூடம் சொன்னார்!!...

இப்போது, பூங்காவின் சிமெண்ட்டுப் பெஞ்சில் படுத்திருந்த மனோஜ் ஆவேசம் வந்தவன்போலத் துள்ளி எழுந்து, சட்டைப்பையிலிருந்து எடுத்த சிகரெட்டைப் பற்றவைத்தான். சுருள் சுருளாக வெளியேறிய புகையின் ஒவ்வொரு வளையத்திலும் அன்றைய காட்சியின் ஒவ்வொரு துணுக்கு உயிருடன் அசைகிற மாதிரி இருந்தது. மாறாத பின்னணிச் சித்திரமாக, ப்ரையனின் குறும்பு முகம் நின்றது...

சான்றிதழ் வாங்கிவிட்டாயா?

ப்ரையனிடம் இது ஒரு ஆச்சரியம். வங்காளிகளைவிட சுத்தமாக வங்காளி பேசுவார். இவர்களால் அவரளவு சுவாதீனமாக ஆங்கிலம் பேச முடியாது!

ஆமாம் ஸர்.

அடுத்து என்ன செய்வதாக உத்தேசம்?...

பேசாமல் இருந்தான்.

...கொல்கத்தாவில் இருக்கும் பிரசித்திபெற்ற கல்லூரிகள் மூன்றில் எனக்கு செல்வாக்கு உண்டு; என் நண்பர்கள் துறைத்தலைவர்களாய் இருக்கிறார்கள்...

என்றார் ப்ரையன். இதை எதற்காகத் தன்னிடம் சொல்கிறார் என்று ஒரு கணம் வியந்தபடி,

அப்படியா ஸர்!

என்று அமரிக்கையாய் பதிலளித்தான்.

...இந்த வருடத்துடன் நான் ஓய்வுபெறுகிறேன், தெரியுமல்லவா!...

தலையாட்டினான்.

...இங்கிலாந்து திரும்பிவிடப் போகிறேன். இனிமேல் இவனிடமிருந்து சிபாரிசு வராது என்று என் நண்பர்களுக்குத் தெரியும். கடைசி வாய்ப்பு என்பதால் தட்டாமல் செய்வார்கள்! எந்தக் கல்லூரி உனக்கு வசதி என்று சொல்லு. நான் கடிதம் தருகிறேன்.

தொடர்ந்து ஒரு புகைக்கொத்தை வெளியேற்றினார். அதன் அடர்த்திக்கு வாய் போதாது என்கிற மாதிரி நாசித்துவாரங்களும் வழி தந்து உதவின. ஒரு மூச்சில் இவ்வளவு புகையையா உள்ளே இழுக்கிறார்!

தன்னையும் தான் புகைப்பதையும் உறுத்துப் பார்த்துக்கொண்டு நின்ற மனோஜை வெறித்தார் ப்ரையன். ஏதோ நினைவுவந்தவர் மாதிரி,

மனோஜ், நம் கல்லூரியின் ஸைக்காலஜி துறைத் தலைவர் சௌமித்ரா ஸாஹாவைத் தெரியுமில்லையா!

ஆமாம்.

குறுந்தாடியும், கருநிறப் பைப்பும், சங்கீதக்காரன்போலப் பின்தலையில் வளர்ந்து தொங்கும் சிகையும், துளி அழுக்குத் தெரியாத வெண்ணிறப் பைஜாமா குர்த்தாவுமாகக் கல்லூரிக்குள் வலம் வரும் உருவம் மனக்கண்ணில் எழுந்தது.

நானும் அவனும் ஒரே நாளில்தான் பணிக்குச் சேர்ந்தோம், தெரியுமா?

அப்படியா ஸர்!

ஆமாம், ஸிக்மண் ஃப்ராய்டை தன் சொந்தப் பெரியப்பா மகன் என்று நினைத்துக்கொள்வான், பாவம்!...

'அட, ப்ரையனுக்கு நகைச்சுவை உணர்வுகூட இருக்கிறது!' என்று இவனுக்குள் சிரிப்பு ஊறியது. தனது ஹாஸ்யத்துக்குத் தானும் சிரித்துக்கொண்டே அடுத்த கொத்துப் புகையை வெளியேற்றினார் ப்ரையன்.

...சூரியனுக்குக் கீழே இருக்கிற சகலமும் ஆண்-பெண் உறவை உத்தேசித்துப் படைக்கப்பட்டவைதாம்; அதன் பிரதிபலிப்புகள்தாம் என்று அழுத்தமாக நம்புகிற அப்பாவி. நடைமுறை அனுபவங்களைவிடவும் கோட்பாடுகள் உசத்தியானவை என்று நினைக்கிறவன். 'அது சரி, இப்போது நீயும் நானும் பேசிக்கொண்டிருக்கிறோமே, இதிலே ஆண்-பெண் உறவு எங்கே வந்தது அப்பனே?' என்று ஒரு தடவை கேட்டேன். கிட்டத்தட்ட முக்கால் மணிநேரம் பொழிந்து தள்ளினான். நம்மைப் போன்ற பாமரர்களுக்கு ஒரு இழவும் புரியாது. அதனால்தான் அவனுடைய வகுப்புகளை நினைத்து மாணவர்கள் மிரள்கிறார்கள்; நிர்வாகத்துக்கு அவனை மிகவும் பிடித்திருப்பதற்குக் காரணமும் அதுவேதான்!!...

இருவரும் சிரித்தார்கள். சிகரெட் தீர்ந்துவிட்டது. மீதத் துண்டை நிதானமாகக் காலடியில் போட்டு அழுத்தினார். அதன் தொடர்ச்சிபோல, அடுத்த சிகரெட்டை எடுத்துப் பற்ற வைத்தார்.

...ஆனால், அவன் சொன்ன விஷயங்களில் ஒன்று மட்டும் என்னை வெகுவாக வசீகரித்தது. அதையும் சொல்லட்டுமா, போர் அடிக்கவில்லையே!

அட. தாராளமாய்ச் சொல்லலாம் ஸர்.

என்னுடைய ஏழாவது வயதில் அம்மா இறந்துவிட்டாள். அப்பா இன்னொரு திருமணம் செய்துகொண்டார். புதிதாக வந்த பெண்மணி என்னை அன்பாகவே நடத்தினார். ஆனாலும், அவர் என்னுடைய தாய் இல்லை என்ற நினைப்பு எனக்குள் திமிறிக்கொண்டேயிருக்கும். எதிர்ப்பு எதுவும் காட்டமாட்டேன்; என்றாலும், ஒட்டுதலும் இல்லாமல்தான் இருந்தேன். பதினாறு வயதில் சிகரெட் பிடிக்கும் பழக்கம் தொற்றியது. இந்தியக் கலாசாரம் போன்றதில்லையே எங்களுடையது... குடியோ புகையோ கண்டிக்கத் தக்கவை அல்லவே. அப்பா தாராளமாகப் பாக்கெட் மணி தருவார். சிகரெட் பிடிக்கும்போது மனத்தில் நிரம்பும் அமைதி அலாதியானதாய் இருந்தது...

எதற்காக இதைச் சொல்ல ஆரம்பித்தார், எங்கே செல்ல முனைகிறார் என்று குழம்பினான். நல்லவேளை, அடுத்த வாக்கியத்திலேயே கோத்துவிட்டார்.

...சௌமித்ராவும் பெரும் புகைஞன்தான். என்ன, மேற்கத்தியப் பிரபுக்கள் மாதிரி, பைப் பிடிப்பான். நான் சராசரி வந்தேறி-வங்காளிதானே. சிகரெட்டோடு நிறுத்திக் கொண்டேன்! சுமி ஒரு தடவை சொன்னாள்: சிகரெட்டை உறிஞ்சுவது தாயிடம் முலையருந்துவது போன்ற காரியமாம். பால்யம் தொடர்பான நினைவேக்கம் காரணமாகவே ஒருவன் புகைப்பவனாகிறான் என்று சொன்னாள். அப்போதைக்குச் சிரிக்கத்தான் செய்தேன். அவன் அதைப் பொருட்படுத்தவில்லை; அவன் ஏன் புகைக்கிறான் என்று விசாரிக்கவும் இல்லை...

ஓரிரு முறை புகை வெளியேறும்வரை மௌனமாய் இருந்தார். அப்புறம் சொன்னார்:

> ... ஆனால், அந்த உரையாடலுக்குப் பிறகு, முதலாவது சிகரெட்டைப் பற்ற வைத்தபோது என்ன நடந்தது தெரியுமா?

குறுகுறுவென்று பார்த்தார். இவன் அவர் கண்களையே பார்த்துக்கொண்டிருந்தான். பழுப்பு நிறத்தில் ஒளிரும் பூனைக் கண்கள்.

> ஸர்.
>
> சிகரெட் புகையின் மணத்துக்கு பதிலாக, என் அம்மா அழுத்தமாகப் பூசிக்கொள்ளும் யூடி கொலோன் மணம் எழுந்தது. ஏழு வயதில் நான் இழந்த மணம்...

இருவரும் அமைதியாய் இருந்தார்கள்.

> ...அது சரி, நான் கேட்டதற்கு பதில் சொல்லவில்லையே இன்னும்?

என்று நினைவூட்டினார் ப்ரையன். நெஞ்சில் திரண்ட பந்து தொண்டைக்குழியை அடைத்தது. செருமி அதை அகற்ற முயன்றான். வலுவனைத்தையும் திரட்டி,

> அதற்கான அவசியம் இருக்காது, ஸர்.
>
> என்ன சொல்கிறாய்?

ப்ரையன் குரலில் இதுவரை இருந்த நிதானம் இல்லை. முகத்திலும் செந்நிறமாய் அதிர்ச்சி பரவியது.

> குடும்பச் சூழ்நிலை உகந்ததாக இல்லை...
>
> இத்தனை வருடங்களாக உன்னைப் பார்த்துவருகிறேன், வறியவன் என்று தோன்றியதே இல்லையே!
>
> வறுமை என்று இல்லை ஸர். அவர்கள் மேற்கொண்டு படி என்றுதான் சொல்கிறார்கள். உள்ளூர எதுவோ தடுக்கிறது என்னை. தவிர, என் மனநிலையுமே வெகுவாகக்

குலைந்திருக்கிறது...

தொடர்ந்து காக்காவின் அகால மரணம், நண்பரைப் பிரிந்திருக்க முடியாமல் அப்பாவும் பின்தொடர்ந்தது, அண்ணனின் இளம் தோள்கள்மீது நீண்டகாலம் சாய்ந்திருப்பது முறையில்லை என தான் உணர்வது... வரிசையாய் அடுக்கிக்கொண்டே போனான். குறுக்கிடாமல் கேட்டுக்கொண்டிருந்த ப்ரையன், மூன்றாவது சிகரெட்டைப் பற்றவைத்தார்.

மனோஜ், நீ தவறாகப் புரிந்துகொள்ளவில்லையென்றால், ஒன்று சொல்லட்டுமா?

ப்ளீஸ், ஸர்.

கல்விச் செலவுக்கு உதவித்தொகை ஈட்டுவது பெரிய காரியமில்லை. உயர்தரமான உன்னுடைய மதிப்பெண்களுக்கு, பல்கலைக்கழகத்திலேயே விண்ணப்பிக்கலாம். அது வரும்வரையோ, அல்லது, நிராகரிக்கப்பட்டால், கடைசிவரையோ உன் படிப்புச் செலவை நான் பார்த்துக்கொள்கிறேன். என்னை உன் தகப்பனாகவோ, சகோதரனாகவோ, நண்பனாகவோ எப்படி வேண்டுமானாலும் வரித்துக்கொள்ளலாம். அல்லது, இத்தனை நாள் அடிமைப்படுத்தி வைத்திருந்த எதிரி இனத்தின் மனசாட்சியாகக்கூட வைத்துக்கொள்ளேன்! என் பங்குக்கு, இத்தனை காலம் என் வாழ்வாதாரமாய் விளங்கிய சமூகத்துக்கு என்னாலான சிறு கைம்மாறு என்று நான் நினைத்துக்கொள்வேன்...!

புன்னகைத்தார். அடிபட்ட மனத்தின் பலவீனமான புன்னகை என்று இவனுக்குப் பட்டது. தயங்கித் தணிந்த குரலில் பதில் சொன்னான்:

நன்றி ஸர். மனமார்ந்த நன்றி. உடனடியாய் என்னால் பதில் சொல்ல முடியவில்லை. கொஞ்சம் அவகாசம் கொடுத்தால்...

இல்லை, நண்பனே. நீ கேட்கும் அவகாசம், உன் முடிவைப் பரிசீலனை செய்வதற்காக அல்ல; இன்னும் பொருத்தமான சொற்களில் மறுப்புத் தெரிவிக்கத்தான். உன் கண்களில்

தெரியும் உறுதி அப்படித்தான் சொல்கிறது. நான் வற்புறுத்த மாட்டேன். உன் வாழ்க்கை, உன் தேர்வு. ஆனால், உன்மீது இவ்வளவு அக்கறை ஏன் காட்டுகிறேன் என்பதற்குக் காரணமாவது சொல்லவேண்டாமா. உனக்கு ஒரு சம்பவத்தை நினைவூட்ட விரும்புகிறேன்...

அந்த வகுப்பு ப்ரையனின் சொற்களில் காட்சியாக விரிந்தது. வாரம் ஒருநாள், சேர்ந்தாற்போல இரண்டு வகுப்புகள் உண்டு அவருக்கு. இரட்டை வகுப்பை, ஆங்கிலப் பேச்சுப் பயிற்சிக்காக ஒதுக்கிவிடுவார். ஒவ்வொரு மாணவரும் இரண்டு அல்லது மூன்று நிமிடங்கள் பேச வேண்டும். வாக்கியப் பிழைகளை, வார்த்தைத் தேர்வைக் குறித்தும், பேச்சுமொழியை மேம்படுத்திக்கொள்வது குறித்தும் ஆலோசனைகள் சொல்வார்... அன்றைய வகுப்பில், 'என்னவாக விரும்புகிறேன்' என்று தலைப்பு. அன்று புறப்பட்ட பொறியாளர்களும், மருத்துவர்களும், வழக்கறிஞர்களும் பேராசிரியர்களும் அவரவர் கனவை எய்தி, நேர்மையாகத் தொழில் நடத்தியிருந்தால், ஒட்டுமொத்த இந்தியா என்றில்லாவிட்டாலும், வங்காளத்தின் ஒரு பகுதியாவது எவ்வளவோ உருப்பட்டிருக்கும்...!

இரண்டு பேர் மட்டும்தான் வித்தியாசமான கனவுகளை வைத்திருந்தவர்கள். ஒருவன் நிர்மல் பாஸு. திரைப்பட நடிகனாகும் திட்டமிருப்பதாகச் சொன்னான். இரண்டு வருடங்களுக்கு முன்னால் சந்தித்த இன்னொரு நண்பனிடம் அவனைப் பற்றி விசாரித்தபோது, நிர்மல் சோனாகாச்சி பகுதியில் தொழில் நடத்துகிறான் என்று தெரிவித்தான்.

அடுத்து, இவன். ஏதேனுமொரு கல்லூரியில் ஆசிரியப்பணி புரிய விரும்புவதாகச் சொன்னான். ஆனால், அது ஜீவனோபாயத்துக்காக மட்டுமே; உண்மையான கனவு எழுத்தாளனாவது என்பதை வெளிப்படையாய்ச் சொல்லவில்லை. என்றாலும், உரையின் பின்புலமாக இருந்தது அந்தக் கனவுதான்.

...அன்றைக்கு உன் பேச்சில் குறையெதுவும் நான் சுட்டவில்லை நினைவிருக்கிறதா!

ஆமாம், ஸர்.

உன்னுடைய சொற்தேர்வும், வாக்கிய அமைப்பும் அத்தனை அற்புதமாய் இருந்தன... அப்புறம், வகுப்பு முடிந்ததும் உன்னைத் தனியாய் அழைத்துப் பேசினேன்.

ஆமாம், ஸர்.

உன் கனவைப் பற்றி, சுருக்கமான சொற்களில் என்னிடம் விவரித்தாய். வெறும் மேம்போக்கான கனவு அல்ல, கைக்கெட்டும் தூரத்தில் இருக்கும் நனவேதான் அது என்று எனக்குப் பட்டது. அதனால்தான், இத்தனை மெனக்கெடுகிறேன்.

தாங்க் யூ ஸர்.

நீயானால் துறவிபோலப் பேசுகிறாய்...

அப்படியொரு உத்தேசமே தனக்குக் கிடையாதே, எதனால் இப்படிப் புரிந்துகொண்டார் என்று திகைத்தான். நல்லவேளை, அவரே விளக்கினார்.

...பின்னே, வேறு எதைக் கைவிடுவதைக் காட்டிலும், இளமைக் கனவுகளைத் துறப்பதுதான் மிகமிகக் கடினமானது, நண்பனே.

அந்த வேளையின் கடைசி சிகரெட்டைப் பற்றவைத்தபடி, எழுந்தார்.

பின்னர் அவரைத் தொடர்புகொள்ளவோ, தனது விருப்பமின்மையை நேரடியாய்த் தெரிவிக்கவோ தோன்றவில்லை. அடுத்த ஓரிரு மாதங்களில் தாயகம் திரும்பிவிட்டார் என்று கேள்விப்பட்டபோது, மனம் சற்றுத் தொய்ந்தது. பின்னாட்களில் அவரது நினைவு வரும்போதெல்லாம், தொய்வு இன்னும் கொஞ்சம் ஆழப்படும்; மேற்கொண்டு நாட்கள் செல்லச் செல்ல, அப்படியொரு பள்ளம் இருந்ததே உறைக்காத அளவு சிந்தை மரத்துவிட்டது...

அன்று காக்காவின் மரணத்தைப் பற்றி விவரித்தபோது, தமது வழக்கமான நிதானத்துடன் ப்ரையன் உதிர்த்த வாக்கியம் இன்றுவரை அழியாமல் பதிந்திருக்கிறது:

இப்போதைய கலவரத்தைப் பொருட்படுத்த வேண்டியதில்லை

> நண்பனே. இதை முன்னிட்டு உன் எதிர்காலத்தைக் கெடுத்துக்கொள்ளாதே. எத்தனையோ போர்கள், படுகொலைகள், பஞ்சங்கள், அடிமைவாழ்வு, அதிகார அமர்க்களங்களைத் தாண்டித்தான் இன்றைய நிலைக்கு வந்திருக்கிறது மனிதகுலம். காட்டுவழியில் நடக்கும் யானை மாதிரி. கொசுக்கடி பாவிக்காது அதற்கு... இதையும் தாண்டிப் போகும். அணுகுண்டுத் தாக்குதலையே தாங்கவில்லையா!

ஊருக்குத் திரும்பிவரும் வழியில், சட்டென்று ஒரு எண்ணம் உதித்தது: யோசித்துப் பார்த்தால், ஒட்டுமொத்த மனிதகுலமென்ன, தனிமனித வாழ்க்கையேகூட அப்படித்தானே நகர்கிறது. உயிரிழப்பு ஒன்றைத் தவிர, பிற அத்தனை இழப்புகளையும் தன்னியல்பாய் விழுங்கிச் செரித்து நகரவில்லையா வாழ்க்கை?...

பின்னரும், பலதடவை, ப்ரையனுடன் பேசிக்கொண்டிருந்த காட்சி மனத்தின் திரையில் மீண்டும் மீண்டும் எழும். மேற்படி உரையாடலின் பகுதியாய் சௌமித்ரா ஸாஹாவின் முகமும் வந்துபோகும். அபூர்வமாக ஒருமுறை, கல்லூரி அரங்கத்தில் அவருடைய உரையைக் கேட்டது நினைவு வந்தது. முழு உரையுமோ, எதையொட்டி அது ஏற்பாடாகியிருந்தது என்பதோ, தன்னருகில் உட்கார்ந்திருந்தது ரிஷான்தானா, வேறு யாருமா என்பதெல்லாமோ எதுவுமே நினைவிலில்லை. அல்லது, ரிஷான் கல்லூரிப் படிப்பை நிறுத்திக்கொண்டதுக்குப் பிறகு நடந்த நிகழ்ச்சியாய்க்கூட இருக்கலாம். உரையினிடையே அவர் எடுத்துச்சொன்ன மேற்கோள் மட்டும் பசுமையாய் நினைவிருக்கிறது. ஏதோ ஒரு உபநிஷத்தின் பெயர் சொல்லி, அதில் உள்ள சுலோகம் என்கிறமாதிரி விளக்கிய ஞாபகம்.

> இரண்டு பறவைகள் இருக்கின்றன. ஒன்று மேல் கிளையில். மற்றது கீழ்க் கிளையில். கீழ்க் கிளைப் பறவை ஒரு பழத்தை ருசித்து உண்கிறது. மேல் கிளைப் பறவை அதை வேடிக்கை பார்த்தவாறிருக்கிறது...

அவர் பறவை என்று பொதுவாகச் சொன்னாரா, கிளி என்று குறிப்பாகச் சொன்னாரா என்பது மறந்துவிட்டது; அல்லது,

குருவி என்றாரோ. எப்படியோ, ப்ரையனும் சௌமித்ராவுமே அந்தப் பறவைகளோ என்று ஒருதடவை; தானும் ரிஷானும் என்று இன்னொரு தடவை; தானும் தீப்தியுமேதான் என்று ஒரு தடவை; இல்லை இல்லை, நிம்மி அண்ணியும் தீப்தியும் என்று மற்றொரு தடவை. பறவைகளும் இணைகளும் மாறிமாறி உருக்கொள்ளும்போதும், ஒருவர் செயல்படுவதும் இன்னொருவர் வேடிக்கை பார்ப்பதும் என்ற நியமம் மட்டும் மாறவேயில்லை...

‘இப்போது நான் இப்படி யோசிப்பதைக்கூட இன்னொரு நபர் வேடிக்கை பார்த்துக்கொண்டிருப்பானோ!' என்று தானாய் எழுந்த கேள்வியையொட்டி, உடல் தானாகவே சொடுக்கிக்கொண்டது.

ஒருமுறை, புத்த பகவான் தமது சீடர்களுடன் கங்கைக்கரை வந்தடைந்தார். மறுகரைக்குக் கூட்டிச்செல்ல வேண்டுமானால், கூலி தரவேண்டும் என்றான் படகோட்டிகளின் தலைவன். 'அட, நானும் எதிர்க்கரை கூட்டிச் செல்பவன்தானப்பா. அதற்கு சன்மானம் ஏதும் வாங்குவதில்லை' என்று சிரித்தார் பகவான். அருகில் இருந்த தலைமைச்சீடர் ஆனந்தர், 'சந்யாசியிடம் ஏது பணம்!' என்று தாமும் சிரித்தார். மற்ற பிக்குகளும் சிரித்தார்கள்.

மற்றவன் உடன்படவில்லை. இவர்கள் சிரித்ததுகூடக் காரணமாய் இருக்கலாம்! இதற்கிடையில், மேற்சொன்ன உரையாடலைக் கேட்டுக்கொண்டிருந்த பிற படகோட்டிகள், தாமாகவே உதவ முன்வந்தனர்.

சீடத் துறவிகளில் சிலர், அந்தரத்திலிருந்து இறங்கி வந்தார்கள்; இன்னும் சிலர், நடு ஆற்றுக்கு நடந்து வந்து ஏறிக்கொண்டார்கள்; வேறு சிலர், முன்னமே எதிர்க்கரை சேர்ந்திருந்தார்கள்.

படகோட்டிகளின் தலைவன் மிரண்டுபோனான். தன்னையும் 'எதிர்க்கரை' சேர்க்கவேண்டும் என்ற விண்ணப்பத்துடன் புத்தரைப் பணிந்து வணங்கினான்.

பௌத்தக் குறுங்கதை

06

ஆரம்பத்தில் இங்கே உள்ள உணவு முறை அதிர்ச்சியாக இருந்தது. இரண்டு வேளைதான் சாப்பாடு. உச்சிவேளைக்குச் சற்றுமுன், ஆளுக்கொரு கப்பரையுடன் மைய அறை முன்னால்

உள்ள திறந்த வெளியில் குழும வேண்டும். கஞ்சிக்கும் கூழுக்கும் இடையிலான பதத்தில் ஐந்தாறு கரண்டி ஊற்றுவார்கள். வேகவைத்த காய்கறிகள் மிதக்கும் உணவு. சற்று மிதமான அளவிலேயே உப்பிட்டிருப்பார்கள். அதாவது, சேகரித்து வரும் சாப்பாட்டில் சேர்ந்திருக்கும் உப்பின் விளைவு அது.

பிட்சைக்குச் சென்றுவரும் துறவிகள் கொண்டுவரும் சாப்பாட்டை மொத்தமாய் ஒரு மரத்தொட்டியில் கொட்டி, போதுமான அளவு வேண்டும் என்பதற்காக, மடாலயத்தில் புதிதாகச் சமைத்ததையும் அதனுடன் கலந்து தயார் செய்த உணவு. பிரத்தியேக ருசியும் மணமும் கொண்டது! தலைமைத் துறவி முதல், புதிதாகச் சேர்ந்தவன்வரை இதே உணவுதான். மருத்துவத்துக்காக வந்து தங்கியிருக்கும் நோயாளிகளுக்கும், அவர்களுக்குத் துணையாக வந்தவர்களுக்கும் மட்டுமே புதிதாய்ச் சமைத்த உணவு. அதன் ருசி என்ன என்பதுகூட, இளம் துறவிகளுக்குத் தெரியாது.

எதற்காக இப்படிச் செய்கிறார்கள் என்று பலநாள் யோசித்து, தானாக ஒரு காரணம் கண்டுபிடித்தான். உணவின் ருசியைப் பறித்தெடுப்பதற்கான வேலை அது. உண்மையில் துறவு என்பதே, புலன்கள் விழையும் ருசிகளை நிராகரிப்பதுதானோ என்றுகூட யோசித்தான். தேவையும் ருசியும் நிஜமாகவே ஒன்றுக்கொன்று எதிரானவைதாமா? ஆனால், இன்னொரு சமன்பாடும் இருக்கத்தான் செய்கிறது - ருசியை உணர்வதுதான் நாக்கே தவிர, ருசியை அடையாளம் வைத்திருப்பதும், மீண்டும் மீண்டும் விழைவதும் மனம்தான் அல்லவா.

ஆனால், மடாலய உணவில், புது ருசியொன்று உதயமாவதை உணர முடிந்தது. கதம்பமான ருசி. சிறுகச் சிறுக அந்த மணத்துக்கும் சுவைக்கும் தான் பழகிவருவதையும்தான். ஒருவேளை, எதைச் சுவைத்தாலும் அற்புதமாய் உணருமளவு பசி முற்றிய பிறகுதான் மேற்படிப் பதத்தில் உள்ள சமாசாரத்தை உண்ணக் கிடைத்தது என்பதால்தானோ என்னவோ!

மதிய உணவு, முற்றிலும் வேறுவிதமானது. பின்மதியம் தீரும் தறுவாயில் வழங்குவார்கள். வெறும் அரிசிக் கஞ்சியேதான். அதிலும்கூட, முறைப்படி தீட்சை வழங்கியதற்கு அப்புறம் வழங்கப்பட்ட கஞ்சி இன்னும் வேறுவிதமாய் இருந்தது. முழுக்க

முழுக்க உப்பும் உறைப்பும் அற்ற திடதிரவம். நாலைந்து நாட்களில் அந்த ருசியும் பழகி விட்டது. மனமும் உடலும் பழக்கப்படும் வேகத்தை எண்ணி பிரமிப்பாய் இருந்தது. ஆனால், ஆரம்ப காலத்தில், அடிக்கடி என்றில்லாவிட்டாலும், எப்போதாவது ஒரு தடவை, மாளிகைச் சாப்பாட்டுக்குப் பழகிய வயிறும் நாவும் ரகளை செய்தன. அந்த நாட்களில், முழுக் கவனமும் சாப்பாட்டில் குவிந்திருந்ததோ என்னவோ.

வந்த புதிதில், புது இடத்தின் சகல அம்சங்களுமே நூதனமாகவும், கவனத்தை மொத்தமாக ஈர்த்துக்கொள்பவையாகவும் இருந்தன. அதிகாலையும் பின்னிரவும்கூட மாளிகையில் நிகழ்ந்தவிதமாக இல்லை. அப்புறம், ஒரு நொடிகூட வேளை பிறழாத நியமங்கள். மடாலய வாசத்தின் சிறப்பியல்பு அது. விடிகாலையில் எழுந்து ஒரு நிமிடமும் ஓயாமல் ஏதோ செய்துகொண்டேயிருப்பானா, மணியொலிக்காகக் காத்திருக்கும் இரைப்பை, ஆனந்தமாக வாங்கிக்கொள்ளும். ஆமாம், உறக்கம் கலைந்த விநாடி முதல், இமைப்பொழுதும் ஓய்வின்றி வேலை இருந்துகொண்டிருக்கும்.

மடாலய வளாகத்தினுள் உள்ள காய்கறித் தோட்டம் மிகப் பெரியது. களை நீக்க, நீர் வார்க்க, காய் பறிக்க என்று ஒரு குழு வேலை செய்யும். சற்றுத் தொலைவில் உள்ள வயலில் பார்லியும் நெல்லும் விளைவிப்பதில் இன்னொரு குழு ஈடுபடும்.

சூரணங்களும் லேகியங்களும் கஷாயங்களும் தைலங்களும் தயார் செய்வது மற்றொரு குழுவின் பணி. இங்குள்ள தேவைக்கு மட்டுமின்றி வேறு பிரதேசங்களில் உள்ள மடாலயங்களில் கோரிக்கைக்கும் சேர்த்து, பிரம்மாண்டமான அளவுகளில் அவை தயாராகும்.

பொதுஜனங்களில் யாருக்கு உடல்நலம் கெட்டாலும் மடாலயத்துக்குத்தான் வருவார்கள். பிராந்தியத்திலேயே மிகப்பெரிய மருத்துவமனை கொண்ட மடாலயம் இது. அரசகுலத்தவர்களிலேயே மிகப் பலருக்கு இங்கே வைத்தியம் பார்த்தது உண்டு. என்ன, அவர்கள் வரும்போதும் சரி, திரும்பிப்போன பிறகும் சரி, அவர்கள் அரசகுலத்தவர் என்பது யாருக்குமே தெரியவராது - அவர்களுக்கு வந்திருக்கும் நோய் இன்னது என்றும்தான். சிகிச்சை பலனளிக்காது இறந்துவிடுகிறவர்களை மூன்றாம் பேர் அறியாமல் அரண்மனைக்கு

அனுப்பிவைப்பார்களாம். சொஸ்தமாகித் திரும்பியவர்கள் அனுப்பிவைக்கும் மானியங்களும் வெகுமதிகளும் புத்தம்புதிய காஷாய உடைகள், மரக் கலங்களும் வந்துசேரும்போது தெரியவரும் - உயர்தட்டுப் பிரமுகர் யாரோ வந்துபோயிருக்கிறார் என்பது.

வெளியுலக வைத்தியர்களின் கணிப்புப் பிரகாரம் சுகப்பிரசவத்துக்கு வாய்ப்பில்லை என்று கண்டறியப்பட்ட கர்ப்பிணிகள் வந்து தங்கி, சிரமமேயின்றிப் பிரசவித்துப் போவதும் உண்டு. மடாலயத்துக்குள் பெண்களின் வருகை அந்தமட்டோடு சரி.

'நோய் என்று வந்தபிறகு, பெண்ணென்ன ஆணென்ன!' என்று வைத்தியசாலைப் பொறுப்பாளராயிருந்த குரு ஒருமுறை சொன்னார்... தீவிர நோய்களோடு வரும் உள்நோயாளிகளை அனுமதிக்கவும் பேணவும் தனிக் கட்டடம் இருக்கிறது...

வைத்தியம் பார்க்கவும், வேளை தவறாமல் மருந்துகள் அளிக்கவும், ஔஷதங்கள் தயாரிக்கவும், நோயாளிகளுக்கான பத்திய உணவு சமைக்கவும், நோய் தீர்ந்தவர்களை வீட்டுக்கு அனுப்பும்வரை கண்காணித்துப் பராமரிக்கவுமான பணிகளுக்கு தனித்தனி உட்குழுக்கள் கொண்ட மற்றொரு குழு.

கிரந்தங்களைப் பிரதியெடுக்கவும், உச்சாடன முறைகளைப் பயிற்றுவிக்கவும், பிரார்த்தனைக்கூடத்தை நிர்வகிக்கவும் இன்னொரு குழு.

அத்தனைபேருமே சருகுபோல லகுவாகவும் காற்றுப்போல விசையாகவும் தேனீபோலப் பரபரப்பாகவும் தியானத்தில்போல கவனம் குவித்தவர்களாகவும் அவரவருக்குள் அமிழ்ந்திருப்பார்கள் - அரும்புப் பருவத்தை மெல்லமெல்ல இழந்துவரும் பகல், தனது மென்னிதழ்களை உதிர்த்து, பிஞ்சாகும் மார்க்கத்துக்கு நகர்ந்துவிட்டதை அறியாதவர்கள்போல, அல்லது அறிந்தும் பொருட்படுத்தாதவர்கள்போல.

மழுங்கச் சிரைத்த சில நூற்றுச் சொச்சம் தலைகளைப் பார்ப்பதே விசித்திரமாக இருந்தது, ஆரம்பத்தில். பரிணாமத்தின் பாதையில், ஒட்டுமொத்த மனிதகுலமே சிகையை இழந்துவிட்டதுபோலப் பட்டது - மடாலயமே பேரண்டம் என்ற கற்பிதம் தனக்குள்

உதித்ததன் விளைவே அது என்று ஒரு நாள் தோன்றியது. அன்று முழுவதும், அடக்க முடியாமல் புன்னகை பூத்தவண்ணம் இருந்தது. சூழ்நிலையின் காந்தத்தன்மை எத்தனை துரிதமாக உள்ளிழுத்துவிட்டது தன்னை என்ற வியப்பு வெகுகாலம் நீடித்திருந்தது நோர்புவுக்குள்...

தீட்சை பெற்ற சாதுக்களுக்கு உணவு தயாரிக்க தனிக்குழு இருந்தது. அந்தக் குழுவில் இடம்பெற்றவர்கள் அனைவருமே தீட்சை பெற்றவர்கள்...

இவனைப்போன்ற புதியவர்களுக்கு வளாகத்தைச் சுத்தம் செய்யும் பணி. மரங்கள் நிறைந்த வளாகம். பின்புலமாக, அடர்ந்த வனம் இருந்தது. துடைக்கத் துடைக்கச் சருகுகள் படிந்தவாறே இருக்கும். ஆரம்ப நாட்களில் காற்றை விரோதியாகப் பார்த்திருக்கிறான் நோர்பு! தனது நிஜமான யுத்தம் குப்பைகளுடன் அல்ல, காற்றுடன்தானோ என்று கலங்கியிருக்கிறான். துடைத்த இடத்தில் குப்பையை வாரிக் கொட்ட முரட்டுக் குழந்தையின் ஆர்வத்துடன் முனையும் காற்றை யாரும் ஏதும் செய்வதற்கில்லையே என்று ஆற்றாமை பெருகும்...

இரண்டே மாதம். குழு மாற்றும் வைபவம் நிகழ்ந்தேறியது. மடாலயக் குழுக்களில் எதுவுமே நிரந்தரமானது அல்ல. நாலைந்து மாதத்துக்கொருமுறை மாற்றியமைப்பார்கள். தைலம் காய்ச்சவும், சூரணம் இடிக்கவும் ஏற்பட்ட குழுவின் வால்பகுதியில், பயிற்சியாளனாக இணைக்கப்பட்டான். மூத்த துறவிகள் வளாகத்தைக் கூட்டிப் பெருக்கவும், இளையவர்கள் வைத்தியசாலைக்கும் இடம்பெயர்ந்த மாத்திரத்தில், மடாலயத்தின் மீதான மரியாதையும் நம்பிக்கையும் பற்றும் பலமடங்கு உயர்ந்தன.

அடுத்த தவணையில், சமையல்குழுவில் அங்கம் வகித்தான். பச்சைக் காய்கறிகளைச் சுத்தம் செய்வதும், ஒரே சீராக நறுக்குவதும், தைலம் வடிக்கும் அளவுக்கே பொறுமையை, கவனத்தைக் கோருவது என்று உணரக் கிடைத்தது. செயல் அல்லது செயலின்மை மனம் சார்ந்தது மட்டுமே; மனத்தின் விழைவுகளை நிகழ்த்தும் பொறுப்பை மட்டுமே உடல் மேற்கொள்கிறது என்கிற மாதிரித் தெளிவுபட்டது...

சாப்பாட்டுக்குப் பிறகு, மூன்று நாழிகைப் பொழுது, அனைவருமே

கிரந்த வாசிப்பில் ஈடுபட வேண்டும். கிரந்தத்துக்குப் புதிய பிரதிகள் உருவாக்க முனைந்திருப்பவர்களும்தான். அந்த ஒரு வேளை மட்டும், வாய்விட்டு உரத்து வாசிக்க வேண்டும். அதிகாலை முதல் உடலுழைப்பில் ஈடுபட்டிருந்த பிறகு, ஓடு நிரம்பச் சாப்பாடு உள்ளே இறங்கியிருக்குமா - கண்ணை அமட்ட ஆரம்பிக்கும். அதிலிருந்து உடலை விடுவிப்பதும் பயிற்சியின் பகுதியே என்பது கொஞ்சநாள் கழித்துத்தான் புரிந்தது!...

லி யாங்கின் துணிச்சல் அலாதியானது. எதிரில் இருப்பவர் யார் என்பது பொருட்டேயில்லை அவனுக்கு - தன் கேள்விகள் மற்றும் ஐயங்கள்மீது அவன் கொண்டிருந்த விசுவாசம் அத்தகையது. எப்பேர்ப்பட்ட பதிலும் ஒரு கருத்துருவ சமாதானம்தானே தவிர, அனுபவம் அல்ல என்பது புரியாத வயதுதானே. லி யாங் ஒருவிதத்தில் துறவறத்தைவிடவும் தனது அகசுதந்திரத்தை நேசித்தான் என்பதில் மாற்றுக் கருத்து இருக்க முடியாது. ஆனால், தனக்கான பதில்களை தானே கண்டடையும் பொறுமை இல்லாதவன்...

வந்த புதிதில், லி யாங் போலவே தானும் எதிர்க்குரல் எழுப்ப வேண்டும் என்று இவனுக்கு அடிக்கடி தோன்றும். ஒரு முறை, தலைமை குருவிடம் கேட்டே விட்டான். அவரது அன்றாட உரைக்குப் பிறகு, எழுந்து நின்று, உரத்த குரலில் கேட்டான்:

> அதுதான் நாள் முழுக்க உழைக்கிறோமே, நன்றாகச் சாப்பிட்டால் என்ன தவறு? பகலில் சிறு ஓய்வும்கூட பாவகாரியமா என்ன?

சபை சலசலத்தது. குருவானால், உடல் குலுங்கச் சிரித்தார். பிறகு, முன்பைவிடவும் பரிவான குரலில் பதில் சொன்னார்:

> எவ்வளவோ சுகங்களை மறுக்கவும், இழக்கவும், மறக்கவும் உடலைப் பழக்கியாக வேண்டும். சுகம் துய்க்காதிருக்கும்போது உடலுக்கு லயிக்கக் கிடைக்கும் பேரானந்தம் எத்தகையது என்பதை உணர்வதற்கும் பயிற்சி வேண்டும். அதற்கு இணையாக, உடல் ஒருபோதும் மனத்தை மீறாதிருக்கப் பழக்க வேண்டும். ஒருபோதும் உடலைத் தூண்டிவிடாதிருக்கும்படி மனத்தையும் பழக்க வேண்டும்...

சுலோகம்போலப் பொழிந்தவர், சட்டென்று மௌனமானார். வகுப்பில் சிள்வண்டுகளின் ஓசை மட்டுமே மீந்தது...

அந்தக் கூடத்தில் அகலமான ஜன்னல்கள் உண்டு. இடது ஓர மூன்றாவது ஜன்னலில், தொலைவில், வெகுதொலைவில், வீழ்ந்துகொண்டிருக்கும் அருவி தெரியும் - மலையுச்சியிலிருந்து பள்ளத்தாக்கை நோக்கி வெண்ணிற நாடாவை ஏதோவொரு ராட்சசக் கை தொங்கவிட்டது மாதிரி. சலனமற்று, உறைந்திருப்பதுபோலத் தெரியும் அருவியிடமிருந்து பார்வையைத் திருப்பிக்கொள்வது அவ்வளவு சுலபமில்லை. முதல் பார்வைக்கு அசைவற்ற நாடாபோலத் தெரிந்தாலும், உற்றுப் பார்க்கும்போது நுட்பமான, கீழ்நோக்கிய பாய்ச்சல் தட்டுப்படும். மடாலய நிசப்தத்தின் வீரியம் அதிகரித்துவிடும் சந்தர்ப்பங்களில், அருவியின் மெல்லிய ரீங்காரம் செவியில் படுவதுபோல பிரமை தட்டும். இப்போதும் தட்டியது. அதைக் குலைக்கும் விதமாக குருவின் குரல் ஒலித்தது:

> ...மற்றவர்கள் அனைவரும் அவரவர் விருப்பப்படி உண்டும் உறங்கியும் இன்னோரன்ன செயல்களில் ஈடுபட்டும் திருப்தியடையும்போது, மனித சமூகத்தின் ஜீரணமருந்துபோல, துறவிகள் சுயக்கட்டுப்பாட்டில் ஈடுபடுகிறார்கள் - பகல் இருக்கும் அதே தினத்தில் இரவும் இருக்கிற மாதிரி...

மறுநாள், உணவுக்காக வரிசையில் நின்றபோது, அதிர்ச்சி காத்திருந்தது. இவனுடைய முறை வந்தது. அகலமும் ஆழமும் கொண்ட திறந்த பீப்பாயிலிருந்து கஞ்சியையும், அருகிலுள்ள அகலமான மர மரவையிலிருந்து, வேகவைத்த காய்களையும், நீளமான மர அகப்பைகளால் விளம்பிக்கொண்டிருந்த மூத்த துறவி, இவன் நீட்டிய கப்பரைக்கு நேரே காலி அகப்பையை ஆட்டி, 'நகர்ந்து போ' என்று சுட்டினார். வழக்கம்போலவே வறண்டிருந்தது அவருடைய பார்வை. ஒரு கணம் பகீரென்றது. நேற்றுக் கேள்வி கேட்டதற்காக இன்று பட்டினி போடுகிறார்களா? அரசு நிர்வாகம் அல்லது ராணுவ நிர்வாகம் மாதிரித்தானா, மடாலயம் என்ற நிறுவனமும்?

வயிற்றிலிருந்த காந்தல் உடல்முழுவதும் பரவிவிட்ட மாதிரி

இருந்தது. வயதையும் சூழலையும் மறந்து அழுதுவிடுவோமோ என்று அஞ்சினான். ஆனால், வரிசையிலிருந்து விலகி ஓரமாய் நின்றபோது, தன்னையுமறியாமல் சாப்பாட்டிலிருந்து கவனம் விலகியது. அந்த இடத்தின் அமைதி, ஒரு சொட்டுகூடச் சிந்தாமல் அவர் வழங்குவதும் பிறர் வாங்கிக்கொள்வதும், மரத் தேக்கரண்டி ஓட்டில் உரசும் ஒலிகூட இல்லாமல் சிரத்தையாக எல்லாரும் உண்பது என்று ஒவ்வொன்றாக, சாவதானமாக, தாறுமாறான வரிசையில், கவனத்துக்குள் வந்தன.

அண்ணாந்து ஆகாயத்தைப் பார்த்தான். சிதறலாக ஓரிரு வெண்மேகக் குட்டிகள். பெரிய, அகலமான வெண்மேகத்தின் பின்னால் வேகமாக ஓடின. தாய் மேகம் சற்று மெல்லவே நகர்ந்தது - நகருவது சட்டென்று புலப்படாத வேகத்தில். இன்னும் கொஞ்ச நேரத்தில் குட்டிகள் தாயுடன் இணைந்து ஒருருவாய் ஆகிவிடும் என்று நினைத்துக்கொண்டான் நோர்பு. பார்வை தானாகவே தரைக்கு மீண்டது.

வளாகத்தின்மீது சல்லாத்துணிபோலப் போர்த்தி மூடியிருந்த உச்சிவெயிலின் மஞ்சள் நிறம் ரம்மியமாய் ஒளிர்ந்தது - ஒட்டுமொத்த வளாகமே ஒற்றை வஸ்திரம் உடுத்த துறவிபோலத் தென்பட்டது.

உபரி அசைவுகள் தென்படாதபடி, சீராக நகரும் பிட்சுக்கள். கிட்டத்தட்ட ஒரே தோரணையில் அவர்கள் கப்பரையை ஏந்தியிருந்த விதம். உணவை வாங்கிய பிறகு அவரவர் அமர்ந்து உண்ணும் இடம் நோக்கி மந்தமாக அகன்ற நிதானம். அவர்கள் யாருமே மனிதப் பிறவிகள் அல்ல; சூட்சுமமான கயிற்றின் ஆணைக்குக் கட்டுப்படும் பொம்மலாட்ட பொம்மைகள் என்று ஒரு கணம் பட்டது.

அந்தக் காட்சிமீது தனக்குப் புகார் எழும்பாதது ஏன்; மாறாக, மேற்படி பொம்மைகளில் ஒன்றாக உடனடியாக ஆகிவிடமாட்டோமா என்ற ஏக்கம் தனக்குள் கிளர்ந்த அதிசயம் என்ன என்று பின்னர் பலகாலம் வியந்திருக்கிறான். அப்பாவைப் போலவே ஆகிவிடவேண்டும், அதிலும் உடனடியாய் ஆகிவிட வேண்டும் என்ற சிறுவனின் மனநிலைதானோ அது என்று யோசித்துப் பார்த்திருக்கிறான்...

கதம்பக் கஞ்சியின் நறுமணம் வளாகம் முழுவதும் நிரம்பியிருக்கிற மாதிரிப் பட்டது - ஒருவேளை, அது பசியின் மணமேதானோ என்னவோ...

திறந்த வாசல் வழி உள்ளே வந்து, பளிங்குச் சிற்பம்போல, தன் வழக்கமான இடத்தில் அமர்ந்திருந்தது அந்தப் பழுப்புநிறச் சடைநாய். துறவிகள் வரிசையை, கடைசித் துறவியின் திருவோடும் நிரம்பி அவரவர் இடத்துக்குத் திரும்புகிறவரை, உடலின் அங்கம் எதுவும் சலனமுறாது வலது கை மட்டுமே அசைய அனைவருக்கும் உணவு பாலிக்கும் மூத்த துறவியை, அவர் சைகைக் கட்டளையை அடுத்து ஓரமாய் ஒதுங்கி நிற்கும் இவனை என மாறிமாறிப் பார்த்துக் கொண்டிருந்தது. தலைமட்டும் அசையும். அவ்வப்போது, தரையில் படிந்த வால் இடவலமாக ஆடும். ஓரிரு தடவை வாய் திறந்து, நாக்கு தொங்கி நீண்டுவிட்டு மறுபடி வாய்க்குள் ஒடுங்கும்... ஒரு கணம் அதன் இடத்தில் தான் குத்திட்டு அமர்ந்தும், தன் இடத்தில் அது ஆடாமல் நின்றும் இருப்பதாக மாறித் தென்பட்டது காட்சி. 'ஒரே உயிர்த்தலத்தின் இரண்டு கால்வாய்கள்' என்று மனம் ஒரு வாக்கியத்தை உருவாக்கியது.

ஆனால், இந்த வித்தியாசமும் இருக்கத்தானே செய்கிறது - சடைநாய்க்குள் வாசகங்கள் ஓடுமா? அட, ஓடாது என்பதற்கும் ருசு ஏது? அதன் மொழியில் அது யோசிக்குமோ என்னவோ... ஆனால், அடுத்த நாழிகையில், இந்த இடத்தில் இத்தனை பேர் சாப்பிட்டார்கள் என்பதற்குத் தடயமே இருக்காது என்பது எனக்கு இப்போதே தெரியுமே? சடைநாய் இதை அறியுமா? ஏனோ, நாய்களின் ஞாபகம் மனித ஞாபகம் போன்றது இல்லை என்று உறுதியாய்ப் பட்டது. ஆக, நோர்புவாகிய தான் ஒரு சடைநாய் அல்ல என்பதற்கான நிரூபணம், ஒரேயொரு அம்சத்தில்தான் தொடுக்கி நிற்கிறது என்றல்லவா ஆகிறது...

உடல் தானாகவே சொடுக்கிக்கொண்டது.

கடைசி ஆளும் வாங்கிக்கொண்டு நகர்ந்த பிறகு, பரிமாறும் துறவி தமது ஓட்டை நிரப்பி வைத்தார். பீப்பாயிலும் மரவையிலும் மீந்திருந்ததை ஒரு மட்டையில் வைத்து சடைநாயிடம் கொண்டு

போனார். மிகச் சரியாக ஓர் ஆளும் ஒரு நாயும் சாப்பிடும் அளவு மட்டுமே உணவு மீந்திருந்தது போல என்று நோர்பு நினைத்துக்கொண்டான்.

திரும்பித் தன் இடத்துக்கு வந்தவர், கையிலிருந்த காலி அகப்பையை ஆட்டி இவனை அழைத்தார். மிகச் சரியாக அந்தக் கணத்தில் அவருடைய பார்வையைச் சந்திக்கத் தன்னை உந்தியது எது என்று லேசாக வியந்தபடி அவரை நெருங்கினான். இவ்வளவு நேரமும் பசி எங்கே ஒளிந்திருந்தது என்ற குட்டி வியப்பும் இருக்கத்தான் செய்தது!

அவருக்குப் பின்புறம் இருந்த சிறு திண்ணையில் பிரம்புத் தட்டு ஒன்று இருந்ததை அப்போதுதான் கவனித்தான். அகலமான இன்னொரு தட்டால் மூடியிருந்தது. விளிம்புக்கு வெளியே, தைத்த தேக்கிலையின் நுனி நீட்டிக்கொண்டிருந்தது.

அது உனக்குத்தான்.

என்று சைகையால் சொன்னார். இவன் தயங்கி நின்றான்.

போ. எடுத்துக்கொள்.

என்று சைகை வலியுறுத்தியது. போனான். வாகாக நகர்த்தியபோது, பிரம்புத்தட்டு கனமாக இருந்தது. மூடித் தட்டை விலக்கினான். ஐயோ, நம்பவே முடியவில்லை. பிறந்த மாளிகையில் சாப்பிட்ட அதே உணவு. அத்தனை வகைகள். அத்தனை மணங்கள். அற்புதமான ருசி. வாய்க்கூடு அணிவித்துக் கட்டிப்போட்டிருந்த யாக் குட்டி, கூட்டையும் கட்டையும் அவிழ்த்த மாத்திரத்தில் தாய் மடி நோக்கிப் பாய்வதுபோலத் துள்ளியது மனம். நாலைந்து கவளம் அள்ளி விழுங்கினான்.

வயிறு ஓரளவு அடங்கியவுடன், பார்வை சுற்றுப்புறத்தில் படிந்தது. தன்னைவிட இளையவர்களும், இரண்டு தலைமுறை மூத்தவர்களும் சலனமேயில்லாமல் சாப்பிட்டு முடித்து, கிணற்றடியில் திருவோட்டை நன்கு கழுவி, அருகிலிருந்த கல்தூணில் தொங்கும் கைத்துணியில் சுத்தமாகத் துடைத்து, இவன் அமர்ந்திருந்த திண்ணையின் மறுகோடியில் இருந்த, ஓரடி உயரமும் சுமார் இருபத்தைந்தடி நீளமும் கொண்ட மர மேஜையில் கொண்டுவந்து கவிழ்த்துவிட்டு

நகர்ந்தனர். இவன் இருப்பதைக் கொஞ்சமும் பொருட்படுத்தாமல் இயங்கிக்கொண்டிருந்தது வளாகம்.

ஒரே கணம்தான். தன் முன்னால் இருக்கும் அறுசுவை உணவு அருவருப்பான பொதியாக உருமாறித் தென்பட்டது. வயிற்றில் மறுபடியும் காந்தல் எழுந்தது. இது முன்பு இருந்த காந்தல் அல்ல. அழுகை முட்டியது. இதுவும் முன்னர் முட்டிய அழுகை அல்ல. தட்டில் இருந்ததுபோன்ற உணவை இனி ஒருபோதும் தன்னால் ருசித்து உண்ண முடியாது என்று பட்டது. மிச்சத்தை அப்படியே வைத்துவிட்டு, தலைமை குருவிடம் ஓட வேண்டும் என்று பரபரத்தது மனம்.

இவனுடைய எண்ணவோட்டத்தைப் படித்தவர் மாதிரி, மறுப்பாகத் தலையசைத்தார், உணவுப் பொறுப்பாள குரு. ஆமாம், மடாலயத்தில் உணவை வீணாக்குவதற்கு அனுமதி இல்லை. ஒரு சொட்டுக் கஞ்சியோ, ஒரு துண்டுக் காயோ மீதம் வைக்க யாருக்கும் உரிமை கிடையாது.

> பிரபஞ்சம் மனமுவந்து உனக்கு வழங்கிய கொடை அது. சாப்பிடுவது என்பதே ஒருவிதத்தில், உனக்கு உடல் வழங்கிப் பாலிக்கும் பேரண்டத்துக்கு நன்றி தெரிவிக்கும் செயல்தான். வாலை ஆட்டியபடியே சாப்பிடும் நாய்களைப் பார்த்ததில்லையா! எந்த விதத்தில் நாம் வேறுபட்டவர்களானோம்?

என்று முதல்நாள் இரவு உரையில் குரு கூறியது, இவனையும் இவன்போலவே புதிதாக வந்திருந்த இன்னும் இருவரையும் முன்னிட்டுத்தானோ என்னவோ.

லி யாங்கும் அதே நாளில் வந்தவன்தான். இவனைப்போல பிரபுக்குலத்தில் பிறந்தவன் அல்ல - வறுமையைச் சற்றே கடந்த குடியானவக் குடும்ப வாரிசு. இவனைப்போல வம்ச நியமம் காரணமாக வந்தவனும் அல்ல; தானே விரும்பி வந்து துறவியானவன். அத்தனை இளம் வயதில் அப்படியொரு விருப்பம் உண்டானதும் விந்தைதான். காற்றடிக்கும் திசையில் இங்கே வந்து சேர்ந்திருப்பான் போல. காற்றின் சுழி மாறியதும் வெளியேறிவிட்டது சருகு…

கிரந்த வாசிப்பு ஆரம்பிக்குமுன் கூடத்துக்குள் வந்த தலைமை குருவின் காலைத் தொட்டு வணங்கினான். எதுவும் சொல்லாமல் புன்னகைத்தார். அந்தச் சிரிப்பில்தான் எத்தனையெத்தனை அர்த்தங்கள்! ஒரு பார்வைக்கு அவருடைய முகபாவம் அம்மாவுடையது மாதிரியே இருந்தது. முதன்முறையாக அவளுடைய பாசம் பற்றிய தெளிவும், அப்படியொரு பிரியத்தை உதறுவதற்குத் தேவைப்படும் திண்மை பற்றிய அறிதலும் இவனுக்குள் விளைந்தன.

தன்னுடைய தற்போதைய எண்ணவோட்டத்தைக்கூட வாசித்துக்கொண்டிருக்கிறார் குரு என்று தோன்றியது...

தன்னுடைய இடத்தில் சென்று அமர்ந்தபோது, அடுத்த அதிர்ச்சி தாக்கியது. இவனுக்கு நேரே இடதுபுறத்தில், சுவரையொட்டி, ஒரு கோரைப்பாயும் அதன் ஒரு கோடியில் தலைக்கணைவாக மரப் பலகையும் கிடந்தன! அத்தனை பெரிய கூடத்தில், ஒரேயொரு கோரைப்பாய்.... ஐயோ, அடிவயிற்றிலிருந்து கிளம்பிய குமுறலை அடக்கப் பெரும் பிரயாசை வேண்டியிருந்தது. பிறந்ததுமுதல் தன்னைப் பொதிந்துவைத்திருந்த மாபெரும் ஜன சமூகத்தைவிட்டு அவ்வளவு சுலபமாக வெளியேற முடிந்தவனுக்கு, இந்தச் சிறு கூட்டத்திலிருந்து தனியாய் ஒதுக்கப்படுவதைத் தாள முடியாமல் போனது எப்படி என்ற ஆச்சரியம் பின்னர் பலகாலம் நீங்கவேயில்லை...

அன்றிரவு, முதன்முறையாக வீட்டு ஞாபகம் வந்தது. அந்த மகத்தான சாப்பாட்டு அறை. மிக நீண்ட, பக்கத்துக்குப் பதினைந்துபேர் தாராளமாய் அமர்ந்து உணவுண்ண ஏதுவான கருங்காலி மர மேஜை. அதன் வழுவழுப்பும் பளபளப்பும். கண்ணாடிபோல, சாப்பிடுகிறவர்கள் முகத்தைக் காட்டும் மேஜை.

தலைப்பகுதியில் பெரியப்பா அமர்ந்திருப்பார். நிறங்களும், மணங்களும், ருசிகளும் போட்டிபோடும் இடத்தில், அவர் முன்னால் தட்டுகூட இருக்காது. சிரித்த முகத்துடன், சாப்பிட முரண்டு செய்யும் குழந்தைகளைக் கேலி செய்துகொண்டும், தாமே ஓரிரு கவளம் எடுத்து ஊட்டவுமாக இருப்பார்...

மடாலய இரவின் தனிமையில், இருளின் அழுத்தத்தில், பெரியப்பாவின் ஆகிருதி ஓங்கி உயர்ந்தது. அவர் சாப்பிட்டு

இவன் பார்த்ததேயில்லை. தனியாக உணவு தயாராகும் அவருக்கு. கொதிக்கும் கஞ்சி என்றுதான் நினைவில் பதிந்திருக்கிறது. ஒருவேளை மட்டும்தான். மூடிய அறைக்குள் அமர்ந்து உண்பார். அருந்துவார் என்று சொல்வதுதான் சரி.

அவர் ஒரு துறவியின் வாழ்க்கையை வாழவில்லை என்று முன்னர் ஒரு வாக்கியம் ஓடியது அல்லவா. அது சரியில்லை. பார்க்கப்போனால், மடாலயச் சூழலில் கறாராக நியமங்களைக் கடைப்பிடிப்பது கடினமே இல்லை; அரண்மனையின் சொகுசுகளுக்கு மத்தியில், பிடிவாதமாகத் துறவு நடைமுறையைப் பேணுவதுதான் மிகப் பெரிய விஷயம். பெரியப்பா மிகமிகப் பெரியவர் என்று தோன்றும்போதே, கண் அமட்டியது…

சிறகுக்கு ஐம்பதாக நூறு அறைகள் கொண்டது மடாலயம். திறந்த வாசலிலிருந்து, அதன் எதிர்முனையில் உள்ள ஆலயம் நோக்கி நீண்டிருக்கும் திடல்வெளி. இருபுறமும் கரைகள்போன்ற தாழ்வாரங்கள். அவற்றின் மறுபக்கம், பக்கவாட்டில் கோக்கப்பட்ட சிற்றறைகள். ஒவ்வொன்றிலும் ஒரு கல் கட்டிலும் ஓராள் நடமாட இடைகழியும் உண்டு.

கட்டிலின் தலைப்புறத்துக்கு நேர் பின்னால் சிறு மாடத்தட்டு. அதில் எண்ணெய் விளக்கு வைத்திருக்கும். எத்தனையோ துறவிகள் வந்து தங்கி காலிசெய்து போன பிறகும், மாடத்தின் உட்புற மேற்பகுதியில் புகை படிந்த தடம் இருக்காது… ஆமாம், எரியாதபோது மாடத்திலும், எரியும்போது தரையிலும் விளக்கை வைத்திருக்கும் நியதி யாரும் சொல்லிக்கொடுத்து வரவில்லை. அவரவர் அக ஒழுங்கிலிருந்து அவரவர் கண்டடைந்த பழக்கம்.

எல்லா அறைகளும் எல்லாக் காலத்திலும் நிரம்பியிருந்தன என்றும் கிடையாது. இவன் வந்து நாலு கோடைகளுக்குப் பிறகு, ஒரு சந்தர்ப்பத்தில், இவனும் இன்னும் பத்து இளந்துறவிகளும் மட்டுமே இருந்து பாடம் கேட்டது நினைவு வந்தது. பத்துப்பேரில் லி யாங் இருந்தான் என்பதும் நினைவிருக்கிறது. அப்புறம் சிறுகச் சிறுக சீடர்கள் வந்துசேர்ந்து, லி யாங் நீங்கிப்போன சமயத்தில், கிட்டத்தட்ட எண்பது இளந்துறவிகள் இருந்தார்கள்.

பதினோருபேர் மட்டும் பாடம் கேட்ட அந்த நாளை மறக்கவே முடியாது. இப்போதைய குருவுக்கு முந்தையவர் பீடத்தில் இருந்தார். முற்பகல் பாடவேளை.

நூறு பேர்வரை விசாலமாக அமர்ந்து பாடம் கேட்குமளவு பெரிய கூடம் அது. இரு புறங்களிலும், இடுப்புயரத்தில் பதித்த ஆளுயர ஜன்னல்கள்; பக்கத்துக்கு நான்காக. அவற்றுக்கு நேர்மேலே பலகணிகள் - இடையில் ஒரேயொரு குறுக்குக் கட்டை பதித்தவை.

குருவின் உரை தொடங்குவதற்கு முன்னால், சில கணங்கள் எல்லாரும் கண் மூடி அமர்ந்திருக்கும் நடைமுறை உண்டு. அவர் தொண்டையைச் செருமிய மாத்திரத்தில் அத்தனை ஜோடிக் கண்களும் ஒரே சமயத்தில் திறக்கும். யாராவது ஒரு துறவியின் முகத்தைப் பார்த்தபடி குரு பேச ஆரம்பிப்பார். உரையின் வேகத்தில், காற்றுக்கிசைந்து ஆடும் செடியின் கொண்டைபோல பக்கவாட்டில் திரும்பி மீளும் அவரது முகம். வெளித் தெரியாதவொரு கணக்கொழுங்கின் பிரகாரம், அத்தனை பேர் மீதும் படிந்து படிந்து விலகும்.

அன்றும் தொண்டையைச் செருமினார். ஆனால், முன்னால் அமர்ந்திருந்த எவருடைய முகத்திலும் பார்வை படிந்திருக்கவில்லை. சுவரோரம் சென்றிருந்தது. ஒரே சமயத்தில் கண் திறந்த அனைவரும் தலையைத் திருப்பி அதே திக்கில் பார்த்தார்கள்.

சாம்பல் நிற உடம்பும், பவள அலகும் அதே நிறப் பாதங்களும் கொண்ட புறா ஒன்று. ஜன்னல் வழியாய்க் குதித்து உள்ளே வந்திருக்க வேண்டும். பலகணி வழி நுழைந்திருந்தால், தரையை நோக்கி இறங்கும்போது சிறகின் சடசடப்பு கேட்டிருக்குமே... நிதானமாக, ஒயிலாக நடந்து சென்றது. நடக்கும் பறவைகள் அனைத்திடமுமே பெண்மைச் சாயல் இருப்பதன் விந்தையை வியந்துகொண்டான் நோர்பு; அல்லது பெண்குலத்தின் நடையில் பறவைச்சாயல் இருக்கிறதோ!

நீள்வச அறையின் எதிர்க்கோடி வரை நடந்து சென்றது புறா. பிறகு சுவரையொட்டியே தன் வலப்புறம் திரும்பியது. திடீரென்று முடிவெடுத்த மாதிரி, அறையின் குறுக்காக நடந்து வந்தது. இறுதியாய் உட்கார்ந்திருந்த துறவிவரை நளினமாக நடந்து வந்தது. உடலின்

அசைவுக்குக் கொஞ்சமும் பொருத்தமின்றி, அசையாமல் நிலைத்து நிமிர்ந்திருந்த தலை. துல்லியமான, பிசிறற்ற வட்டமாக அமைந்த விழிகள். அவ்வப்போது நின்று, தரையைப் பார்த்துக்கொண்டது. வெறுந்தரையில் அவ்வளவு உற்றுப் பார்ப்பதற்கு என்ன இருக்கும்? என்று ஆச்சரியம் பூத்தது இவனுக்குள்.

சட்டென்று நினைவு வந்தமாதிரி, சுவரை நோக்கித் திரும்பிப் போனது புறா. இம் முறை, தரையும் சுவரும் இணையும் கோட்டை உறுத்துப் பார்த்தது.

இப்போது அதன் நடை மாறிவிட்டது. எதையோ பின்தொடர்கிற மாதிரி, ஒருவிதத் தயக்கமும் கவனமும் சேர்ந்திருந்தது. மேற்பார்வை பார்க்கிற தோரணையில், கடமையில் மூழ்கி பின்னங்கை கட்டி நடக்கிற காவலாளி மாதிரி, பொறுப்புணர்ச்சி மிகுந்த ரோந்துப்படை வீரன் மாதிரி, அடுப்பில் வைத்த பதார்த்தத்தை வைத்த கண் மாறாமல் பார்த்திருக்கும் சமையலாளி மாதிரி... பார்வையும் நடையும் அபூர்வமான ஒத்திசைவில் பிணைந்துவிட்ட மாதிரி, சமச்சீராக அடிவைத்து நடந்து சென்றது. இப்போது, இன்னொரு முறை மூலை திரும்பியது.

சுவரையொட்டி, இவர்களை நோக்கி நடந்துவருகிறது புறா. ஆனால், பார்வை ஒரு தடவைகூட நிமிரவில்லை; இவர்கள்மீது விழவில்லை. சுவரின் கீழ்விளிம்பையே நோக்கியவண்ணம் நடந்து வந்தது.

தரையில் சுவரையொட்டி ஏதோ சலனம் நிகழ்வது தெரிந்தது. கூர்ந்து பார்த்த போது புரிந்தது - ஆஹா, சடைப் பூரான்...!

விரைவாக ஊர்ந்து வருகிறது. அதன்மீது பதித்த பார்வை அகலாமலே பின் தொடர்கிறது புறா. இவனுக்கு நேர் எதிரில் வந்தபோது எதனால் என்றே தெரியாமல், பூரான் நின்றது. அறைக்குள் மனிதப் பிரசன்னம் இருப்பது அதன் உள்ளுணர்வில் தட்டியதோ என்னவோ.

மடாலயத்தின் பயிற்சித்துறவிபோல நடந்துகொண்டது புறா. அலகால் தரையில் ஒருமுறை கொத்தியது.

புரிந்துகொண்ட மாதிரி பூரான் தன் பாதையில் தொடர்ந்தது. வாசலை நெருங்குவதற்கு முன், புறா இரண்டு மூன்று தடவை தரையில் கொத்த வேண்டி வந்தது.

இருவரும் வெளியேறிய மாத்திரத்தில், எல்லார் பார்வையும் குருவின்மீது படிந்தன. அவர் இன்னொரு முறை தொண்டையைச் செருமினார். உரையின் இறுதி வாக்கியத்தைச் சொன்னார்:

ஓம் மணி பத்மே ஹம்.

எழுந்து வாசல் நோக்கி நடந்தார். இவர்களும் எழுந்து தொடர்ந்தார்கள்.

மடாலயத்தில் இவன் கேட்ட உரைகளிலேயே மிக நீண்ட உரை அதுதான்...

பிழியப் பிழிய அழுது தீர்த்துவிட்டு
லௌகீக நதியின் கரையில் நிற்கிறேன்,
ஓ என் மனமே, யாருன்னை எதிர்க்கரை சேர்ப்பார்?
என் நன்னாட்களைச் செலவழித்துத் தீர்த்து
இதோ நதிக்கரைக்கு வந்துவிட்டேன்,
ஓ படகுக்காரா, உன் பெயரை அறியேனே,
என்னவென்று அழைப்பேன்,
எனக்குத்தான் உன் பெயர் தெரியாதே.

'பட்டியாலி' எனப்படும்,
வங்காள நதிக்கரை நாட்டுப்பாட்டு

07

தினசரி, இரவுணவுக்குப் பிறகு, சுமார் ஒரு மணிநேரம் கதைகள் சொல்வார் தாத்தா. ஒருபுறம் இவனும், மறுபுறம் ஜய்தீப்பும் படுத்துக்கொண்டு கேட்பார்கள். தாத்தாவிடம் எப்போதும் ஒரு நறுமணம் இருக்கும். இன்னும் பெரியவனானபிறகு, அது எலுமிச்சை மணம் என்று புரிந்தது. எத்தனையோ நறுமணங்கள் இருக்க, இந்த மணம் எப்படி அவரிடம் வீசியது என்பது இன்னமும் புதிர்தான் - அல்லது, பாலகனாய் இருந்தபோது நுகர்ந்த மணம் தனக்குள் தவறாகப் பதிவாகியிருக்கிறதோ என்ற சந்தேகம்கூட உண்டு.

மூன்று உடம்புகளும் ஒன்றுக்கொன்று விலகியே கிடக்கும். தாத்தா அநாவசியமாகப் பிறரைத் தொடவோ, தொட அனுமதிக்கவோ மாட்டார். சரளமாக எல்லாரிடமும் எந்நேரமும் உரையாடவும் மாட்டார். எப்போதாவது பேசினாலும், வாக்கியங்கள் அல்ல, உதிரிச் சொற்கள்தான் உதிரும். தொடர்ந்து அவர் பேசிய ஒரே சந்தர்ப்பம், பேரன்களுக்குக் கதை சொன்ன வேளைகள்தாம்.

இந்த வயதில் யோசிக்கும்போது, அவர் தனிமையைப் போர்த்திக் கொள்ளவில்லை, தனிமையேதான் தாத்தா உருவெடுத்து வீட்டுக்குள் நடமாடியது என்று தோன்றுகிறது.

தாத்தாவின் கதைகள் பலவிதமானவை. புராணக் கதைகள், சரித்திரக் கதைகள், அபூர்வமாக ஓரிரு பேய்க்கதைகள், சங்கீதக் கதைகள், பயண அனுபவங்கள், தம்முடைய கச்சேரிக் கதைகள். பகல் முழுக்கப் பீடித்திருந்த தனிமையிலிருந்து தம்மை விடுவித்துக்கொள்ள முற்பட்டிருப்பாரோ என்று பின்னாட்களில் தோன்றியிருக்கிறது.. சில நாள், இவர்களிடமே கேட்பார்:

> இன்றைக்கு என்ன கதை சொல்லட்டும்!

ஜய்தீப் பெரும்பாலும் பதில் சொல்ல மாட்டான். அவன் நிஜமாகவே கதை கேட்கிறானா, உறக்கத்துக்கான முன்தயாரிப்பாக, தாலாட்டுப்போன்ற தாத்தாவின் சீரான, கனத்த குரலில் கிறங்கிக் கிடக்கிறானா என்று சந்தேகம் வரும். மனோஜ் உற்சாகமாகச் சொல்வான்:

> ஏதாவது ஒரு கதை சொல்லு தாத்தா.

தாத்தா சிரிப்பார்.

> சொல்ல ஆரம்பித்ததுக்கு அப்புறம், இது ஏற்கனவே சொல்லிவிட்டாயே என்று புகார் சொல்லக்கூடாது!

என்று நிபந்தனை விதிப்பார்! பிறகு, சுருள்சுருளாகக் காட்சிகள் விரிய ஆரம்பிக்கும்.

> சீதையைக் காப்பாற்றப்போய், சிறகுகள் வெட்டுப்பட்டு மரித்த ஜடாயு கதை.

மந்தரமலையைக் கொண்டு பாற்கடலைக் கடைந்த கதை.

விஷமக்காரக் கிருஷ்ணனை உரலில் கட்டிப்போட்ட கதை.

மரணம் விழாத வீட்டில் கடுகு வாங்கிவரச் சொல்லி சுஜாதையை புத்தர் அனுப்பிய கதை.

கதைகள் சுருள்விரிய ஆரம்பித்த மாத்திரத்தில், தண்டகாரண்யமாகவும் காண்டவ வனமாகவும் கடைவீதியாகவும் ஆயர்பாடியாகவும் அலைபுரளும் வைகுண்டமாகவும் தாத்தாவின் அறை மாறிவிடும். இவ்வளவு ஏன், இவன் பார்த்தே அறியாத கரீம் தாத்தாகூட, உயிருள்ள மனிதராக நினைவில் பதிந்திருக்கிறார்! மும்மடங்கு அகலமுள்ள தேக்குமரக் கட்டில், அதன் நாலுமூலைகளிலும் நிற்கும் கோல்கள், அவற்றின்மீது பந்தல்போலச் சுருட்டி வைத்திருக்கும் கொசுவலை, மிருதுவான பஞ்சு மெத்தையும் தலையணையும், பூச்செதுக்கல் உள்ள கதவுகள் கொண்ட மர பீரோ, அதன் பக்கவாட்டு இடைவெளியில், அறையின் மூலையில், இரவுவிளக்காக எரியும் சிம்னியின் முத்துச் சுடர் அத்தனையும் கண்ணுக்கு மறையாமல் இருக்கும்போதே, அந்தந்தக் கதைக்களன்களும் பாத்திரங்களும் தனக்குள் காட்சியாய் விரிந்த அற்புதம், இன்று ஊறும்போதும் கிளர்ச்சி தரத்தான் செய்கிறது. கதைகளோ, தாத்தாவின் வாசகங்களோ நினைவிலெழும்போது, சர்வசகஜமாக அன்றையப் பிராயத்துக்கும், அந்தக் காட்சிகளுக்கும் தாவிச்சென்று விடும் மனம்...

மேற்சொன்ன கதைகளோடு, புனைகதைகளைத் தூக்கிச் சாப்பிடக்கூடிய உண்மைச் சம்பவங்கள் சொல்வார் தாத்தா.

கச்சேரி கேட்க வந்த தம்பதிக்குள், பாதிக் கச்சேரியில் சண்டை வந்து, ஒருவருக்கொருவர் அடித்துக்கொண்டு எழுந்துபோனது.

கடும் கோடையில், கரீம் தாத்தாவுடன் போன வில்வண்டி ஓடைக்குள் குடைசாய்ந்து இருவருக்கும் தாறுமாறாக அடிபட்டது; ரத்தக் காயங்களுக்குப் பிளாஸ்திரி போட்டுக்கொண்டு மேடையேறியது; அன்றைய கச்சேரி வழக்கத்தைவிடவும் பிரமாதமாக அமைந்தது; நல்லவேளை, வாத்தியங்கள் இன்னொரு வண்டியில் வந்ததால் தப்பித்தனவாம்...

எல்லாமே தாத்தா நேரடியாய்ச் சம்பந்தப்பட்டவை. கிட்டத்தட்ட அத்தனையுமே பசுமையாய் நினைவிருக்கின்றன - தானே நேரில் பார்த்த காட்சி மாதிரி. தாத்தாவுடைய விவரிப்பின் துல்லியம் அத்தகையது.

...ஸ்ரீராம்பூரில் ஒரு திறந்தவெளிக் கச்சேரி. எழுநூறு எண்ணூறு பேர் கூடிய சபை. தோய்ந்து வாசித்துக்கொண்டிருக்கிறார் தாத்தா. இரவு கொஞ்சம்கொஞ்சமாக முற்றிவருகிறது. இரண்டாம் ஜாமம் பிறந்துவிட்டது. ஹமீரை விஸ்தாரமாக வாசித்து முடித்துவிட்டு, சங்கரா எடுக்கிறார். ஆலாபனை வேளையில் வழக்கமாய்ச் செய்வதுபோல, மார்பில் கோத்துக் கட்டிய கைகளுடன் உட்கார்ந்திருக்கிறார் கரீம் தாத்தா. இவரையும், மின்னல்போலச் செயல்படும் இவரது விரல்களையும் பிரமித்த விழிகளுடன் பார்த்துக்கொண்டிருக்கிறார். அவ்வப்போது, கைகளை விரித்து உயரத் தூக்கி, ‘அடடா!’ என்று கொண்டாடுகிறார். அந்தத் தருணங்களில் சபையினரை நோக்கி, ‘எப்படி வாசிக்கிறான் பார்த்தீர்களா!’ என்கிற மாதிரிக் கைகள் இரண்டையும் தம் நண்பரை நோக்கிக் காட்டுகிறார். சில சமயம் நுனிக் கையை நெற்றியில் பதித்து, 'அல்லாஹ்...' என்று வாய்விட்டு முனகுவாராம்.

வாசிக்கும்போதே அனிச்சையாக நாலாபுறமும் சுழலும் உத்பல் தாத்தாவின் விழிகள் கரீம் தாத்தாவின் விழிகளைச் சந்திக்கும் வேளையில், இருவரும் புன்னகைத்துக்கொள்வார்கள்....

விளம்பித காலத்தில் நுழைந்து, தபலாவின் ஆரம்ப அதகளத்துக்காக ஒரே பல்லவியைத் திரும்பத்திரும்ப வாசித்துமுடித்து, சங்கரா நீரோடைபோலப் பாய ஆரம்பிக்கும் சமயம். சபையின் வெளிவிளிம்பையொட்டி, அரையிருட்டில் நின்றிருக்கும் ஜட்கா தாத்தாவின் கவனத்தில் தைத்ததாம். கூடவே இன்னும் இரண்டு ஜட்காக்கள். இவர் கவனித்தபிறகும், அதே இடத்தில் கால்மணி நேரம் வரை நின்றன. சங்கரா ஆலாப் முடியப்போகிறது... முதலாவதாய் நின்ற வண்டியின் பின்பக்கத்திலிருந்து நிதானமாய் இறங்கிய வயோதிகர், கூட்டத்தின் வலது பாரிசம் வழி மெல்ல நடந்து வருகிறார் - குளக்கரையில் நடந்து வருகிற மாதிரி.

மானசீகத்தின் சுனையில் ஊறி நிரம்பும் ஸ்வரக் கோவையை விரல்களால் நிகழ்த்தியபடி இருக்கும் தாத்தாவின் பார்வை, இம்மியும் அகலாமல் பெரியவரைத் தொடர்ந்தது.

முழங்காலைத் தாண்டி இறங்கிய வெள்ளைக் குர்த்தா. சபையின் வேலிபோல வரிசையாய் நிற்கும் கம்பங்களில் நெட்டுக்குத்தாகக் கட்டப்பட்ட குழல்விளக்குகளின் ஒளியில், அவரது குச்சத்தாடி வெண்ணிற ரேடியம்போல ஒளிர்கிறது. தளர்ந்த, ஆனால் நிமிர்ந்த நடை. குரோஷியாத் தொப்பி அணிந்திருக்கிறார். மூட்டித் தைத்த வேஷ்டியை கணுக்காலுக்கு மேலே உயர்த்திக் கட்டியிருக்கிறார். மேடையை நோக்கித்தான் வருகிறார்...

ஜமுக்காளம் விரித்த முன்வரிசையில் அமர்ந்திருக்கும் ஊர்ப் பெரியவர்களில் இசை ரசிகர்களின் விகிதம் மிக அதிகம். ஒட்டுமொத்த சபையே ரசனையில் மிகவும் தேர்ந்தவர்கள் நிரம்பியதுதான். ஸ்ரீராம்பூரில் கச்சேரி என்றால், தாத்தாவும் கரீம் தாத்தாவும் வெகு உற்சாகமாய்க் கிளம்பிவிடுவார்களாம். ஏற்கெனவே ஒத்துக்கொண்ட கச்சேரியை ரத்து செய்து அந்த ஊருக்கு ஒதுக்கியதுகூட உண்டு. தனது பிரக்கியாதிக்கு உகந்த வகையில், உரிய இடங்களில் 'வாஹ் வாஹ்' என்றும், 'க்யா பாத் ஹை' என்றும் மகிழ்ச்சி தெரிவிக்கிறது முன்வரிசை.

முதல் வரிசையின் கடைக்கோடி மனிதர் யதேச்சையாய்த் திரும்பிப் பார்க்கிறார். அல்லது, சபையின் வலது ஓரத்தில் ஏற்பட்டிருந்த சிறு சலசலப்பை முதுகில் உணர்ந்தாரோ என்னவோ. இப்போது கிட்டத்தட்ட தனது தோளுக்கருகில் வந்திருந்த கிழவரைப் பார்த்துவிட்டார். அமர்ந்த நிலையிலேயே கையை எட்டி நீட்டி, பெரியவரின் பாதத்தைத் தொட்டு, கண்ணில் ஒற்றிக்கொள்கிறார். பக்கவாட்டில் நிகழும் சலனத்துக்கு முன்வரிசைக்காரரர்கள் ஒவ்வொருவருமே ஆட்படுகிறார்கள். வரிசையாய் ஐம்பது தலைகள் குனிந்து குனிந்து உயர்கின்றன. அதிலும் ஒரு சீரான தாளகதி இருக்கிற மாதிரித் தோன்றியதாம் தாத்தாவுக்கு...

நூறு தடவைக்கும் மேல் சொன்ன கதைதான். சிறுவர்களுக்கே முழுக்க நினைவிருக்கும் கதைதான்.

கான் தாத்தா கதை சொல்லு.

என்று மனோஜ் வேண்டியதால்தான் ஒவ்வொரு முறையும் தாத்தா சொல்லவே செய்தார். இந்த இடம் வந்ததும், முதன்முதல் தடவை சொல்வது போன்ற உற்சாகத்துடனும் பரபரப்புடனும் கேட்பார்:

வந்தது யார் தெரியுமா!...

அவர் முகத்தில் மிளிரும் மந்தகாசம் அத்தனை அழகாய் இருக்கும். அவரை நோக்கி ஒருக்களித்துப் படுத்திருக்கும் பையன்கள் இருவரும், பதில்சொல்லாமல் அவரையே உறுத்துப் பார்க்கிறார்கள் - இடையிடையே கேள்விபோல தொனிக்கும் வாக்கியங்கள் கேள்விகள் அல்ல என்பது அவர்களுக்குத் தெரியும். தாத்தா கதைசொல்லும் பாணி அது.

... சாட்சாத் சலாவுதீன் கானாக்கும்!!

என்று தமது முன்னங்கைகளை மாற்றி மாற்றித் தடவிக்கொள்வார் தாத்தா. ஆமாம், ஒவ்வொரு தடவையும் இந்தக் கட்டம் வரும்போது அவருக்கு மயிர்க்கூச்செரியும். ஒரு கையால் மற்றதைத் தடவி ஆசுவாசப்படுத்துவார்.

சலாவுதீன் கான் அந்தத் தலைமுறையின் மேதைகளில் ஒருவர். அவருடைய ஷெனாய் ஒலி, இந்தியா முழுவதும் ஒலித்திருக்கிறது. தேவலோகத்துக்கே கேட்கும் என்று சொல்வார்களாம். ஏழெட்டுப் புதல்வர்களும், ஒரேயொரு புதல்வியும் உண்டு அவருக்கு. மகன்களில் ஒருவன் அப்பாவுக்கு இணைவாத்தியமாக ஷெனாய் வாசிப்பான். இன்னொருவன், துக்கி வாசிப்பான். அவருக்கு நேர் பின்னால் இடதுபக்கம் உட்கார்ந்திருக்கும் அவரது புதல்வி நயீமாவும் ஷெனாய் வாசிப்பாள். இந்த இடத்தில் தாத்தா தவறாமல் சொல்லும் வாக்கியம்:

> *பாரதத்திலேயே, ஏன், உலகத்திலேயே ஷெனாய் வாசித்த முதல் பெண்மணி நயீமா பேகம்தான். தகப்பனாருக்கு ஈடுகொடுத்து வாசிப்பாளாக்கும்!*

என்று பரவசமாய்ச் சொல்வார். ஆனால், அவர்கள் யாரும் உடன் வரவில்லை. பெரியவர் தனியாய்த்தான் இறங்கி வந்தார்.

மேடையருகில் வந்தார். இதற்குள் அடையாளம் தெரிந்த தாத்தா வாசிப்பை நிறுத்தியிருந்தார். ஸரோடைப் பக்கவாட்டில் வைத்துவிட்டு, மேடை நுனிக்கு வந்திருந்தார். குதித்து இறங்க வேண்டியதுதான் பாக்கி. கையமர்த்தினார் கான் தாத்தா... வலதுகையை இவருடைய உச்சந்தலையில் பதித்தார்.

> பிரமாதமான வாசிப்பு மகனே. ஹமீரின் சொரூபத்தைக் கண்முன்னால் காட்டி விட்டாய். என்னால் மறக்கவே முடியாது. அமோகமாய் வருவாய்... அமோகமாய் வருவாய்...

அட, வண்டிகள் அப்போதே வந்து நின்றுவிட்டன போல. இவர்தான் கவனிக்கவில்லை. பேரானந்தம் ததும்பிப் பரபரக்கும் மனத்துடன், பக்கவாட்டில் அமர்ந்திருந்த கரீம் தாத்தாவைப் பார்த்தார். ஆசீர்வதித்த பெரியவரும் கரீம்தாவின் பக்கம் திரும்பினார். இவர்கள் இருவருக்கும் மிஞ்சிப்போனால் இருபத்தைந்து வயதுதான் இருக்குமாம் அப்போது.

> ... இந்தப் பையன் தலையாய் இருக்கும் நாணயத்தில் பூவாய் இருக்கிறாய் மகனே. நல்ல ஜோடி. நல்ல ஜோடி. அல்லா மிகப் பெரியவன். மிகமிகப் பெரியவன். வாசியுங்கள். தொடர்ந்து வாசியுங்கள்...

என்று சொல்லியவாறு, அவருடைய தலையிலும் உள்ளங்கையைப் பதித்தார்.

இவர்களுக்குப் பின்னால் தம்பூரா மீட்டிக்கொண்டு அமர்ந்திருந்த உள்ளூர் இசைஞரைப் பார்த்துக் கையுயர்த்தி ஆசீர்வதித்தார். சபையைத் திரும்பிப் பார்த்தார். வலது உள்ளங்கை நுனியை நெற்றியில் பதித்து ஸலாம் வைத்தபடி மூன்றுமுறை வணங்கினார். ஜட்காவை நோக்கி நடந்து போனார். விளிம்புக்கு அவர் போய்ச்சேரும்வரை கரகோஷம் அடங்கவில்லை. ஏறுவதற்கு முன்னால், இவரைப் பார்த்து, 'ம். வாசி.' என்று சைகை செய்தாராம்.

> அதற்கப்புறம் என் வாசிப்பே வேறு மாதிரி ஆகிவிட்டது. எனக்கே நான் வாசிப்பது ரொம்பப் பிடிக்க ஆரம்பித்துவிட்டது என்றால் பாரேன்!

என்று சிலிர்ப்பார் தாத்தா. மூன்றுபேரும் அமைதியாகிவிடுவார்கள். அம்மாவோ அப்பாவோ வந்து, இவர்களை அரைத்தூக்கத்திலேயே நடத்திக் கூட்டிச் சென்று படுக்கையில் கிடத்துவார்கள். தாத்தா கதை சொன்ன வேளை மாதிரியே அரைக்கனவாக மனத்தில் பதிந்திருக்கிறது அந்தக் காட்சி.

ஒரு தடவை மனோஜ் கேட்டான்:

கான் தாத்தா பாரதம் முழுவதும் போய் வாசித்தார் என்று சொன்னாயே, நீ ஏன் அப்படி எல்லா இடத்துக்கும் போய் வாசிக்கவில்லை தாத்தா?

கான் ஸாஹேப் கங்கை மாதிரி. மாகாணம் மாகாணமாய்ப் பாயும் பாக்கியமும் வலுவும் உள்ளவர். அதற்கேற்ற சரக்கும் இருந்தது. அவரோடு நம்மை ஒப்பிடுவதே தவறு. ரோஜாப் பூங்கொத்து தீண்டிய மாதிரி அவர் தொட்டுவிட்டுப் போன உச்சந்தலையில் இன்னமும் அத்தர் மணம் மிஞ் சியிருக்கிறது தெரியுமா. நான் நம்மூர்க் காரி வாய்க்கால் மாதிரி. இந்தப் பிரதேசத்தில் இருக்கிற கிராமங்களுக்கு மட்டும் பயன்படுகிறவன்.

தமது உதாரணத்தைத் தாமே ரசித்துச் சிரித்தார் தாத்தா.

மேற்சொன்ன கதைக்கு நிகரான இன்னொரு கதையும் சொல்வார். மாதமொரு தடவையாவது அதையும் சொல்லச் சொல்லிக் கேட்பான் மனோஜ். ஜய்தீப்புக்கு எந்தக் கதை என்றாலும் ஆட்சேபம் இல்லை. இருவரும் ஒரு மனம்போல இருந்து கதை கேட்பார்கள். மனோஜ் நினைவூட்டாவிட்டாலும், அந்தக் கதை தானாய்க் குதித்துவிடும். ஆனால், ஒரு முக்கியமான வித்தியாசம், இரண்டாவது கதையைச் சொல்லி முடிக்கும்போது தாத்தாவின் உற்சாகம் முழுக்க வடிந்திருக்கும். குரல் வெகுவாகக் கம்மியிருக்கும்.

முதல் கதை அவருடைய தொழில்வாழ்க்கையின் ஆரம்பகட்டத்தில் நடந்த சம்பவம் என்றால், இது கிட்டத்தட்ட அந்திம காலத்தில். அதாவது, கச்சேரி வாழ்க்கையின் அந்திம காலத்தில். அவருடைய வாழ்க்கைக் கதைகளாகச் சொல்பவை அத்தனையும் சங்கீதம் சம்பந்தப்பட்டவையாகவே இருப்பது பற்றி ஆச்சரியமாய் ஒருதடவை கேட்டான் மனோஜ். தாத்தா சிரித்துக்கொண்டே சொன்னார்:

அட பயலே. நாவிதரிடம் கேட்டால் முடிவெட்டிய கதைதான் சொல்வார். வண்ணாரிடம் கேட்டால், துணிவெளுத்த கதைதானே சொல்வார்? என்ன, மிஞ்சிப்

போனால் ஓரிரண்டு கழுதைக்கதைகள் சொல்லலாம்!

ஆமாம், சாதாரண வாழ்க்கைச் சம்பவங்களைச் சொன்னதே கிடையாது. பாட்டியுடன் நடத்திய வாழ்க்கை, சிறுகச்சிறுகப் பணம் சேர்த்து, இந்த வீட்டையும் இன்று ஜய்தீப்பின் பொறுப்பில் இருக்கும் ஒரு துண்டு வயலையும் வாங்கியது, ஒரே மகனை வளர்த்து ஆளாக்கிய கதை என்று எதையுமே விலாவரியாய் எடுத்துச் சொன்னதில்லை. அதெல்லாம், அவ்வப்போது அப்பா சொல்லிக் கேட்டதுதான்...

இந்த இரண்டாவது கதையுமே சங்கீதம் சம்பந்தமானதுதான். அசாதாரணமானதும்கூட.

அதே ஸ்ரீராம்பூர். அதே திடல். அதே மேடை. ஆனால், வாசிக்க அமர்ந்து, அமைப்பாளர்களின் மாலை மரியாதையை வாங்கிக்கொள்ளும்போதுகூட, தமது வாழ்க்கை ஒரு முழுச்சுற்று பூர்த்தி செய்துவிட்டதையும், இறுதிப்புள்ளிமீது ஏறித் தாம் அமர்ந்திருப்பதையும் துளிக்கூட உணரவில்லை என்பார் தாத்தா. இதுமாதிரிக் கனத்த வாக்கியங்களை உதிர்க்கும்போது, அவை பள்ளிப்பாடத்தின் மனப்பாடப் பகுதிபோல இளம் மனத்தில் பதிந்ததே தவிர, இப்போதுபோல அவற்றின் அர்த்தம் புரிந்ததில்லை. விளக்கம் கேட்க ஆர்வமெழாத அளவு, மூலக்கதையும், வாத்சல்யம் நிரம்பிய கீழ்க்குரலில் தாத்தா சொல்லும் விதமும் ஈர்த்து வைத்திருக்கும். தவிர, யார் கண்டது, இவர்களுக்குக் கதை சொல்லும்போதே, அவர் தமக்குத்தாமே சொல்லிக்கொண்ட வாக்கியங்களாகவும் இருக்கலாம் அவை...

ஆயிற்றா, தாத்தாக்கள் இருவரும் வாசிக்க ஆரம்பித்துவிட்டார்கள். மால்கவுன்ஸ். தடங்கலின்றிப் பிரவகிக்கிறது. சவால் - ஜவாப். ஒருவரையொருவர் தாண்டித்தாண்டிப் பாய்கிறார்கள். ஒரு கட்டத்தில், தபலாவுக்கு மால்கவுன்ஸும், வேகமடுத்துவிட்ட ஏக தாளம் ஸரோடுக்கும் இடம்பெயர்ந்துவிட்ட மாதிரி இருந்ததாகச் சொன்னார்களாம் சில ரசிகர்கள் - மறுநாள் காலையில்.

சந்தடம் வந்ததுபோல வாசித்து முடித்து, சபையை வணங்குகிறார்கள். எப்படியும் 'இன்னும் கொஞ்சம் வாசியுங்கள்' என்று சபை

கூவும். இவர்கள் சம்மதிக்கும்வரை கூக்குரல்கள் ஓயாது. அமைப்பாளர்களுடனும், கரீம் தாத்தாவுடனும் ஏற்கனவே பேசிவைத்தபடி, கடைசியாய் வாசிக்கத் திட்டமிட்டிருக்கும் ராம்துன்னை வாசித்து நிறைவு செய்துவிடலாம் என்று யோசிக்கிறார் தாத்தா.

கைதட்டவும் பிரக்கினையின்றி கிறங்கிக் கிடக்கிறது கூட்டம். கடைசி வரிசையில் யாரோ ஒருவருக்கு நினைவு மீண்டு, ஒற்றைக் கைதட்டல் ஒலிக்கிறது. 'அடடா, மறந்து போனோமே' என்று திகைத்ததுபோல, ஒட்டுமொத்த அவையும் ஆவேசமாய் முழங்கத் தொடங்குகிறது. மாய மரம் ஒன்றிலிருந்து ஓயாமல் சடசடசடவென்று உதிரும் புளியம்பழங்கள்போல வெகுநேரம் தொடர்கிறது கரவொலி...

நடுவிலிருந்து ஒரு ஆள் எழுந்து வருகிறார். அத்தனை தலைகளைத் தாண்டி ஒருவர் மேடைக்கருகில் வருவது சாத்தியமேயில்லை. அவரானால், எழுந்து நின்ற மறுகணம் மேடையருகே நிற்கிறார்.

கால்களையூன்றி வருகிறவரால் கண்ணிமைக்கும் வேகத்தில் எப்படி நெருங்க முடிந்தது என்ற ஆச்சரியம் தீர்வதற்குள்ளேயே, இன்னொரு ஆச்சரியம் கிளைத்தது. தரையில் நிற்பவரின் மேற்பாதி உடல் மட்டும் ரப்பர்போல நீண்டது. தாத்தாவின் முகத்தருகில் அவர் முகம் வந்தது.

ஒலிவாங்கியை வலது கையால் பொத்தி மூடிக்கொண்டு, தாத்தாவின் காதில் சொல்கிறார்:

> உத்பல், உங்கள் வம்சத்தில் இந்த ஒரு தலைமுறைக்குத்தான் சங்கீதக் கொடுப்பினை. தவணை இன்றோடு முடிகிறது. விடியவிடிய வாசித்து உன்னைத் தணித்துக்கொள்...

இவ்வளவு நேரமும் கரகோஷம் ஒலித்துக்கொண்டுதான் இருக்கிறது. நடந்த சங்கதி இவரைத் தவிர வேறு யாருக்கும் புலப்பட்ட மாதிரித் தெரியவில்லை. அவ்வளவு ஏன், கரீம் தாத்தாவுமே, நடந்ததை உணராதவர் மாதிரி, கூப்பிய கரங்களுடன் சபையை நோக்கி வணங்கியவாறிருக்கிறார். மறுநாள் காலையில் தெரிய வந்தது - நிஜமாகவே அவர் உணரத்தான் இல்லையாம்.

ஊர் திரும்பும்போது, இவர் சொல்லச் சொல்ல, ஆச்சரியத்தால் மலர்ந்த கண்களோடு கேட்டுக்கொண்டிருந்தார். முழுக்க நம்பினாரா என்றும் தெரியவில்லை; அதைத்தான் பின்னொரு சந்தர்ப்பத்தில் கேட்டுத் தெரிந்துகொள்ள முடியாமலே போய்விட்டதே...

அந்த மாயாவியின் வாசகங்கள் தந்த தூண்டுதலோ என்னவோ, மனம் அலைபாய்கிறது. கைக்கடிகாரத்தைப் பார்க்கிறார். நேரம் நள்ளிரவைத் தாண்டியிருந்தது. பரஜ் ராகத்தை எடுக்கிறார். நள்ளிரவு தாண்டியபின் வாசிப்பதற்குரிய ராகம். பொதுவாக, கச்சேரியின் இறுதிப்பகுதியில் வாசிக்கும் ராகம் என்பதால் யாருக்கும் எந்த வித்தியாசமும் தெரிந்திருக்காது. ஆனால், அதை இவர் அத்தனை தீர்க்கமாய், விஸ்தாரமாய், ஆனந்தமாய் வாசிப்பார் என்று எதிர்பார்த்திருக்க மாட்டார்கள்.

வாசித்து முடித்ததும், முன் வரிசையில் அமர்ந்திருந்த அமைப்பாளர்களில் ஒருவரைத் தலையாட்டி அழைக்கிறார். ஒலிவாங்கியைக் கையால் பொத்திக்கொண்டு,

இன்னும் எவ்வளவு நேரம் வாசிக்கலாம்!

உள்ளே இருக்கும் நடுக்கம் வெளித்தெரியாதபடி, புன்னகையால் மறைத்துக்கொள்கிறார்.

ஜீ, உங்கள் விருப்பம்தான். விடியவிடியக் கேட்பதற்கு நாங்கள் காத்திருக்கிறோம்.

என்று பரவசமாய்ச் சொல்கிறார் அமைப்பாளர், அதையே. ஒலிவாங்கியிலும் அறிவிக்கிறார். தலைதெறிக்கும் உற்சாகத்துடன் முன்னைவிட உரத்து நீள்கிறது கரகோஷம்.

தாத்தா ஸோஹ்னி எடுக்கிறார். இதுவும் விஸ்தாரமாய் வாசிப்பதற்குரிய ராகமில்லை; ஏன் எடுத்தோம் என்று இவருக்கே தெரியவில்லை. ஆனால், அதை எடுத்திருக்கக் கூடாது. அந்த ராகத்தின் அடியாழத்தில் புதைந்திருக்கும் துயரம், சுனை திறந்ததால் பீறும் தண்ணீர்மாதிரி மனம் முழுக்க நிரம்புகிறது. துக்கத்தின் விம்மல் விரல்களில் பாய்ந்து வாத்தியத்தை அரற்ற வைக்கிறது. அப்படியொரு வாசிப்பு அதற்கு முன் எப்போதும் நிகழ்ந்ததில்லை என்று கரீம் தாத்தா மறுநாள் காலையில் சொன்னாராம்.

அப்படிச் சொல்லும்போதுகூட, அதற்குப் பின்பும் ஒருபோதும் வாய்ப்பதற்கில்லை என்று அவருக்குத் தெரியாது. ஏனெனில், மாயாவி 'தவணை' குறித்து விடுத்த எச்சரிக்கையை கவனமாகத் தவிர்த்துவிட்டார் தாத்தா. நிம்மதியாய் இருக்கும் சிநேகிதனைக் கலைப்பானேன்.

ஒருமுறை, இந்தக் கதையைச் சொல்லும்போது அறைக்குள் அப்பா வந்தார். பொதுவாக, பேரக்குழந்தைகளுடன் கிழவர் தனித்திருக்கும்போது அவர் இடையிடுவதில்லை. அன்றைக்குக் கடும் மழை. வாசல் தகரத்தில் அறைந்து பேரோசை கிளப்பும் தாரைகளின் வலுவைத்தாண்டி உரத்துக் கதை சொன்னார் தாத்தா என்பதுகூடக் காரணமாய் இருக்கலாம். பூனைபோல சந்தடியின்றி வந்து கட்டிலின் கால்மாட்டில் கிடக்கும் நாற்காலியில் அமர்ந்தார்.

> அட, அப்படியானால், கரீம் காக்கா இறந்ததால் நீங்கள் மேடையேறுவதை நிறுத்தவில்லையா பா ஜீ?

என்று ஆச்சரியமாய்க் கேட்டார். அவருமே பால்யத்தில் இந்தக் கதையைக் கேள்விப்பட்டிருக்கலாம். அப்படியும் ஏன் முதன்முதலாகக் கேட்கும் ஆச்சரியத்துடன் கேட்டார் என்பது இப்போதும் புரிய மறுக்கிறது. அல்லது, கதையின் தாக்கம் புரியாத வயதில் கேட்டதால் மறந்தும் போயிருக்கலாம்... அல்லது, இந்தக் கதை தகப்பனாருக்கு எத்தனை வேதனையானது என்பதை அறிந்திருந்ததால், அனுசரணையாக ஓரிரு வாக்கியங்கள் பேச முற்பட்டிருக்கலாம்.

தன் ஒரே மகனைக் கண்ணுக்குக் கண் பார்த்துப் பேசமாட்டார் தாத்தா. பிறந்ததிலிருந்தே அவன் வாலிபன்தான் என்கிற மாதிரியான விலகலும் தொலைவும் முகபாவனைகளிலும், வார்த்தைகளிலும் இருக்கும். இந்தக் கேள்வியைக் கேட்டபோது, சின்னஞ்சிறுவனாகத் தன் முழங்காலைக் கட்டிக்கொண்ட சிறுவனின் நினைவு வந்ததோ என்னவோ - பேரக் குழந்தைகளுக்கு பதில் சொல்லும் அதே வாத்சல்யத்துடன், மகனின் முகத்தைப் பார்த்து பதில் சொன்னார்:

> இல்லை.

அப்பா மறுபடியும் கேட்டார்:

> ஒருவேளை, வந்தவர் அதைத்தான் குறிப்புணர்த்திப் போனாரோ?

அந்த வாக்கியமும் சரி, அதற்கு பதிலளிக்காமல் தாத்தா அனுசரித்த மௌனமும் சரி, சிறுவர்களுக்கு, குறிப்பாக மனோஜுக்கு, புரியவில்லை. அப்பா விடாமல் கேட்டார்:

> மறுநாள் காலையில், அந்த மாயாவி பார்வையில் பட்டாரா பா ஜீ!

> இல்லை.

மௌனக்கெட்டு அறைக்குள் வந்து பேச்சுக்கொடுக்கும் மகனிடம் இன்னும் ஓரிரு வாக்கியங்கள் பேசுவதுதான் முறை என்று தாத்தாவுக்குப் பட்டதோ என்னவோ.

> கச்சேரி முடிந்த நிமிடத்தில் என்னைச் சுற்றிக் கூடிய அத்தனை பேரையும் துருவித்துருவிப் பார்த்தேனே. அந்த முகம் மட்டும் தட்டுப்படவேயில்லை சுதீப்...

பெருமூச்சுவிட்டார் தாத்தா.

> ...வரும் வழியில் கரீமிடம் விவரித்தேன் இல்லையா!. அவன் 'அப்படியா!' என்று ஆச்சரியமாய்த் திருப்பிக் கேட்டான். பல வருஷங்கள் கழித்து, ஒருநாள் தோன்றியது: அப்படியொரு ஆள் வரவேயில்லையோ. மறுநாள் கரீம் சாகவிருக்கிறான் என்பதால், என் உள்ளுணர்வுதான் அப்படித் தோற்றமெடுத்து எதிரில் நின்றதோ. அல்லது, அந்த ஒட்டுமொத்த சம்பவமே, இந்தப் பயல் இறந்தபிறகு எனக்குள் ஊறிய பிரமையாய்க்கூட இருக்கலாம்...

கொஞ்சநேரம் பேசாமலிருந்தார். அப்புறம் வேகமாய்ச் சொன்னார்:

> ஆனால், அன்றைக்கு நான் விடியவிடிய வாசித்தது உண்மை. கடைசியாய் வாசித்த காலிங்கடாவின் ஒவ்வொரு ஸ்வரமும் எனக்குள் இன்னமும் ஒலித்துக்கொண்டுதான் இருக்கிறது.

அது என்னுடைய வாசிப்பே இல்லை; எனக்குள் புகுந்திருந்த பிசாசின் வாசிப்பு...

அது அபூர்வமான சம்பவமேதான். ஏனென்றால், தாத்தா பெரியவர்களுடன் அளவளாவி இவன் பார்த்ததே கிடையாது. பேரக் குழந்தைகளுடன் மட்டும்தான் பேச்சு சிரிப்பு எல்லாம். மகனைப் பெற்றுக்கொடுத்த பின்னர், மூன்று வருடங்கள் உடன் வாழ்ந்துவிட்டு, இனம் புரியாத வியாதி தாக்கி இறந்துபோனாள் பாட்டி. முதல் குழந்தை பிறந்ததே திருமணமாகி நீண்டகாலம் கழித்து. தாம் பிறக்கும்போது தாத்தாவுக்கு நாற்பத்தைந்து வயது என்பார் அப்பா.

பாட்டி இறக்கும்போது, இரண்டாவது குழந்தை வயிற்றில் ஆறுமாதம். தாயும் சேயும் ஒன்றாய்ப் போய்ச்சேர்ந்த பிறகு தாத்தாவின் பேச்சு அறுதியாய் நின்றுவிட்டது. கரீம் தாத்தாவுடன் மட்டும்தான் உரையாடுவார் - அதுவும் வேறு யாரும் இல்லாதபோது மட்டும்.

அவன் உள்ளூர சந்யாசம் வாங்கிவிட்டான் மருமகனே.

என்று கரீம் தாத்தா ஆறுதல் சொல்வாராம் அப்பாவுக்கு...

தாத்தாவின் வாயில் பற்களே கிடையாது. உட்புறம் மடிந்த உதடுகள் இரண்டும், இல்லாத எதையோ நமட்டியாவறிருக்கும். தலைமாட்டில் இருந்த முக்காலியில் சிறு இரும்பு உரலும், அதற்குள் உலக்கைபோலக் குத்திட்டுப் பொருந்திய தடித்த கம்பியும் இருந்தன. அதில் போட்டு இடித்த எதையாவது வாயில் அதக்கிக்கொள்வார்.

கடைசி சில மாத காலம் கட்டிலில் கிடந்த உருவத்தை தாத்தா என்று நம்புவதே மனோஜுக்குக் கடினமாய் இருந்தது. சுவரோரமாய்ப் போட்ட கட்டிலில், சுவருக்கு முதுகைக்காட்டி ஒருக்களித்துப் படுத்தபடி, ஜன்னல்வழி தெரியும் ஆகாயத்தை வெறித்தபடி இருப்பார். இவன் ஒரு தடவை கேட்டான்:

ஏன் தாத்தா வானத்தையே பார்த்துக்கொண்டிருக்கிறாய்?

வீட்டில் மற்றவர்கள் எல்லாரும் அவரைப் பன்மையில் விளித்துப்

பேசும்போது, பேரக் குழந்தைகளிடம் கறாராய்ச் சொல்லியிருந்தார் - ஒருமையில்தான் பேச வேண்டும். வாய்தவறிப் பன்மையில் அழைத்துவிட்டால், அன்றைக்குக் கதை சொல்லமாட்டேன் என்று மிரட்டுவார்!...

> அதுவா, அங்கேதானே நான் போகப் போகிறேன்.
> அதனால்தான் இப்போதே பார்த்து வைத்துக்கொள்கிறேன்!

என்று சிரித்துக்கொண்டே சொன்னார்.

தாத்தா இறக்கும்போது மனோஜுக்குப் பன்னிரண்டு வயது. அதற்கு முன்பே மரணம் என்றால் என்ன என்று ஒருமாதிரியாகத் தெரிந்திருந்தது. தாத்தாவின் நண்பர்களே மிகப் பலபேர் காணாமல் போயிருக்கிறார்கள். வாய்நிறையக் குதப்பிய ஜர்தா பீடா மணக்க, கைநிறைய ஸோன்பப்டி மிட்டாயோடு வரும் ராய் தாத்தா கடைசியாய் வந்துவிட்டுப் போய் நாலைந்து மாதம் கழித்து, நண்பர்களோடு விளையாடிக் கொண்டிருந்தவனுக்கு திடீரென்று ஸோன்பப்டி மணம் தட்டியது. எங்கிருந்து வந்தது என்று தெரியவில்லை. வீட்டுக்கு ஓடினான். அடுப்பின் முன் உட்கார்ந்திருந்த அம்மாவிடம் கேட்டான்:

> அம்மா... ராய் தாத்தா வருவதேயில்லையே, ஏன்?

அம்மாவின் முகத்தில் சட்டென்று ஒரு திகைப்பு பரவியது. ஏதோ ஒரு பதில் தானாகப் புறப்பட்டு வருவதற்குக் காத்திருப்பவள் மாதிரி நெற்றி சுருங்கியது. இவனைக் கண்ணுக்குக் கண் பார்க்காமல் சொன்னாள்:

> அதுவா, அவர் இப்போது பகவான் ஆகிவிட்டார்...

இதைச் சொல்லும்போது அம்மாவின் முகம் இறுக்கமாய் இருந்தது நினைவு வருகிறது. சில பதில்களை அவள் சொல்லும் தொனியே தீர்மானமாய் இருக்கும். அவ்வளவுதான். எத்தனை தடவை கேட்டாலும் அதே பதில்தான் சொல்வாள். நாலாவது ஐந்தாவது தடவைகளில், குரலில் முரட்டுத்தனம் சேர்ந்துவிடும்.

ஆக, தாத்தா இறக்கும் முன்பே, மரணம் என்றால் காணாமல் போவது; பகவானாக ஆவது என்றெல்லாம் அறிந்து வைத்திருந்தான்.

போய்விட்டவர்களுக்கு, அதிலும் முதுமையின் சுமை தாளாமல் தவித்தவர்களுக்கு, அது ஒரு விடுதலை; மீந்திருப்பவர்களுக்கு, உடனடியான தற்காலிக வேதனை என்பதெல்லாம் புரிவதற்கு இன்னும் சில வருடங்கள் ஆயின.

பிற்பாடு, கொல்கத்தாவில் குடியமர்ந்த ஆரம்ப நாட்களில், ஒரு சாயங்காலத்தில், அலுவலகம் விட்டுத் திரும்பும்போது, தத்ரூபமாக ராய் தாத்தாவின் சாயல் கொண்ட கிழவரைப் பார்க்க நேர்ந்தது. உடனடியாக ஸோன்பப்டி மணம் நாசியை நிரப்பியது. அக்கம்பக்கத்தில் மிட்டாய்க்கடை ஏதும் இருக்கிறதோ என்று சுற்றுமுற்றும் பார்த்தான். ம்ஹூம், நடைபாதைவாசிகளின் கூரைச்சார்ப்புகளும், அவற்றின் மேற்பரப்பில் கசியும் அடுப்புப் புகையும் மட்டுமே தெரிந்தன...

ஆனால், இந்த முறை, வேறொரு முனையிலிருந்து புரிந்தது - பால்யத்தில் திடீரென்று தட்டிய ஸோன்பப்டி மணம் தனக்குள்ளிருந்தேதான் ஊறி எழுந்திருக்க வேண்டும். அதாவது, ராய் தாத்தா ஸோன்பப்டி மணமாகவே தனக்குள் மீந்திருக்க வேண்டும்... உத்பல் தாத்தா ஸரோட் ஒலியாகப் பதிந்திருக்கிற மாதிரி.

கடைசி இரண்டு மாதங்களில் தாத்தா பட்ட அவஸ்தையை இப்போது நினைத்தாலும் கதிகலங்கும். அவருடைய அறைப்பக்கம் போகவே எல்லாருக்கும் அச்சம். சாத்வீக மனிதரான தாத்தா, படுமூர்க்கமாய் மாறிவிட்டிருந்தார். அறைக்குள் நுழைகிறவர்களை, தம்ளரையோ தட்டையோ வீசியெறிந்து விரட்டுவார். யாரும் போகாமலிருக்கும் வேளைகளில், உரத்து அலறுவார். பெரும்பாலும் வசவு வார்த்தைகள்தாம். தெருச்சண்டைகளில் சாதாரணமாய்ப் புழங்கும் கெட்டவார்த்தைகள். பலவற்றுக்கு அர்த்தம் புரியாது - ஆனால், அத்தனையும் ஏற்கனவே பரிச்சயமான சொற்கள்.

குழந்தைகளை அவருடைய அறைக்குள் போகாமல் தடுத்தார்கள். நிலைவாசலிலிருந்து பார்ப்பதற்கு மட்டும் அனுமதி. ஒருவேளை, மனோஜோ ஜய்தீப்போ அவரருகில் சென்றிருந்தாலும் திட்டவோ, தாக்கவோ முற்பட்டிருக்க மாட்டார் தாத்தா என்பது இவனுடைய உறுதியான நம்பிக்கை - தாத்தா காலமாகி இத்தனை வருடம் கழித்தும்.

சாவதற்கு ஓரிரு நாட்களுக்கு முன்னால், சொறிய ஆரம்பித்தார். உச்சந்தலை, அரையிடுக்கு, உள்ளங்கால் என்று எட்டுகிற, எட்டாத இடங்களை வறட்வறட்டென்று சொறிவார். அப்பா ஒருத்தர் மட்டும் அறைக்குள் சென்று அவரை சமனப்படுத்த முனைவார். சொறிந்துசொறிந்து தோல் வழண்ட இடங்களில் எண்ணெய் தடவிவிட முயல்வார்.

முதல் நாள், முக்காலியில் வைத்திருந்த சிற்றுரலை மகனை நோக்கி எறிந்ததில், அப்பாவின் நெற்றியில் பட்டு, ரத்தக்காயம் ஏற்பட்டது. அடிபட்ட இடத்தைக் கையால் அழுத்தியபடியே வெளியில் வந்தார் அப்பா.

ஐயோ...

என்று பதறிய அம்மா, ஏதோ களிம்பை எடுத்துக்கொண்டு ஓடிவந்தாள். டப்பியைத் தரையில் வைத்துவிட்டு, சேலை முந்தானையால் அப்பாவின் நெற்றியைத் துடைத்தாள். வெளிர்நீலக் கைத்தறிப்புடவையின் நுனியில் தீற்றலாக, தாறுமாறாகப் புட்டா போட்ட மாதிரி, ரத்தக் கறை படிந்தது.

...இப்படியா செய்வார் மனிதர்?

என்று ஆதங்கமாய்ப் புலம்பினாள். அப்பா வழக்கமான சாந்தத்துடன் சொன்னார்:

அவருக்குப் போவதற்கு விருப்பமேயில்லை ஜொயா...

சரிதான், யார்தான் ஆசையாய்க் கிளம்பிப் போவார்கள்.

என்று வேகமாய்ச் சொன்னாள் அம்மா. அப்பா பரிதாபமாய்ப் புன்னகைத்தார்.

இது நடந்தது ஒரு காலையில். மறுநாளுக்கு மறுநாள் சாயங்காலம், வெளியில் விளையாடக் கிளம்பினான் மனோஜ். பார்வை தாத்தாவின் அறைக்குள் யதேச்சையாய்ப் பாய்ந்தது.

இடது கைப் பழக்கம் உள்ளவர் அவர். வலது கை மானசீகமாய்க்

காற்றைத் தடவி ஸ்வரஸ்தானங்களில் உலவ, பாவனையாய்ச் சிட்டிகை பிடித்த இடது கை, மீட்டும் அபிநயத்தில் படுவேகமாக ஆடியது. ஓடிப்போய் அம்மாவை அழைத்து வந்தான். அப்பாவும் கூடவே வந்தார். இருவர் கண்களிலும் பொங்கிய கண்ணீர் களகளவென்று கன்னங்களில் வழிந்தது. இனம்புரியாத வகையில், இவனுக்கும் அழுகை வந்தது. கரகரத்த குரலில் அப்பா சொன்னார்:

> பெரிய சபை போலிருக்கிறது. கிழவரின் முகத்தில் பெருமிதத்தைப் பார்.

அடுத்த நிமிடம், இரண்டு கைகளையும் தலைக்குமேல் உயர்த்தி மானசீகமாக வணக்கம் சொன்னார் தாத்தா. இடது கையின் சிட்டிகை பிரியாமலே இருந்தது.

அன்று அம்மாவைக் கட்டிக்கொண்டு படுத்திருந்தபோது, அவள் உடம்பு அடிக்கடி பதறுவதை உணர முடிந்தது. வாசல் திண்ணையில் காக்காவும் அப்பாவும் உட்கார்ந்திருந்த திசையிலிருந்து சுருட்டு மணம் வந்தபடியிருந்தது. அப்பாவுக்கு உறுதியாய்த் தெரிந்திருக்க வேண்டும் - ஆளனுப்பி, காக்காவை வரச்சொல்லியிருந்தார். இருவரும் அன்றிரவு முழுக்க திண்ணையில் உட்கார்ந்தே இருந்தார்களாம்...

தாத்தா வாசிக்கும்போது எடுத்த ஏழெட்டுப் புகைப்படங்கள் பார்த்திருக்கிறான். நிற்கும்போதைவிட, மேடையில் அமர்ந்திருக்கும்போது கூடுதல் உயரமாய்த் தெரிவார்.

மறுநாள் காலையில் அவர் இல்லை. உயர்த்திக் கூப்பிய கைகள் இன்னமும் இவனுக்குள் பத்திரமாய் இருக்கின்றன.

> மனிதருக்கு ஊர்ப்பற்று ஜாஸ்தி. இல்லாவிட்டால், பாரதம் முழுவதும் போய் வாசித்திருப்பார், பாவம்...

சாவுக்கு வந்த பலரும் இப்படித்தான் பேசிக்கொண்டார்கள்.

காற்றும் மழையும்
பனியும் நிலவும்
அனுப்பி வைக்கும்
காதல் கடிதங்களை
வாசித்தறியக் கற்பாயாக.

இக்யூ சோஜன் - ஜென் துறவி,
ஜப்பான், பதினைந்தாம் நூற்றாண்டு

08

மடாலயத்துக்கு வந்து ஓரிரு வருடங்கள் போயிருக்கும். ஒரு சம்பவம். வழக்கம்போல அதிகாலையில் எழுந்து நியமங்களில் அனிச்சையாய் ஈடுபட்டிருந்தான். எல்லாவிதத்திலும் இயல்பான இன்னொரு நாள்தான். எனினும், உள்ளூர ஒரு நடுக்கம் இருந்தவாறிருந்தது. உடம்பு நிஜமாகவே தளர்ந்திருக்கிறதா, தனக்குத்தான் அப்படித் தோன்றுகிறதா என்று முடிவெடுக்க முடியவில்லை. யந்திரகதியில் சாவதானமாகச் செயல்படும் அங்கங்களுக்கு நேரெதிராக, படபடவென்று பாய்ந்துகொண்டிருந்தது மனம். 'தான்' என்பது உடம்பும் மனமும் சேர்ந்த ஒரே அமைப்பு இல்லையோ என்ற சந்தேகம்வேறு அவ்வப்போது தலைதூக்கி வதைத்தது.

தலைமை குருவிடம் கேட்டால் நிச்சயம் தெளிவு கிடைக்கும். எல்லாவற்றையும் சொல்லிவிட்டு,

> ...என்று இந்த நபருக்குத் தோன்றுகிறது. மற்றவர்கள் அப்படியே ஏற்கவேண்டிய அவசியம் இல்லை. அவரவருக்கு எட்டும் உயரத்தில் பழுத்துத் தொங்கும் கனிகளை உடைய கானகம் இது. மட்டுமல்ல, தரையோடு தரையாய் ஊரும் ஜீவன்களுக்கு உதவிகரமாய், தானாய் உதிர்ந்து உருள்பவற்றையும் கொண்டது...

என்று புன்னகைப்பார். மாணவத் துறவிகள் ஏதாவது கேள்வி எழுப்பும்போதெல்லாம், நிறைவான விளக்கத்தைச் சொல்லி முடித்தபிறகு, பின்னொட்டாக இந்த வாசகங்களை ஒப்பிப்பது அவருடைய வழக்கம்.

ஒருமுறை சீடர்களெல்லாம் கலைந்தபின்னும், என்ன காரணமோ, அவரையே பார்த்துக்கொண்டு, அதே இடத்தில் நின்றிருந்தான். மேற்சொன்ன துறப்பு வாசகங்களை ஏற்கனவே பலமுறை சொல்லியிருக்கிறாரே; இருந்தும் ஏன் அடிக்கடி சொல்கிறார்; கேள்விகளை எதிர்கொள்ளும்போதெல்லாம் தவறாமல் சொல்கிறார்; தன்வசமுள்ள தர்க்கம் பலவீனமானது என்று உணர்கிறாரோ. அல்லது, வயோதிகத்தின் நிழல் அவர்மீது வேகமாகப் படிய ஆரம்பித்துவிட்டதோ என்று சிந்தை தறிகெட்டுப் பாய்ந்தது.

அடுத்த கணத்தில், போதனை மேடையிலிருந்து பதின்வயதுச் சிறுவனைப்போலத் தாவி இறங்கினார். ஜன்னலருகே சென்றார். கையசைத்து இவனை அழைத்தார். கிட்டே போய் நின்றான்.

மடாலயத்தில் திரவியங்களின் பயன்பாடே கிடையாது. 'நறுமணம் என்றும் துர்மணம் என்றும் இரண்டு கிடையாது; நுகரும் நாசிக்கு பேதம் தெரியாது; பொருள்கொள்ளும் மனம்தான் ஏற்கவோ மறுதலிக்கவோ செய்கிறது' என்று ஆரம்ப நாட்களிலேயே பாடம் கேட்டிருக்கிறான். ருசி ருசியின்மை, இதம், இதமின்மை இசை ஓசை என்று நீளும் இரட்டைநிலைகளின் பட்டியலே செயற்கையானது; ஆளுக்கு ஆள், வேளைக்கு வேளை மாறுபடுவதாலேயே, ஐயப்பாட்டுக்குரியது என்றும் அதே பாடவேளையில் கேட்டது வாழ்க்கைப்பார்வையாகவே மாறிப் பதிந்திருக்கிறது. ஆனாலும், ஒரு பூவின் மணத்துக்கும் இன்னொன்றின் மணத்துக்கும் வித்தியாசம் தெரியாமலா போகிறது... மேற்படி வித்தியாசத்தை அறுதியானது என்றோ, முழுக்கப் புறவயமானது என்றோ எடுத்துக்கொள்வது

சரியில்லை என்றுதான் அர்த்தம்கொள்ள வேண்டும் போல - என்று இவனாக நினைத்துக்கொள்வான்.

அது சரி, குருவின் உடலிலிருந்து எந்நேரமும் வீசும் ரோஜா மணத்துக்கு என்ன காரணம் என்று எப்போதும்போலவே இப்போதும் திகைத்தான்...

ஜன்னல் வழியே விரல்நீட்டிக் காட்டினார். மறுபடியும் புன்னகைத்தார். விரல் சுட்டிய திக்கில் பார்வை குவிந்த அதேவேளையில், அவர் நகர்ந்து விலகுவது ஓரப்பார்வைக்குத் தெரிந்தது. மடாலயத்தில் புதிதாகக் கொஞ்சம் மரச்சாமான்கள் செய்வதற்காக வேற்றூர் மடாலயத்திலிருந்து வந்திருந்த, தச்சுக்கலை நன்கு பயின்ற துறவிகள் சிலர் மும்முரமாக வேலையில் ஈடுபட்டிருந்தனர்.

படுக்கைவசமாய்க் கிடந்த, இரண்டு உடல் பருமன் கொண்ட மரத்தண்டின் தலைப்பகுதியில் நீளமான இரும்பு ஆப்பைக் குத்தி, அதன் தலையில் மிகப் பெரிய சுத்தியலால் குறிபிசகாமல் திரும்பத் திரும்பச் சாத்தினார் ஒரு துறவி. நாலாவது அடி தன் உச்சந்தலையில் இறங்கிய மாதிரி உணர்ந்தான். அதேவேளையில் மரத்தண்டு செங்குத்தாய்ப் பிளக்கத் தொடங்குவது தெரிந்தது. அவசரமாய்த் திரும்பிப் பார்த்தான்; அறையின் படிக்கட்டைக் கடந்து, திறந்தவெளியில் விறுவிறுவென்று நடந்து போய்க்கொண்டிருந்தார் குரு...

வந்து சேர்ந்ததிலிருந்து இவனைப் படுத்தியெடுக்கும் புதிர்களில் இதுவும் ஒன்று. எங்கும் போவதற்கான அவசியமேயற்ற மடாலயத்துக்குள், பகல் முழுக்கத் துறவிகள் நடந்தவாறிருப்பார்கள். ஏதோ ஒரு பாடத்தை குரு நடத்திய தினத்தின் இரவில், அரைத் தூக்கத்தின் மத்தியில், அவர் விளக்கிய ஒரு வரி நினைவு வந்தது.

> 'நகர்தல் என்பது நகர்தல் அல்ல. நகராமை என்பது நகராமையும் அல்ல.'

இரண்டு மூன்று தடவை அதே வாக்கியத்தை திரும்பத் திரும்ப உச்சாடனம் செய்துவிட்டு, விளக்கத்தைத் தொடங்கினார்.

> வளரும் செடி தன்னிலிருந்தே தன்னை நோக்கி நகர்கிறது. போய்ச்சேரும்போது மரமாய் ஆகியிருக்கிறது. அங்கிருந்து

> தொடங்கும் அடுத்த பயணமும் தனக்குள் தொடங்கி, தன்னுள் முடிவதுதான். சருகாக உதிர்வதும் பட்டுப்போய் வீழ்வதும் தனக்குள்ளிருந்தே நடப்பது. நதியும்கூட அப்படித்தான் - தனக்குள்ளேயே நகர்ந்து நகர்ந்து இடம்பெயர்கிறது.

'உறக்கம் என்பது உறக்கம் அல்ல; விழித்திருத்தல் என்பது விழிப்பும் அல்ல. வலி என்பது வலி அல்ல; சுகம் என்பது சுகமும் அல்ல; இயக்கம் என்பது இயக்கம் அல்ல; இயங்காமை என்பது உறைதலும் அல்ல' என்கிற மாதிரி மனம் அடுக்கிக்கொண்டே போனது.

சரி, எந்தச் சொல்லுக்குமே அது குறிக்கும் அர்த்தம் இல்லையென்றால், சொற்களின் உண்மையான பயன்தான் என்ன? எல்லா மொழிகளுமே முழுக்கமுழுக்க எதிர்ச்சொற்களால் ஆனவை என்றல்லவா ஆகிறது! அல்லது, ஒருவேளை, மொழிப்பயன்பாடு என்பது, வெறும் தொடர்புசாதனம் மட்டும்தானே தவிர, சுயேச்சையான இருப்புகொண்டது அல்ல; வெறும் குறியீடுகளின் தொகுப்புதான் அது; முற்றிலும் செயற்கையானது, அவசியமற்றது என்று உணர வைப்பதற்காகத்தான் இப்படியெல்லாம் பாடம் புகட்டுகிறார்களோ?...

மனம் பாயும் வேகத்தைத் தாளமுடியாமல் தவித்துக்கொண்டிருந்த போது, முற்றிலும் புதிதாக ஒரு வாக்கியம் உதித்து, தூக்கத்தை முழுசாக விரட்டியடித்தது:

> எல்லாரும் தங்களிடமிருந்தே தங்களை நோக்கிச் செல்கிறார்கள்...

ஆமாம், இப்போது திறந்தவெளியில் நகரும் ஆரஞ்சுச் சுளைபோலத் தென்பட்ட குரு, 'தன்னிலிருந்து தன்னை நோக்கிச் சென்றுகொண்டிருக்கிறார்' என்று தோன்றியது; அந்த வளாகத்துக்கு மட்டுமின்றி, ஒட்டுமொத்த பூமிக்கும் மையப்புள்ளிபோலத் தெரிந்தார். ஆமாம், அவரை அச்சாகக் கொண்டு பூமி சுழல்கிறது; பூமி சுழலுவதால் அவர் நகர்கிறார் என்று மனம் தொடர்ந்து அடுக்கியது...

குருவின் நடையில் சிறு தளர்ச்சி இருந்தமாதிரிப் பட்டது - பார்வைக்குப் புலப்படாத ஏதோவொன்றை நோக்கியும் அவர் நடக்கிறாரோ என்று ஒரு வாசகம் சொடுக்கி, உடல் விதிர்த்தது...

'உடலும் மனமும் எதிரெதிர்த் திசையில் பாயும் வெவ்வேறு நதிகளா?' என்ற சந்தேகத்தை அவரிடம் கேட்கலாம்தான்; ஆனால், இந்தக் கேள்வி ஊறிச் சுரந்த சுனை பற்றியும் சொல்லவேண்டி வரும். அதன் மூல ஊற்று பற்றித் தனக்கே தெளிவில்லாதபோது, கேள்வியைத் துல்லியமாக வடிவமைப்பது எப்படி!

அப்புறம், இன்னொரு சுனைபற்றியும் பிரஸ்தாபிக்க வேண்டிவரும். முந்தின இரவில் நடந்த விநோதமான சம்பவத்துக்கு தான் பொறுப்பு அல்ல என்பது தெளிவாகத் தெரிந்தது. அப்படியானால் யார் பொறுப்பு. அல்லது, தான் எவ்வளவு மறுத்தாலும், தானே பொறுப்போ? என்று ஓயாமல் குடையவும் செய்தது மனம்...

நேற்றுப் பகலில் பிட்சைக்குப் போயிருந்தபோது, அந்தப் பெண்ணைப் பார்த்தான். சற்றுத் தள்ளியிருந்த யாரோ,

லாஸ்யா...ஆ...ஆ...ஆ...

என்று உரத்துக் கூவினார்கள்.

காற்றின் விசை அதிகமாய் இருக்கும் மலைப்பகுதி. சன்னமான குரலில் பேசுகிறவர்கள் கிட்டத்தட்டக் கிடையாது என்றே சொல்லலாம். அதன் காரணமாகவே, மடாலயத்துக்குள் நிலவும் அமைதி, பூதாகாரமாகத் தெரியும். அபூர்வமாக, ஆனால் கிசுகிசுப்பான மடாலய உரையாடல்கள் பேரோசையாய் ஒலிக்கும். சிலவேளை, நிசப்தமே பேரொலியாய் தொனிக்கும். அதை அப்புறம் சொல்லலாம்...

இப்போது, வசீகரமான அசைவுகளுடன் முன்னால் போய்க்கொண்டிருந்த நாலைந்து பெண்களில் ஒருத்தி இந்தக் கூவலுக்குத் திரும்பிப் பார்த்தாள்; அவள் பெயர்தான் லாஸ்யா என்று தெரியவந்ததில் தனக்குள் இனம்புரியாத உற்சாகம் கிளர்வது ஏன் என்று வியப்பாய் இருந்தது. அதைவிட, கழுத்தைத் திருப்பிப் பார்க்கும் மயிலின் நளினமும் ஒயிலும் அவளுடைய அசைவில் இருந்தது இன்னும் பெரிய கிளுகிளுப்பைத் தந்தது...

விழித்திருக்கும் வேளையில் தன்னை ஆணாய் உணர்வதால்தான் ஒருவன் ஆணாக இருக்கிறான்.

என்று, அதிதியாக வந்த ஒரு குரு தமது உரையின் நடுவில் சொன்னார். இளந்துறவிகளின் மத்தியில் ஆழ்ந்த பெருமூச்சு ஒன்று உயர்ந்தடங்கியது. அப்போது அதன் கனம் புரியவில்லை.

இப்போது லேசாகப் புரிகிற மாதிரிப் பட்டது. நேற்றிரவு, மூன்றாம் ஜாமம் தீரும் சமயம் இருக்கும், உறக்கத்தின் பாதாளத்தில் ஆழ்ந்திருந்தபோது, நிலைத்து நின்று எரியும் எரிகல்போலச் சுடர்ந்தாள் அந்த லாஸ்யா. அத்தனை மினுமினுப்பு; அத்தனை உஷ்ணம். இவனைத் தொடப் போகிறவள் மாதிரி, அருகில் வருகிறாள். இவன் விலகி நகர்கிறான். இன்னும் விசையுடன் நெருங்குகிறாள். இவனுடைய விலகலும் விசை கொள்கிறது. கிட்டத்தட்ட, ஓடிப் பிடித்து விளையாடுவதுபோல ஒருவர் பின்னால் ஒருவர் ஓட்டநடை பயில்கிறார்கள்.

எதிர்பாராத ஒரு கணத்தில் இவனைத் தொட்டே விட்டாள். அவ்வளவுதான். ததும்பிக்கொண்டிருந்த மதகு படார் என்று பிளந்துபட்டது. உடல் விதிர்த்து அடங்கியது. விழித்துவிட்டான். வஸ்திரம் நனைந்திருந்தது. தனக்குத் தொடர்பில்லாத ஒன்று நடந்துவிட்டது மாதிரி நடுங்க ஆரம்பித்த மனம் இன்னமும் ஓய மறுக்கிறது.

நடுக்கம் ஒரு பக்கம் தொடர, மனத்தின் இன்னொரு பகுதி, தன்னை மீட்டுக்கொள்ளப் பெரும் பிரயத்தனம் செய்கிறது. உறக்கத்தின் அழுத்தத்தில் தானாய் உற்பத்தியாகும் கனவுகளில் ஒன்றுதானே; அதைப்போய்ப் பொருட்படுத்துவானேன் என்று சமனப்பட முயன்றாலும், நடுங்கும் பகுதி ஒத்துக்கொள்ள மாட்டேனென்கிறது; கேள்விகளாய் அடுக்கித் தள்ளுகிறது:

1 நனவில் ஆணாய் உணர்வது சரி, கனவிலும் தன்னை ஆணாகவே உணர்ந்தானே, அது எப்படி?

2 விழித்திருக்கும் வேளையில் ஆணாய் உணர்ந்ததுதான் கனவிலும் ஆணாய்த் தொடர்வதற்குக் காரணம் என்றால், பெண்களுக்கும் அப்படித்தானா? அட, பிற ஜீவராசிகளுக்கும் இதுவேதான் நியதியா?

3 உடைப்பெடுத்த மதகுமேகூட, ஆணுக்கும் பெண்ணுக்கும் பொதுவானதுவா?

4 இவனுடைய வஸ்திரத்தில் பாய்ந்த தேக்கம், அவர்களுக்குள்ளும் ததும்பிக் கொண்டுதான் இருக்குமா?

5 இணைசேரும் பூச்சிகளும், பிராணிகளும் பார்க்கக் கிடைப்பது வனப்பகுதியில் புதிதல்ல; ஆனால், அவற்றுக்குத் துறவு என்ற ஒரு நிலை கிடையாதே என்றல்லவா சமாதானம் கொண்டிருந்தான். அல்லும்பகலும் பயிற்சியில் ஈடுபட்டிருக்கும் துறவிகளும் விதிவிலக்கல்ல என்றல்லவா ஆகிவிட்டது இப்போது?

பகல்முழுக்க நமட்டிக்கொண்டிருந்த கேள்விகள் தனக்கு அளித்ததுதான் என்ன, வேதனையா, நூதனமான இன்பநிலையா என்று அறுதியிட முடியாமலே தினசரியின் ஓட்டத்தில் இழுபட்டான். சட்டென்று, வானம் கறுத்திருப்பது உறைத்தது. ததும்பும் மேகங்கள் தலைக்குமேல் கூரைபோல நிலைத்திருந்தன. அந்திவேளைக்குப் பொருத்தமற்ற இருள் பரவியிருந்தது.

மடாலய வளாகத்தில் ஈசல்களும் தட்டாரப்பூச்சிகளும் அபரிமிதமான எண்ணிக்கையில் குழுமிவிட்டிருந்தன. திறந்த நிலைவாயிலின் வழியே ஓடிவந்த கறுப்பு நாய்கள் இரண்டு, தஞ்சம்போல ஒரு கூரைக்கடியில் பதுங்கின. வாசல் நோக்கிச் சென்ற இளம் துறவி, அதே நிதானத்துடன் பின்வாங்கி நடந்தான். அவன் பார்வை பதிந்த இடத்தில், தரையில் ஒரு சுருள் கிடந்து அசைவது புலப்பட்டது. ஆஹா! உற்றுப் பார்த்தபோது, தனது வட்டவலயத்தை நீங்காத சுருள், தனக்குள்ளேயே வட்டமிடுவதும் தெரிந்தது. அதன் உடம்பில்தான் என்னவொரு பளபளப்பு! ஆனால், பாம்புகளின் உடலில் தெரிவது சருமத்தின் பளபளப்பில்லை, பருவம்தோறும் அவை உரிக்கும் சட்டையின் பளபளப்பு என்று பூர்விகத்தில் பாடமெடுத்த ஓர் ஆசிரியர் சொல்லியிருக்கிறார்... அவரிடம் இவன் கேட்டான்:

அந்தப் பளபளப்பைத்தான் உரித்துவிடுகிறதே, அப்புறமும் எப்படி இப்படி ஜொலிக்கிறது?

புதிய சட்டை வளர்ந்ததால்தானே பழையதை உரிக்கவே செய்கிறது!

என்று பதிலுக்குக் கேட்டுச் சிரித்தார் அவர்...

திடும்மென்று ஒரு பலத்த ஓசை. கண்ணைப் பறித்த ஒளியைத் தொடர்ந்து, வளாக முன்றிலில் நின்ற ஹெம்லாக் மரத்தின் உச்சி பற்றி எரியத் தொடங்கியது. மருத்துவப் பயன்களை உத்தேசித்து, வைத்தியசாலைத் துறவிகள் நீரூற்றி வளர்க்கும் கன்று. அதைப் பார்க்கும்போதெல்லாம், மடாலயத்தில் சேர்வதற்காக வாசலில் காத்துநிற்கும் இளந்துறவி என்று உருவகித்துக்கொள்வான் நோர்பு.

இப்போது, பார்வை முழுவதும், மனம் முழுவதும் இனம்புரியாத பரபரப்பாக நிரம்பியது இடிவிழுந்த இளம் மரம். பிரம்மாண்ட அகலின் சுடர்போல நிலைத்து எரிந்தது - நேற்றுக் கனவில் லாஸ்யா நின்று சுடர்ந்த மாதிரி!

பொசுங்கும் மணம் வளாகம் முழுவதும் நிரம்பியது. சட்டென்று பயிற்சித் துறவிகள் வளாக மையத்தில் திரண்டார்கள். எரியும் மரத்தைப் பார்த்துக்கொண்டு நின்றார்கள். காற்று அடங்கியிருந்ததால், தறிகெட்ட ஆட்டம் இன்றி ஸ்திரமாக நின்று, நிதானமாக முழுக்க எரிந்து அடங்கியது மரம்.

இரவுணவுக்குப் பின், துறவிகள் அனைவரும் ஒன்றுகூடி, தலைமை குருவை வணங்கியபின்பே அவரவர் அறைக்கு மீள்வது வழக்கம். இவன் தயங்கிய குரலில் கேட்டான்:

> ஹெம்லாக் மரத்துக்கு ஏன் அந்த கதி? இயற்கைக்கு ஏன் இத்தனை வன்முறை?

குரு புன்னகைத்தார். பொதுவாக அது மட்டுமே அவர் பதிலாக இருக்கும். பின்னொரு நாளில், பின்னொரு உரையில், என்றோ கேட்ட கேள்விக்கு பதில் வரும். கேட்டவர் நினைவு வைத்திருந்து கோத்துக்கொள்ள வேண்டும்.

இருளடர்ந்த வேளையில், சொற்களை விட்டால் வேறு மார்க்கமில்லை என்று நினைத்தாரோ என்னவோ. இவனுக்கும், உடன் நின்ற அத்தனை துறவிகளுக்கும் சேர்த்துப் பேசினார்:

> ஹெம்லாக் மரமும் அதே இயற்கையின் பகுதிதானே? நாம் நகம் வெட்டிக்கொள்வது, சிகை மழித்துக்கொள்வது எல்லாம்

தாட்சண்யமின்மையாலா!

ஓரிருவர் சிரிக்கும் ஒலி கேட்டது. லி யாங் வழக்கம்போலத் துடுக்காய்க் கேட்டான்.

அந்த வேலைகளை, குருதி கசியும் அளவுக்கு நாம் நடத்திக்கொள்வதில்லையே?

நியாயம்தான். இத்தனை மனிதர்கள் வசிக்கும் இடத்தில், ஒரு மரத்தைத் தேர்ந்து இறங்கி அடங்குவதுதான் இயற்கையின் கருணை வெளிப்படும் விதமோ என்னவோ!

புன்னகைத்தார் குரு. இப்போது, துறவிகள் மத்தியில் பெருமூச்சு எழுந்து தணிந்தது. குரு தொடர்ந்தார்:

இடி இறங்காமலே இருக்கலாமே என்று யாரும் கேட்டுவிடாதீர்கள். மரத்தின் ஆயுளை நினைத்துக் கவலைப்பட்டு, நெருப்பின் பசியை மலினமாகக் கருதிவிடாதீர்கள்!

குழந்தைபோலப் புன்னகைத்தார். பிறகு சூத்திரம்போலச் சொன்னார்:

நாம் பேசிக்கொண்டிருக்கும் வேளையில், சுவாசமும் ஏறித் தாழ்கிறது அல்லவா. நகங்கள் வளர்கின்றன. சிகை வளர்கிறது. ரிஞ்ச்சென் போன்ற கிழவர்களுக்குப் பல்லும் சிகையும் உதிர ஆயத்தமானதும் இதேபோன்ற ஒரு வேளையில்தானே!...

ஆசிரியர் ரிஞ்ச்சென், பொக்கைவாயைத் திறந்து புன்னகைத்தார். தலைமை குரு அவரைவிடப் பல வருடம் மூத்தவர். அவருக்குமே வாயில் ஒரு பல்கூட மிச்சமில்லை!

...இதுபோக, எல்லாருக்கும் சேர்த்து, அவரவர் வயிற்றில் செரிமானம் நடந்துகொண்டிருக்கிறது...

சிறு இடைவெளி விட்டார். பிறகு, சற்றே கனத்த குரலில் சொன்னார்:

மனிதப் பிரக்ஞைக்கு உட்பட்டு நடந்தாலும், அதற்கு வெளியில் நடந்தாலும், எல்லாமே பிரபஞ்ச நிகழ்வுகள்தாம்.

> வேடிக்கை பார்ப்பதைத் தவிர, வேறு தேர்வுகள் இருப்பதாக நம்புகிறவர்கள் இன்றிரவு முழுவதும் தமக்குள் வாதம் நடத்திவிட்டு, நாளை பாடவேளையின்போது என்னிடம் தெரிவிக்கலாம்...!

இனி ஒரு வாக்கியமும் உதிராது என்னும் தொனியை எட்டிவிட்டிருந்தது குரல். ஒரு விநாடி இடைவெளி விட்டு,

> புத்தம்...

என்று தொடங்கினார். மும்மணிகளை உரத்து ஒலிப்பதில் மொத்த அவையும் பங்கேற்றது...

அறையை நோக்கி நடக்கும்போதே, ‘லாஸ்யா தொடர்பாகத் தனக்குள் நேர்ந்தது பிரபஞ்ச நிகழ்வுதானே தவிர, எதிர்ப்பிரபஞ்ச நிகழ்வு அல்ல’ என்றொரு வாசகம் உதித்து, உதடு பிரியாத புன்னகை மலர்ந்தது இவனுக்குள். ’வேடிக்கை பார்த்தால் போதுமே!’ என்றும் பட்டது. அதிவிசித்திரமான நிம்மதி தனக்குள் படர்வதை, பேரானந்தமாய் உணர்ந்தான்.

இரண்டாள் உயரச் சுவர் கொண்டது மடாலயம். துறவியர் மடத்துக்கு அவ்வளவு உயரமான சுவர்கள் எதற்காக என்ற கேள்விக்கே இடமில்லை; கிளைக்குக் கிளை தாவுவதையே வாழ்முறையாய்க் கொண்ட குரங்குகளும், பாயும் வேங்கைகளும், காரணமின்றித் தாக்கும் சிறுத்தைகளும் மண்டிய கானகத்தின் வெளிவிளிம்பில் அல்லவா வளாகம் இருக்கிறது.

ஆனால், தவிர்க்க முடியாத இன்னொரு கேள்வி இருக்கத்தான் செய்கிறது. முதலாவது ஆளின் தோளில் நிற்கும் இரண்டாவது ஆளின் தோள் உயரத்துக்கு நிலைவாயில் உண்டு. மடாலயம் கட்டப்பட்ட காலத்தில்கூட, ஒன்றே முக்கால் ஆள் உயரம் கொண்ட நபர்கள் இருந்திருக்க வாய்ப்பில்லையே! அப்புறம் ஏன் இவ்வளவு பெரிய நிலை என்று பலதடவை வியந்திருக்கிறான்.

ஆனால், அடுப்படி மேடையையோ, தாழ்வாரத்துக்கு ஏறும் படிக்கட்டையோ, கல் படுக்கையின் உயரத்தையோ நிர்ணயித்தவர்கள்

மிகத் துல்லியமான கணக்கீட்டின் பிரகாரம்தானே அவற்றை நிர்மாணித்திருப்பார்கள். இத்தனை உயரம் கொண்ட மதிலுக்கு இத்தனை உயர நிலைவாயில் என்கிற மாதிரி விகிதம் எதையும் கட்டட சாஸ்திரம் விதித்திருக்குமோ என்னவோ.

வடக்கே இன்னும் சில ஆயிரம் அடி உயரத்தில் ஒரு மடாலயம் இருக்கிறதாம். துறவிகளைக் கல் தச்சர்களாகவும், மரத் தச்சர்களாகவும் வடித்தெடுக்கும் மடாலயம். பல நூற்றாண்டுகளுக்கு முன்னால், கைவினைஞர்களையும் கலைஞர்களையும் மருத்துவர்களையும் ஆசிரியர்களையும் உருவாக்கி சமூகத்தின் பயன்பாட்டுக்கு அனுப்பும் பணியை மடாலயங்களே செய்துவந்ததாகவும், காலப்போக்கில் தனக்கு வேண்டிய அலுவலர்களை தானே வனைந்துகொள்ளும் பழக்கத்தையும் வலுவையும் பொதுச் சமூகம் மேற்கொண்டதால், துறவுநிலையை மட்டும் பயிற்றுவிக்கும் பிரத்தியேகத் தலமாக மடாலயங்கள் ஒதுங்கிக்கொண்டன என்றும் வரலாற்றுச் சுவடிகளில் பதிவு இருக்கிறது.

இன்னொரு விநோதம், இத்தனை உயரமான மடாலய வாயிலுக்குக் கதவுகள் கிடையாது. பின்புறம் உள்ள காட்டிலிருந்து ஒரு கரடி ஊருக்குள் புகுந்துவிட்டது; மனிதர்களைத் தாக்குகிறது என்று பெரும் அமளி ஏற்பட்டிருப்பதாக, ஆலயத்துக்கு வழிபட வந்தவர் தெரிவித்த நாளில், கதவுகளற்ற வாயிலை அவ்வப்போது ஓரக்கண்ணால் பார்த்தபடி, அவரவர் வேலைகளில் ஈடுபட்டிருந்தனர் இளந்துறவியர். அவர்களுடைய அறைகளுக்கும் கதவுகள் கிடையாது.

> மரணம் பற்றிய அச்சத்தைக்கூடத் துறக்க முடியாதவனுக்கு, பகவானின் பாதகமலங்களைத் தியானிக்கும் அருகதை வாய்க்குமா? ஒரேயொரு மூலையில், கொஞ்சமே கொஞ்சம் அழுக்குப் படிந்திருந்தாலும் அந்தப் பாத்திரத்தில் பாலை நிரப்பி வைப்பார்களா யாரும்?

என்று அன்றிரவு தியானத்துக்கு முன்னான உரையில் கேட்டார் தலைமை குரு. தாம் தெரிவிக்க நினைப்பவற்றை வினாக்களாக மாற்றிக் கையளிக்கும் கலையில் விற்பன்னர் அவர்.

ஆனால், முதல்பார்வைக்கு யாருடைய மேற்பார்வையும் செயல்படாதமாதிரி, தன் நியதிக்குள் அமிழ்ந்து கிடக்கிறமாதிரித்

தெரியும் வளாகம், நிரந்தரமான கண்காணிப்பில் இருக்கிறதோ என்று இவனுக்குள் ஐயம் தட்டிய முதல் சந்தர்ப்பம் அது. அல்லது, பயிற்சியின் விளைவாக, அனுபவத்தின் பலனாக, யாரும் சொல்லாமலே சகலமும் குருவுக்குத் தெரிந்துவிடுகிறதோ? இன்னொரு விதத்தில், பெரும்பாலும் மூடியிருக்கும் அவரது கண்களின் உட்புறம், திறந்து கிடக்கும் வாசலின் சித்திரம் நிரந்தரமாய்க் காட்சி தருமோ? அல்லது... அல்லது... வெறும் யூகத்தையே அவ்விதமாக முன்வைத்த தற்செயலேதானோ!

இந்தக் கேள்விகளெல்லாம் தனக்குள் மட்டும் எழுந்தவைதாமா என்று யாரிடமும் கேட்க இயலவில்லை. மடாலயத்தின் நடைமுறையில் அந்தப் பழக்கம் அறவே கிடையாது. அநேகமாக ஒருவருக்கொருவர் பேசிக்கொள்வதே கிடையாது. சொற்பரிமாற்றம் இல்லையென்றபோதிலும், துறவிகளின் நடமாட்டத்திலும், செயல்பாடுகளிலும் அபாரமான ஒத்திசைவைக் காண முடியும். ஒருவேளை, மடாலயத்தின் உள்ளக்கிடக்கையே அதுதானோ என்னவோ...

அதிதியாக வந்த ஒரு குரு மேற்சொன்ன நியதிக்கு ஒரு காரணம் விவரித்தார். அவரிடம் ஒரு விநோதமான தன்மை காணக் கிடைத்தது. கண்களை மூடி, நாழிகைக்கணக்கில் தியானம் புரிபவர் அவர். இளந்துறவிகள் அனைவரும் ஒன்றாய் மூழ்கி, அவரவர் சித்தப்படி வெளியேறி அகன்ற பிறகும், தியானக்கூடத்தைவிட்டு நகராமல் அதே நிலையில் அமர்ந்திருப்பார்.

விசித்திரம் அது அல்ல... இன்னின்னார் இத்தனையித்தனை நேரம் தியானத்தில் ஆழ்ந்திருக்கலாம் என்று வரையறை இருக்கிறதா என்ன. இவன் கவனத்தை ஈர்த்தது வேறொரு சமாசாரம்; ஒருவேளை, எல்லாரையுமேகூட அது ஈர்த்திருக்கக்கூடும், அதையுமே எப்படித் தெரிந்துகொள்வது.

சங்கதி இதுதான்: தியான நிலையில் உறைந்த துறவியின் முகத்தில் அவ்வப்போது மலர்ந்த புன்னகை. ஆமாம், முழுக்க ரத்தம் வடிந்ததுபோல வெளுத்திருக்கும் முகத்தில், புன்முறுவல் பூப்பதைக் காணும்போது, பிணம் சிரிப்பதுபோலவே இருக்கும்.

உயிரோடிருப்பவர்களை, இல்லை இல்லை, உயிரோடிருப்பதையே கேலி செய்யும் பிணம். அதன் புன்முறுவல், மரணத்தை விடுதலை என்று உணர வைக்கும்.

உள்மடிப்பாக ஒரு கேள்வி எழுந்தது - மனத்தை முற்றாகக் காலிசெய்வதுதானே தியானத்தின் அறுதி நோக்கம்? மனத்தில் வண்டல் இல்லையென்றால், புன்சிரிப்பு எப்படி உதிக்கும்?...

நேரடியாக விளக்கம் சொல்லவில்லை என்றாலும், பூடகமாக அதைப் பற்றிப் பேசினார் - தமது உரையில். அவருடைய பாணி அது - நேரடியாக எதுவுமே சொல்ல மாட்டார். ஒன்றுக்கொன்று சம்பந்தமற்றவைபோல விலகிக் கிடக்கும் உதிரி வாக்கியங்களை, ஒன்றுவிடாமல் அடுக்கிக் கோத்து நாமாக ஒரு அர்த்தத்தை வரவழைத்துக் கொள்ள வேண்டும் - வெவ்வேறு சூளைகளில் வெந்த செங்கற்களைக் கொண்டு சுவர் எழுப்புகிற மாதிரி...

> சந்தோஷமாகவோ துக்கமாகவோ இருப்பதை அவரவர் வழியில் வெளிப்படுத்த சகல ஜீவராசிகளுக்கும் தெரியும். சிநேகிதரைப் பார்த்து வாலாட்டும் அதே நாய்தானே புதியவரைப் பார்த்ததும் குரைத்துத் தீர்க்கிறது. அச்சமும் துக்கமும் வெவ்வேறு என்று சொல்வதற்கில்லை - உதாரணமாக, மரணபயமே உயிர்க்குலத்தின் பெருந்துயரம் அல்லவா! தென்றலுக்குத் தலையசைக்கும் அதே அளவுதான் சூறாவளிக்கும் தலையசைக்குமா ஒரு மரம்?
>
> ஆனால், சந்தோஷமாகவோ துக்கமாகவோ இருப்பது என்றால் **என்ன** என்பதை யாராலும் விளக்க முடியாது - அவரவர் அனுபவித்துப் புரிந்துகொள்ள வேண்டியதுதான். அதன் காரணமாகவே, மேற்சொன்ன இரண்டு துருவங்களையும் எட்டுவது தொடர்பாகப் பொதுவிதி ஏதும் இல்லை - ஆளுக்கு ஆள் மாறுபடுவது அல்லவா அது!
>
> துருவங்களில் இருப்பதையும் நிலைப்பதையும் பற்றிய உணர்வை விளக்காத பட்சத்தில் உரையாடலுக்கான அவசியம் என்ன! தவிர, துறவிக்கு அப்படி இரண்டு துருவங்கள் இருப்பதற்கு வாய்ப்புண்டா!! அல்லது, தானாய்ப் பூக்கும் சந்தோஷம் என்ற உணர்வுக்குத் துறவியின் வாழ்வில் இடமில்லை என்று சாஸ்திரங்களில் நிபந்தனை இருக்கிறதா!...

கடைசிவாக்கியம் தமக்கே அப்போதுதான் உதித்தமாதிரி பெரும் மலர்ச்சி திகழ்ந்தது அவரது முகத்தில். இறுதி வாக்கியத்தை உதிர்த்தார்:

> ...மனம் சம்பந்தப்படாமலே, உடலளவிலேயே துயரமும் மகிழ்ச்சியும் நிலவ முடியும் என்பதை தியானத்தின் மூலம் ஒருவர் கற்றுக்கொள்ள முடியும்!

அன்று தியானத்தில் அமர்ந்தபோது, அழுந்த மூடிய கண்களின் உட்புறம்போலவே மனத்திலும் இருள் படர்ந்துவிட்டது, ஆரம்பத்திலேயே. முழுக்க அடர்ந்து பீதியூட்டும் இருள் அல்ல. உறக்கம்போல சாத்வீகமான இருள். அரிசி மாவுபோல மிருதுவானது. தொட்டுணர முடியும் அளவு அண்மையில் இருப்பது. அப்போது, மாவுபோலவே துகள்களாகத் தட்டுப்படவும்கூட வாய்ப்பிருக்கிறது...

இருளில் சுவாதீனமாக நடமாடும் வனவிலங்குபோல ஒரு மென்துடிப்பு மனத்தின் ஆழத்தில் நிலவியது. ஒருவேளை, உயிர் இன்னமும் மீந்திருப்பதின் சான்றோ என்னவோ. ஆமாம், சுவாசம்தான் அப்படியொரு துடிப்பாக எஞ்சுகிறதோ. தியானத்தில் ஆழ்வது சரி, அதிலிருந்து மீள்வது என்ற முடிவை மனம் எப்படி எடுக்கிறது? அதற்கான சமிக்ஞை வெளியிலிருந்து வருவதா, அகத்திலிருந்தேதானா?

தியானத்தில் அமிழ்ந்த மனத்துக்கு நேரப் பிரக்ஞை மட்டும் எப்படி இருக்கலாம்? ஆனால், 'கருவில் வளரும் சிசுவுக்கேகூட பூரணமான நேரப் பிரக்ஞை இருக்கத்தான் செய்யும்; அதன் காரணமாகவே உரிய நாள்வரை வெளிவர முயலாமல் காத்திருக்கிறது' என்று மடாலயத்துக்கு வந்த வைத்தியர் சொல்லவில்லை? பருவம் அறிந்து ஒரே சமயத்தில் எதிர்வினை செய்யும் தாவரங்களும், விடாய்ச் சுழற்சிக்கு ஆட்படும் பிற ஜீவராசிகளும், சீரான இடைவெளியோடு, நிலையான வேகத்தில் சுழலும் கோள்களும்கூட இதற்கு விதிவிலக்கில்லை என்றார் அதிதி குரு...

மடாலயத்துக்குத்தான் எத்தனைவிதமான அதிதிகள். மலையிறங்கிப் போகும் வணிகர்களிலிருந்து, நிமிர்த்திப் பிடித்த ஈட்டியுடன்

குதிரைமீது அணிவகுத்துச் செல்லும் படைவீரர் அணிகள், கழைக்கூத்தாடிகள், சடங்குகளை நடத்திவைக்கும் குருமார்கள், தேசாந்திரம் போகும் இசைக்கலைஞர்கள், ஊனமுற்ற யாசகர்கள் என்று விதவிதமானவர்கள் வந்து ஓரிரு இரவுகள் தங்கிச் செல்வார்கள்.

ஒருமுறை ஒரு மாயாஜால வித்தைக்காரர்கூட வந்திருந்தார். மடாலயத்தின் பிரம்புக்கூடைக்குள்ளிருந்து புறாக்களை முயல்களை எடுத்ததும்; உருமாலாய்க் கட்டிய நீலத்துணியை, அவிழ்க்காமலே தூய வெண்ணிறமாக மாற்றிக் காட்டியதும்; பச்சைப் பாகற்காயைத் தித்திக்கும் பண்டமாக ஆக்கியதும்; பாறாங்கல்லை நீர்க்குட்டையாகத் தளும்பவைத்ததும் மாத்திரமல்ல, நம்பவே முடியாத இன்னொரு அதிசயத்தையும் நிகழ்த்திக் காட்டினார். ஆமாம், சீடத் துறவிகளின் முன்னிலையில், தலைமை குருவைச் சில கணங்கள் பெண்ணாக மாற்றிக் காட்டினார்!

பார்க்கப்போனால், கேளிக்கை என்ற அம்சம் அறவே அற்ற சூழலில், அவரை நிகழ்த்திக்காட்ட அனுமதித்ததே, தோற்றங்கள் அறுதியானவை அல்ல என்பதை அனுபவபூர்வமாக உணர வைப்பதற்காக என்றுதான் ஆரம்பத்தில் நோர்புவுக்குத் தோன்றியது. அந்தக் கடைசி உருப்படியைப் பார்த்ததும், தோற்றங்கள், தோன்றுதல் மறைதல் என்பவற்றுக்கு அப்பாற்பட்ட மறைமுகப் பாடமொன்றைப் பயிற்றுவிக்கத்தான் அந்த நிகழ்ச்சி என்று உறுதிப்பட்டுவிட்டது. ஆனால், யாரும் விளக்கிச் சொல்லாமல், அவரவர் வழியில் பொருள்கொள்ளும்படி விட்டுவிட்டனர் குருமார்கள். கேட்டாலும் நேரடி பதில் கிடைக்காது. பல நாள் கழித்து, தமது உரையில் இப்படி ஒரு வாக்கியம் வெளிவந்தது குருவிடமிருந்து:

> தற்போது நாம் காண்கிறவற்றை, நாம் காண்கிற விதமாக நிறுவிக்காட்டும் மந்திரவாதி யார்? அவரை முழுக்க நம்பும் விதமாக மானுட மனங்களைத் தகவமைத்தது எது?...

இளந்துறவிகள் தமக்குள்தான் உரையாட மாட்டார்களே தவிர, தலைமை குருவிடம் ஐயங்களை எழுப்பித் தெளிவுறத் தடையில்லை. மந்திரவாதி போனபிறகு லி யாங் எழுந்து கேட்டான்:

> நீங்கள் ஸ்திரீயாக மாறிவிட்டது உங்களுக்கே தெரிந்ததா?

இன்னும் கொஞ்சம் விளக்கமாகக் கேட்க முடியுமா?

உங்களுடைய காவி வஸ்திரம் பூப்போட்ட சேலையாகவும், தட்டை நெஞ்சு, புடைத்த மார்புகளாகவும் எங்கள் கண்களுக்குத் தெரிந்த மாதிரியே உங்களுக்கும் தெரிந்ததா?

நான் உங்களையல்லவா பார்த்துக்கொண்டிருந்தேன்?!

உங்கள் உடலில் மாற்றம் எதையும் உணர்ந்தீர்களா?

உடல் மாறினால்தானே?

எங்களுக்குத் துல்லியமாகத் தெரிந்ததே?

அவ்வளவுதானே. பிறகு கேள்வி கேட்பானேன்!

எல்லாரும் சிரித்தார்கள். வழக்கம்போல சிறு இடைவெளி விடுத்துவிட்டு, சாந்தமான குரலில் தொடர்ந்தார்:

அது சரி, காட்சிகள் அத்தனை நம்பகமானவையோ! பாடத்தை ஆரம்பத்திலிருந்து தொடங்கவேண்டியதுதான்?!... அது போகட்டும், நான் தற்போது ஸ்திரீயாக இல்லை என்பது எப்படி அறியக் கிடைத்தது?!!

ஆனந்தமாகச் சிரித்தார் குரு.

...காட்சி மயக்கமும் காட்சிபோலவேதானே தென்படும்? குயில்போல ஒலிக்கும் புல்லாங்குழலை, அது ஏன் பறக்கவில்லை என்று வியப்போமோ?! அது சரி, தூய தன்னிலைக்கு ஆணென்றும் பெண்ணென்றும் அடையாளம் உண்டா என்ன?...

தலைகுனிந்து புன்னகைத்தான் லி யாங். குரலில் எந்நேரமும் இருக்கும் வாஞ்சை மாறாமலே குரு தொடர்ந்தார்:

...இப்படிச் சொல்லலாமா? எனக்குள் எப்போதும் இருக்கும் இன்னொரு பகுதியை உங்களுக்கு வெளிக்காட்டினார் - அதனால் அவர் மாயாஜாலக்காரரேதான்! ஆனால், உங்களுக்குள்ளும் அதே பகுதி இருக்கத்தானே செய்யும்;

பெண்ணுக்குள் நிலவும் ஆண்மை போலவே…? அப்படியானால், தோற்ற மாற்றத்தைக் கண்ணுற்றது எந்தப் பகுதி?

மறுபடியும் சிரித்தார். பின்னர், உரையாற்றும்போது அவர் முகத்திலும் குரலிலும் எப்போதும் படிந்திருக்கும் அதே தீவிரத்தோடு முடித்தார்:

‘யின் தன்மை இல்லாத யாங்கையும், யாங் தன்மை இல்லாத யின்னையும் எங்குமே காண்பதற்கில்லை’ என்று சீனத் தத்துவ மரபு சொல்கிறது. ஆவித் தன்மை இல்லாத உயிர்ப்பொருள் இருக்குமா என்ன!

அது கிடக்கட்டும், இன்றைக்கு மனம் ஏன் எங்கெங்கோ அலைபாய்கிறது?

ஆழ்ந்த சஞ்சலத்தோடு தன்னைத்தானே கேட்டுக்கொண்டான் நோர்பு. அடுத்த நிமிடம் தானாகவே ஒரு பதிலைப் பெற்றெடுக்கவும் செய்தது மனம். இருளைக் கீறிப் பாய்ந்த மின்னல்தான் காரணம். ஆமாம், இன்று காலைத் தியானத்தில் ஆழ்ந்தபோது, இமைகளுக்குள்ளும் மனத்திலும் அடர்ந்திருந்த இருளில், இன்னதென்று தெரியாத வேளையில், வெட்டிப் பாய்ந்தது ஒரு மின்னல்.

அந்தக் கணம்தான் என்னவொரு பிரகாசம் கொண்டிருந்தது! தனக்குள் பொங்கும் மென்னகையை தானே உணரக் கிடைத்தது. அதிதி குரு சுட்டியது என்ன என்பது புரிந்துவிட்ட மாதிரி இருந்தது…

தியானம் என்பது விலகி ஒளிவது அல்ல, ஈடுபட்டு அமிழ்வது என்பதை இன்னொரு நாளிலும் அறியக் கிடைத்தது; ஒடுங்கிச் சுருங்குவது அல்ல, எல்லையற்று விரிவதே அது என்றொரு அறிதலும்தான். இதையெல்லாம்விட, வேறொரு அனுபவம் கிட்டியது - உரிய இடத்தில் உரிய விதத்தில் நிலைகொண்டு ஆழ்ந்தால் மட்டுமே சொரூபநிலை வாய்க்கும் என்பதில்லை;

போகிறபோக்கில், யத்தனமேயின்றியும் அது சித்திக்கக் கூடும் என்பதை உணரக் கிடைத்தது...

நாள் சரியாக நினைவிலில்லை. மேற்சொன்ன தினத்துக்குப் பத்துப் பதினைந்து நாள் பின்பாக இருக்கலாம் - அன்றைய மாலை நடை புதுவித அனுபவம் தந்தது. அல்லது, ஒரு புது அனுபவம் அன்றைய மாலைப்பொழுதாக இருந்தது என்று சொல்ல வேண்டுமோ?

நடந்துகொண்டே இருந்தபோது, திடீரெனக் கால்கள் நின்றுவிட்டன. மூளையின் ஆணையை மறுத்து, மேற்கொண்டு நகர மறுத்தன. ஒவ்வொரு விரலிலிருந்தும் வேர்கள் புறப்பட்டு, தரையோடு பிணைத்து நிறுத்திவிட்ட மாதிரி உணர்வு. சலனமின்றி நிலைப்பட்டுவிட்டிருப்பது, தான் என்னும் மனிதப் பிறவியே அல்ல, வாஸ்தவத்தில் மரம் என்று ஒரு கற்பிதம் கிளைத்தது.

மரத்துக்கு இப்படி மொழிவயப்பட்ட தன்னுணர்வு இருக்க வாய்ப்புண்டா என்று கேள்வி உதித்தது. தாவரங்களுக்குத் தன்னுணர்வு கிடையாது என்று ஏதாவது ஒரு தாவரத்தின் வாய்மொழியாகக் கேட்டறிய முடியுமா என்ன என்று தன்னைத்தானே முறித்துக்கொள்ளவும் செய்தது...

இந்தமாதிரி சுயசம்வாதத்தில் ஈடுபட்டிருந்தபோதே, தன்னையறியாமல் தான் விரிவதுபோல உணர்ந்தான். அது விரிவடைதல்தானா, உடல் எடையிழந்து தக்கையாக மாறியதால் ஏற்பட்ட விடுதலையுணர்வின் விளைவா என்பதை நிதானிக்க முடியவில்லை. ஆனால், முன்னால் நீளும் செம்மண் பாதையும், இருபுறமும் நின்றிருந்த தாவர வகைகளும், பார்வையெட்டும்வரை விரிந்து கிடந்த, மெல்ல மெல்ல இருண்டுவரும் ஆகாயமும், கீழே அகாத ஆழத்தில் அசைவற்ற நாடாபோல் நெளிந்து கிடந்த ஆறும், அதை நோக்கி இறங்கும் சரிவில் இருந்த ஒவ்வொரு பாறையும் கூழாங்கல்லும் புழுதியின் மண் துகளும் தனக்குள்ளிருந்தே கிளைபிரிந்து முழுமை கொள்கின்றன என்பதைக் காணக் கிடைத்தது. வேர்விட்ட உடம்பினுள் மின்னல் சொடுக்குவதுபோல ஒரு கிளர்ச்சி ஓடி மறைந்தது.

அனிச்சையாக, இரண்டு கரங்களையும் பக்கவாட்டில் நீட்டி உயர்த்தினான். தோளுக்கிணையாக இருபுறங்களிலும் நீண்ட கரங்களின் நுனியில் விரிந்துகொண்டே போகும் பிரபஞ்சத்தைப் பார்க்கப் பார்க்கப் பேரதிசயமாக இருந்தது. தனது தலை ஆகாயத்தை நோக்கி உயர்ந்துகொண்டே போவதை உணர்ந்தான். ஆனால், தரைக்கும் தன் விழிகளுக்குமான இடைவெளி அதிகரிக்கவேயில்லை; பார்வை ஸ்திரமாக ஒரே தொலைவைக் காட்டுகிறதே. இரண்டில் ஒன்றுதானே நிஜமாக இருக்க முடியும்?

ஒட்டுமொத்தத் தரைக்குமான ஒரே விதானமாய் அகண்டு கிடந்த ஆகாயம் ஓலைக்குடிசையின் மேற்கூரைபோலத் தன் தலையில் இடிக்க நெருங்குகிற மாதிரியும் காதுகளை, முகத்தை, வருடிச் செல்லும் வெண்மேகக் கீற்றுகள் தனது வயிற்றையொட்டி, பின்னர் முழங்காலை, கணுக்காலை உரசி மிதந்துபோவதுபோலவும் பிரமை தட்டியது.

ஆனால், அது பிரமை அல்லவென்பதுபோல, இன்னொரு காட்சியும் புலப்பட்டது. ஆமாம், தலை தரை நோக்கிச் சரிந்தபோது, கட்டைவிரல் நகத்தின் பரிமாணத்தில் தெரிந்தது ரதவடிவக் கூரை கொண்ட மடாலய வளாகம். திசைகளை நிரப்பிய சிறகுகளும் அதலபாதாளத்தில் ஊன்றிய பாதங்களும் ஆகாயவெளியில் உயர்ந்துகொண்டே போகும் சிரசும், இன்னும் இன்னுமென்று சகல புறங்களிலும் தேடித் துழாவும் அலகும் கொண்ட புராணிகப் பறவையாக தான் ஆகிவிட்டிருப்பதை உணர்ந்தான்.

சில கணங்கள் நீடித்தது இந்த நிலை.

சிறுகச் சிறுக நீர் நிரம்பி வரும் தோற்குடுவைபோலப் புடைத்து வந்த தன் உடலின் விரிவாக்கம் சட்டென்று ஓய்ந்து நின்றுவிட்ட மாதிரிப் பட்டது. விளங்கிக்கொள்ள முடியாத விதத்தில், புடைப்பு வற்றத் தொடங்கியது. மூல நிலைக்குப் பின்வாங்கி ஒடுங்கும் துருத்திபோலப் படியத் தொடங்கியது உடம்பு. ஆமாம், இவ்வளவு நேரமும் உள்ளே நிரம்பியிருந்தது நீரல்ல; காற்று. நிறமும் மணமும் ருசியும் ஒலியும் இன்றி, ஸ்பரிசமாக மட்டுமே உள்நுழைந்து வெளியேறிய காற்று. காற்றுக்குத் திரவத்தன்மை இல்லை என்று அறுதியிட்டு யாரேனும் சொல்லியிருக்கிறார்களா...

திறந்த வெளியில், காற்றின் சலனம் முற்றாக ஓய்ந்த தருணத்தில் அந்த விந்தை நிகழ்ந்தது. விரிந்து விரிந்து வெளியேறிவந்த சகலமும் ஒரு மாயக் கணத்தில் மீண்டும் தனக்குள் பாயத் தொடங்கிய மாதிரி இருந்தது. கொட்டும் மழைபோலத் தனக்குள் பாயும் பிரபஞ்சத்தின் விசை தந்த கிளுகிளுப்பு தாங்காமல், பலமுறை உதறிக் கொண்டது உடல். அத்தனையும் உள்ளே பாய்ந்தால் பழையபடி புடைத்துப் பெரிதாக வேண்டாமா? இல்லை, ஒட்டுமொத்தத்தையும் தன்னுள் கிரகித்துக்கொள்ளும் சிறுபுள்ளிபோல நுண்மையாகிக்கொண்டே வந்தது.

ஆக, தான் ஒரு தொட்டி அல்ல; நிரம்பவும் காலியாகவுமான வெற்றுத் தளமும் அல்ல. தன்னுள் வரும் எதையும் கபளீகரம் செய்து செரித்து அழித்துவிடும் மாயப்புள்ளியோ? இல்லை, அப்படியும் சொல்வதற்கில்லை. தவிர, இதேவிதமாக குருமார்களுக்குள் பாய்ந்தவைதாமே பாடங்களாகத் தனக்குள் வந்து சேர்கின்றன? காலங்காலமாகச் சேர்ந்துவந்த ஞானத்தை, அது விளைவிக்கும் விவேகத்தை, அடுத்தடுத்த தலைமுறைகளுக்குக் கடத்துவதுதானே குருகுலத்தின் சேவை? அவர்கள் இருப்பதன் அர்த்தமே அதுதானே?

ஆமாம், தான் தொட்டியும் அல்ல; புள்ளியும் அல்ல. கண்ணுக்குத் தெரியாத நுண்மை பீறிப்பாய்ந்து விகசிக்கவும், எதிர்ப்புறம் பாய்ந்து ஒடுங்கவும் வாகான, இரு முனையும் திறந்து கிடக்கும் குழாயோ?... இதுபோன்ற ரசவாதத்தைத்தான் மந்திரவாதியை முன்னிட்டு குருவும் உணர்ந்திருப்பாரோ!

ஐயோ, ஆயிரமாயிரம் இதழ்கள் தனக்குள் மலர்கிற மாதிரிப் பரவசம் பொங்கியது. அந்த உணர்வைத் தாங்கவியலாமல் தவித்த மனத்தின் ஆழத்திலிருந்து அழுகை வெடித்துக் கிளம்பியது. குழந்தைபோல விசும்பினான். கரகரவெனக் கண்ணீர் மல்கியது. செயலிழந்து நின்றான்.

கொஞ்சநேரம்தான், கேள்விகளின் தூண்டில் நுனியில் அகப்பட்ட புழுவைப்போல மீண்டும் அல்லாடத் தொடங்கியது மனம்...

அட, அப்படியானால், குழாயின் வழி பாயும் தாரை புறப்பட்ட ஆதி இடம் எது? கடந்து வந்த பாதையில் மேலும்மேலும் செறிவும்

அடர்த்தியும் கூடிவரும் திரவத்தின் தன்மை என்ன? இதுநாள்வரை மனித குலத்துக்கு அது அளித்த பலன்தான் என்ன?

தனக்குள் நுழைந்த தாரை, சென்று சேரவிருக்கும் இடம் எது? ஒற்றைத் தாரை பல களங்களில் பாய வாய்ப்பளிக்கும் யந்திர அமைப்பு எது?...

கதவற்ற நிலைவாசல் முன் சென்று சேர்ந்தபோது, மணிக்கணக்காக பத்மாசனமிட்டு மரத்த கால்கள்போல வெறுமை பூண்டிருந்தது சிந்தை. ஆமாம், நிலைவாசலை நிலைவாசல் என்றுகூட உணராத உடம்பு உள்ளே நடந்து சென்றது.

பூனைக்கு விளையாட்டு; எலிக்கு மரணம்.

வங்காளிப் பழமொழி

09

அப்பாவின் தொலைதூர உறவினர் ஒருவர் ஸ்ரீராம்பூரில் வசித்தார். சென்குப்தா மாமா. நகராட்சியில் தலைமை எழுத்தராக இருந்தவர். கிட்டத்தட்ட, அப்பாவின் சமவயதுக்காரர். உறவுதான் வெகு தொலைவே தவிர, குடும்பங்களுக்குள் நல்ல நெருக்கம் இருந்தது. அம்மா அவரை தாதா[1] என்றும், அம்மாவை அவர் பௌதீ என்றும் அழைத்துக்கொள்வார்கள். இவர்கள் குடும்பம் ஆண்டுக்கொருமுறை அங்கே சென்று நாட்கணக்கில் தங்கும் - பண்டிகைக் காலத்தில்.

ஸ்ரீராம்பூரில் துர்காபூஜை வெகு விசேஷம். அதையொட்டி, ஆலயத்துக்குப் பக்கவாட்டில் இருக்கும் பெருந்திடலில் பொருட்காட்சி நடக்கும். நுழைவுக் கட்டணம் உண்டு. படுதாவால் நிர்மாணிக்கப்பட்ட சுற்றுச்சுவரின் வெளிப்புறம், மாற்றுப் பொருட்காட்சி நடக்கும். வாரச் சந்தைபோலத் தரையில் விரித்த கடைகளும், ஒரேயொரு மேஜையை மட்டும் வைத்துக்கொண்டு தொழில் நடத்தும் வித்தைக்காரர்களும், ஏலக்காரர்களும், நாட்டு வைத்தியர்களும், பாம்புப் பிடாரர்களும், அரிவாள்கள் கத்திகள் குறுவாள்கள் விற்கும் கருமார்களும் என வறியவர்கள் குழுமும் இடம்.

---

1 அண்ணா, அண்ணி என்று பொருள்.

ஒரு வருடம், உள்ளே கடை வாடகைக்கு எடுத்த வணிகர்களுக்கு வெளியில் உள்ளவர்களால் நஷ்டமாகிறது என்று பொருட்காட்சிக் குத்தைகைதாரர் நகராட்சியிலும் காவல்துறையிலும் புகார் கொடுத்தாராம். கம்பிவலைபோட்ட மினி லாரியில் வந்திறங்கிய காவலர்கள் மிரட்டியும் லாட்டியால் தட்டியும், வெளிப்புறக் கடைகளை விரட்டினார்கள். அதற்கப்புறம் நடந்ததுதான் விசித்திரம்.

> கலிகாலத்திலும் பகவான் யாருடைய பட்சத்தில் இருக்கிறார் என்பதற்கு அதுதான் ருசு.

என்று இளகிய குரலில் சொன்னார் மாமா, அந்தச் சம்பவத்தை விவரித்தபோது.

அதுவரை ஒரு பொட்டு மேகம்கூட இல்லாதிருந்த ஆகாயம் பொத்துக்கொண்டது. கனமழை ஆவேசமாய்க் கொட்டித் தள்ளியது. இரண்டு மணிநேரம்வரை நிற்காமல் பெய்து, பொருட்காட்சித் திடலைக் குளம்போல ஆக்கியது.

> கடைகளுக்குள் நீர் ஏறாததும் யாருக்கும் பொருட்சேதம் இல்லாமல் போனதும் கடைக்காரர்கள் செய்த புண்ணியமேதான்.

என்றார் சென்குப்தா மாமா.

விசித்திரம் அத்துடன் நிற்கவில்லை. ஒவ்வொரு நாளும் சாயங்காலம் நாலு மணிக்குப் பொருட்காட்சி நுழைவுச் சீட்டு விற்பனை தொடங்கும். மிகச் சரியாக மூன்றரைக்கு மழை ஆரம்பித்துவிடும். திடலின் தரையைச் சேறும் சகதியுமாக ஆக்கிவிட்டு, பொருட்காட்சி முடியும் நேரமான பத்துமணிக்கு ஓயும். கடைசிநாள்வரை அதேவிதமாக நியமம் தவறாமல் பெய்துவந்த மழை, அடுத்த நாளிலிருந்து எட்டிக்கூடப் பார்க்கவில்லை.

வாடகைக்குக் கடை எடுத்தவர்களுக்கும், குத்தகைதாரருக்கும் மட்டுமல்ல, பொருட்காட்சி நிர்வாகத்துக்கும் அளப்பரிய நஷ்டம். ஆமாம், வணிகர்கள் ஒன்று சேர்ந்து, நடக்காத பொருட்காட்சிக்குத் தாங்கள் கொடுத்த வாடகையைத் திருப்பித் தரவேண்டும் என்று பஞ்சாயத்துக் கூட்டினார்கள்.

> மழையை நானா பெய்ய வைத்தேன்?

என்று ஆத்திரத்தோடு கேட்டாராம் குத்தகைதாரர். ஒரு வியாபாரி அதைவிட வேகமாய் பதில் சொன்னார்:

> சரிதான். முயற்சி பண்ணிப் பாருமேன். மேலே இருக்கிறவன் எல்லாவற்றையும் பார்த்துக்கொண்டல்லவா இருக்கிறான்? அப்பிராணிகளின் வயிற்றில் அடித்தீரே, அதனால்தானே அப்படிக் கொட்டியது? என்றைக்காவது ஸ்ரீராம்பூரில் இப்படி மழை ஊற்றியதாய் சரித்திரம் உண்டா?...
>
> நல்ல நியாயமாய் இருக்கிறதே இது? உங்களுக்கெல்லாம் வியாபாரம் கெடக்கூடாது என்றுதானே செய்தேன்? நல்லது செய்தவனைப் போய்க் குற்றவாளி என்பதா?
>
> நாங்கள் யாராவது வந்து உம்மிடம் புகார் சொன்னோமா? காலங்காலமாய் எல்லாரும் ஒத்திசைந்துதானே தொழில் செய்கிறோம். அவர்கள் வியாபாரம் அவர்களுக்கு, எங்கள் வியாபாரம் எங்களுக்கு... எல்லாருக்கும் தண்ணீர் ஊற்றுபவன் ஒரே தோட்டக்காரன்தான், பார்த்துக்கொள்ளும்...

ஒரே நேரத்தில் பலர் பேச ஆரம்பித்து, வார்த்தைகள் தடிக்கத் தொடங்கின. தகராறு மணிக்கணக்காய் நீடித்துக்கொண்டே போனது. இன்னும் கொஞ்சநேரம் போனால், அடிதடி ஆரம்பிக்க வாய்ப்பிருந்தது. கடைசியில், நாலைந்து பேராகச் சேர்ந்து, இறுதி அஸ்திரத்தை எய்திருக்கிறார்கள்:

> எங்களுக்கு சகாயம் செய்யவில்லையென்றால், சங்கத்தில் தீர்மானம் போட்டுவிடுவோம் - வரும் வருஷங்களில் யாருமே கடை ஏலம் எடுக்க மாட்டோம்.

சட்டென்று அமைதி மீண்டது. மத்தியஸ்தக் குழுவில் சென்குப்தா மாமாவும் இருந்தாராம். அவர்தான் ஒரு தீர்வு சொல்லியிருக்கிறார்:

> பொருட்காட்சி உருப்படியாக நடந்திருந்தால், எல்லாருக்கும் லாபம் கிடைத்திருக்கும்தானே. இப்போது நஷ்டத்தையும் பகிர்ந்துகொள்வதுதான் முறை. வாங்கிய வாடகையில் பாதியைத் திருப்பித் தந்தால் சரியாக இருக்கும் என்று

எனக்குப் படுகிறது... திடல் வாடகையைப் பாதியாய்க் குறைக்க நான் நகராட்சி நிர்வாகத்திடம் பேசி ஏற்பாடு செய்கிறேன்.

வணிகர்கள் ஒருமித்த குரலில் வரவேற்றார்கள். குத்தகைக்காரரர் முகம் சற்றுக் கூம்பத்தான் செய்தது. ஆனால், அவருக்கும் வேறு வழியில்லையே...

மறு வருடம் பொருட்காட்சி ஆரம்பித்தபோது எதுவுமே நடக்காததுபோல நடைபாதை வியாபாரிகள் வந்துசேர்ந்தார்கள் - யாரும் ஆட்சேபிக்கவில்லை.

என்று மாமா சொல்லி முடித்தார். அப்பா இதமான குரலில் சொன்னார்:

நீ சொன்னதுதான் சரி. கூட்டுவாழ்க்கை என்பது ஒருவரை ஒருவர் அனுசரித்து வாழ்வதுதானே. நாமென்ன சாமியார்களா, மற்றவர் தயவு தேவையில்லை என்று கறாராக வாழ்வதற்கு?

புன்சிரித்தபடி, சென்குப்தா மாமா மேலும் தொடர்ந்தார்:

சாமியார் மட்டுமென்ன, அவருடைய திருவோட்டையும் வஸ்திரத்தையும் அவரேவா தயாரித்துக்கொள்வார், சுதீப்! அன்றன்றைக்கு பிட்சைக்குப் போகாவிட்டால் பட்டினிதான் கிடக்க வேண்டும்!

இதற்குள் அம்மாவும் கௌரி மாமியும் ஒப்பனை முடிந்து புறப்பட்டிருந்தார்கள். கிராமத்துக்காரியான அம்மாவைவிட, மாமியின் ஒப்பனை கொஞ்சம் அதிகம்தான்! குழந்தைகள் எல்லாரும் குதூகலமாய் ஓடிப்போய், காத்திருந்த ஜட்காவில் ஏறிக்கொண்டார்கள்.

அப்பா காலமானபோது, மாமியையும் கூட்டிக்கொண்டு சென்குப்தா மாமா வந்திருந்தார். மாமி அரை உடம்பாகியிருந்தாள். யாருடனும் ஒட்டாமல் தனியாய் அமர்ந்திருந்தாள். ஒதுக்கி வாரப்படாத தலையும், இஸ்திரி செய்யாத நூல்புடவையுமாக

அவளைப் பார்த்ததே கிடையாதா, மனோஜுக்கு அதிர்ச்சியாய் இருந்தது. போதாததற்கு, அடிக்கடி தலையை ஆட்டியபடி, தானாகப் பேசிக்கொண்டாள் மாமி.

சென்குப்தா மாமாவை அம்மா 'தாதா' என்று கூப்பிடுவாள் இல்லையா. கௌரி மாமியும் அப்பாவை 'தாதா' என்றுதான் கூப்பிடுவாள். தரையில் கிடத்தியிருந்த உடலருகில் அமர்ந்து, குமுறும் குரலில் கேட்டாள்:

சுதீப் தா... இப்படிச் செய்துவிட்டீர்களே?

அந்தக் குரலும், அதன் தொனித்த வாத்சல்யமும், புதிதாக ஒரு கண்ணீர் அலையைக் கிளப்பிவிட்டது. மற்றவர்கள் அழுதுகொண்டிருக்கும்போதே, சுவரோரம் நகர்ந்து, இடதுகாலைக் குத்தவைத்து, சாய்ந்து அமர்ந்தாள் மாமி. உயர்த்திய முழங்கால்மேல் கோத்த விரல்களின் நகநுனிகள் கடுமையாய்க் கறுத்திருந்தன.

திடீரென்று குரல்விட்டுச் சிரித்தாள். சாவுவீட்டில் அசந்தர்ப்பமாய் சிரிப்புச் சத்தம் ஒலித்த திக்கில் எல்லார் முகங்களும் திரும்பின. இதற்குள், மாமியின் முகபாவம் தலைகீழாக மாறிவிட்டிருந்தது. விசித்து விசித்து அழ ஆரம்பித்தாள். மெல்ல வேகமெடுத்த அழுகையின் உச்சமாக, ஓங்கிஓங்கி நெற்றியில் அறைந்துகொண்டாள். வாசல் திண்ணையில் இருந்த சென்குப்தா மாமா வேகமாக உள்ளே வந்தார். கிட்டத்தட்ட அவளைத் தூக்கி, நிறுத்தினார். குழந்தை மாதிரித் தன்மீது சார்த்திக்கொண்டு வாசலுக்கு அழைத்துப்போனார். அப்போது அவருடைய உடம்பு நடுங்கிக்கொண்டிருந்தது வெளிப்படையாய்த் தெரிந்தது...

மாமா அந்தப் பஞ்சாயத்துக் கதை சொன்னதுக்கு அடுத்த வருடம், துர்காபூஜை வருவதற்கு ஓரிரு மாதம் முன்பே ஜய்தீப்பும் மனோஜும் நச்சரிக்கத் தொடங்கினார்கள். தாள முடியாமல் சென்குப்தா மாமாவுக்கு ஒரு கார்டு எழுதிப் போட்டார் அப்பா. அடுத்தவாரமே மாமாவிடமிருந்து இன்லாண்ட் லெட்டரில் பதில் வந்தது.

வீட்டுக்குள் போய் ஒரு செம்பு நிறையத் தண்ணீர் குடித்துவிட்டு, ஷரீஃப் காக்காவைப் பார்க்கப் போய்விட்டார் அப்பா. அம்மா இவர்களிடம் சொன்னாள்:

> *இனி சும்மாச்சும்மா கேட்டு அப்பாவைத் தொந்தரவு செய்யக் கூடாது. நமக்கு இந்த வருட பூஜை இங்கேயேதான்.*

பையன்கள் உடனடியாய் அழ ஆரம்பித்தார்கள். அதட்டும் குரலில் சொன்னாள் அம்மா:

> *கௌரி மாமிக்கு உடம்பு சரியில்லையாம். இதற்கப்புறமும் யாராவது அழக் கிளம்பினீர்களோ, நடக்கிறதே வேறே...*

இப்போது, அப்பாவின் மரணத்துக்கு வந்திருக்கும்போதுதான் புரிந்தது - மாமிக்கு என்ன வியாதி என்று. அதையும் பொருட்படுத்தாமல் இருவரும் வந்திருக்கிறார்கள் என்றால், இந்தக் குடும்பத்துடன் அவர்களுக்கு உள்ள நெருக்கமும் நன்றாகப் புரிந்தது...

ஸ்ரீராம்பூருக்கு இவர்கள் கடைசியாய்ப் போனது, வியாபாரிகள் பஞ்சாயத்துக் கதையை மாமா விவரித்த அதே வருடம்தான். அந்த முறை சென்குப்தா மாமா புதிதாக ஒரு யோசனை சொன்னார்:

> *ஒவ்வொரு வருடமும் உள்ளூர்ப் பொருட்காட்சியையே பார்க்கிறார்களே. குழந்தைகளை இந்தமுறை பர்தொமானுக்குக் கூட்டிப்போவோம்!*

என்று உற்சாகமாய்ச் சொல்லிவிட்டு, ஜீப்பை ரெடி செய்தார். வசதிபடைத்தவர்கள் சொந்தமாகக் கார் வைத்துக்கொள்வது நடைமுறையாகி வந்த காலகட்டம். சென்குப்தா மாமா, ஊரைக் காலிசெய்து கிளம்பிய ஆங்கிலேயர் ஒருவரிடம் இரண்டாம் கையாக ஜீப் வாங்கினார். ஒரு பிஹாரியிடம், குதிரை இழுக்கும் தட்டுவண்டியை ஷரீஃப் காக்கா வாங்கிய மாதிரி...

> *இப்போது இருக்கும் இதே சைஸிலா நம் குடும்பம் எப்போதுமே இருக்கும்!*

என்று சொன்னாராம் மாமா... அவருக்கு மலைப்பிரதேசங்களிலும் காடுகளிலும் வேட்டைக்குப் போகப் பிடிக்கும் என்பதால்தான் வாங்கினார் என்று கௌரி மாமி சொல்வாள். புது வண்டியில் எல்லாரையும் கூட்டிப்போக வேண்டும் என்ற ஆசையினால்தான் மேற்படித் திட்டமே உதித்ததோ என்னவோ.

எப்படியோ பெரியவர்களும், குஞ்சுகுளுவான்களும் என்று மொத்தமாய்ப் பத்து உருப்படிகள் ஜீப்பில் ஏறினார்கள். மாமாவின் மூத்த பையன் நிர்மல் தன் சிநேகிதர்கள் இரண்டு பேரைக் கூட்டி வந்திருந்தான். மனோஜ் வயதுதான் அவனுக்கு. ஆனால், ஜய்தீப்பைவிடப் பெரியவன்போல நடந்துகொள்வான். பணவசதி உள்ள குடும்பத்துப் பையன்கள் போலவே, சற்று உதாசீனமாகவும் சவடாலாகவும் பேசுவான்... ஊருக்குத் திரும்பிய பிறகு, ஒரு வார்த்தை எதிர்த்துப் பேசிவிட்டால் போதும்,

> நிர்மல் மாதிரிப் பேசலாம் என்று பார்க்கிறாயா, அந்தக் கீரை இந்த ஊர்த் தண்ணீரில் வேகாது மகனே...

என்றுதான் அம்மாவின் வசவுகள் ஆரம்பிக்கும்...

இவர்கள் அத்தனை பேரும் சேர்ந்தே போய்க்கொண்டிருந்தபோது, மூவர் குழு மட்டும் தனியாய்த் திரிந்தது. அவ்வப்போது மாமாவோ, மாமியோ கூவும்போது, கேலிச் சிரிப்புடன் திரும்பிப் பார்த்துவிட்டு, தன்போக்கில் நடப்பான் நிர்மல். நண்பர்களும் வால்போலத் தொடர்வார்கள்.

> குழந்தைகளுக்கெல்லாம் ட்ரஸ் வாங்கித்தரப் போகிறேன்.

என்று அறிவித்தார் சென்குப்தா மாமா. அன்று வாங்கிய வெள்ளைப் பூக்கள் போட்ட ஊதாச் சட்டையும், இளநீல நிற நிக்கரும் இன்றைக்கும் மறக்கவில்லை. துணியெடுத்து உள்ளூர்த் தையல்கார மோகன் மாமாவிடம் தைத்து வாங்கித்தான் வழக்கமா, முன்பே இவன் அளவுக்குத் தைத்துவைத்த ஆடைகளைப் பார்ப்பதே புதுமையாய் இருந்தது மனோஜுக்கு.

ஆனாலும், பின்னர் அந்த உடையை அணியும்போதெல்லாம் நிர்மலின் நினைவு வந்து மனம் கசங்கும்...

ஜவுளிக்கடை நெரிசலில் இவர்கள் இருக்கும்போது, நண்பர்களோடு நழுவி வெளியேறியிருக்க வேண்டும் நிர்மல். அவனுக்கும் நண்பர்களுக்கும் முதலிலேயே தேர்வு செய்துவிட்டதால், யாரும் கவனிக்கவில்லை. மாமியின் கவனத்தில் தைத்தவுடன் பதற்றமாக வாசலில் வந்து பார்த்தால் மூவர் குழுவைக் காணோம். பீடி புகைத்துக்கொண்டு கடை வாசலில் நின்றிருந்த காவல்காரக் கிழவர்,

> எதிர்வரிசையில் பத்துக்கடைகள் தள்ளி இருந்த ஓட்டலுக்குள் அந்தப் பையன்கள் நுழைவதைப் பார்த்தேன்.

என்று சொல்லிவிட்டு இருமினார்.

> அவன் கையில் காசு புழங்கவிடாதே என்று சொன்னால் கேட்கிறாயா கௌரீ?

என்று நொந்துகொண்டே ஓட்டலைப் பார்த்து ஓடினார் மாமா.

மறுநாளே இவர்கள் கிளம்பிவிட்டார்கள். புதுத் துணிகள் வைத்த பையைக் கொண்டுவந்து நீட்டினாள் மாமி. ஐயோ, அவள் முகம்தான் எப்படிக் கறுத்திருந்தது... எழுந்து நின்ற அம்மா அவளைக் கட்டிக்கொண்டு கதறினாள்...

> கௌரீ....

> அழாதே ஜோயா. நான் பண்ணின பாவத்துக்கு இந்தப் பிஞ்சுகள் எதற்காக ஏங்க வேண்டும்?

என்று சொல்லிக்கொண்டே தானும் அழுதாள். கடைசியாக ஜட்காவாலாவுக்கு அருகில் குதித்தேறிய அப்பா,

> எப்படியும் பயல் வந்துவிடுவான், எனக்கு உடனே தபால் போடு.

என்று சொல்லிவிட்டு, மேல்துண்டில் முகத்தைப் புதைத்துக் கொண்டார். சென்குப்தா மாமா தலைகுனிந்து நின்ற காட்சி மனத்தைவிட்டு ஒருபோதும் அகலாது... வண்டி முனை திரும்பியவுடன் வண்டிக்குள் திரும்பி,

> மற்ற பயல்களைப் பெற்றவர்கள் இவனைச் சும்மா விடுவார்கள் என்று தோன்றவில்லை ஜோயா. நேற்று ராத்திரி எப்படிக் கூப்பாடு போட்டார்கள் பார்த்தாயா?

என்றார் அப்பா. அம்மா,

> இவன் வளர்ந்த விதமாகத்தானே அவர்களையும் வளர்த்திருப்பார்கள். இந்த மனிதர் என்ன செய்வார் பாவம்?

என்று கண்ணைத் துடைத்துக்கொண்டாள்.

பையன்கள் தாமாகவேதான் ஓடிப்போயிருப்பார்கள்; ஆள் கடத்தும் கும்பலிடம் சிக்கியிருப்பார்கள் - அவர்கள் இவர்களை யாரிடமாவது விற்றிருப்பார்கள்; இவ்வளவு பெரிய பையன்களை விலைகொடுத்து வாங்குகிறவர்கள் திருட்டுத் தொழிலில் ஈடுபடுத்துவார்கள், கைகால்களை முடமாக்கிப் பிச்சையெடுக்க அனுப்புவார்கள்; மலைப்பிரதேசங்களில் ஆடுமாடு மேய்க்கவும், தேயிலைத் தோட்ட அடிமைகளாகவும் வைத்துக்கொள்வார்கள்; செங்கல்சூளைக்காரர்கள் கொத்தடிமையாய் வைத்துக்கொள்வார்கள்; கல்கத்தா பம்பாய் தில்லி போன்ற பெருநகரங்களில், பிரம்மாண்டமான அடுக்குமாடிக் கட்டடங்கள் கட்டுகிறவர்கள் குறைவான கூலிக்கு மந்தைமாடுகள் மாதிரி இவர்களை வேலைக்கு வைத்துக்கொள்வார்கள் என்கிற மாதிரி, விதவிதமான யூகங்களை அப்பாவும் ஷரீஃப் காக்காவும் திண்ணையில் உட்கார்ந்து பேசிக்கொள்ளும்போது அம்மா வீட்டுக்குள் உட்கார்ந்து கண்மல்கக் கேட்டுக்கொண்டிருப்பாள்.

அன்றிரவு ரொட்டியும் சப்ஜியும் வாயில் வைக்க விளங்காது - உப்போ உறைப்போ தூக்கலாக இருக்கும்; ரொட்டி கடுமையாய்த் தீய்ந்திருக்கும், அல்லது சரியாய் வெந்திருக்காது. சப்ஜியில், புகையடித்த மணம் நாறும். மொத்தத்தில், அம்மாவின் சமையல் மாதிரியே இருக்காது. ஆனால், யாரும் எதுவும் சொல்லாமல் சாப்பிட்டு முடிப்பார்கள்.

வெளியில் சென்று எவ்வளவு வேண்டுமானாலும் விளையாடலாம்; விளக்கு வைக்கும் நேரத்துக்கு வீடுதிரும்பிவிட வேண்டும் என்ற கறார்க் கட்டுப்பாடு அந்தச் சமயத்தில்தான் அமலுக்கு வந்தது...

நாலைந்து மாதத்தில் எல்லாருமே மீண்டுவிட்டார்கள். கௌரி மாமி மட்டும் மீளவில்லை; மாறாக மேலும் மேலும் புதைந்துகொண்டே போகிறாள் என்று சென்குப்தா மாமாவிடமிருந்து கடிதம் வரும், எப்போதாவது. ஆனால், அவர் கார்டில் எழுதுவதை அறவே நிறுத்திவிட்டார். இன்லாண்டு லெட்டர்தான்.

ஜய்தீப் திருமணத்துக்கு மாமா மட்டும் வந்தார்.

கௌரியை அழைத்துவரவில்லையா தா?

என்று ஆதங்கமாய்க் கேட்டாள் அம்மா. வேறுபுறம் பார்த்துக் கொண்டு மாமா பதில் சொன்னார்:

அவளைக் காப்பகத்தில் சேர்த்திருக்கிறதே பௌதீ. வீட்டில் வைத்து சமாளிக்க முடியவில்லை. கைக்குக் கிடைப்பதை வைத்துத் தாக்கிவிடுகிறாள். சிலசமயம் இரும்பு உலக்கையைத் தூக்கிக்கொண்டு தெருவுக்கு ஓடிவிடுகிறாள்.

அடடா, புழுபூச்சிக்குக்கூட கெடுதல் நினைக்காதவள், பாவம். சின்னதுகளுக்குக் கல்யாணம்காட்சி நடந்திருந்தால் ஒருவேளை குணமாகியிருப்பாளோ?

மாமா பதில் சொல்லவில்லை. பெரிய பெருமூச்சு விட்டார்.

கல்யாணம் முடிந்தும் ஒரு வாரமாவது தங்கித்தான் போக வேண்டும் என்று அம்மா வற்புறுத்தினாள். சம்மதித்தார். ஒருநாள் இரவுச் சாப்பாட்டுக்குப் பிறகு எல்லாரும் உட்கார்ந்து பேசிக்கொண்டிருந்தபோது அம்மா கேட்டாள்:

முன்னேபின்னே என்றாலும், அவள்பாட்டுக்குத்தானே இருந்தாள். இவ்வளவு முற்றுகிற மாதிரி என்ன நடந்தது தா?

மாமா கொஞ்சம் தயங்கினார். அப்புறம் மடமடவென்றச் சொல்ல ஆரம்பித்தார்:

போனவருஷம் இந்த நேரமெல்லாம் ரொம்பவே நன்றாக ஆகியிருந்தாளம்மா. ஆனால், எங்கள் தலைவிதி விஷப்பாம்பு மாதிரிக் காலைச் சுற்றியிருக்கிறதே. போன கோடை முடிந்ததும், ஸ்ரீராம்பூருக்கு ஒரு சாமியார் வந்தார். தெற்கிலிருந்து யாத்திரை வருகிறவர். சாமியாருக்கு எதற்காக அத்தனை பெரிய பட்டாளம் என்று யாருக்குமே கேள்வியில்லை! யானையென்ன, குதிரையென்ன, ஒட்டகமென்ன... என்று காவி உடுத்திய மஹாராஜா திக்விஜயம் வந்த மாதிரி இருந்தது. விஜயம் செய்தார். மொத்தப் பரிவாரமும் கால்நடையாய் வந்தபோது, இவர் பல்லக்கில் அமர்ந்து வந்தார். அவரிடம் தீர்த்தம் வாங்குவதற்கு

> அவ்வளவு நீள வரிசை. எனக்கு ஏனோ அந்தச் சூழ்நிலையே பிடிக்கவில்லை. 'வேண்டாம் கௌரீ, திரும்பிவிடலாம். இது நமக்கான இடமில்லை' என்று எத்தனை மன்றாடினேன் என்கிறாய். போதாத காலம் பிடரியில் கைவைத்துத் தள்ளும்போது அவளும்தான் என்ன செய்வாள், பாவம்...

மாமா பேச்சை நிறுத்தினார். புதிதாக வந்திருந்த நிம்மி அண்ணி வேகமாய் எழுந்து உள்ளே போனாள். இரண்டு கைகளாலும் பிடித்த தாம்பாளத்தில், தாமிரச் செம்பு நிறையத் தண்ணீரும், ஒரு தம்ளரில் வெதுவெதுப்பான பசும்பாலும் கொண்டு வந்தாள். சட்டென்று கலங்கிவிட்டார் மாமா. அண்ணியின் உச்சந்தலையில் கைபதித்து,

> அமோகமாய் இருப்பாய் மகளே, அமோகமாய் இருப்பாய்.

என்றார். அண்ணி அவர் பாதத்தைத் தொட்டுக் கண்ணில் ஒற்றிக்கொண்டாள். பாலைக் குடித்து முடித்ததும், மாமாவுக்குத் தெம்பு திரும்பிவிட்டமாதிரி இருந்தது. விட்ட இடத்திலிருந்து விசையாய்த் தொடங்கினார்:

> ஆயிற்றா, வரிசையில் வரும் ஜனங்கள் தொடமுடியாத எட்டத்தில், அபயஹஸ்தம் காட்டிக்கொண்டு மேடையில் அமர்ந்திருந்தார் சாமியார். பரிவாரத்தைச் சேர்ந்த இளைஞன் ஒருத்தன் அவர் சார்பாகத் தீர்த்தம் வழங்கினான். நம் மனோஜ் வயதுதான் இருப்பான். தாடியும் மீசையும் பிடரியில் புரளும் கேசமுமாக நல்ல தேஜஸ் உள்ள இளைஞன் என்று நான் நினைத்துக்கொண்டிருக்கும்போதே, அவனைக் குறுகுறுவென்று பார்த்தவள், 'ஆ! நிர்மல்...' என்று அலறிக்கொண்டே மூர்ச்சைபோட்டு விழுந்தாள். அந்த இடத்தின் சாந்தம் உடனடியாய்க் கலைந்துபோனது. நாலு பேராகத் தூக்கி வாசலுக்கு எடுத்துவந்தோம். ஜட்காவில் போட்டுக்கொண்டு, வீட்டுக்கு வந்து சேர்ந்தேன். மூர்ச்சை தெளிந்ததும் ஒரே ரகளை. 'எனக்கு என் மகன் வேண்டும், என் நிர்மல் வேண்டும்' என்று கதறித் தீர்த்தாள். அவ்வளவுதான், அத்தோடு சரி.

இப்போது அம்மா பெருமூச்சுவிட்டாள்.

அந்தப் பையன் நிர்மல் ஜாடையில் இருந்தானோ?

அட, நீ வேறே. நானும் பெற்றவன்தானே. எனக்கு அப்படித் தோன்றவேயில்லையே. அதைவிட, இதைக் கேளு. கண்முன்னால் இல்லாதவனை அடையாளம் தெரிந்துவிட்டது; இத்தனை வருஷம் கூடவே இருந்து குப்பைகொட்டியவனை இன்னாரென்று தெரியவில்லை. என்னைப் பார்த்துக் கூசாமல் கேட்கிறாள், 'நீங்கள் யார்? கொஞ்சம் தள்ளி உட்கார்கிறீர்களா? இப்படியா பரஸ்திரீகளுக்கு அருகில் வந்து இடித்துக்கொண்டு உட்காருவார்கள்?'...

மாமா சிரித்தார். கைப்பு நிறைந்த சிரிப்பு.

...படுத்தால் தூக்கம் வரமாட்டேன் என்கிறதம்மா. உன்னிடம் சொல்வதற்கென்ன. நான் கொஞ்சம் முன்னேபின்னே சம்பாதித்தவன்தான் - அதற்காக இந்தப் பாடு பட வேண்டுமா. 'குண்டூசி திருடியதற்குத் தூக்குத்தண்டனை என்பது என்பது எந்த ஊர் நியாயம்' என்பார் என் அப்பா...

கலங்காதீர்கள் தா. எல்லாம் சரியாகிவிடும். இங்கே வந்திருக்கிறீர்களில்லையா. இருக்கும் நாளில் நிம்மதியாய்ச் சாப்பிட்டு நிம்மதியாய்த் தூங்குங்கள்.

நான் எங்கேயுமே போவதில்லை அம்மா. போகப் பிடிக்கவில்லை. ஜய்தீப்புக்கு நிச்சயதார்த்தம் ஆகியிருக்கிறது என்று உன் தபாலில் பார்த்தபோதுகூட, கல்யாணத்துக்கு வரவேண்டாம் என்றுதான் நினைத்தேன். ஆனால், வரப்போகிற குழந்தையின் பெயர் நிர்மலா என்று பத்திரிகையில் பார்த்தேனா, மனசு கேட்கவில்லை. புறப்பட்டு வந்துவிட்டேன்.

நல்ல காரியம் செய்தீர்கள் தா. ஏதோ, இந்தக் கொஞ்சநாள் நிம்மதியாவது உங்களுக்குக் கொடுக்க முடிகிறதே என்று ஆறுதலாய் இருக்கிறது. அவர் இருந்திருந்தால் உங்களை இப்படித் தனியாய்ப் புழுங்க விட்டிருப்பாரா?

எழுந்து சென்குப்தா மாமா அருகில் சென்று அவருடைய இடது புஜத்தைப் பற்றினாள். அம்மா இன்னொரு ஆண்பிள்ளையைத்

தொட்டு மனோஜ் பார்த்தது அதுதான் ஒரே தடவை. மற்றபடி, ரிஷான் அவளுடைய மகனுக்குச் சமானமல்லவா.

திருமணத்துக்குப் பிறகு, அதிலும் கல்கத்தாவில் வந்து குடியமர்ந்த பிறகு, நிர்மலின் நினைவு வரும்போதெல்லாம் மேற்சொன்ன சகலமும் சங்கிலித் தொடர்போல மனோஜுக்குள் எழுந்து அடங்கும். தவறாமல் இன்னொரு வாக்கியமும் எழும்:

> ‘இப்படித்தான், நான் ஆசைப்பட்ட வாழ்க்கையை யார்யாரோ வாழ்ந்து தீர்க்கிறார்கள்...’

சிகரெட் பிடித்து வெகுநேரமாகிவிட்டது என்று தோன்றியது. எழுந்து உட்கார்ந்து பற்றவைத்தான்.

போதி மரம் இல்லை;
பிரகாசமான நிலைக்கண்ணாடியும் இல்லை;
இப்படி எதுவுமேயற்ற பாழில்
எங்குதான் இறங்கும் தூசு?

பெயரோ காலமோ
தேசமோ தெரியாத ஜென் துறவி

10

உறக்கத்தின் ஆழத்தில் அமிழ்ந்திருக்கும்போது, நீர்ப்பரப்பின் ஊடாகக் கசிந்திறங்கும் வெளிச்சம்போல, பொழுது புலர்வது தனக்குள் எப்படித் தெரியவருகிறது என்பது தீராத ஆச்சரியம்தான். அல்லது, வெளியில் புலரும் பொழுது அதற்குச் சற்று முன்னதாகவே தனக்குள் புலர்ந்துவிடுகிறதோ!

இன்னும் பெரிய ஆச்சரியம் ஒன்றும் உண்டு. விழிப்புத் தட்டும்போது, கண்ணைத் திறக்கும்வரை, இந்தப் பொழுது புலர்வது மடாலயத்திலா, பதினைந்து வயதுவரை தான் வளர்ந்த மாளிகையிலா என்று துலங்காது - ஆரம்பநாட்களில். இரண்டு இடங்களிலும், வைகறைக்குத் தனித்தனி மணங்கள் இருப்பதாக ஒருமுறை உணர்ந்தான். அதே தருணத்தில்தான், எந்த இடத்தில் இருந்தாலும் தனக்குள் மட்டுமே தன்னால் விழிக்கமுடியும் என்ற அறிதலும் இவனுக்குள் புலர்ந்தது. ஆமாம், இருள்வதும் தனக்குள் மட்டும்தான்...

ஆனாலும், அன்றன்றையப் பொழுது விடியும்போது, முன்னமே விடிந்த ஏதோ ஒரு தினத்தின் அதிகாலை இதன்மீது படிவது இன்றுவரை நிற்கவில்லை. ஒருவேளை, அந்தப் பழைய நாளை ஆதாரமாக வைத்துத்தான் இன்று புலர்ந்தது என்பதையே மனம் அறிகிறதோ என்றுகூட ஐயம் தட்டும். ஒப்பீட்டுக்கு எந்த நாளை மனம் தேர்கிறது, எந்த அடிப்படையில் தேர்கிறது என்பதெல்லாம் தேவரகசியம் போல. பிளந்து பார்க்கவே முடிந்ததில்லை. இதோ அடையாளமற்ற ஒரு பழைய நாளும் சேர்ந்தே புலர்கிறது...

...அன்று காலையூன்றி இறங்கும்போது மரக்கட்டில் கிரீச்சிட்டது. கட்டிலையொட்டிக் கிடந்த, பூவேலைப்பாடு கொண்ட பாதணிகளுக்குள் பாதங்களை நுழைத்துக்கொண்டு அறையைவிட்டு வெளியே வந்தான். எதிரெதிர் அறைகளைக் கோத்த தாழ்வாரம் சென்று இறங்கும் அகண்ட முற்றத்தில் இறங்கும்போது, இருளிலிருந்து வெளிச்சத்துக்குள் இறங்குவதாகப் பட்டது. ஆமாம், உறக்கத்திலிருந்து விழிப்புக்குள் இறங்கியதுபோலவே, இரவிலிருந்து பகலுக்குள் இறங்குகிறான். இருளும் வெளிச்சமும் புலனனுபவமாகவும், இரவும் பகலும் அறிவுக்கு எட்டும் உணர்வனுபவமாகவும் வெவ்வேறு தளங்களில் ஒரே சமயத்தில் பொருள்கொள்வது உள்ளங்கையில் வைத்த பனிக்கட்டிபோல சிலிர்ப்பைத் தந்தது.

இன்று ஆசிரியர் வந்ததும் தான் உணர்ந்த இந்த பேதத்தை அவரிடம் சொல்ல வேண்டும் என்று அனிச்சையாக மனம் தீர்மானித்துக்கொண்டது. முந்தைய நாள் அவர் உச்சாடனம் செய்த வரிகளின் சாரம் மனத்தில் ஓடியது:

> பொழுது மெல்ல மெல்லத் தன்னை அவிழ்த்துக்கொள்கிறது - குவிந்திருந்த அரும்பின் இதழ்கள் விரிந்த மாத்திரத்தில் மலர் என்று அடையாளம் கொள்வது மாதிரி, காலை என்று பெயர்கொள்கிறது. நிபந்தனையின்றி வீசும் மணத்தால் சகலத்தையும் சகலரையும் தீண்ட முயல்கிறது ஒவ்வொரு பொழுதும். ஆமாம், வைகறை காலையாகி, காலை முற்பகலாகி, உச்சிவேளையாகிக் காய்ந்து, முற்பகலும் அந்தியுமென முதிர்ந்து, இரவெனும் பெயர் சூடி இருளுக்குள்

> அமிழும்போது, அதே அரும்பாக மீந்திருப்பதில்லை - இனமும் நிறமும் மணமும் அதுவாகவே தொடர்ந்தாலும், வேறொரு வடிவம் வேறொரு நிலை வேறொரு மணம் கொள்கிறது; சிறுகச் சிறுக முதுமை எய்தும் மனிதப் பிறவிபோல... உண்மையில் இரவு என்ற நிகழ்வு இறுதி அல்ல - இன்னொரு பரிமாணத்தின் தொடக்கமே - மரணம் நிகழ்த்தும் ஆரம்பம்போல...

நேற்று ஆசிரியர் பயிற்றுவித்த சூத்திரம் காவியத் தன்மையுள்ள செய்யுள் நடையில் இருந்தது. அதன் வரிகளை வசனமாக விரிவாக்கி நினைவுகூர்ந்தது இவனுடைய மனம். ஆனால், ஆசிரியர் இது தவறு என்பார். சொற்களுக்கும், சொற்கோவைகளுக்கும் தனித்துவமான வல்லமை உண்டு; சூத்திரங்கள் என்பவை அவை தரக்கூடிய பொருள்மட்டுமே அல்ல; ஒலியொழுங்கின் தாதுக்கள்வழி பேரண்டத்தின் அந்தரங்கத்தைத் தீண்ட முயல்பவை என்பார்.

> அம்மா உனக்குத் தரும் கஞ்சியில் பீப்பாய் பீப்பாயாகத் தண்ணீரைக் கலந்துவிட்டால் ருசியும் அடர்த்தியும் எஞ் சியிருக்குமா?

என்று சிரித்துக்கொண்டே கேட்டார் ஒருநாள். ஆனால், அவரே முன்னொரு நாள்,

> காலணி என்ற வஸ்துவின்மீது நடந்து செல்கிறோமென்றாலும், காலணி என்ற கருத்துருவைத்தான் பாதக்குறட்டுக் கட்டைகள், தோல் வார்கள் மற்றும் பின்னலிட்ட காய்ந்த கதிர்த்தாள்கள்வழி நடைமுறைப்படுத்துகிறான் அதை உருவாக்குபவன்.

என்று சொன்னாரே, என்று இவன் பதிலுக்குக் கேட்டான். ஆசிரியர் அதிர்ந்து போனார். இவனை நோக்கிக் கைகூப்பினார். யதேச்சையாக அந்த வழியே கடந்துபோன செவிலித்தாய் பெமாவை நோக்கிக் குரல்கொடுத்தார். அருகில் வந்து நின்றவளிடம்,

> அம்மா, இவன் இங்கே இருக்க வேண்டியவன் அல்ல.

என்று வியந்து சொன்னார். அவள் இவனைப் பெற்றவளிடம் தெரிவிப்பதற்காக விரைந்தாள். ஆக, முதல் விதை விழுந்த நாள் அதுவாகவேகூட இருக்கலாம்.

வெறுமனே பாடம் படித்து, கல்வியறிவு சேகரித்து, உரிய அளவில் பொருள்குவித்து, நடைமுறை வாழ்வை முறைப்படுத்திக்கொள்ளும் சாமான்ய மனம் இல்லை; இவனுக்குப் பாடம் நடத்துமளவு தான் அறிஞனும் இல்லை என்று தழுதழுத்த குரலில் ஆசிரியர் விவரித்தபோது, மேற்கொண்டு விபரம் கேட்பதற்காக வந்து நின்ற அம்மாவின் கண்களும் லேசாகக் கலங்கியிருந்ததைக் கண்டான். அவர்கள் யாரைப்பற்றியோ பேசுகிறார்கள் என்ற விலகல் தனக்குள் இருந்ததும் நினைவு வருகிறது...

> இதையேதான் இவனுடைய பெரியப்பாவும் சொல்கிறார்...

என்று சற்றுக் கலங்கிய குரலில் ஆமோதித்தாள் அம்மா. ஆனால், இவன் துறவியாவதில் ஆரம்பத்திலிருந்தே அம்மாவுக்கு சம்மதம் இல்லை.

> அதை விட்டால், இருக்கும் ஒரே மாற்று படைவீரனாவதுதானே?

என்று அப்பா கேட்டார். அம்மா தெளிவாக பதில் சொன்னாள்:

> துறவுக்கோலத்தில் இன்றே பிரிந்துபோவானே. படையில் சேர்ந்தால், என்னோடே இருப்பானே. தவிர, யுத்தத்துக்குப் பேர்போன தேசமா நம்முடையது?

அப்பா மௌனமாக இருந்தார். இருவருக்குமே தெரியாது, வரவிருக்கும் நாட்கள் அவ்வளவு சுமுகமானவை அல்ல என்று - ஆமாம், அண்டை வல்லரசின் கழுகுப்பார்வை இந்தக் குட்டி தேசத்தின்மீது அழுத்தமாய்ப் பதிந்திருப்பது உயர்மட்டத்திலிருப்பவர்களுக்கே உறைத்திருக்கவில்லையே...

குதிரையிலிருந்து தாவி இறங்கும் அப்பா, படுவேகமாக முற்றத்தை நோக்கி வருவார். அவர் சாவகாசமாக இருந்து இவன் பார்த்ததேயில்லை. பின்னிரவு முடியுமுன்பே எழுந்து காலைக்கடன்கள் முடித்து சவாரி தொடங்குபவர் எத்தனை தூரம் போய்வருவாரோ, அந்த இருளில் எதை மேற்பார்வை செய்வாரோ, சூரியக் கிரணங்கள் வீரியமுறும் நாழிகையில் மாளிகை வாசலுக்கு வந்து சேர்வார்...

வந்ததுபோலவே நிதானமாகக் கலைந்தது அந்தக் காலைப் பொழுது.

தனக்குத்தானே சுழன்று, தனக்குள்ளேயே உருண்டு, இன்றைய காலையாக மாற்றமடைந்தது...

ஆனால், இன்றைய காலைப்பொழுது, காலைப்பொழுது போலவே இல்லை. ஒரே அடையாளத்துடன் அன்றாடம் புலர்ந்தாலும், நேற்றைய காலையும் இன்றைய காலையும் ஒன்றுதானா என்ன? ஆனால், இன்று தெரியும் பேதம் இன்னமும் தீர்க்கமாய் இருக்கிறது.

தொலைவில் தெரிகிற சிகரத்தில் பட்டுத் தெறிக்கும் பொன்னொளியில் வழக்கமான தோழமை இல்லை. காலைத் தியானத்தின்போது, அலறும் பறவையொன்றின் குரல் திரும்பத்திரும்பக் கேட்டுக் கொண்டிருந்தது. தூல உலகில் கேட்கும் ஒலியைவிட அதிகத் துன்பமும் துயரமும் கொண்டதுவாக ஒலித்தது அது. 'போதும்' என்று கலைந்து எழுந்தான். காலைநடைக்குக் கிளம்பினான். இருளின் கடைசித்துளி நீங்குவதற்குள் காலைக்கடன்களை முடித்து, தேனடையை நீங்கும் தேனீக்கள்போல ஆளுக்கொருபுறம் வெளியேறிவிடுவார்கள் துறவியர். வளாகத்தைச் சுத்தம் செய்வது, சமையல் பணிகள் என்று செயலாற்றும் அணிகளைச் சேர்ந்தவர்கள் மட்டுமே மீந்திருப்பார்கள்.

மூத்தவர்கள் வேறு மடாலயங்களுக்கு அனுப்பப்படுவது; புதியவர்கள் சேர்த்துக்கொள்ளப்படுவதையொட்டி, நடுவிலுள்ளவர்கள் மூத்தவர்களாவது என்று அது ஒருவிதமான சக்கரச் சுழற்சி. என்ன, மேலே போகும் ஆரம் காற்றில் கரைந்ததுபோலக் காணாமல் போய்விடும். தவிர, இந்த மாற்றங்களை நிர்ணயிப்பது யார், செயல்படுத்துவது யார், எதன் பொருட்டு என்பதெல்லாம் கடைசிவரை விளங்காத மர்மங்கள். விளங்கிக்கொள்ள வேண்டிய அவசியமில்லை என்று மடாலயத்தின் இறுக்கமற்ற அமைதி சதா உரைக்கும்.

இவனைப் பயிற்சித் துறவியாகச் சேர்த்துக்கொண்ட தலைமை குரு காலத்துடன் கலந்து, அதன்பிறகு வந்த குருவுமே அந்திம நிலைக்கு வந்துவிட்டார்; ஆரோக்கியம் அவ்வப்போது கெட்டுப்போகிறது. பார்ப்போம், இவனை வெளியில் அனுப்புவது என்ற நிலை வரும்போது, யார் அந்த முடிவை எடுக்கிறார்கள்,

எங்கே அனுப்புகிறார்கள், இவனிடம் யார் தெரிவிக்கிறார்கள் என்பதெல்லாம் தெரியவந்து விடாதா! ஆனால், அந்த நிலையை எட்டியபிறகு, இந்த மடாலயத்தில் இருக்கப்போவதில்லை; அதனால், தெரிந்தும் பயனேதும் இருக்காது...!

சமையல் பணிகள் என்று பெரிய வார்த்தையில் சொன்னாலும், அனைவருக்கும் ஒருவேளை உணவுதான். அதிலும் பெரிய விந்நியாசங்கள் இருக்காது. கஞ்சிக்கும் திட உணவுக்கும் இடைப்பட்ட, கூழ்ப் பதம் கொண்ட, மாவும் வெந்த காய்கறிகளும் இசைந்த ஒரு பதார்த்தம். பிறந்த இல்லத்தில் இருந்த ருசியுடன் ஒப்பிட்டால், உப்பும் உறைப்பும் புளிப்பும் எண்ணெயும் என சகலமும் மட்டானது. இனிப்பு அறவே கிடையாது. ஆக, சமையல் என்பதே, மிஞ்சிப்போனால் இரண்டு நாழிகை வேலைதான்.

ஆனால், சுத்தம் செய்வது மட்டும் ஒருபோதும் ஓயாது. ஓரிரு ஜோடி மனிதக் கைகள் துடைத்துக்கொண்டு போக, ஒரு நூறு மாயக் கரங்கள் தூசி படிய வைத்துக்கொண்டே பின்தொடர்வது மாதிரி இருக்கும். கண்ணுக்குப் புலப்படாத ஆவேசத்துடன் செயல்படுகிறது இயற்கை என்று தோன்றும். அதற்கும், பழைய குரு ஒரு தடவை விளக்கம் சொன்னார்:

> *சுத்தம் என்ற பெயரில் தூசு இல்லாமல் இருக்கப் பழகிவிட்டிருக்கிறது மனித குலம். வேறு ஜீவராசிகளுக்கோ, தாவரங்களுக்கோ தூசும் மாசும் இடையூறுகளல்ல; அவற்றுடைய வாழ்முறையின் பகுதி. ஒரு அர்த்தத்தில், மனிதகுலமே, பூமியின்மீது படிந்த தூசுதான்!*

புன்னகைத்தார். வழக்கம்போல, லி யாங் எழுந்து நின்றான்.

> *தன் உடலைத் தானே நக்கிநக்கி சுத்தமாக்கிக்கொள்ளும் பூனையைப் பார்த்திருக்கிறேனே!*

அவனையே உற்று நோக்கினார் குரு. மிதமான முறுவலுடன் சொன்னார்:

> *யார் கண்டது, பூனைகளின் மடாலயத்திலும் இதே சர்ச்சை நிகழ்கிறதோ என்னவோ!*

அநேகமாய், மொத்த வகுப்புமே தலை குனிந்தது - வேறென்ன, சிரிப்பு வெளியில் சிந்திவிடாமல் இருக்கத்தான்... குரு தொடர்ந்தார்:

> ஆனால், உன் கேள்வியில் இன்னொரு ஆறுதல் இருக்கிறது இளந்துறவியே. பூனைகளும் மனிதர்களும் சமானம் என்று தொனிக்கிறதல்லவா? துறவுநிலையின் ஆதாரத்தை நோக்கி வேகமாகச் செல்கிறாய் நீ என்பது தெரிகிறது! ஆனால், இன்னொரு கேள்வியையும் நாம் எதிர்கொண்டாக வேண்டும். பூனை தன் சுற்றுச்சூழல் சுத்தமாய் இருக்கவேண்டும் என்ற பதற்றத்தை வெளிக்காட்டுகிறதா!

ஐயோ, இந்தக் கடைசி வாக்கியத்தைச் சொல்லும்போது அவருடைய முகம்தான் எத்தனை கனிவுடன் இருந்தது!... ஆதுரம் பொங்கும் தொனியில் இப்படிச் சொல்லி முடித்தார்:

> எப்படியோ, வளாகம் சுத்தமாய் இருப்பதா வேண்டாமா என்பதை முடிவு செய்வது மனிதர்கள் அல்ல - காற்றும் கானகமும்தான்...

காலைவேளையில் மடாலயத்தை விட்டு வெளியேறும் துறவிகளில் எந்த இரண்டு பேரும் சேர்ந்து கிளம்பியதாக நினைவே இல்லை. விநாடிகள் இடைவெளியில் அவரவர் புறப்பட்டுப் போவார்கள் - சுற்றிலும் இறங்கிச் செல்லும் பாதைகளில் சிலர். வேறு சிலர், பாதையற்ற பாதைகளின் புதர்க்குத்துகள் வழியாக.

மிகச் சரியாக இரண்டரை நாழிகைகள் கழித்து, அனைவருமே திரும்பிவந்து சேர்ந்திருப்பார்கள். காலங்காட்டும் கருவிகள் ஏதுமின்றி மடாலயத்துக்குள் நிலவும் நேரந்தவறாமை, ஒவ்வொரு துறவியுமே ஒவ்வொரு நடமாடும் மணிக் கடிகையோ என்று அயர வைக்கும், சிலவேளை. அனைத்தையும் துறந்தவர்கள், கால ஒழுங்கைத் துறக்க முடியாமல் அவதிப்படுகிறார்களே என்றும் தோன்றும்!

ஆனால், தானாகவே ஒருநாள் விடை கண்டுபிடித்தான் - நாடித் துடிப்பிலும், நரை திரை மூப்பிலும் சற்றும் பிசகாமல் நிலவும் தாளகதியைத் தங்கள் உணர்வின் பகுதியாகவே ஆக்கிக்கொண்டு விடுகிறார்களோ என்னவோ. கண்டுபிடிப்பு தந்த நிறைவு ஒரு

கணம் மட்டுமே நீடித்தது. ஆமாம், அன்றாடப் பாடவேளையில் விவாதிக்கப்படும், மிக அபூர்வமான சந்தர்ப்பங்களில் விவரிக்கவும் படும் புதிர்க்கதைகள்போல, இந்தப் புதிருக்கும் எண்ணற்ற பதில்கள் இருக்கக்கூடும். தன்னளவில் ஒன்று தட்டுப்பட்டிருக்கிறது; அவ்வளவுதான்.

சட்டென்று, திரும்பிப் பார்க்கிற மாதிரி, சற்றுமுன் தோன்றிய சொற்றொடரைத் தேடிப் பின்னால் போனது சிந்தனை. 'பாதையற்ற பாதை'. தொடர்ந்து, வாசலற்ற வாசல், ஓசையற்ற ஒலி, ஸ்பரிசமற்ற காற்று என்று கொஞ்சதூரம் அடுக்கிக்கொண்டு போனது. அதை அதிக நேரம் நீடிக்கவிடாமல், மடாலயச் சுற்றுச்சுவரின் வெளிப்புறக் கோடியில் ஒண்டி நின்ற, பழுப்புநிறமாய்த் திரண்ட ரோமப்பந்துபோலத் தென்பட்ட, மலையாடு கண்ணில் பட்டது.

மந்தையைப் பிரிந்த ஆடு போல. கூட்டத்துக்குள் சதா உரசியவாறிருந்த சமயத்தில் அபாரமான கதகதப்பை அனுபவித்திருக்கும், பாவம். தனித்திருக்கையில், சருமத்தைப் போர்த்திய ரோமக் கற்றைகளின் அடர்த்தி போதவில்லையோ? அல்லது, கண்ணுக்கெட்டிய தூரம் இன்னொரு ஆட்டுருவம் பார்வையில் படவில்லையே என்ற பதற்றமோ? அருகில் நெருங்கியபோது, அதன் உடல் நடுங்குவதாகத் தெரிவது நிஜம்தானா, பிரமையா என்று குழம்பியது மனம்.

ஓரிரு நிமிடம் அணைத்து ஆசுவாசப்படுத்தலாமா என்று தோன்றியது. ஒரே கணத்தில் அதை ரத்து செய்தது மானசீகமாக ஒலித்த குருவின் குரல்.

> பிற ஜீவராசிகளை ஆறுதல்படுத்தக் கிளம்புவது துறவியின் வேலையல்ல...

என்றார். இந்த வாக்கியம் அத்தனை சீடர்களுக்குள்ளும் முழுக்க இறங்குவதற்காகக் காத்திருப்பவர்போல சற்று இடைவெளி விட்டார். பின்னர், அத்துவானத்திலிருந்து தன் எண்ணத்தைப் பறித்தெடுப்பவர்போல அண்ணாந்து பார்த்துவிட்டு,

> ...சக மனிதர்களை இதப்படுத்துவதும்தான்.

என்று முடித்தார்.

இரண்டு வாக்கியங்களுக்கும் இடையில் இருந்த மௌனமும் சேர்ந்ததே அவரது போதனை என்று தோன்றியது. இவர் முந்தைய குருவைப் போன்றவரல்ல; பெரும்பாலும் உரையாடல்களில் ஈடுபட மாட்டார். வகுப்பெடுக்கும்போதோ, உரை நிகழ்த்தும்போதோ இந்தமாதிரி வாக்கியங்கள் ஏதேனும் உதிரும். மற்ற நேரங்களில் அவருடைய நடவடிக்கைகளைப் பார்த்து நாமாகப் புரிந்துகொள்ள வேண்டும். அவை பெருமளவும் அசாதாரணமானவை. சிலவேளை பீதியூட்டக் கூடியவை...

ஒரேயொரு உதாரணம் சொல்லலாம். ஒருமுறை, மடாலயத்துக்குள் கருநாகம் நுழைந்துவிட்டது. நன்கு விளைந்த நாகம். கருநிறப் பளிங்குக் குமிழ்களைக் கோத்த சரம்போல நெளிந்து நெளிந்து நகர்ந்தது. ஒரு சொல்லும் பகிராமலே சலனமின்றிக் குழுமினர் இளந்துறவியர்.

வளாகத்தின் பின்புறம் மனித நடமாட்டம் அறவே இல்லாத, அடர்ந்த காடு இருக்கிறது. இளந்துறவிகளுக்குக் கறாரான கட்டுப்பாடு உண்டு - எக்காரணம் கொண்டும் காட்டினுள் நுழையக்கூடாது.

'பிறருடைய வாசத்தலத்தில் அத்துமீறி நுழைவதற்கு அவசியமேயில்லையே!...' என்பார் பழைய குரு.

ஆனால், வனத்துக்குள் அவரைப்போன்ற ஆசான்கள் இருக்க வாய்ப்பில்லை அல்லவா, அங்கிருந்து பல்வேறு வகையான விருந்தினர்கள் கிளம்பி வெளியேறி வருவார்கள். வனத்தையொட்டிய வளாகம் என்பதால் உள்ளே நுழைந்து விசாரிக்கவும் முற்படுவார்கள். அந்துப்பூச்சி கரப்பான் தவளை என்று தொடங்கி, தேள் நட்டுவாக்காலி மலைப்பாம்பு வரை. இடையீடு இல்லாத வனவாழ்க்கையின் செழுமையேறிய உடல்வாகுள்ளவர்கள். கழுகும் ஆந்தையும் வவ்வாலும்கூட வந்ததுண்டு.

மடாலய வாசத்தின் ஆரம்பகட்டத்தில், அழையாவிருந்தாளிகளை வெளியேற்றுவதற்கும் பயிற்சிகள் உண்டு - அவர்களின் நன்மை கருதித்தான். முக்கியமான நிபந்தனை, தான் வெளியேற்றப்படுகிறோம் என்ற அச்சமோ ஆதங்கமோ வந்தவருக்கு ஏற்பட்டுவிடக் கூடாது. அவருடைய பின்பக்கம், அதிர்வறியும் தொலைவில், கைக்கோலால்

தரையில் தட்டித்தட்டி ஆற்றுப்படுத்த வேண்டும். வனவாசிகளின் புரிந்துகொள்ளும் திறன் அபாரமானது. பிணக்கின்றி வெளியே போய்விடுவார்கள்.

கருநாகம் வந்த அன்று, யாருக்குமே தைரியம் இல்லை என்பதுபோலத் தென்பட்டது. அருகில் சென்று பார்ப்பதற்கே எவரும் முன்வரவில்லை என்னும்போது, அதிதியிடம் தகவல் தெரிவித்து அவரை வெளியே அனுப்புவது எப்படி? சுதந்திரமாய் நெளிந்தபடி, சாவதானமாக முன்னேறினார்...

அன்றைய இரவுணவுக்குப் பிறகு, மரண பயம் பற்றி உரை நிகழ்த்தினார் தலைமை குரு.

> ...மரணத்தை வெல்ல வேண்டிய அவசியம் இல்லை. அது வெல்லக்கூடியதும் இல்லை. விருந்தினர்களுக்கும், துறவிகளுக்கும், கிரஹஸ்தர்களுக்கும் பொதுவானது அது. ஏன், உயிர்ப்பிறவி எடுத்த சகலருக்கும் பொதுவானது அல்லவா - தாவரங்கள் உட்பட. வெளிச்சத்தைத் தேடிக் கிளையை நீட்டும் செடிகளைப் பார்க்கத்தானே செய்கிறோம்?... நிஜமான தைரியசாலி வெல்ல வேண்டியது 'மரண பய'த்தைத்தான் - ஒருவிதத்தில், துறவுநிலையின் அறுதிப் பெறுபொருள் அதுவாகவேகூட இருக்கலாம்...

ஆனால், எந்நாளும் நினைவில் கொள்ள வேண்டியது, குருவின் உரை அல்ல; பகலில் கருநாகத்தை அவர் கையாண்ட விதம். கைக்கோலால் தரையில் தட்டினார் குரு. அது சலனத்தை நிறுத்தியதே தவிர, இவருடைய உத்தேசத்துக்கிணங்க வாசலை நோக்கித் திரும்பவில்லை. என்ன, மேற்கொண்டு முன்னேறி நகராமல் நின்றது.

குத்துக்காலிட்டு உட்கார்ந்தார் குரு. சன்னமான குரலில், சங்கீதம் போன்ற தொனியில், கனிவான சொற்களால் அதனுடன் பேச ஆரம்பித்தார். வகுப்பெடுக்கும்போது சீடத் துறவிகளிடம் பேசும் அதே பாவனை; குரல்; அதே வாத்சல்யம். வண்டியை வாசலில் நிறுத்திவிட்டு, மடாலய புத்தரை வணங்கிச் செல்ல வந்த யாக் வண்டிக்காரன் விரிந்த கண்களால், பீதியுடன் பார்த்துக்கொண்டு நின்றது இன்னமும் நினைவிருக்கிறது. வண்டியில் பூட்டியிருந்த

யாக் கால்களை மாற்றி மாற்றி வைத்ததும் இதை முன்னிட்டுத்தானா என்று தெரியவில்லை. இளம் துறவிகள் திகைப்பும் வியப்புமாய்ப் பார்வையைப் பதித்து நின்றிருந்தனர். அந்தக் காட்சியின் பகுதியாய் இன்னொன்றும் பதிந்திருக்கிறது.

ஆமாம், மூத்த துறவியொருவர் வைத்தியசாலையின் திக்கில் நகர முனைந்தார். விஷமுறிவுக் கஷாயத்தை ஆயத்தப்படுத்தத்தானோ என்னவோ. அவர் வயதே தென்பட்ட சக துறவி, அவரது கையை இறுகப் பிடித்துத் தடுத்து நிறுத்தினார். தலைமை குரு அவர்களை ஓரக்கண்ணால் ஒரு முறை பார்த்துவிட்டு, நாகத்துடனான உரையாடலைத் தொடர்ந்தார்:

> இல்லை அப்பனே. இந்த வளாகத்தில் மனிதர்களைப் பயிற்றுவிக்கும் சாதனங்களும், ஞானத்துக்கான வேட்கையும் மட்டும்தான் நிரம்பியிருக்கிறது. பூர்விகத்தில் பிடாரனாய் இருந்திருந்தாலும், தலைவாயில் தாண்டி உள்ளே வருகிறவர்கள், அந்த அடையாளத்தையும்கூடத் துறந்துதான் ஆக வேண்டும்...!

இவர் பேச ஆரம்பித்தபோது தலையுயர்த்திப் படம் விரித்த விருந்தாளி, ஒவ்வொரு சொல்லும் புரிந்துவிட்ட பாவனையில், படத்தை ஒடுக்கி மீண்டும் தரையில் படிந்தார். இன்னும் ஓரிரு கணங்கள் பேசிக்கொண்டிருந்துவிட்டு, மெல்ல முழந்தாளிட்டு உயர்ந்தார் குரு.

பகவானின் பாதகமலங்களில் தாமரைப்பூவைக் கிடத்தும் அதே பவ்யத்துடனும், பணிவுடனும் நாகத்தின் உடலைத் தன் விரல்நுனிகளால் வருடினார். விருந்தினருக்கு அது மிகுந்த இன்பம் அளித்தது போலும். சலனமும் நெளிவும் இன்றி உறைந்து கிடந்தார். விட்டால், ஆயுள் முழுக்க அந்த வருடலுக்கிணங்கி அதே நிலையில் இருந்துவிடுவார் என்றுதான் தோன்றியது...

சற்று நேரத்துக்குப் பின், அவரைத் தன் இரண்டு கைகளாலும் பற்றி, உயர்த்தினார் குரு. வாலையும் தலையையும் நெடுக்குவசத்தில் நீட்டி, மூங்கில் கழிபோல அவர் விறைப்பதும்; நெஞ்சடைக்க தான் அடக்கிய மூச்சை வேறு வழியின்றி சீறலாக வெளியிட்ட தருணத்தில் கழி மீண்டும் நாகமாகி குருவின் கையில் குழைந்து

நெளிந்ததும், பூமிக்கு அப்பால் வேறு ஏதோவொரு கோளில் நிகழ்ந்த மாயாஜாலம்போல நினைவில் மீந்திருக்கிறது. பார்த்துக்கொண்டிருந்த இவன் மனம் முற்றாக மரத்துவிட்டிருந்தது. அச்சம் ஆர்வம் திகைப்பு என்று ஆரம்பத்தில் கிளர்ந்த உணர்ச்சிகள் சொட்டுச்சொட்டாக வடிந்து, காலிப்பாத்திரம்போல ஆகிவிட்டிருந்தது.

விறைத்தும் குழைந்துமெனக் கையிலிருந்த பாம்புக் கழியுடன் மெல்ல நகர்ந்தார் குரு.

வேடிக்கை பார்க்க நின்றிருந்த ஒவ்வொரு துறவியிடமும் விருந்தினரைக் கொண்டுவந்தார். ஒருவர் விடாமல் அனைவருக்கும் வந்தனம் சொல்லி விடைபெற்றார் விருந்தாளி - சிலரிடம் நாவை நீட்டி, சிலரை முகர்ந்து பார்த்து, புறங்கையை நீட்டிய மிகச்சிலரின் விரல் நுனியை முத்தமிட்டு என்று. லேசான ஈரத்துடன் அவர் இட்ட முத்தத்தைப் பெறும் பாக்கியம் இவனுக்கு வாய்த்தது. சட்டென்று விருந்தினரை ஆவிசேர்த்து அணைத்துக்கொள்ளும் ஆவல் உந்தியது. நல்லவேளை, உடனடியாக அடங்கவும் செய்தது.

வண்டியில் பூட்டிய யாக்கும், வண்டிக்காரனும் சிலைகள் மாதிரி நின்றனர். வனத்தில் நுழைந்து, கணிசமான தொலைவு நடந்து சென்று, விருந்தினரை வழியனுப்பிவிட்டு குரு திரும்பியபோது, வளாகத்தினுள் இயல்புநிலை மீண்டிருந்தது. அனைவருமே அவரவர் பணிகளுக்குத் திரும்பியிருந்தார்கள். திரட்டிய சருகுகளைப் பிரம்புக்கூடையில் அள்ளிப் போட்டுக்கொண்டிருந்தான் இவன். முறத்திலிருந்து பறந்த புழுதித் தூசியில் விளக்கமுடியாத மாயத்தன்மை மண்டியிருக்கிற மாதிரிப் பட்டது; அல்லது, குதூகலமோ!

அன்று சாயங்காலம் குரு நிகழ்த்திய உரையை ஒருபோதும் மறப்பதற்கில்லை.

வனத்தின் பகுதியாக இருந்த தரையை, சுவர்களால் பிரித்து, செயற்கையான வரம்புகளுக்குள் கொண்டுவந்தது பற்றிய வாக்குமூலமும், அது தொடர்பாக இயற்கையிடம் மன்னிப்புக் கேட்டு நிகழ்த்தப்பட்ட பிரார்த்தனைகளும், மடாலய நூலகத்தில்

தைலமிட்டுப் பேணப்படும் சுவடிகளில் பதிவாகியிருப்பதைப் பற்றிச் சொன்னார்.

ஆரம்ப காலத்தில் முழுக்கத் திறந்தவெளியாக இருந்த மடாலயத்தில், புலிகளும் சிறுத்தைகளும் கரடிகளும் சர்வசரளமாகத் திரிந்திருக்கின்றன. அபூர்வமாக ஓரிரு முறை சிங்கங்களும் வந்து சென்றிருக்கின்றன. இந்தப் பனிப் பிராந்தியத்தில் சிங்கங்கள் வசிப்பதில்லை; கற்பனையைத் தறிகெட்டு ஓடவிட்ட யாரோ ஒரு துறவியின் குறளி என்றே அந்த சுலோகத்தைக் கொள்ளவேண்டும் என்று, இரண்டு நூற்றாண்டுகள் இளையதான இன்னொரு சுவடியில் விமர்சனம் இருக்கிறது.

ஆனால், சிந்தை பிறழ்ந்ததாலோ, மனித உடல் தன்னுடைய இயற்கையான உணவு அல்ல என்பதை மறந்துவிட்டதாலோ, வயோதிகர்தானே என்ற இளக்காரத்தாலோ தலைமை குரு ஒருவரைக் கருஞ்சிறுத்தையொன்று தாக்கிய சம்பவம், வெவ்வேறு காலகட்டச் சுவடிகளில் பதிவாகியிருக்கிறது.

யானையின் தும்பிக்கைக்குள் நிபந்தனையின்றிப் பிடிபடும் கரும்புக்கட்டுபோல, தற்காத்துக்கொள்ள முயலாது அவர் தம்மை ஒப்புக்கொடுத்ததா, துறவியின் குருதி அவ்வளவாக ருசிக்காததா, சதைப்பற்று அறவே இல்லாத உடல் தன்னுடைய பசிக்குப் போதுமானதாக இருக்காது என்ற ஐயமா, ஜாக்கிரதையான தொலைவில் சுற்றிலும் நின்று வேடிக்கை பார்த்த சக துறவிகளில் எவருமே தலைவரைக் காக்க முன்வராததில் சிறுத்தை அடைந்த ஏமாற்றமா, அல்லது இவர்களில் ஒருவரைப்போய்த் தீண்ட நேர்ந்ததே என்ற அவமானவுணர்வா, அல்லது மனத்தளவில்கூடத் தற்காக்கும் முனைப்பில்லாத ஜீவராசியைத் தாக்க முனைந்தது பற்றிய குற்றவுணர்வா; எது காரணமோ, சிறுத்தை தானாகவே விட்டுச் சென்றுவிட்டது. ஆனால், முதல் தாக்குதலைத் தாங்குமளவு திராணியில்லாத வயோதிக உடம்புக்குள் நீடிக்க இயலாது, துறவியின் பிராணன் அவசரமாக நீங்கிவிட்டது. ஆம், சிறுத்தை நீங்குமுன்பே, மாரடைத்து இறந்து போயிருந்தார் குரு என்று அந்தப் பதிவை முடிக்கிறது ஒரு சுவடி...

> ‘காட்டு விலங்குகளுக்குப் புரியுமளவு சமுக வாழ்வின் விதிகளை எடுத்துரைக்கும் ஞானமும் மொழியும் துறவியர்

மடத்திலிருந்த யாருக்குமே வாய்க்கவில்லை என்பதால், சுவரெழுப்ப வேண்டியதானது'

என்கிற சுவடிப் பதிவை ஒரு உரையில் விளக்கினார் முந்தைய குரு. அந்த உரையின் சாரமான பகுதிகள் நீங்காமல் நினைவில் இருக்கின்றன:

1 பிராணிகளுடைய பிரபஞ்சத்தின்மேல் போர்த்திய உறை அல்ல மானுடப் பிரபஞ்சம்.

2 பிற ஜீவராசிகளின் பாதுகாவலர்களாக மானுடர்கள் தம்மைக் கற்பிதம் செய்துகொள்ள வேண்டிய அவசியம் இல்லை. சகல உயிர்ப்பிரபஞ்சங்களுமே, வலுத்தவர்களையும் இளைத்தவர்களையும் கொண்டவைதாம். நிர்த்தாட்சண்யம் இல்லை என்பதால், அந்தப் பிரபஞ்சங்களில் தாட்சண்யமும் கிடையாது. கருணையும் வன்மமும் சிந்தனையின் குழந்தைகளே. பிற ஜீவராசிகளின் உலகத்தில் ரத்தத்தின் ஆணைகள் மட்டுமே செல்லுபடியாகும். அங்கே பசியைவிடவும் வலுவான உந்துசக்தியொன்று இருக்கிறதா என்பதுபற்றித் தகவல் இல்லை...

3 மற்றவர்களின் வாழ்வியல் நியதியில் யாரும் நுழைய வேண்டியதில்லை; மனிதர்களுக்குள் இப்படிப் பொறுப்பேற்று நுழைந்தவர்களும் அவர்களுடைய சித்தாந்தங்களும் விளைவித்த அனர்த்தங்களை கையறுநிலையில் இருந்தவாறு மானுடகுலம் பார்த்துக்கொண்டுதானே இருக்கிறது.

4 ஒரு பூனைக்குட்டிக்குப் பொறுப்பெடுத்துக்கொள்பவன், கோடிக்கணக்கான பூனைக்குட்டிகளை மறுதலிப்பவனாகி விடுவதைப் பார்க்கிறோமில்லையா?

5 பூனைக்குட்டியின் காவலனாக அவதாரம் எடுக்கிறவனிடம், படித்தரம் பற்றிய கவனமும், பூனைகளைவிட தான் பல படிகள் உயர்ந்திருப்பதான மமதையும் நிரம்பியிருப்பதையும் காண முடியுமே! வழிதவறிய ஆட்டுக்குட்டியிடம் காட்டும் பாசத்தை, பரிவை, தனித்தலையும் வேங்கையிடமோ கரடியிடமோ, ஏன், ஆக சாதுப் பிராணியாகிய யானையிடம் கூட, காட்ட முனைகிறார்களா யாரும்!

> *6 சமவெளி மனிதர்கள் நீரையும் நெருப்பையும்கூடக் கட்டுப்படுத்த முனைவதன் அபத்தம் புரிகிறதா?*

இவை அனைத்தையும்விட, அவர் சொன்ன கடைசி வாக்கியம் கப்பரையில் அசந்தர்ப்பமாக வீழ்ந்த உலோக நாணயம்போலக் கிணுகிணுக்கிறது:

> உயிர்க்குலத்தின்மீது மழைக்கு இருக்கும் காருண்யம் ஒருவனுக்குள் நிரம்பும்போது, அவன் துறவின் கேந்திரமான நிலையை நோக்கிப் பெரும் அடி எடுத்து வைத்துவிட்டான் என்று அர்த்தம்...

அட, ஆமாம், வலியவன் வறியவன் என்றெல்லாம் மழைக்கு பேதம் இருக்கிறதா என்ன, என்று மனம் வியந்து முடிப்பதற்கு முன்பே வியப்பை ரத்து செய்யும் அடுத்த வாக்கியம் உதிர்ந்தது:

> கட்டற்றுப் பொங்கிப் பிரவாகமெடுக்கும் மழைக்கு பேதமும் இல்லை. உலோபிகளைத் தேர்ந்தெடுத்து அழிப்பதில்லை; தர்மவானாயிற்றே என்று, இடைப்படுபவரை அழிக்காமல் விடுவதும் இல்லை...

அட, சுவரில் அண்டிய செம்மறியைவிட்டு எப்போது விலகிவந்தோம், வழக்கமாக உட்காரும் பாறைக்கு எப்போது வந்து சேர்ந்தோம் என்பதே பிரக்ஞைக்கு உறைக்கவில்லையே... எந்த அனிச்சை இங்கே கொண்டுவந்து சேர்த்தது?

அடுத்த கணமே, தன்னைத்தானே மறுத்துக் கண்டித்தது மனம். ஆமாம், நாளை முதல் இந்தப் பாதையையும், இந்த இடத்தையும் தவிர்த்துவிட வேண்டும்.

ஆனால், திரும்பிவரும் வழியில் மறுபடியும் திகைக்கிற மாதிரி ஆகிவிட்டது. சுருள்வில் மாதிரிச் சுழன்றிறங்கும் மலைப்பாதையில், இரண்டு நாள் நடையாழத்தில் ஒரு புள்ளி தெரிந்தது. எரிக்கும் கபில நிறப் புள்ளி. மழைக்கால இந்திரகோபம்போல, நிலைப்படாமல் நகர்ந்துகொண்டிருந்தது. சூரியனுக்கு நேர்கோணத்தில் இருந்ததாலோ, நிலைகொள்ளாமல் அசைவதாலோ, இடம்பெயரும் சுடர்போல ஒளிர்ந்தது.

லி யாங்காக இருக்குமோ? வாய்ப்பிருக்கிறது. அவன் இயல்பிலேயே வேகமாக நடக்கக்கூடியவன். இரண்டு நாள் ஆழத்தை ஒரு நாளில் கடந்து இறங்கக் கூடியவன். எங்கே போகிறான்? அது அவனேதானா? அல்லது வேறு யாரையோ அவனாகக் கற்பிதம் கொள்கிறதா மனம்? நேற்று குருவிடம் வந்தனம் கூறி அவன் வெளியேறியபோதும் இதே கேள்விதானே தோன்றியது - வேறு யாருடனோ இவ்வளவுநாள் சக துறவியாக இருந்து வந்திருந்தோமோ?

அல்லது, பிரிவாற்றாமையின் மிச்சசொச்சங்கள் உருவாக்கும் உருவெளித் தோற்றமா இது? பிரக்ஞையின் ஆழத்தில் வேரறுந்து விடுபட்ட ஒரு துண்டு, கபில நிற வஸ்துவாக பிரமை தருகிறதா...

சீறி வெளியேறிய பெருமூச்சு தந்த விசை, மடாலயத்தை நோக்கி உந்தியது. நடை துரிதமடைந்தது. மடாலயக் கூரை பார்வையில் பட்ட தருணத்தில், இன்னொருவிதமாகப் புரண்டது மனம்.

கருநாகம் வந்த சம்பவமும் உருவெளித்தோற்றம்தானோ? இதை வேறு யாரிடமும் கேட்டுத் தெரிந்துகொள்வதற்கில்லை. குழப்பத்துக்குக் காரணங்கள் அடுக்கத் தன்னிச்சையாகக் கிளம்பியது மனம்...

புத்தபூர்ணிமையையொட்டி, வேறு மடாலயம் எதற்காவது விஜயம் செய்ய அனுப்புவார்கள். வேற்று மடாலயத்தவரையும் பார்க்க முடியும். ஒரு முறை போயிருந்த கிராமத்தின் விழாக்கோலம் பசுமையாய் நினைவிருக்கிறது. தெருவெங்கும் தோரணங்கள்; ஆங்காங்கே புத்தப் பிரதிமைகள். அவற்றின் முன்னால் நின்றெரியும் அகல்கள், புகையும் ஊதுபத்திகள், பாதங்களில் கிடத்திய கமல மொக்குகள். பிராயபேதமோ, பால்பேதமோ, உயிர்ப் பொருள் ஜடப்பொருள் என்ற வேறுபாடோ இன்றி, கிராமத்தின் ஒவ்வொரு அங்குலத்திலும் நிறைந்து விரவியிருந்தது கோலாகலம். கொண்டாடக் கிடைத்த வாய்ப்பைத் தவறவிடுவதில்லை என்ற சங்கல்பம் ஒவ்வொரு அணுவிலும் காணக் கிடைத்தது...

திறந்த வாயிலிருந்து தீச்சுவாலைகளை ஊதி வெளியேற்றுகிறவர், விறைத்து நீண்டிருக்கும் பட்டாக்கத்தியை, அதன் கைப்பிடிவரை தொண்டைக்குள் நேராய்ச் செருகி நுழைத்து மீண்டும் உருவியெடுப்பவர், தத்தும் குள்ளத்தாராக்கள் நாலைந்தைக் கையில்

பந்துகள்போல வைத்து அம்மானை ஆடுபவர், படமெடுத்த நாகத்தின் தலை இடமும் வலமும் ஆடும்படி மகுடி ஊதுபவர் என்று அநேகக் கேளிக்கைக் காட்சிகளும் கரவொலிகளும் நிரம்பிய கிராமத்து மைதானத்தை நாலைந்து தடவை சுற்றி வந்தார்கள் துறவிச் சிறுவர்கள்.

சின்னஞ்சிறுவர்களைச் சேர்த்துக்கொள்ளும் மடாலயத்திலிருந்தும் வந்திருந்தார்கள். இவனைவிட இளைய பிஞ்சுகளும் தென்பட்டார்கள். பிஞ்சுத் துறவிகளைப் பேரன்புடனும், அடங்காத புன்னகையுடனும் வரவேற்று உபசரித்தார்கள் கிராமத்து ஜனங்கள்; அன்றைக்கு ஓர் இரவு அன்னம் பாலித்தார்கள். அந்த மடாலயமும் தடையின்றி அதை அனுமதிக்கும் போல. இதுபோன்ற விழாக்களில் பங்கேற்கும் சிறுவர்களில், அபூர்வமாக ஓரிருவர் அதன் பிறகு மடாலயத்துக்குத் திரும்ப மறுத்து, குடும்ப வாழ்வுக்கே மீண்டதும் உண்டு என்று வழிகாட்டியாய்த் துணைபுரிந்த இளந்துறவி புன்முறுவலுடன் சொன்னார். அந்த விதத்தில், பால துறவிகளுக்கான உரைகல்லாகக்கூட அந்த வைபவம் திகழ்கிறது என்றும் சொன்னார்.

ஆனால், அந்த விஜயத்தின் அழிக்க முடியாத பதிவாக மனத்தில் நிலைத்திருப்பது குடைராட்டினம்தான். மைய அச்சாக நிற்கும் நடுத்தண்டின் உச்சியில் கோத்த கயிறுகளின் மறுநுனியில் தொங்கும் மரக்குதிரைகள், அன்னங்கள், யாளிகள் விசையாகச் சுற்றிவரும். ஒரே மையத்திலிருந்து கிளைத்தவையாய் இருந்தாலும், ஒன்றுடன் ஒன்று உரச இயலாத இடைவெளியில் அவை சுற்றிக்கொண்டிருக்கும். மடாலயத்தின் மாற்று உருவம்போலத் தென்படும் அந்த ராட்டினம்.

ஆமாம், நோர்புவின் பயிற்சித் தலத்தில் துறவியர் ஒருவருக்கொருவர் பேசிக்கொள்ளவே மாட்டார்கள். முதிய துறவிகளும்தான். அவரவர் தனிமையைப் புசித்து, அவரவர் தனிமையில் உறங்கி, அவரவர் தனிமையாகப் பகல் பொழுதை உருமாற்றிக் கழிப்பார்கள். பாடம் கேட்கும்போதும், உரைகளைக் கவனிக்கும்போதும் தலைமை குருவிடம் மட்டுமே பேச வேண்டும். அவருடனான உறவும் வலுவானதல்ல.

> பிரபஞ்சத்துடன் நீர்த்துளிக்கு உள்ள உறவுபோல இருந்தால் போதுமானது.

என்று பழைய குரு சொல்வார்.

எனவே, நாகம் வந்த நாள் தனது பிரமையேதானா என்று சக துறவிகளிடம் கேட்டு அறிவதற்கில்லை. அத்தனை பேரும் நின்றிருந்தார்களே என்றால், பிரமையின் புலத்திலும் அந்தக் காட்சி அப்படியேதானே இருந்திருக்கும்? மௌனப் பதுமைகளாக அவர்கள் நின்றிருக்கத்தானே செய்வார்கள்?...

தலையை உதறியவாறு, மடாலயத்தின் கதவுகளற்ற வாயிலுக்குள் நுழைந்தான்.

எனக்கு நினைவிருக்கிறது,
பாபிலோனியாவின் மன்னனாக
இருந்துவந்தேன்; என்
அடிமைப் பெண்ணாக இருந்தாய் நீ.
இரவுகளில், உப்பரிகையை
வெளிற வைத்திருந்தது சுக்கிரன்.
பகல் வேளைகளில் என் தலம்
புறாக்களால் நிரம்பியிருக்கும்.
புகையைப் போல
அத்தனையும் நீல வானமேறி
ஆவியாகின. நான் மீண்டும் உன்னைச்
சந்தித்தாக வேண்டும் என்று
எனக்குத் தெரியும்.
'வருவேன், வந்தே தீருவேன்' என
ஆயிரமாயிரம் வருட
காலக் குழிவுகளிலிருந்து நீ சொல்வது
எனக்குக் கேட்கிறது.

ஜீவனானந்த தாஸுடைய 'அங்கே இருந்தேன்
என்பது நினைவிருக்கிறது' கவிதையின் ஒரு பகுதி
- தோராயமான மொழிபெயர்ப்பில்.

11

பால்கனியில் நின்று சிகரெட் பிடித்துக்கொண்டிருந்தான். இதுபோலப் பின்னிரவுகளில் தனியாய் நின்று புகைக்கும் சந்தர்ப்பங்களில், பத்துக்கு ஒரு தடவையாவது வந்து போகும் கேள்வி இப்போதும் வந்தது. இந்தப் பழக்கம் எப்படி உண்டானது?

ஷரீஃப் காக்கா சுருட்டுப் பிடிப்பார். சில சமயம், வீட்டுத் திண்ணையில் அப்பாவுடன் அமர்ந்து பேசிக்கொண்டிருக்கும்போது, திடீரெனக் கிளம்பித் தாக்கும் அந்த மணம். அம்மாவுக்கு ஆகவே ஆகாது. ஆனால், ஒரு தடவைகூட அவரிடம் சொன்னதில்லை. ஷரீஃப் காக்காவின்மேல் சொந்தச் சகோதரன்போல அபிமானமும் மரியாதையும் உள்ளவள். 'தா' என்ற சொல்லுக்கு மறுசொல் பேசமாட்டாள்...

> நம்முடைய எத்தனை சமாசாரங்களை அந்த மனிதர் பொறுத்துக்கொள்கிறாரோ, பாவம்! வீடு தேடி வருகிறவரைப் புண்படுத்தலாமா...

என்று புன்னகைப்பாள். ஷைலுவைக் கருவுற்றிருக்கும்போது, ஒரு முறை, சுருட்டு நெடி பொறுக்க முடியாமல், ஓங்கரித்து வாந்தியெடுத்தாள்.

ஓசை கேட்டு அப்பா உள்ளே பாய்ந்து வந்தார். இன்னதென்று புரியாத ஷரீஃப் காக்கா, தாமும் பின்னோடு ஓடி வந்தார் - அதே மணத்துடன். அஞ்சுவதற்கு ஏதுமில்லை என்று தெரிந்ததும் திண்ணைக்கு மீண்டார். தூண் ஓரத்தில் வைத்துவிட்டு வந்திருந்த சுருட்டை விட்ட இடத்திலிருந்து தொடர்ந்தார். முழு சுருட்டும், முழு உரையாடலும் முடிந்த பின்னர்தான் புறப்பட்டுப் போனார்.

உள்ளே வந்த அப்பாவிடம், ஜய்தீப் அம்மாவைச் சுட்டினான். சுவரோரம் ஒருக்களித்துப் படுத்திருந்த அம்மாவிடம் அப்பா சொன்னார்:

> அந்தப் பயலிடம் கறாராகச் சொல்லிவிடப் போகிறேன்.

அநேகமாக, அப்பாவின் முகம் தீவிர பாவம் காட்டிய ஒரே சந்தர்ப்பம் அது. அம்மா அவசரமாக எழுந்து உட்கார்ந்தாள். இரண்டு கையையும் வேகமாகக் கூப்பினாள்.

> உங்களுக்குப் புண்ணியமாய்ப் போகும். அப்படியெல்லாம் செய்துவிடாதீர்கள். நான் எப்போதாவது புகார் சொன்னேனா? மசக்கை இருக்கும்போது, எது சாக்கு என்று வாந்தி வரத்தான் செய்யும்...

தலை கிறுகிறுத்தது போல. அவசரமாக உடனே மீண்டும் படுத்துக்கொண்டாள்.

ஆக, இறுதிக்காலம் வரை, சுருட்டு மணமும் ஷரீஃப் காக்காவின் அதீத கனம் கொண்ட குரலும் வாரத்தில் ஒரு நாளாவது திண்ணையிலிருந்து கிளம்பி வீடு முழுவதும் ஆக்கிரமிக்கும். அன்று அம்மாவுக்கு உபரியாக இன்னொரு வேலை சேரும். காக்கு போனபிறகு, வீடு முழுவதும் சாம்பிராணிப் புகை போடுவாள்...

பல்லிபோலச் சுவரோடு ஒட்டிக் கிடந்தவளின் அருகில் சென்று தலையைப் பிரியமாக வருடினார் அப்பா. ஒருவேளை குழந்தைகள் வேடிக்கை பார்த்துக்கொண்டு நிற்கவில்லையென்றால்... என்று அந்தக் காட்சியைப் பலமுறை மானசீகமாகப் பூர்த்தி செய்து பார்த்திருக்கிறான் மனோஜ். புன்சிரிப்பும், பெற்றவர்கள்மீது வாஞ்சையும் போட்டிபோட்டுக்கொண்டு பீறிடும்...

தனக்கு வரப்போகிறவளுடன் தன்னுடைய உறவும் அதேவிதமாய் அமைய வேண்டும் என்றுதான் உள்ளூர விரும்பிவந்தான். மணமான முதல் வாரத்திலேயே, 'இவள் அப்படி இருக்க மாட்டாள் போலிருக்கிறதே' என்ற கவலை தொற்றிவிட்டது.

புகுந்த வீட்டில் வந்து சேர்ந்த மறுநாள் காலை, ஒன்பது மணிக்கு எழுந்து வந்தாள் தீப்தி. இத்தனைக்கும், வழக்கம்போல ஆறு மணிக்கெல்லாம் எழுந்து அறையைவிட்டு வெளியே வந்திருந்தான் இவன். அவள் சாவகாசமாக ப்ரஷ்ஷையும் பற்பசையையும் எடுத்துக்கொண்டு பக்கவாட்டில் அசைந்து நடந்து கொல்லைப்புறம் போவதைப் பார்த்து ஜய்தீப்பும் அண்ணியும் அர்த்தபுஷ்டியோடு புன்னகைத்துக்கொண்டதை மனோஜ் கவனித்துவிட்டான்.

அப்படி ஏதும் நேற்று நடக்கவில்லை, தெய்வங்களே!

என்று கூவத் தோன்றியது. அது அவசியமில்லை என்றும் உடனே தோன்றியது.

அடுத்த நாளும் அப்படித்தான். அதற்கடுத்த நாளும். இவனுக்குக் கேட்கவில்லை என்று நினைத்து சமையலறையில் அம்மா அண்ணியிடம் சொன்னாள்:

> நகரத்தில் பிறந்து வளர்ந்தவள் இல்லையா. வசதியான வீட்டுப் பெண் வேறு. நம் பழக்கவழக்கங்கள் புரிவதற்குக் கொஞ்சம் நாள் எடுக்கத்தானே செய்யும்...

ஒரு பெருமூச்சு. மறு மாதம், துர்கா பூஜை சமயத்தில் சென்று ஒரு வாரம் தங்கியபோது எல்லாருக்கும் உறைத்தது - தீப்திக்கு ஒருபோதும் புரியப்போவதில்லை. இந்த முறை, இவன் மட்டும் இருக்கும்போது சொன்னாள் அம்மா:

> போகட்டுமே. நம் ஷைலு கல்யாணமாகிப் போய்விட்டுத் திரும்பி வந்தால், இப்படி இருப்பதைத்தானே விரும்புவோம்!!

சிரித்தாள். தனக்கே சமாதானம் சொல்லிக்கொள்கிறாள் என்று தோன்றியது. எழுந்து போய் அம்மாவை இறுக்கி அணைத்துக்கொண்டான். ஏனோ, அழவேண்டும்போல இருந்தது. நல்லவேளை, அடக்கிக்கொண்டுவிட்டான்.

பாவம், அம்மாவுக்குத் தெரியாது, தீப்தி என்ன மாதிரியான மனோபாவம் கொண்டவள் என்று. அல்லது, நன்றாகத் தெரிந்திருந்தும், தனது சுபாவப்படி, அதைக் காட்டிக்கொள்ளாமல் இருந்தாளோ என்னவோ.

> மனிதர்கள் என்றால், நாலுவிதமாக இருக்கத்தான் செய்வார்கள். மற்றவர்களுக்காக நம்முடைய சுபாவத்தை மாற்றிக்கொள்ளலாமா!

என்று எத்தனையோ தடவை கேட்டிருக்கிறாள்; குரலில் அப்படியொரு பிரியம் இருக்குமா, மறுத்து ஒரு சொல் பேசத் தோன்றாது... தொடர்ந்து, முதல் சிகரெட் பிடித்த தினமும் சந்தர்ப்பமும் நினைவில் எழுந்தன.

தேனிலவுக்காக டார்ஜீலிங் போயிருந்தார்கள். பகல் முழுக்க நடந்துவிட்டு, விடுதியின் உணவகத்தில் இரவுணவு முடித்துவிட்டு, அறைக்குத் திரும்பி சாவகாசமாக உட்கார்ந்திருந்தபோது உரையாடல் எங்கெங்கோ அலைந்தது. பேச்சுவாக்கில் சொன்னான்:

ஸ்ரீராம்பூரில் எங்கள் வங்கியின் கிளை திறக்கப்போகிறார்கள். மனுச் செய்யலாம் என்று பார்க்கிறேன். தினசரி வீட்டிலிருந்தே போய்வரலாம் - ஒரு சைக்கிள் வாங்கிக்கொண்டால் போதும்...

தீப்தி பேசாமல் இருந்தாள்.

என்ன, உனக்கு சந்தோஷமில்லையா இதில்?!

நான் பர்தொமானிலிருந்து வெளியேறினால் கொல்கொத்தா போய்க் குடியமர வேண்டும் என்று நினைக்கிறேன். நீங்கள் பின்னால் திரும்பிப் போக வேண்டும் என்கிறீர்கள்... 1950 லிருந்து '51க்கு போவதற்கு பதிலாக, '21க்குப் போகவேண்டும் என்கிற மாதிரி!

தாய்க்குடும்பத்துடன் இருக்க வேண்டும் என்று நினைப்பது தவறா என்ன?

இறக்கை முளைத்துவிட்டால் தனியாய்ப் பறப்பதுதானே எந்தப் பறவையும் செய்யவேண்டிய காரியம்...? எனக்கும்தான் பெற்றவர்கள் இருக்கிறார்கள். அவர்களுடன் போய் இருக்க வேண்டும் என்று நான் நினைக்கிறேனா?

சுளீர் என்றது அந்தக் கேள்வி. ஆனால், அவள் கேட்பதில் நியாயம் இருக்கிற மாதிரியும் தோன்றியதால், எரிச்சல் இன்னும் அதிகமானது. பதில் சொல்லாமல் இருந்தான். அவளே தொடர்ந்தாள்:

...நாம் இருக்கும் இடத்திலேயே இருந்துகொண்டு பெற்றவர்களுக்குப் பக்கபலமாக இருக்க வேண்டும். அதுதான் அவர்களுக்கும் நல்லது, நமக்கும் நல்லது...

ஜன்னல் வழியாய் வெளியே பார்த்துக்கொண்டிருந்தான். மலைப்பிரதேச இருளில் குளிர் மண்டியிருப்பது வெறும் பார்வைக்கே புலப்பட்டது. தவறான வேளையில் தவறான விஷயத்தைப் பேச ஆரம்பித்துவிட்டோமோ என்று ஒரு பக்கம் குமைந்தது. மறுபக்கம், அவளுடைய ஒவ்வொரு சொல்லுக்கும் மூர்க்கமாக பதில் சொல்லும் ஆவேசம் கிளம்பியது.

ஆனால், கடந்த சிலநாட்களாக உடல் பழகிவிட்டிருக்கும் புதிய இன்பத்தின் நினைவு ஒரு தினவாக மேலெழுந்து அடக்கியது; தன்னை நினைத்தே கேவல உணர்ச்சியும் கிளம்பியது. அவளாவது அத்துடன் விட்டுத் தொலைத்திருக்கலாம். இவனுடைய கொந்தளிப்பைக் கொஞ்சமும் அறியாதவளாக, உல்லாசமான குரலில் கேட்டாள்:

> ...என்ன, அம்மா மடியில் படுத்துக்கொண்டு பால் குடிக்கவேண்டும் என்று ஆசையாய் இருக்கிறதாக்கும்!

விருட்டென்று எழுந்தான். சட்டையைப் போட்டுக்கொண்டு படியிறங்கினான். இவன் போவதை சலனமேயின்றி வேடிக்கை பார்த்துக்கொண்டு அதே நிலையில் தீப்தி அமர்ந்திருப்பது ஓரக்கண்ணில் பட்டது. நடை வேகப்பட்டது.

பர்த்வானில் இவன் பணிபுரிந்த கிளையில் வந்து தீப்தியின் அப்பா இவனைப் பற்றி விசாரித்த நாள் நினைவு வந்தது. நாலைந்து பேரிடம் விசாரித்தாராம். அவர் போனபிறகு மேலாளர் இவனைக் கூப்பிட்டுத் தகவல் சொன்னார்:

> *மறக்காமல் ட்ரீட் கொடுங்கள் மனோஜ். உங்களைப் பற்றி மிகவும் நல்லவிதமாய்ச் சொல்லியிருக்கிறேன். உண்மையும் அதுதானே!*

இவன் சிரித்தான்.

> *என்ன விசாரித்தார் ஸர்?*

> தன்மையான பையன்தானா, குடும்பத்துக்கு ஏற்றவனா, கெட்ட பழக்கங்கள் ஏதாவது உண்டா என்று, பெண்ணைப்பெற்ற எல்லாத் தகப்பனும் மணமகனைப் பற்றி விசாரிப்பதுதான்!

ஒரே மூச்சில் தீப்தியையும், அவள் தகப்பனாரையும், சான்றிதழ் கொடுத்து நிரந்தரமாய்த் தன்னை மாட்டிவிட்ட மேலாளரையும் பழிவாங்க வேண்டும் என்று தோன்றியது. அந்த எண்ணம் சிறுகச் சிறுக துரிதமடைந்தது. நடையை அவசரமாக ரத்துசெய்து திரும்பினான்.

விடுதியின் தரைத்தளத்தில் அமைந்த பெட்டிக்கடை வாசலில் சென்று நின்றான். எப்போதோ ஒருமுறை ப்ரையன் சொல்லி, அடிமனத்தில் உறைந்துகிடந்த வாக்கியங்களுக்கு உயிர் வந்திருக்க வேண்டும்.

இரண்டு நேவி கட்.

என்று கேட்டு வாங்கினான். ப்ரையன் வழக்கமாய்க் குடிக்கும் சிகரெட் அது. இன்றுவரை நீடிக்கும் ஆச்சரியங்கள் இரண்டு இருக்கின்றன. ஒன்று, எதற்காக இரண்டு வாங்கினான்? இனி இந்தப் பழக்கம் தொடரப்போகிறது என்று ஆழ்மனம் அறிந்திருக்குமோ? இரண்டாவது, முதல் சிகரெட்டையே கொஞ்சமும் எதிர்ப்புக் காட்டாமல் நுரையீரல் வரவேற்றது எப்படி!

மேலேறி வந்தபோது, அவள் மல்லாந்து படுத்திருந்தாள். அந்தக் காட்சி துருத்திபோலச் செயல்பட்டு, மிச்சம் மீதியிருந்த கோபத்தையும் ஊதி விரட்டியது.

அட, சிகரெட் பிடிப்பீர்களா என்ன!

ஒன்றுமே நடக்காதது போன்ற சுமுகமான குரலில் கேட்டாள். இவன் அவளைப் பார்த்துப் புன்னகைத்தான்.

எனக்கு சிகரெட் பிடிப்பவர்களைக் கண்டாலே பிடிக்காது.

என்றாள். அந்த ஒரு வாக்கியம்தான் இவனை நிரந்தரப் புகைஞனாக ஆக்கப் போகிறது என்பது இருவருக்குமே அப்போது தெரியவில்லை. ஆமாம், விருப்பத்தின் காரணமாக இல்லை - எதிர்ப்புணர்வின் காரணமாகத்தான் புகைப்பவன் ஆனான் மனோஜ். துடுக்கான அவளது வாக்கியத்துக்கு அதே வேகத்தில் பதில் சொன்னான்:

எனக்கும்தான், சிகரெட் பிடிப்பதைப் பிடிக்காதவர்களைக் கண்டாலே பிடிக்காது!...

ஒரே வாரத்தில் அவளைப்போலவே பேசும் பழக்கம் தனக்குள் படிந்திருப்பது ஆச்சரியமாகவும் உறுத்தலாகவும் இருந்தது. ஆனால், புதுமணத் தம்பதி அல்லவா, மகத்தான நகைச்சுவைபோல

இரண்டுபேருமே கலகலவெனச் சிரித்து அந்த வேளையை சுலபமாகத் தாண்டினார்கள்.

அடுத்தடுத்த வேலைகளுக்கு உராய்வின்றி நகர்வதற்கு இது மாதிரி மசகு எண்ணெய் தேவைப்பட்ட காலம் ஒன்று இருந்தது. நடைமுறைத் தேவைகள் வேறு, சுமுகமான மனநிலையுடன் இருப்பது வேறு என்பது பின்னாட்களில் சரளமாகப் படிந்துவிட்டது. உக்கிரமான சண்டை நடந்த இரவில் இணைசேர்வதும், ஆசைதீர முயங்கிய ஒரு மணிநேரத்தில் கொலைவெறியுடன் ஒருவரையொருவர் குதறிக்கொள்வதும் தாம்பத்திய வாழ்வின் இயல்பான நியமங்களாகிவிட்டன. ஒருவேளை, நிரந்தரப் பிரிவை நோக்கி இருவரும் நகர முயலாததற்கு இதுகூடக் காரணமாய் இருக்கலாம்...

இப்படியொரு எண்ணம் உதித்த மாத்திரத்தில், தீப்தியின் அந்தரங்கச் சலனங்கள் காட்சியாய்ச் சுரந்து, சும்மா இருக்கும் உடம்பில் விறைப்பேற்றின.

பல தடவை தோன்றியதுண்டு - தீப்தி இயல்பாகவே பட்டவர்த்தனமானவள். அதன் காரணமாகவே இங்கிதமும் நாசூக்கும் குறைந்தவள். இவர்கள் குடும்பத்தின் நடைமுறைகள் அத்தனைக்குமே அந்நியமானவள். இவனைப்போல எதற்கெடுத்தாலும் உணர்ச்சிவசப்படும் சுபாவம் அற்றவள். ஆனால், புகுந்த வீட்டுக்குச் செய்யவேண்டிய கடமைகள் எதிலுமே குறை வைத்தவளும் அல்ல. என்ன, இதையெல்லாம் மனோஜ் உணர்ந்து அறிவதற்குள், ஏகப்பட்ட காலம் ஓடிவிட்டது. ஏராளமான சிகரெட்டுகள் புகைந்து தீர்ந்துவிட்டன.

ஆரம்பத்தில் அவ்வப்போது தடித்த வார்த்தைகள், நிரந்தரமாக இறுகி, கற்கால ஆயுதங்கள் மாதிரி ஆகிவிட்டன. இருவரும் பேசிக்கொள்வதே பரஸ்பரம் கீறுவதற்குத்தான் என்று ஆகிவிட்டது. ஆமாம், உடல்களின் ஆழத்தில் சதா ஊறியவாறிருந்த வேட்கையும் தினவும் இல்லாதிருந்தால், எப்போதோ இந்த உறவு இல்லையென்று ஆகியிருக்கும்... பிறழ்ந்து நகர்வதற்கான துணிச்சலும் இருவருக்கும் இல்லை என்றே சொல்ல வேண்டும்...

முதல் சிகரெட்டைப் பிடித்த நாளிலும், இருவரும் ஒரு

சடங்குபோலப் பல் துலக்கிய பின்னர் சுமார் அரைமணி நேரத்தை உடல்கள் ஆக்கிரமித்தன. சோர்வின் இன்பம் முகத்தில் மிளிர, நிச்சிந்தையாய் உறங்கிவிட்டாள் தீப்தி. இவன் இரண்டாவது சிகரெட்டை எடுத்துக்கொண்டு பால்கனிக்கு வந்தான்.

பற்ற வைக்கும்போது தோன்றியது - ப்ரையன் சொன்னதன் பிரகாரம், இப்போது அம்மாவுடைய புடவையின் ஈர நசநசப்பு நினைவில் வந்திருக்க வேண்டும். அல்லது, எந்நேரமும் புன்னகைக்கும் அப்பாவின் முகம். இல்லை, அம்மாவின் தர்மசங்கட முகமும் உடன்பிறந்தவர்களின் நிர்க்கதியான முகங்களும் வரிசையாய் நினைவில் வந்தன.

ரிஷானும் உதித்தான். திருமணத்துக்கு அவன் பரிசளித்த, ஜதீன் மஷாயின் சமீபத்திய புத்தக அட்டையும்தான். நீலவானப் பின்னணியில் கூடு திரும்பும் பறவைக் கூட்டத்தின் ஓவியம். கல்லூரி நூலகத்தில் ஜதீன் மஷாயின் சிறுகதைத் தொகுப்பைப் படித்துவிட்டு ரிஷானிடம் புல்லரித்தது நினைவு வந்தது. இதற்காகவே பர்த்வான் போய் வாங்கி வந்து பரிசளித்திருக்கிறான்...

தேனிலவுக்குக் கிளம்புகிற அன்று காலையில், துணிமணிகளை தீப்தி எடுத்துப் பெட்டியில் அடுக்கும் இடைவெளியில், அந்தப் புத்தகத்தில் ஒரு கதை வாசித்தான் மனோஜ். உண்மையில், நாலுநாள் பயணத்துக்கு அவள் தயாரான அவகாசத்தில், ஒரு முழு நாவலே வாசித்திருக்க முடியும்...!

கல்கத்தா நகரத்தில் கைரிக்ஷா இழுக்கும் தொழிலாளியின் கதை. மூன்று பகுதிகளாக அமைந்தது. நாடகீயமான தருணங்கள்வழி நகரும் கதை. முதல் பகுதியில், நடைபாதைக் குடிசைக்கு வெளியே கணவனும் மனைவியும் அமர்ந்து பேசிக்கொண்டிருப்பார்கள். நகரப் போக்குவரத்தின் வலுத்த ஓசைகள் காரணமாக, இயல்பாகவே அவர்கள் உரத்துத்தான் பேசிப் பழக்கம். அக்கம்பக்கக் குடும்பங்களுக்குத் தெரியாத ரகசியம் என்று எதுவுமே எந்தக் குடும்பத்திலும் கிடையாது.

மறுநாள் அவர்களின் இருபதாவது திருமண நாள். அருகிலுள்ள காளிமாதா கோவிலுக்குப் போகலாம் என்று திட்டம். குழந்தைகள்

இருவரையும் மனைவியையும் வழக்கம்போல் தனது ரிக்ஷாவில் அமரவைத்து அழைத்துப்போகிறேன் என்கிறார் கணவர். மனைவி மறுக்கிறாள் - முதல் தடவையாக.

அவளுடைய தோழி யாரோ திருஷ்டிப்படுகிறாளாம் - ‘இத்தனை வயதில் இவ்வளவு வலுவா உன் புருஷனுக்கு’ என்று. ’உங்கள் உள்ளங்கால் பாளம் பாளமாக வெடித்திருப்பது அந்த ராட்சசிக்குத் தெரியுமா என்ன’ என்று புலம்புகிறாள்.

> கவிராஜைப் பார்க்க வேண்டியதுதானே.

என்று கேட்டவாறே, வாசலில் மூட்டிய அடுப்பில் ரொட்டியைத் திருப்பிப் போடுகிறாள் இடதுபக்க வீட்டுக்காரி. இந்த உரையாடலுக்குள் அவளும் இருக்கிறாள் என்பதையே சட்டை செய்யாதவராக,

> உங்களை இல்லாவிட்டாலும் நாளை வேறு யாரையாவது வைத்து இழுத்துத்தானே ஆக வேண்டும்?

என்று வினவுகிறார் கணவர். இருவரும் கொஞ்சநேரம் மௌனமாய் இருக்கிறார்கள். அப்புறம் தந்தை சொல்கிறார்:

> இன்னும் கொஞ்ச நாளைக்குத்தான். பெரியவன் தலையெடுத்துவிட்டால், நமக்குக் கவலையில்லை.

இரண்டாவது பகுதி, தந்தையுடைய கனவுகளின் பட்டியல் மட்டும். ஒரு காட்சியில் பையன் உலகப் புகழ்பெற்ற கால்பந்து வீரனாய் இருக்கிறான். படிக்கட்டு வரிசையில் அமர்ந்து வேடிக்கை பார்க்கும் குடும்பம், பந்து அவன் கால்களுக்கு வசப்படும்போதெல்லாம் கைதட்டுகிறது.

அடுத்த காட்சியில் உலகப்போரில் சாதனை செய்த வீரனாய் இருந்து பதக்கம் வாங்குகிறான். தினத்தாளில் வெளியான புகைப்படத்தில், பதக்கத்தை நெஞ்சில் குத்துகிறவர் காமிராவைப் பார்த்துப் புன்னகைக்கிறார். வீரனைப் பெற்றவர்களும் புன்னகைத்தபடி பின்னணியில் நிற்கிறார்கள்.

அதற்கும் அடுத்த காட்சியில், கல்கத்தாவின் தலைமைக் காவல் அதிகாரியாய் இருக்கிறான். நாலாவது காட்சியில்

மாவட்டக் கலெக்டராய் இருக்கிறான். கடைசிக் காட்சி, முந்தையவற்றுக்கு சம்பந்தமேயில்லாதது. சங்கீத வித்வானாய், பலத்த கரகோஷங்களுக்கு மத்தியில் மேடையில் அமர்ந்திருக்கிறான். தந்தையின் வாடிக்கையாளர்களில் ஒருவர் ஹிந்துஸ்தானிப் பாடகர்...

மூன்றாவது பகுதி வெகு சுருக்கமானது. கைகளும் தலையும் நடுங்க, குடிசை வாசலில் அமர்ந்திருக்கிறார், அறுபதைக் கடந்துவிட்ட தந்தை. மூத்தவன் வரும் நேரம். பக்கத்துக் குடிசைக்காரர்கள் அலிப்பூருக்கு மாறிப் போய்விட்டார்கள். அவர்களுக்குக் குடக்கூலி கொடுத்து, மகனையும் மருமகளையும் தனிக்குடித்தனம் வைத்திருக்கிறார் சந்தனு தாஸ். ஆமாம், அனுபவ பாத்தியதையின் காரணமாக, நடைபாதைக் குடிசைக்கும் வாடகை தந்தாக வேண்டும்...

வழக்கமாய் நடந்து வரும் பையன், பழைய சைக்கிள் ஒன்றில் வந்து இறங்குகிறான். பீடியைக் காலடியில் போட்டு நசுக்கிவிட்டு, நடைபாதையின் சிமெண்ட்டுக் கிராதியையொட்டி நிறுத்திப் பூட்டுகிறான். சைக்கிளின் உடம்பில் மாட்டிய சங்கிலியைக் கிராதியில் கோத்து அதற்கொரு பூட்டு. அப்பாவைப் பார்த்துப் பெருமிதமாய்ச் சொல்கிறான்:

> சல்லிசாய்க் கிடைத்தது. சொந்தமாய் வாங்கிவிட்டேன். மாதாமாதம் தவணையில் காசு கொடுத்தால் போதும்.

'நிறைவேற்றம்' என்ற தலைப்பே அவர்கள் வாழ்வைப் பகடி செய்கிறது. ஆழ்ந்த துயர ரேகை ஓடும் கதை. ஜதீன் மஷாயின் மிகப் பெரிய பலம், கதையினூடே அவர் நெய்யும் வாக்கியங்கள். உதாரணமாய், மகன் வருகைக்காக பெரியவர் காத்திருக்கும்போது, சிலைபோல அவர் அமர்ந்திருப்பதையும், கண்கள்கூட சலனமும் உயிரோட்டமும் அற்று சிலைபோலவே உறைந்திருப்பதையும் விவரித்துவிட்டு,

> முதுமையின் மிகப்பெரிய ஆதங்கம், கனவுகளும் பகற்கனவுகளும் இல்லாமல் போவதுதான். இளமை முழுவதும் நிரம்பியிருந்து நடத்திச் சென்ற அவை சந்தனு தாஸிடம் விட்டுப் போயிருக்கும் வெற்றிடத்தை இப்போது நிராசையும் வெறுமையுணர்வும் மரணபயமும் மட்டுமே நிரப்பியிருந்தன.

> அவற்றின் அழுத்தத்தை அதிகப்படுத்தும் விதமாக, பின்னணியில் ஓயாமல் ஒலித்துக்கொண்டிருந்தது, ஒரு சைக்கிள் மணி...

அத்தனை பக்கக் கதையில் இந்த நாலைந்து வரிகள் மட்டும், ஒரே வாசிப்பில் மனப்பாடமாகியிருந்தன.

சட்டென்று மனம் விதிர்த்தது. உள்ளே திரும்பிப் பார்த்தான். எதிர்ப்புறம் திரும்பி ஒருக்களித்திருந்தாள் தீப்தி. உயர்ந்த புட்டமும், அதே உயரத்தில் இருந்த தோள்களும், இடையில் சரிந்து மீண்டும் உயரும் இடைவளைவும் சாயங்காலம்வரை கிளர்ச்சி அளித்துக்கொண்டிருந்தவைதாம்; இப்போது ஏனோ பீதியூட்டின.

வாழ்வு கொண்டிருந்த வசீகரமும், எதிர்காலத் திட்டங்களும் ஒரேயொரு தடவை மூச்சுக்காற்று பட்டதும் கலையும் சிகரெட் புகைபோலக் கலைந்துவிட்டதாக உணர்ந்தான். தீப்திதான் அந்தக் காற்று.

ஆரம்பித்த மாத்திரத்திலேயே தன் வாழ்க்கை முடிந்துவிட்டது என்கிற மாதிரி அச்சம் ஊறியது. தலையை உதறிக்கொண்டான். சிகரெட் கையைச் சுட்டது.

உதறிக் கீழே போட்டு நசுக்கிவிட்டு, படுக்கைக்குத் திரும்பினான். உறக்கத்தில் புரண்டு படுத்த தீப்தியின் இடதுகை நடு நெஞ் சில் விழுந்தது. உறக்கத்தின் அனிச்சையில் இவனை நெருங்கி இறுக்கிக்கொண்டாள்.

மூச்சுத்திணறுகிற மாதிரி உணர்ந்தான். ஊர் திரும்பியதும், ஜதீன் மஷாயின் கதைத்தொகுப்பை முழுசாக வாசித்து முடிக்க வேண்டும் - இப்போதைய திணறலிலிருந்து மீள்வதற்கு வழிகாட்டுகிற மார்க்கம் வேறு கதை எதிலாவது கிடைக்கலாம்...

ஆனால், அன்றைக்கு அவ்வளவு மிரண்டிருக்க வேண்டியதில்லை. எத்தனையோ தகராறுகளுக்குப் பிறகும் குடும்பவாழ்க்கை தொடர்ந்துகொண்டுதான் இருக்கிறது. குழந்தைகள் பிறந்து, அவர்களுக்கும் திருமணமாகி, இதோ இரண்டு பேரக் குழந்தைகளும் பிறந்து, உயர்நிலைப் பள்ளியை எட்டிவிட்டார்கள்.

பயந்த மாதிரி இன்றி, தாய்க்குடும்பத்தின் நெருக்கம் கொஞ் சமும் குன்றாமல் நீடித்தது. அம்மாவின் உயிர் மனோஜுடைய மடியில்தான் பிரிந்தது. டாக்டர் கொடுத்த கெடுவுக்கு இரண்டு நாட்கள் அதிகமாய் உயிரோடிருந்தாள் அம்மா. மலர்ந்த கண்களால் தன் செல்ல மகனின் அருகிலிருந்தே உலகை நீங்கினாள்.

தான் ஆசைப்பட்ட விதமாக வாழ்க்கை அமையவில்லையே தவிர, வாழத் தகுதியற்றதாகவும் ஆகிவிடவில்லை. குரல் மனம் உடல் என்று சகலமும் கனத்த பிறகும் தீப்தியின்மீது மனோஜுக்கு இருக்கும் இச்சை கொஞ்சமும் குறைந்தபாடில்லை.

என்ன, ஒரு விஷக்கடி வேளையில் தொற்றிய புகைப்பழக்கம் மட்டும் அகலாமல் தங்கிவிட்டது...

'வீடு திரும்புதல்' என்ற தலைப்பில் இன்னொரு கதை எழுதியிருக்கிறார் ஜதீன் மஷாய். தேனிலவு முடிந்து திரும்பிய அன்று வாசித்தான். புத்த சரித்திரத்தின் ஒரு சிறு சம்பவத்தை எடுத்து விரிக்கும் கதை. சுவாரசியமாய் இருக்கிறது. கதையைவிட, ஜதீன் மஷாய் எழுதியிருக்கும் முன்குறிப்பு இன்னும் விசேஷமானது.

> *புத்தர் பரிநிர்வாணமடைந்து நானூறு ஆண்டுகள் கழித்தே அவருடைய வரலாறு எழுதப்பட்டிருக்கிறது. தோராயமான புறச்சான்றுகள், பூடகமான குறிப்புகள், போதனைகளின் மறைபொருள், வரலாறு எழுதப்பட்ட காலத்தில் விளங்கிய வாய்மொழி வழக்குகள்; இவைபோக, எழுதியவர்களின் யூகங்கள், அனுமானங்கள் என, உறுதியாக நிறுவப்படாதவற்றின்வழி ஒரு மகத்துவம் கட்டமைக்கப்படுகிறது; அது உலகின் கணிசமான பகுதிகளில் செல்வாக்குப் பெறுகிறது என்பதெல்லாம் பாமரப் பார்வைக்கு ஒருபோதும் தெரியவும் புரியவும் வராத சமாசாரங்கள். ஒருவித மாயத்தன்மை கொண்டவை. ஆனால், அவற்றின் நுட்பம் அலாதியானது.*
>
> *கௌதம புத்தர் கடைசியாய் உண்ட உணவு, கடைசியாய்ச் சொன்ன வார்த்தை, பால்யத்தில் அவருக்குக் கிடைத்த*

அனுபவங்கள் என்று விதவிதமான செய்திகள் அபாரமான துல்லியத்தோடு பதிவாகியிருக்கின்றன - குஷி நகரில் மரணமடைந்த தறுவாயில் அவர் ஒருக்களித்துப் படுத்திருந்தார் என்பதுவரை; அன்று சித்தார்த்த கவுதமர் நீராடியிருந்தாரா என்ற தகவல் உட்பட. பல்வேறு தரவுகள் கவனமாய்த் தொகுக்கப்பட்ட, கே வி கேசவப்பா என்ற தென்னிந்தியர் எழுதிய 'புத்த சரிதம்' என்ற நூலைப் படித்துப் பார்க்குமாறு சிபாரிசு செய்கிறேன். புத்தர் காலத்திலேயேகூட இத்தனை தீர்க்கமாக, இத்தனை அறுதியான மொழியில் அவரது வாழ்க்கை வரலாறு எழுதப்பட்டிருக்க முடியாது!

உண்மையில், இந்தக் கதையை எழுதத் தூண்டுதலாய் இருந்தது அந்த நூலேதான்!

மேற்சொன்னவற்றின் அடிப்படையில் ஒரு வரலாறு எழுதப்படலாம் என்றால், இப்படி ஒரு கதைக்கும் நியாயம் உண்டு. தவிர, இலக்கியம் நிகழ்வதற்கான வாய்ப்பு வரலாற்றுத் தகவல்களின் பொருத்தப்பாட்டில் அல்ல; வரலாற்றில் விடுபட்டிருக்கும் இடைவெளிகளில் மாத்திரமே இருக்கிறது என்று அழுத்தமாக நம்புகிறேன்!

இந்தக் கதை புத்தரின் வாழ்க்கையில் நடக்கவேயில்லை என்று யாராவது எதிர்ப்புத் தெரிவித்துக் கிளம்பினால் இன்பமடைவேன்! தயவுசெய்து புத்த சரித்திரத்தில் இதைச் சேர்த்துக்கொள்ளுங்கள் என்று பரிந்துரைக்கவும் செய்வேன்!!

புத்தகத்தின் கடைசிக் கதை அது. வாசித்து முடித்தபின், மனோஜுக்குள்ளிருந்து நெடிய பெருமூச்சு வெளியேறியது. மொத்தக் கதையும் காட்சிரூபமாய்த் தனக்குள் நிகழ்வதை செயலற்று கவனித்துக்கொண்டிருந்தான்...

புத்தர் நிர்வாணமடைந்த பிறகு நடக்கிறது கதை. 'சங்கம்' என்ற அமைப்பாகத் திரண்ட சீடர்களோடு தேசாந்திரம் போகும் சித்தார்த்த கவுதமனின் கதை. ஏதோ ஒரு கட்டத்தில் சங்கமே முடிவுகளை எடுக்க ஆரம்பிக்கிறது - என்றென்றைக்கு, எந்த

வழியில் போவது; போக வேண்டிய இடம் எது; எங்கே தங்க வேண்டும்; என்ன உண்ண வேண்டும்; என்ன உடுத்த வேண்டும் என்கிற மாதிரியான நடைமுறை சமாசாரங்கள் அனைத்திலும். ஏதாவது ஒன்றை, 'இது சரியில்லையே' என்பதுபோல புத்தர் ஆட்சேபணை தெரிவிக்கும்போது,

> சுவாமி, போதனைகளை மாத்திரம் தாங்கள் செய்து வந்தால் போதுமே. லவுகீக சமாசாரங்களை நாங்கள் பார்த்துக்கொள்கிறோம்.

என்று துணைநிர்வாகச் சீடர் ஒருவர் சொல்கிறார். புத்தரின் அத்தியந்த சீடரான ஆனந்தர் பேசாமல் கேட்டுக்கொண்டிருக்கிறார். ஆமாம், தாம் புத்த சங்கத்தின் நியதிகளுக்குக் கட்டுப்பட்ட ஒரு உறுப்பினர் மட்டுமே என்கிற மாதிரி ஆகியிருக்கிறார் சித்தார்த்த கவுதமன்...

அப்படித்தான் கபிலவஸ்துவுக்குள் செல்ல முடிவாகிறது. பரிவாரங்களோடு இவர் வருகிறார் என்ற தகவல் எட்டிய சுத்தோதனரின் அரண்மனை புதுக்கோலம் பூணுவதில் தொடங்குகிறது கதை. நகரின் வீதிகளைத் தோரணங்களும் பூச்சரங்களும் அலங்கரிக்கின்றன. நறுமணம் பரவிய வீதிகளில் காரணமற்ற குதூகலம் வழிந்தோடுகிறது. புத்தாடை சரசரக்க யுவதிகளும் குழந்தைகளும் நடந்து திரிகிறார்கள்.

> அவன் வந்ததும் ராஜ்யபாரத்தை ஒப்படைத்துவிட்டு, ராகுலனுடன் விளையாடச் சென்றுவிடுவேன்.

என்று மந்திரிப் பிரதானிகளிடம் உற்சாகமாய்ச் சொல்கிறார் சுத்தோதனர்.

திரும்பி வரும் இளவரசரின் கோலம் என்ன, நோக்கம் என்ன என்பதையெல்லாம் உளவாளிகள் அறிந்துவந்து சொன்னார்கள்தாம்; தேசம் முழுக்கவும், அண்டை தேசங்களிலும், மகனைத் தேடித் தோற்ற மன்னரின் காதில் இடியை இறக்குவானேன் என்று உளவுத்துறை மந்திரி விஷயத்தை மறைத்துவிட்டார். பிற மந்திரிகளிடம் ரகசியமாக விவாதித்தபோது, அவர்களுக்கும் இதே அபிப்பிராயம் இருந்தது. பிள்ளையைப் பெற்றவர் 'தாமே நேரில் கண்டு எதிர்கொள்ளட்டும்' என்று கூட்டு முடிவெடுத்திருக்கிறார்கள்.

ஆனால், ஒட்டுமொத்த நகரின் ஆனந்தத்தில் பங்கேற்காத ஒரு ஜீவனும் இருக்கத்தான் செய்தது. யசோதரை. அடக்க அடக்கப் பெருகும் கண்ணீரும், கோதக் கோதக் கலையும் கூந்தலும், வியர்க்க வியர்க்கக் கசங்கும் மேலாடையும் என குறுகி அமர்ந்திருக்கிறாள். உள்ளுணர்வுக்கு உறுதியாய்த் தெரிகிறது - திரும்பி வருபவன் பழைய சித்தார்த்தன் அல்ல என்று.

இத்தனை நாளும் தனிமையில் ஊறிப் பெருகி வளர்ந்திருந்த கேள்விகள் அத்தனையும் ஒரு கணம் மனிதக் கை பட்ட நத்தைபோலக் கூட்டுக்குள் சுருங்கி முடங்குகின்றன. மறுகணம் விசிறிக் காற்றில் தூண்டுதலுறும் ஜ்வாலையெனச் சீறி எழுகின்றன. ஒரே ஒரு கேள்வி மட்டும் கூடுதலும் குறைவுமின்றி, சீரான நாடித் துடிப்புபோல, திரும்பத் திரும்பத் தலையுயர்த்திக் காட்டுகிறது... அதைச் சற்று அடக்கும் விதமாக,

புத்தம் சரணம் கச்சாமி
சங்கம் சரணம் கச்சாமி
தம்மம் சரணம் கச்சாமி

என்ற அரற்றல் வீதியில் ஒலிக்கிறது. சுமார் அறுபது எழுபது ஆண்குரல்கள் அடித்தொண்டையில் முறுமுறுக்கும் ஒலி. பாதக் குறடுகள் சீராகத் தரையில் உரசும் ஒலி. முண்டனம் செய்த தலை, கையில் ஏந்திய கப்பரை, காவி உடை ஒரு இளைஞர் கூட்டமே நடந்துவருவதைப் பார்ப்பவர்களுக்கு அடிவயிறு கலங்குகிறது. தாம் எதை நிராகரித்திருக்கிறோம் என்பதாவது இந்தப் பையன்களுக்குத் தெரியுமா; உடன்வரும் ஓரிரு பெரியவர்களாவது எடுத்துச் சொல்லியிருக்கக் கூடாதா என்று உள்ளூரப் பரிதவிக்கிறார்கள்.

சீராக முன்னேறும் புதுவெள்ளம்போல அரண்மனை வாசல் நோக்கி நகர்கிறது ஊர்வலம்.

> வாசலுக்கு வராவிட்டால் பரவாயில்லை அம்மா. உப்பரிகையிலாவது வந்து நில்லுங்களேன்.

என்று வற்புறுத்தும் தாதியை உணர்ச்சியற்ற கண்களால் வெறிக்கிறாள் யசோதரை.

> நான் எதற்காக வருவது. அவருக்குத் துணிச்சல் இருந்தால், என்னை எந்த இடத்தில் விட்டுப் போனாரோ, அங்கேயே வந்து பார்க்கட்டும்.

என்று வன்மத்துடன் பதிலளிக்கிறாள். தாதி விடுவதாயில்லை.

> அவரை ஒருமுறை பார்த்துவிட்டால், உங்கள் துக்கமெல்லாம் பறந்துவிடாதா...

என்று இறைஞ்சுகிறாள்.

'உனக்குத் தெரியுமா பெண்ணே, என் இரவுகள் பகல்போல ஒளிர்ந்தவை; என் கனவுகள் நிரந்தரமாய் முறிந்தவை; ஒரு கணம் புரண்டபோது, நஞ்சாய் உருமாறியது என் அறுசுவை உணவு. ஒவ்வொரு முன்னிரவிலும் தொடங்கி விடியும்வரை அகல்சுடர்போல நின்றெரிந்த என் உடம்பின் ஒவ்வொரு அணுவும் ஆத்திரத்தால் தகிப்பதை, ஆற்றாமையால் துடிப்பதை, எப்படி விவரிப்பேன்? வெறும் உடல் சேர்க்கைக்கான ஏக்கம் அல்ல; பஞ்சணையின் மறுபாதி நிரந்தரமாய்க் காலியாகிவிட்டதை எதிர்கொள்ள முடியாத துக்கமே என் வேதனை என்பதை எந்த வார்த்தைகளால் எடுத்துரைப்பேன்?' என்று வாய்திறவாமல் குமுறுகிறாள்.

தொடர்ந்து மன்றாடி அழைத்துப் போகிறாள் தாதி. செல்லும் வழி முழுவதும், 'என்னிடம் ஒரு வார்த்தை சொல்லியிருந்தால், வாசல்வரை வந்து வழியனுப்பியிருப்பேனே; என்மீது நம்பிக்கை எவ்வளவு குறைவாய் இருந்தால், ரகசியமாய்க் கிளம்பிப் போயிருப்பார் அந்த மனிதர்!' என்று கிளம்பிய புத்தம்புது ஆதங்கம் கூடவே வந்தது.

சுத்தோதனர் முன்னிலையில் வந்துசேர்ந்திருந்தான் சித்தார்த்தன். கரம் கூப்பிக் கெஞ்சும் தகப்பனைப் பரிவு நிரம்பிய விழிகளால் பார்த்து, இளம் முறுவலுடன் மறுப்புத் தெரிவித்துக் கொண்டிருக்கும்போது, சதைப்பிடிப்பை முற்றாக இழந்த எலும்புருவம் எதிரே வந்து நின்றது. ஏறெடுத்து, கண்ணுக்குக் கண் பார்க்கிறது. கண்களிலிருந்து கரகரவென்று வழியும் தாரைகள். நீராய்க் கரைந்து ஓடிவிடத் துடிக்கும் ஆன்மா...

இல்லை, கரைந்து ஓடியது ஆன்மா அல்ல; இத்தனை காலமும் அடைகாத்து வைத்திருந்த கேள்விகளின் தொகுப்பு. அவற்றின்

இடத்தில் ஒரு சமன்பாடு நிரம்பியது. ‘அவர் தன்னைத் துறவி என்று நினைத்துக்கொள்வதில் எனக்கென்ன ஆட்சேபணை; துறவியாய் இருந்தாலும் நான் அவர் மனைவியேதான் என்று நினைத்துக்கொள்வதில் எனக்கும்தான் என்ன தடை. ஆம், அவர் எண்ணம் அவரோடு; என் எண்ணம் என்னோடு...’

இனம்புரியாத உந்தலுக்கு ஆட்பட்டு, சட்டென்று விழுந்து வணங்கினாள். மனம் இரண்டாகப் பிளந்து, ஒரு பாதி தன்னைத் தொட்டுத் தூக்கும் கணவனை எதிர்நோக்கியது. மறுபாதி, களங்கமற்ற தேஜஸுடன் நின்றிருக்கும் மகானின் ஆசியை வேண்டியது.

> *ஐயா, என்னை நினைவிருக்கிறதா!*

புன்னகை முகம் மேலும் சிறிது மலர்ந்தது. ஆடுவதுபோலவும், ஆடாததுபோலவும் மையமாய் அசைந்தது பளபளக்கும் தலை. ஆமோதிப்பும் அதுதான்; மறுப்பும் அதுதான். அதில் நிரம்பியிருந்தது சமனமா, வறட்சியா? ஈரம் கண்ட மாத்திரத்தில் துளிர்விடும் விதைபோல அந்த ஒற்றைக் கேள்வி சட்டென்று வெளிவந்தது.

> *ஒருவேளை, அந்த நள்ளிரவில் நான் உங்களை நீங்கிப் போயிருந்தால் என்ன செய்திருப்பீர்கள்?*

துறவி மௌனம் காத்தார். நெற்றி சுருங்கி வரிகள் உதித்தன. முண்டனம் செய்த தலையில் ஒருகாலத்தில் சுருள்சுருளாய் மண்டியிருந்த கேசம் யசோதரையின் மானசீகத்தில் ஒரு கணம் தோன்றி மறைந்தது. அந்த நபரா, அதே நபரா, இப்போது எதிரில் நிற்பது. ஐயோ, இவரிடம் போய் அந்தக் கேள்வியைக் கேட்டுத் தொலைத்தேனே. ஆனாலும் மனப் புதரின் ஆழத்தில், இன்னும் ஆழத்தில், நெளிந்து நகரும் பாம்புபோலத் தனக்குள்ளேயே சுற்றிவரும் தன் கேள்வியை வேறு என்னதான் செய்வது?

நல்லவேளை, அளக்க முடியாத ஆழத்திலிருந்து, நிதானமும் வாஞ்சையும் கனிவும் நிரம்பிய குரல் பதிலளித்தது:

> *ஒருவேளை நீ பிக்குணியாய்த் திரும்பி வந்திருந்தால், உன்னோடு நானும் ஒரு பிக்குவாய்ச் சேர்ந்துகொண்டிருப்பேன் அம்மணி.*

ஒரே கணம்தான் பிடித்தது, அந்த பதில் யசோதரையின் அந்தராத்மாவுக்குள் வேர்விட்டு விருட்சமாய்ப் பீறி எழுவதற்கு.

நான் பிக்குணி ஆகச் சித்தமாய் இருக்கிறேன் சுவாமி. சங்கம் என்னை ஏற்றுக்கொள்ளப் பிரார்த்திக்கிறேன்.

இத்தனை நேரமும் துறவிகள் அனைவருக்கும் பின்னால் நின்றிருந்த சுஜாதை மெல்ல முன்நகர்ந்து வந்து, யசோதரையின் தலையை வருடினாள். அவளுடைய தலையும் முண்டனம் செய்யப்பட்டிருந்ததைத் திகைப்புடன் பார்த்தாள் யசோதரை...

கூட்டமாய்ச் செல்லும் துறவிகளின் வால்போல, காவி உடுத்துப் பின்தொடரும் பெண்ணுருவங்களை வெறித்துப் பார்த்தபடி நின்றிருந்தார் சுத்தோதனர். நடந்தது நடப்பது நடக்கப்போவது என எதுவுமே புரியாமல் அவருடைய பிடியில் நின்று வேடிக்கை பார்த்தான், அந்தப் பாலகன். ராகுலன். அவரது பேரக்குழந்தை.

இனி வாழ்நாள் முழுவதும் இந்தக் கதை ஏற்படுத்திய வடு தன்னை விட்டு நீங்காது என்று தோன்றியது மனோஜுக்கு. அவரவர் போக்கில் துறவு மேற்கொண்ட பிறகும் சேர்ந்தே இருக்கும் முடிவை மேற்கொண்ட தம்பதி பற்றித் தனக்குள் மேவுவது துக்கமா, வியப்பா என்று புரியவில்லை. கணவனைப் பின்தொடர்ந்து நடந்த மனைவி மாதிரியேதான், தீப்தியைப் பின் தொடர்ந்து தான் செல்வதான பிரமை தொற்றியது. ஒரேயொரு வித்தியாசம், அவர்கள் இருவருமே ராகுலனைப் பொருட்படுத்தவில்லை. இங்கே, குழந்தைகள் முன்னால் பெரிய சண்டை போடுவதில்லை என்ற தீர்மானத்தை அவரவர் அளவிலேயே எடுத்துவைத்திருந்தார்கள்...

கதையை வாசித்து முடித்த சற்று நேரத்தில், தீப்தியின் குரல் தடித்து உரத்துக் கேட்டது. அம்மாவுடன்தான் பேசுகிறாள். மனோஜுக்கு நினைவு தெரிந்த நாளிலிருந்து யாருமே அம்மாவிடம் இந்தக் குரலில் பேசிக் கேட்டதில்லை. அம்மாவின் குரலானால் வழக்கத்தைவிடத் தழைந்தது.

செய்வதறியாது திகைத்தான். எழுந்தான். சட்டையை மாட்டிக்கொண்டு அடுத்த தெருவை நோக்கி நடந்தான். உத்தமின் பெட்டிக்கடை அங்கேதான் இருக்கிறது. தான் செய்யவிருப்பது, உள்ளூரில் தன்னைப் பற்றி நிலவும் பிம்பத்துக்கு உகந்ததுதானா என்று ஒரு எண்ணம் குறுக்கிட்டது - உடனடியாய், தானே முறிந்து விழவும் செய்தது...

அன்றைய தினத்தின் அதுவரையிலான காட்சிகள் கொசுக்கூட்டம்போலச் சூழ்ந்திருக்க, விறுவிறுவென்று நடந்தான்... அதிகாலையில் வந்துசேர்ந்து, இரவுப்பயணம் பறித்த தூக்கத்தை ஓரளவு ஈடுசெய்துவிட்டு எழுந்து வந்தபோது, நீர்த் தவலையோடு எதிரில் வந்த அண்ணி புன்னகைத்தாள். மணமாகி அவள் வந்த புதிதில் ஒருநாள் இரவு, ஜய்தீப்பின் அருகில் அமர்ந்து அவன் காலை அவள் பிடித்துவிட்டுக்கொண்டிருந்த காட்சி மனத்தில் எழுந்தது. தலைகுனிந்தபடி அவளைக் கடந்தான்.

அதே பெண்மணி, பதினோரு மணி வாக்கில் கொல்லைப்புறத் துவைகல்லில் தனியாய் அமர்ந்திருந்தாள். எப்போதும் மலர்ந்தே இருக்கும் முகம், கூம்பியிருந்தது. தொலைதூர நினைவு எதிலோ ஊன்றிவிட்ட மாதிரி பார்வை இலக்கின்றி நிலைத்திருந்தது. இன்னும் ஒரே கணம்தான், கண்ணீர் பெருகி ஊற்றப்போகிறது என்கிற மாதிரிக் காட்சி. சகித்துக்கொள்ள முடியாமல் வேகமாக அந்த இடத்தை நீங்கினான்.

ஜெய்தீப் மறந்தும் சுடுசொல் சொல்பவன் இல்லை. பார்க்கப்போனால், இந்த வீட்டின் அகராதியில் எதிர்மறை வார்த்தைகளே கிடையாது. அப்படியானால்...? மறைமுகமாகத் தனக்குள் நீண்டு, தீப்தியைச் சுட்டும் விரலை முறித்துப் போட வேண்டும் என்று வெறி எழுந்தது.

நல்லவேளை, அவளிடம் கேட்டுத் தொலைக்கவில்லை. பெரிய தகராறு வந்திருக்கும். பிற்பாடு தெரியவந்தது, அன்று அண்ணியின் அப்பாவுடைய நினைவு நாளாம். அதாவது, அவர் இவர்களை நீங்கிய நாள்...

துவைகல்லில் அமர்ந்த அண்ணியின் கோலமும், தலைகுனிந்து நின்ற தாயின் கோலமும், விவரிக்க முடியாத இறுக்கத்துடன் எந்நேரமும் இருக்கும் தீப்தியின் முகமும் ஆளுக்கொரு பக்கம் பிடித்து இழுக்க, ஜதீன் மஷாயின் கதையில் நின்ற ராகுலனாகத் தன்னைக் கற்பிதம் செய்துகொண்டான். சட்டென்று கண் ஊறியது...

சிகரெட் கேட்டவனை ஆச்சரியமாய்ப் பார்த்துக்கொண்டே எடுத்துத் தந்தான் உத்தம்.

மேற்கிலிருந்து ஊதிவரப்பட்ட
உதிர்ந்த இலைகள்
கிழக்கில் சேகரமாகின்றன.

யோஸா பூஸன் -
18ஆம் நூற்றாண்டு ஜப்பானியத் துறவி

12

இரவு நிர்த்தாட்சண்யமாகக் கவிகிறது. இருளின் தாரைகள் நிதானமாக, ஆனால் நிலையாகப் பொழிந்து சகலத்தையும் நனைக்கின்றன. வஸ்துக்கள் தத்தமது வண்ணத்தையும் வடிவத்தையும் துறந்து அடையாளமற்ற கருமைக்குள் அமிழ்கின்றன. இச்சாபூர்வமாகச் செய்பவைபோல, எதிர்ப்பே காட்டாமல் மூழ்குகின்றன. அதுசரி, யார்தான் எதிர்க்க முடியும். பேரண்ட நியதியை எதிர்த்து நிற்கும் வலு யாருக்கு உண்டு?.

அடர்ந்த இருளுடன் போராட வாள் சுழற்ற முற்படும் சிற்றகல் சுடர் மாதிரி, மனம் பிடிவாதமாக ஒரு சாயங்காலத்தை வரித்துக்கொள்கிறது. சற்றுப் பிரகாசமான சாயங்காலம். மல்லாந்து திறந்த கண்களில் இருளின் அடர்த்தியும், மானசீகமாகத் திறந்திருக்கும் வேறொரு ஜதை விழிகளில் பிரகாசமாய் ஒளிரும் அந்தியொளியும் ஒரே சமயத்தில் பரந்து தெரியும் விந்தையை மனத்தின் மற்றொரு பகுதி வியந்துகொள்கிறது. இரண்டாகப் பிளவுண்ட நாவின் ஒவ்வொரு திரியிலும் இரு வேறு ருசிகளை ஒருசேர உணர்கிற மாதிரி விநோதமாய் இருக்கிறது.

செயலற்றுக் கிடந்து வேடிக்கை பார்க்கும் துறவி ஒரு கணம் உணர்கிறான் - தற்சமயம் தானும் ஒரு சாயங்காலமும் மட்டுமே இருப்பதாக. அபூர்வமான ஒருமையை மனம் எட்டிய மறுகணத்தில், தானே சாயங்காலமோ என்று மயங்குகிறான்.

அதோ பூவுக்குப் பூ தாவி அமர்ந்தெழுந்து பறக்கும் வண்ணத்துப்பூச்சி எத்தனை ஆனந்தமாய்ச் சிறகடிக்கிறது. அல்லது, அதன் தன்னியல்பை வேடிக்கை பார்க்கிற, இறகு வாய்க்காத மானுட உடம்பு, பூச்சியின் அல்லாட்டத்தை ஆனந்தம் என்று புனைந்துகொள்கிறதோ.

ஒன்று மட்டும் உண்மை, உயிர்த்துடிப்பின் நிகழ்சான்றாகக் காற்றில் சலனமுறுவதோடு நின்றுவிடவில்லை அந்த வண்ணத்துப்பூச்சி. தன் பிறவியின் பயனாக, நிறங்களை வாரியிறைத்துச் செல்கிறது. தனக்குள் ஊறித் ததும்பும் உல்லாசத்தையும் விசிறிப் போகிறது. அல்லது, அதுதான் உயிரின் துடிப்போ! உண்மையில் உயிர்த்தாதுவைச் சுமந்து தாவரங்களுக்கிடையே தூது செல்லும் அது என்று உயிரியல் போதித்த ஆசிரியர் சொல்லியிருக்கிறார்.

சற்றுத் தள்ளி, ரீங்கரித்துச் சுற்றிவரும் தட்டாரப்பூச்சி, ஒலியலைகளை மிதக்க விடுகிறது. நிறத்திலும் வடிவத்திலும் அசைவிலும்தான் இருவருக்கும் எத்தனையெத்தனை வேறுபாடுகள்! தாமறியாமலே ஒருங்கிசைந்து, அவரவர் பாதையில் சாயங்காலத்தை நிகழ்த்துகிறார்கள்; அல்லது அவர்கள்தான் சாயங்காலமாக இருக்கவே செய்கிறார்கள் - 'தாமறியாமல்' என்று நினைத்துக்கொள்வது சரிதானா? அறிந்திருப்பார்களோ ஒருவேளை? ஸ்திரமாக ஓரிடத்தில் அமராமல், இங்குமங்குமாய்த் திரிவதற்கான சந்நியாச மன அமைப்பு கொண்ட ஜீவன்களோ!

மானசீகத்தில் படர்ந்திருந்த அந்திமாலை மெல்ல முதிர்ந்து, முன்னிரவின் சாயல் கொள்கிறது. இப்போது வெளியில் இருக்கும் ஒளிநிலையும், கற்பிதத்தில் மலர்ந்து நிறைந்திருக்கும் இருள்நிலையும் ஒன்றெனக் கலந்து, உள்ளும் புறமும் நிரம்பிய வடிவங்கள் தமக்குள்ளான பேதங்கள் அனைத்தையும் இழந்து, ஒரே பரப்பில் அமிழ்கின்றன...

வேளை மட்டுமல்ல, இடமும் மாறிவிட்டது. மடாலயத்தின் வயிற்றுப் பகுதியில் இருக்கும் பெரிய கூடம் காட்சி கொள்கிறது.

எண்ணெய் தீபங்களும் சிற்றகல்களும் இருளின் தன்மை கெடாமலே இரவைப் பேணும் அற்புதத்தை நிகழ்த்துகின்றன. விளக்கொளி எட்டாத இடைவெளிகளில் தீற்றியிருக்கும் இருள்தான் எவ்வளவு ரம்மியமாக இருக்கிறது... வெளிச்சம் ஒரு அழகென்றால், இருள் இன்னொரு அழகாய்ப் பொலிகிறதே! அழகில்லாத, இதமில்லாத, ஒரு வடிவமோ வண்ணமோ ஒலியோ மௌனமோ வாசனையோ பூமித்தலத்தில் அனுபவிக்க வாய்க்கக்கூடுமோ என்று மலைக்கிறது மனம்! ஒரு வேளை, அழகு என்னும் அவதானமே வாஸ்தவத்தில் உள்ளதாக இன்றி, அனுபவிக்கும் மனத்தில் மட்டுமே வாசம் செய்வதோ?

மனம் வரித்த காட்சி மறுபடியும் மாறுகிறது. இப்போது, அமைந்திருக்கும் மானசீக மேடையில், முன்னொரு நாள் மடாலயத்துக்கு வந்திருந்த வாத்தியக் கலைஞன் ஒலியெழுப்பாத பதுமைபோல அசைகிறான். இரண்டாவது அற்புதத்தையும் அனுபவிக்கக் கிடைத்துவிட்டது - பௌதிகக் காதுகளில் சிள்வண்டின் நச்சரிப்பும், மடாலயப் பின்புற வனத்திலிருந்து கிளர்ந்துவரும் இரவோசைகளும் கேட்டிருக்க, மானசீகத்தின் செவிகளில் தந்தி வாத்தியம் அரற்றுகிறது. ஓரிரு விநாடிகளுக்குமேல் இந்தப் பிளவைத் தாங்கிக்கொள்ள முடியாத மனம், ஒரு கேள்வியை எழுப்பி ஒருமைக்குத் திரும்ப முனைகிறது - வீற்றிருப்பவனின் கையில் வீற்றிருக்கும் தந்தி வாத்தியத்தின் பெயர் என்ன?

தன் பெயரைப்பற்றியோ, ஆதிவாத்தியத்தின் ஒரு நகல் மட்டுமே தான் என்பது பற்றியோ அக்கறை காட்டாத வாத்தியம் உச்சபட்சக் கிளர்ச்சியுடன் ஒலியெழுப்புகிறது. உரிய விதத்தில் மீட்டும் விரல்களுக்கு நிபந்தனையின்றி ஒப்புக்கொடுப்பதும் ஒரு விதத் துறவுநிலைதானோ. அப்படியானால், அத்துவானத்திலிருந்து ஒலித் துணுக்குகளைப் பறித்தெடுப்பதைப் பேராசை என்று சொல்ல முடியுமா என்ன?

இல்லை, இந்தவிதமாக மேலேறிப்போவது சரியில்லை - ஸ்தூலமான வஸ்துக்கள் தொடர்பான, அவற்றைச் சேகரிப்பது அல்லது விரயம் செய்வது தொடர்பான பாத்திகளை அரூபத்தின்மீது ஏற்றிப் பார்ப்பதில் தர்க்க அடிப்படை ஏதும் இல்லை...

அது சரி, மீட்டும்போது தந்திகளிலிருந்து ஸ்வரங்கள் பிறக்கின்றனவா,

விடுதலை அடைகின்றனவா - அல்லது, அல்லது, நிரந்தரமாய் இலங்கும், ஆனால் செயலற்றுக் கிடக்கும் ஒலித்தாதுக்களின் குளத்தில் சிற்றலை எழுப்புகின்றனவா? எனில் அவற்றின் பணிதான் என்ன, நீங்குதலா கலத்தலா?

மரணமுமேதான் என்ன - நீங்குதலா, கலத்தலா?

இதுவரை ஒரு இடத்தில், ஒரு வேளையில், நிலைகொண்டிருந்த சிந்தை, தறிகெட்டு ஓடத் தொடங்கியது...

தாயிடம் பாலருந்த ஓடும் கன்று, நின்றிருக்கும் யாக்கின்மீது தொற்றியேறும் மற்றொரு யாக், சிலைபோல அடைகாத்து அமர்ந்திருக்கும் கோழி, இணையுடன் முகமுரசும் அன்னம், காற்றில் உல்லாசமாய் அசையும் தானியக் கதிர்கள் - எங்கெங்கும் இனப்பெருக்கம் மும்முரமாய் நடந்துகொண்டிருக்க, அந்தத் திருவிழாக் காட்சியைப் பங்கேற்பாளராக இல்லாமலிருந்து வேடிக்கை பார்க்கக் கொஞ்சப்பேர் வேண்டாமா - அவர்கள்தாம் துறவிகளா? இனப்பெருக்கத்தை செயலற்று வேடிக்கை பார்க்கும் வெறும் பார்வையாளர்கள்தாமா அவர்கள்? ஞானசூரியனை நோக்கிப் பறக்கும் புராணிகப் பட்சிகள் இல்லையா?

உண்மையில், அந்த இசைஞனின் விரல்களும், வாத்தியத்தின் தந்திகளும் கூடிக் கூடிப் பிரிந்ததை மானசீகம் வனையும்போது, இரண்டில் எவை ஆண், எவை பெண் என்ற கேள்வி உதிக்கிறது. இணையும் இரண்டு தரப்புகளில் ஒவ்வொன்றும் ஒவ்வொரு பாலினமாய் இருந்தாக வேண்டும் என்பது யாருடைய நிர்ப்பந்தம்? புராதனச் சுவடிகளில் விரிந்திருக்கும் பௌராணிகக் கதைகளில், ஆணும் ஆணும் பெண்ணும் பெண்ணும் இணைசேர்ந்த நிகழ்வுகளும் இருக்கத்தான் செய்கின்றன - ஆனால், அவற்றைப் பிறழ்வுகள் என்று விலக்கும் தொனியும் அதே சுலோகங்களில் இருக்கிறதே...

சாவகாசம், பொழுதுபோக்கு என எதையுமே அனுமதிக்காத மடாலய நியமம், வழிப்போக்கனான இசைஞனுக்கு ராத் தங்க இடம் கொடுத்ததோடு, உறக்கத்துக்கு முன்னர் நிகழ்ச்சி நடத்தவும் வசதி செய்துதந்த காரணமென்ன - செவிகளுக்கான இதத்தை அறிமுகப்படுத்தினால்தானே, அதையும் விலக்கப் பயிற்றுவிக்க முடியும் என்று மடாலயத்தின் உள்ளோட்டம் எண்ணியிருக்குமோ!...

லி யாங்கின் பிம்பம் திமிறியெழுந்தது. மதியம் குருவை நோக்கி என்னமாய்ப் பேசினான் அவன்? என்னுடைய அந்தராத்மாபோல அல்லவா ஒலித்தது அவன் குரல்...

மடாலய மரபுப்படி, குருவின் உரை முடியும்வரை பொறுமையாகக் காத்திருந்து, உரைக்குப் பிறகு நிமிடக்கணக்காக நிலவும் மௌனத்தையும் பொறுத்திருந்து, முதல் ஆளாக எழுந்து நின்றான் லி யாங். ஏதோ வினாத் தொடுக்க எழுந்திருந்தானோ என்று மொத்த அவையும் எதிர்பார்த்தற்கு மாறாக, தீர்க்கமான பிரகடனம் ஒன்றைச் செய்தான்.

சுவாமி, எனக்கு ஞானம் வேண்டாம்.

குழுமியிருந்த இளந்துறவிகள் மத்தியில் சலசலப்பு எழுந்தது.

உரைக்கூடத்தையொட்டி வளாகச் சுற்றுச்சுவர். அதற்கு வெளிப்புறம் போகும் சாலையில் வண்டிக் குதிரை உரத்துக் கனைக்கும் குரல் கேட்டது. அதன் கழுத்து மணி ஒலிப்பதும்தான். குதிரைக்கு எதற்காகக் கழுத்து மணி? உற்சாகப்படுத்தவா? அல்லது, தனது அலங்காரத்தை எண்ணி அது பூரிப்பதற்காகவா? அல்லது அல்லது, தோல் மறைப்பால் பக்கவாட்டுப் பார்வையைப் பறிகொடுத்திருக்கிறதே, அதற்கான இழப்பீடா?... சலசலப்பு முற்றாக அடங்கி, பூரண மௌனம் திரும்பியதும், சலனமற்ற குரலில் தலைமை குரு கேட்டார்:

அட. சரிதான். முழுமையான துறவு என்பது ஞானத்தையும் துறப்பதுதானே! ஆனால், நீ வேறு காரணம் ஏதும் கண்டு வைத்திருக்கிறாயோ!

ஞானத்தை அடைந்துவிட்டேனா என்று அறிவதற்கு மார்க்கம் ஏதும் இல்லை என்று தோன்றுகிறது...

ஓ...! ஆனால், எதற்காக அப்படியொரு மார்க்கம் தேவைப்படுகிறது!

குருவின் குரலுக்குள் பொதிந்திருந்த தீவிரம் நிஜமானதுதானா, அடக்கிய கேலியின் இன்னொரு வடிவமா என்று இவனுக்குக்

குழப்பமாய் இருந்தது. லி யாங்கோ, குருவின் கேள்வியை கவனிக்காதவன் மாதிரி, தன் வாக்கியத்தைத் தொடர்ந்தான்...

அடைந்த பிறகும்கூட, அதுதான் அது என்று அறிவதற்கு என்னிடம் கருவிகள் இல்லை.

அவற்றை யாராவது உனக்கு வடிவமைத்துத் தரமுடியும் என்று நினைக்கிறாயா? அல்லது முன்னமே யாரிடமாவது இருக்கும் என்று நினைக்கிறாயோ?

பிறரிடம் உள்ளவை எனக்குப் பயன்படும் என்று தோன்றவில்லை; பிரத்தியேகமாக யாரும் வடிவமைத்துத் தர முடியும் என்றோ, அவை பிரயோசனப்படும் என்றோகூடக் கருதவில்லை...

பிறகு, உன்னுடைய திட்டம்தான் என்ன!

திட்டமின்றி இருப்பதே என் மகத்தான திட்டம். காற்றில் ஓடும் சருகுபோல, தானாய் முளைத்தெழும் அருகுபோல, நிபந்தனையின்றி நீரில் இழுபடும் அரசிலைபோல, இருந்துகொண்டே இருப்பது மட்டுமே நோக்கம்; அதுமட்டுமே சாத்தியம் என்றும் தோன்றுகிறது.

அப்படியானால், இதுவரையிலான மடாலய வாழ்க்கையில் நீ அப்படியிருந்ததில்லை என்று ஆகிறது அல்லவா!... பிறகு!?

நெருப்பில் பொசுங்கும் வைக்கோல்போல எச்சமின்றி மறைவேன்.

ஆசிகள்.

வந்தனம்.

முழந்தாளிட்டு குருவை வணங்கிவிட்டு, இன்னொரு காரியம் செய்தான். சக துறவிகளை நோக்கியும் ஒருமுறை வணங்கி நமஸ்கரித்தான்!

விடுவிடுவென்று வெறுங்கையோடு வெளியேறும் அவனைப் பெரும் திகைப்புடன் பார்த்தனர் மற்றவர்கள். 'கற்பலகைக்

கட்டிலின்கீழ் இருக்கும் அவனது கப்பரையும், மாற்று வஸ்திரமும் இனி யார்வசம் போகும்?' என்று நோர்ப்புவுக்குள் ஒரு மின்னல் ஓடியது... கரும்பாறைபோல நிரம்பிக் கனத்திருந்த மௌனத்தை, குருவின் செருமல் கலைத்தது...

வெளியேறி நடப்பவன் பிரதான வாயிலைத் தாண்டும்வரை ஜன்னல் வழியாகப் பார்த்திருந்துவிட்டு, உடம்பு காட்சிக்கு மறைந்ததும், தலைமை குரு தொண்டையைச் செருமினார்:

> பாவம், தர்க்கத்தின் சிறைக்குள் அகப்பட்டுச் சிக்கியிருக்கிறான் போல...

என்றார். சிறு இடைவெளி விடுத்தபின், சற்றுமுன் முடிந்த உரையின் பகுதிபோலத் தொடர்ந்தார்:

> கட்டிடத்தையும் ஊரையும் விட்டு வெளியே போய்விடலாம். அது சுலபம்தான். ஆனால், எங்கே போவது - இன்னும் கொஞ்சம் கட்டிடங்களுக்கு, இன்னும் கொஞ்சம் ஊர்களுக்கு... நாலு சொட்டு பொழிந்தாலே கூரையைத் தேடும் உடம்பும் மனமும் அறுதியாக எங்கே நீங்கிப் போய்விட முடியும்! திறந்தவெளியில் இருந்து ஆகாயத்தை எதிர்கொள்ளப் பெரும் திராணி வேண்டும்... அதை உருவாக்கித் தருவதற்காகத்தானே சங்கமும் குருகுலமும் அப்யாசங்களும்...?

கடைசிக் கேள்வியைத் தம்மை நோக்கியே கேட்டுக்கொள்கிற மாதிரி அவருடைய குரல் தணிந்தது.

கிளம்பிப்போனவனின் உடம்பு மட்டும்தான் இங்கே இல்லை; பிரசன்னம் முழுமையாக இருக்கிறது என்று உணர்ந்தான் இவன். உடலும் மனமும் சிலிர்த்தன...

அது நடந்து வருடங்கள் ஓடிவிட்டன.

தானும் லி யாங்காக மாறவேண்டும் என்ற விழைவு முதன்முதலாக முளைவிட்டது ஒரு அதிகாலை வேளையில். உறக்கம் கலைந்து விழிக்கும்போது, 'இது எனது இடமில்லை' என்றொரு வாக்கியம்

மனத்தில் முளைத்தது. தனது இடம் என்று எதுவுமே இல்லை என்றும்; அப்படியொன்று வேண்டியதில்லை என்றும்; தனதென்று ஏதும் இல்லாதபோது, தனதல்லாத இடமென்றும் எதுவுமே இல்லை என்றும் முதல் வாக்கியம் விரிந்துகொண்டே போனது - காற்றுடன் இசைந்து கரைநோக்கிச் செல்லும் சிற்றலைகள்போல. இவனது சிந்தனையோட்டத்தைப் பொருட்படுத்தாது பொழுது மெல்ல நகர்ந்தது போல. காலையொளியும், அந்த வேளைக்குரிய ஒலிகளும், வைகறையின் மணமும் அறைக்குள்ளும் இவனுக்குள்ளும் நிரம்பின.

‘உடல்நிலை சரியில்லை என உணர்பவர்கள், தினசரி நியமங்களைக் கடைப்பிடிக்க வேண்டியதில்லை’ என்றொரு நியதி இருந்தது. அதை இன்னொருவர் பரிசோதித்து உறுதிசெய்யவேண்டியதும் இல்லை - ‘அவரவர் மனங்களுக்குள் தவிர வேறு எங்குமே சான்றுகள் வேண்டியதில்லை’ என்பார் குரு.

உடல்நிலையைவிடவும், மனநிலையின் ஆரோக்கியம் வெகுமுக்கியமானது என்று எண்ணினான். கல்கட்டிலை விட்டு இறங்காமலே, விதானத்தில் பார்வை பதித்துக் கிடந்தான்...

துறவுநிலை என்பது ஓர் இடத்தில் வேர்ப்பிடித்து, அதன் நியமங்களுக்குக் கட்டுப்பட்டு இருப்பது இல்லை என்பதை செய்தே காட்டிவிட்டான் லி யாங். அதே வழியில் செல்வதுதான் சரி - ஒருவகையில், வெறுமையிலிருந்து வெறுமையை நோக்கி நகர்வதுபோலத்தான் அது என்றபோதிலும்.

யாராலும் தரமுடியாத அனுபவத்தை, தானாக அனுபவிக்க வேண்டும். அதற்கான வழிமுறைகளைத் தானே கண்டடைய வேண்டும் என்று தாகம் எழுந்தது இவனுக்குள். இதைக் கிளர்த்தியவனும் லி யாங்கேதான். அதற்காக மானசீகமாகக்கூட அவனுக்கு நன்றி சொல்லவேண்டிய அவசியமில்லை - இத்தனைநாள் இதை உணராதிருந்ததற்குக் குற்றவுணர்வு கொள்ளவேண்டியதில்லை என்பது போலவே. தவிர, ஞானத்தின் குறுக்கீடு ஒவ்வொன்றுக்கும் நன்றி சொல்வதென்றால் பிறவி முழுக்க அதற்கே சரியாய்ப் போய்விடும் - கடந்துசெல்லும் ஒவ்வொரு வேளையும் ஒவ்வொரு கணமும் ஞானம் என்ற மயில்தோகையின் ஒவ்வொரு இழையை, ஒவ்வொரு நிறக்கீற்றை ஒளிரவைத்துத்தானே காணாமல் போகின்றன!

ஆமாம், லி யாங் ஒருமுறை சொன்னான்; மடாலயத்துக்குள்தான் ஒருவருக்கொருவர் பேசிக்கொள்வது வழக்கமில்லையே தவிர, சஞ்சார மாதத்தில் இருவர் சேர்ந்து செல்லவோ, உரையாடி அவரவர் உள்ளக் கிடக்கையைப் பகிர்ந்துகொள்ளவோ தடை கிடையாது. உண்மையில், மடாலயத்துள்கூட உரையாடுவதற்கு வெளிப்படையான தடையே கிடையாது. அவரவராகவே, அவரவர் தனிமை என்ற பெயரில், அந்த மனத்தடைக்குள் சென்று சிக்கிக்கொள்கிறார்கள் என்று பட்டது.

ஒரு தடவை லி யாங்குடன் சேர்ந்து செல்ல வாய்த்தது. சஞ் சாரம் தொடங்கிய ஆறாவது நாளில் தற்செயலாக ஏதோவொரு கிராமத் தெருவில் சந்தித்துக்கொண்டார்கள். அதன் பிறகு சஞ்சார காலம் முழுவதும் சேர்ந்தே இருந்தார்கள். ஓயாமல் உரையாடவும் செய்தார்கள். அதாவது, லி யாங் ஓயாமல் பேசினான். சளைக்காமல் கேட்டுக்கொண்டிருந்தான் இவன் … லி யாங் சொல்கிறான்:

> பறவைபோலவோ தாவரம்போலவோ மனிதப் பிறவி இருக்க வேண்டியதில்லை - உடல் சார்ந்த, உயிர் சார்ந்த ஒற்றுமைகள் தாண்டி, பசியாறும் அவசியம் தவிர, மனிதர்களுக்கு அவற்றுடன் ஒப்பீடு ஏதும் கிடையாது. மழைக்கும் காற்றுக்கும் வெயிலுக்கும் ஒரேவிதமான எதிர்வினை புரிந்துகொண்டு, ஒரு பாறை போலவோ, கூழாங்கல் போலவோ இருக்கலாம் ஒவ்வொரு மனிதனும். தவறில்லை. சீதோஷ்ணத்தின் உச்சநிலைகளுக்குக்கூட, சுபாவமாக உடலை ஒப்புக்கொடுத்துவிட்டு, சும்மா இருக்கலாம். இதில் இருக்கும் ஒரேயொரு பேதம், தாம் ஒப்புக்கொடுத்ததே அவர்களுக்குத் தெரியாது - மொழிவசப்பட்ட மனித மனத்துக்கு அது தெரியும்; மேற்படி பேதம் எங்கிருந்து உருவாகிறது, எப்படியெல்லாம் கிளைக்கிறது, எதுவரை உயிர்த்திருக்கிறது என்றுகூட அவதானிக்கத் தெரியும். அது மட்டுமே போதுமானது - அவதானத்தை **வைத்து** ஏதும் செய்ய வேண்டியதில்லை…

இன்னொரு சந்தர்ப்பத்தில் சொன்னான்:

> …எதன்மீதும் சாய்ந்துகொள்வதில்லை; தரையில் ஊன்றிய கழிபோலத் தனியாகவும் தன்னிச்சையாகவும் இருப்பது

> என்று ஆனபிறகு, ஒரு குறிப்பிட்ட தத்துவத்தை மட்டுமே சார்ந்திருக்க வேண்டிய நிர்ப்பந்தமென்ன? பருவுலகத்தை, அதன் விந்நியாசங்களை எதிர்கொள்வதற்கு எத்தனையோ மார்க்கங்கள் இருக்கத்தானே செய்யும்? உணவிலும் உடையிலும் வசிப்பிடத்திலும் இருப்பதுபோன்ற கட்டுப்பாடுகளை ஞானத் தேடலிலும் வைத்துக்கொள்ள வேண்டியதில்லை... முழு ஆகாயமும் திறந்துகிடப்பது, பறவைகள் திரிந்தலைவதற்காகத்தான் - கூடுகட்டி வாழ்வதற்கல்ல!

மடாலயத்தின் அன்றாட நடைமுறைப்படி, சீடத் துறவிகள் ஒருவருக்கொருவர் உரையாடுவதே கிடையாது அல்லவா. லி யாங் அதையும் மீறத்தான் செய்தான்; சந்தர்ப்பமும் தனிமையும் கிடைக்கும்போதெல்லாம் இவனுடன் உரையாடுவான்.

சிலசமயம், நாட்கணக்கில் இவனுடன் நடை கிளம்பி வருவான் - காலையிலாயினும் சரி, மாலையிலாயினும் சரி. முதன்முதல் நாள் மட்டும், நோர்புவுக்குக் கூசியது - 'இது என்ன புதுப் பழக்கம்' என்று. ஆனால், லி யாங் பேச ஆரம்பித்தவுடன், அவன் சொல்லும் விஷயங்களில் கவனம் சென்றுவிட்டது. தன்னுடன் நடந்து வருவது ஒரு கொத்து எண்ணங்கள்தாம்; அவற்றைத் தரித்த நபர் அல்ல என்று அன்றைக்குத் திரும்பிவரும்போதே தோன்றியது. அவ்வளவுதான், இயல்பாக உடன் நடக்கப் பயின்றுவிட்டது மனம்.

லி யாங் அன்றன்றைய குழப்பங்களை, தெளிவுகளை, ஐயங்களை உணர்ச்சியற்ற குரலில் பேசிக்கொண்டே வருவான் - மற்றவனிடம் பேசவில்லை, தனக்குத்தானே சொல்வடிவில் கேட்டுக்கொள்ள விழைகிறானோ என்று தோன்றும். 'இவ்வளவு பேசுவது சரியில்லையே' என இவனுக்குத் தோன்றும் அதே கணத்தில், அவன் பதில் சொல்வான்:

> மடாலய நியமங்கள் மடாலய வளாகத்துக்குள் மட்டும்தான். நிபந்தனைகள் அற்ற பெருவெளியாக விரிந்திருக்கும் பிரபஞ்சமே நாம் நிஜமாக அங்கம் வகிக்கும் மடாலயம் என்று படுகிறது.

தானறியாமலே இன்னொரு பழக்கத்தையும் இவனுக்குள் உருவாக்கிய குருவும் லி யாங்தான். உரையாடலுக்கு இருவர் வேண்டியதில்லை

என்று கற்றுத்தந்தவன். அவன் கிளம்பிப் போய்விட்டதும்கூட மேற்சொன்ன உரையாடலின் பகுதிதான் என்றே இவனுக்குப் பட்டது. இத்தனை காலம் இருந்து பகிர்ந்தவற்றைவிட, தன் இன்மைமூலம் அவன் பகிர்ந்துகொள்பவை இன்னும் தீர்க்கமாய், இன்னும் ஆழமாய் இருப்பதாகப் பட்டது.

ஞானத்தின் இன்னொரு சாயையை மடாலயமே கற்பித்தது.

அவன் கிளம்பிப்போன மறுநாள், லி யாங் என்று ஒருத்தன் இருந்ததற்கான தடயமேயின்றி, வெட்டுப்பட்ட நீர்போலத் தன்னியல்பாய்க் கூடிவிட்டது சூழ்நிலை. யாருமே அவனைப் பற்றிப் பேசவில்லை. யோசித்தார்களா என்றும் தெரியாதே! இவனுக்குள் அந்த அமைதி எதிர்மறையாய் வேலைசெய்தது. தடையின்றிக் காற்றேறும் துருத்திபோல லி யாங்கின் மானசீக பிம்பம் பெருத்து வீங்கிக்கொண்டே போனது. அதைத் தவிர வேறு எதையுமே காட்டாத நிலைக்கண்ணாடியாய் ஆனது மனம். ஒரேயொரு வித்தியாசம், கண்ணாடியின் தட்டைப் பரப்பில், பின்வாங்கிய குழிவாகத் தென்பட்டது லி யாங்கின் பிம்பம்...

இதோ, இத்தனை ஆண்டுகள் கழித்தும், அன்று விழுந்த பள்ளம் நிரம்பவேயில்லை. ஞாபகங்களை சொந்தம் கொண்டாடாமல் இருப்பதற்கான பயிற்சியை சந்நியாசம் வழங்கியிருக்கிறதுதான்; ஆனால், அவை சுரக்கவே செய்யாமல் தடுக்கும் வித்தை கடைசிவரை கைவரவில்லை.

ஆனால், இன்னொரு விதமான வரம் தானாகவே சித்தித்தது - இத்தனை ஆண்டுகளில், எல்லாத் திசைகளிலும் கால்போன போக்கில், மனம் போன போக்கில், அலைந்து திரிந்தும்; இன்னதென்று குறிப்பின்றி, வெவ்வேறு மத வழிபாட்டிடங்களில் தங்கியும், உணவுகொண்டும் காலம் கழித்தும்; ஒரேயொரு சந்தர்ப்பத்தில், ஒரேயொரு தலத்தில்கூட லி யாங்கையோ அவன் சாயல் உள்ள இன்னொருவரையோ சந்திக்க நேராமல் போனது பேரருளின் சித்தமேதான்... ஆனால், பார்வை மட்டும் தன்னிச்சையாய்த் தேடித் துழாவிக்கொண்டேதான் இருக்கும்!

பின்னொருநாள், ஒரு குருத்வாராவின் லங்கரில் வழங்கிய ரொட்டியையும் ஸப்ஜியையும் அளவாகப் புசித்தபின்

அமர்ந்திருந்தபோது இன்னொரு எண்ணம் சித்தித்தது. மடாலயத்தை நீங்கிய பிறகும் முண்டனம் செய்த தலையுடன், கபிலநிற ஒற்றை வஸ்திரத்துடன்தான் அவன் நடமாடுகிறானா என்பது யாருக்குத் தெரியும்! உடல்வாகும் முகச் சாயலும் இவன் மனத்தில் பதிந்திருக்கும் பிம்பத்தைப்போலவே அச்சு மாறாமல் இருக்கும் என்பதற்கும் என்ன உத்தரவாதம்?! இந்தக் கேள்வி எழுந்தவுடன் விநோதமானதொரு ஆசுவாசம் கிளர்ந்தது - உள்ளே இருப்பவனேதான் வெளியில் இருக்கிறான் என்பது உறுதியாகாதவரை, வெறும் பார்வையால்கூடத் தேடுவதை நிறுத்துவதுதான் உத்தமம்... உடனடியாய் நின்றுபோனது அந்தப் பழக்கம்!

இன்றைக்கு இன்னொரு புதுக்கேள்வி உதிக்கிறது - இத்தனை காலம் கழித்து, மேற்படி சமரசத்தை சிந்தை மேற்கொண்டு ஆண்டுகள் ஓடிவிட்ட பிறகு, அவனே எதிரில் வந்து அதே கோலத்தில் நின்றாலும் அடையாளம் காண முடியுமா! ஆமாம், லி யாங் இப்போது உருவமாக அல்ல, வெறும் பெயராக மட்டுமே மீந்திருக்கிறான் இவனுக்குள்...

எப்போதோ வந்து சேர்ந்த அன்னம் ஒன்று வளாகத்துக்குள் திரியும். லி யாங்கின் இரட்டைச் சகோதரன்போல அவன் குதிகாலை ஒட்டி ஓடும். ஒரே சாயலில் இத்தனை துறவிகள் இருக்கும் இடத்தில் அவனை எப்படிப் பிரித்து அறிந்ததோ. அல்லது, தன்னைப்போலவே, பறந்து செல்வதற்கான இயல்பும் இச்சையும் வல்லமையும் அவனுக்குள் வேரூன்றியிருப்பதை உள்ளுணர்வில் அறிந்த ஞானியோ அந்த அன்னம்! காலைநடையை முன்னிட்டோ, வேறு காரியமாகவோ, லி யாங் வெளியேறிப் போகும்போது விசுவாசமாய்ப் பின் தொடரும். ஒருமுறை எதேச்சையாக அவர்களைப் பாதையில் எதிர்கொள்ள நேர்ந்தபோது, அவனாக முன்வந்து ஓரிரு வார்த்தைகள் பேசினான்:

> முந்தைய பல பிறவிகளில் நாங்கள் சேர்ந்திருந்தோமோ என்னவோ! மனித ஞாபகத்தில்தான் இந்தப் பிறவி நினைவுகளே சுலபமாய் அழிந்துவிடுகின்றன. அன்னங்களால் பூர்வஜென்ம நினைவுகளைத் துல்லியமாய் மீட்டுக்கொள்ள முடியும் போல!! ஏதோவொரு பிறவியில் இது என்னுடைய இரட்டைச்

சகோதரனாய்க்கூட இருந்திருக்கலாம்! அந்தப் பிறவியில் நீயும் எங்களைப்போலவே அன்னமாய் இருந்திருந்தால், இப்போது உன் முகத்தில் தெரியும் ஆச்சரியத்துக்கு வாய்ப்பில்லாமல் போயிருக்கும்....

என்று தீவிரமான முகபாவனையுடன் சொன்னான். சிரிப்பை அடக்கிக்கொள்கிறானோ என்று கூர்ந்து பார்த்தான் இவன். முகத்தை அண்ணாந்து, மாறிமாறி இருவரையும் பார்த்துக்கொண்டு, பொறுமையாய்க் காத்திருந்தது அன்னம். லி யாங் தொடர்ந்தான்:

...மொழி பழகியதால்தான் மனிதர்களுக்கு மறதியும் சித்திக்கிறது என்று முன்னர் ஒரு அதிதி குரு சொல்லவில்லை?...

அதே முகபாவம் தொடர்ந்தது அவனிடம். அப்படி எந்த குருவும் சொன்ன ஞாபகம் இல்லை. தனக்கு மறந்துவிட்டதா, அல்லது ஒருவேளை, தன்னை லி யாங் கேலி செய்கிறானோ என்று மெல்ல ஒரு ஐயம் தலைதூக்கியது. இப்படி அடையாளம் காண முயலும் தொகுப்பு எது என்ற கேள்வியும் உதித்தது.

...மொழி இல்லாத ஜீவனாய் இருந்தால் இது ஒரு சௌகரியம். இந்தப் பிறவியில் இருந்துகொண்டே, முந்தைய பிறவிகளிலும் இருக்கலாம்.

என்று சொல்லிவிட்டு, எதிரில் ஒருவன் இருப்பதையே அறியாதவன்போல விறுவிறுவென்று நடந்தான் லி யாங். அன்னம் குடுகுடுவென்று பின்னோடு ஓடியது. பறந்து உயர்ந்தால், அடுத்த நொடியில் வளாகம் சேர்ந்துவிட முடியும். லி யாங்கை இன்னாரென்று அடையாளம் கண்டதன் காரணமாக, தான் ஒரு பறவை என்பது அன்னத்துக்கும் மறந்துவிட்டதோ!...

லி யாங் வெளியேறிய மறுநாள், அவன் வழக்கமாக உறங்கும் அறையின் வாசலில் முன்னும்பின்னுமாய் நடைபயின்றுகொண்டிருந்தது, வெகுநேரம். அவன் இனி இல்லை என்பது எப்போது அதற்குத் தெரியும், தெரிந்தபிறகு என்ன செய்யும் என்று எண்ணம் ஓடியது இவனுக்குள். பின்னர், பகல்பொழுது நகர்ந்து முதிர்ந்து அந்தி என்ற பெயரில் வயோதிகமடைந்தபோது சட்டென்று பார்வையில் உறைத்தது - அன்னத்தைக் காணவில்லை! தனக்குள்ளிருந்த ஏதோ ஒரு கூர்மையின் வழிகாட்டலில், அவனுடன் சென்று சேர்ந்தேவிட்டதோ...

லி யாங்கின் பிம்பம்தான் தேய்ந்து கரைந்துவிட்டது. அன்னத்தின் பிம்பம் கொஞ்சமும் மாறாமல் மீந்திருக்கிறது. அதன் தூய வெண்ணிறமும், கமலா ஆரஞ்சுச்சுளையின் ஒளிர்நிறம் கொண்ட கூர் அலகும், அதே நிறத்தில் நீண்ட கால்களும், மிதப்பதுபோன்ற தோற்றத்தில் நீர்மட்டத்தில் நகரும்போது தென்படும் சாந்தமும் கொஞ்சமும் மறக்கவில்லை - தனித்துவமான அடையாளமும் கொண்டிருக்கவில்லை. ஓய்வற்று, நடந்து கடந்த ஆயிரமாயிரம் மைல்களில் பார்க்கக் கிடைத்த எத்தனையோ அன்னங்களில் அதுவும் இருந்திருக்கலாம் - யார் கண்டது?

அதன் இணைபோல இன்னொரு கேள்வியும் நினைவிலெழுந்தது - இன்றையது அல்ல, லி யாங் வெளியேறிய மறுநாள் காலையில் தன்னை நமட்டிய கேள்வி. கேள்விகூட அல்ல, ஆதங்கம். தனக்குள் ஊதிப் பெருத்துக்கொண்டே போகும் லி யாங்கின் பிம்பத் துருத்தியில் கூர் அலகால் ஒரு கொத்து வைக்கக் கூடாதா அந்த அன்னம்...

அடுத்த நாள் வைகறையில், இன்னொரு அவதானம் உதித்தது. புத்தரின் பாதையில் போவதென்பது, நள்ளிரவில் கபிலவஸ்துவை நீங்கி, அவர் அலைந்து திரிந்த பாதையில் தானும் சென்று, கயையில் அதே போதிமரத்தின்கீழ் கண்மூடி அமர்வது அல்ல; இடைப்பட்ட காலம் முழுவதும் அவர் தமது சிந்தைக்குள் எங்கெல்லாம் அலைந்து திரிந்தாரோ, அதேவிதமான சிடுக்குப் பாதைகளில் தானும் செல்ல முயல்வதுதான்...

அப்புறம், புத்தரைத்தான் பின்தொடர வேண்டும் என்பதில்லை - ஓர் எளிய அளவில், லி யாங்கைத் தொடர்வதுகூட உத்தமமே; தனக்கேயான பாதை வசப்பட்ட பிறகு அவனையும் உதிர்த்துவிட்டு முன்நகர்ந்தால் சரியாய் இருக்கும் என்று முதன்முறையாகத் தோன்றியது.

சிலிர்த்துக்கொண்டான்.

சுவாங் சூ ஒரு கனவு கண்டான் - வண்ணத்துப்பூச்சியாக மாறிவிட்ட மாதிரி. தற்போது சூவுக்குக் குழப்பம்; தான் வண்ணத்துப்பூச்சியாக இருந்தானா, அல்லது, வண்ணத்துப்பூச்சி இப்போது தன்னை சூ என்று நினைத்துக்கொள்கிறதா!

கி மு நாலாம் நூற்றாண்டுச்
சீனத் தத்துவ ஞானி சுவாங் சூவின் பதிவு

13

விழித்திருக்கும் நேரம் முழுக்க என்னோடு மட்டும்தான் இருக்கிறேன்.

என்று ஜதீன் மஷாயின் ஒரு கதாபாத்திரம் சொல்லும். மற்றது, உடனே கேட்கும்:

உறங்கும்போது மட்டும் மிகப் பெரிய மனிதக் கூட்டத்துடன் இருக்கிறாயாக்கும்!

முதல் பாத்திரம் உறுதியான குரலில் பதிலளிக்கும்:

இல்லை, அப்போது நான்கூட என்னோடு இருப்பதில்லை.

தொடர்ந்து, விழிப்பு நிலை, உறக்க நிலை, தற்காலிகமாகவே எனினும், இரண்டும் ஒன்றுகூடி முயங்கியிருக்கும் கனவு நிலை,

அதற்கும் அப்பாற்பட்ட அல்லது மூன்றையும் உள்ளடக்கிய இருத்தல் நிலை என்று பல பத்திகளுக்கு விவாதம் நீளும்...

சரத் சந்திரர் மாதிரியோ, தாராசங்கர் பானர்ஜி மாதிரியோ, அதீன் பந்தொபாத்யாயா மாதிரியோ பிரபலமான ஆசிரியர் அல்ல ஜதீன் சட்டோபாத்யாயா. மேற்சொன்னது போன்ற நேரடியான தத்துவக் கரிசனங்களை எழுதிப் பார்த்தவர் என்பதோ, முக்கியமான கட்டங்களில் சிடுக்காகி சுவாரசியத்தைப் பறிகொடுக்கும் நடையோகூடக் காரணமாய் இருக்கலாம்.

> சிந்தனை எழுச்சி வேண்டிப் படிக்க வருகிறவர்களின் சதவீதம் மிகமிகக் குறைவு. அதிலும் புனைகதையில் தத்துவத்தைத் தேடி வருகிறவர்கள் பெரும்பாலும் இருக்க மாட்டார்கள். அப்படியொரு தேவையை உணர்ந்தால், தத்துவ ஆசிரியனிடமே போய்விடுவேனே. இலக்கியத்தின் பணி நிகழ்த்திக் காட்டுவதுதானே தவிர, யோசித்துக் காட்டுவது அல்ல. தவிர, தீவிரமான எழுத்து என்றால், வாசிக்கக் கடினமானதாய் இருக்கவேண்டும் என்பது கட்டாயமா என்ன!

என்று ப்ரையன் ஒரு வகுப்பில் சொன்னார். அன்று சாயங்காலம் நடக்கப் போகும்போது ரிஷானுடன் பேசுவதற்கான விஷயமாய் அமைந்தது அது. அவன் தெளிவாகச் சொன்னான்:

> இல்லை, மாற்றுக் காட்சி ஒன்றை நிகழ்த்திக் காட்டுவதன் மூலம் வாழ்க்கை பற்றி தான் கண்டறிந்த ஏதோவொன்றை நிறுவத்தான் முயல்கிறான் இலக்கியாசிரியன். வாசக மனம் தான் சொல்வதை முழுக்கப் புரிந்துகொள்ளாதோ என்ற பதட்டமுள்ளவர்கள்தாம் வெளிப்படையான விவாதத்தைத் தங்கள் புனைகதைக்குள்ளேயே நிகழ்த்துகிறார்கள். மேலோட்டமான அலங்காரங்களால் எழுத்தை மினுங்கவைக்க முயல்வதற்கும் இதே நோக்கம்தான் இருக்க முடியும் - பயிற்சியற்ற வாசகரை ஈர்ப்பது; அல்லது, ஒருவகையில், வாசக மனத்தின் அருகதை தொடர்பான அவநம்பிக்கை என்றே இவற்றைச் சொல்வேன். இந்த அக்கறைகளையெல்லாம் கொள்ளாமல், தன் உத்தேசப்படி சொல்லிக்கொண்டே போனவர் என்பதால்தான் ஜதீன் மஷாயை முக்கியமான எழுத்தாளர் என்கிறேன் நான்...

வழக்கம்போல,

> பார், இலக்கியம் படிக்க வேண்டியவன் விஞ்ஞானம் படிக்கிறாய். தர்க்கத்தைக் கட்டிக்கொண்டு அழுகிறவன், இலக்கிய வகுப்பில் உட்கார்ந்திருக்கிறேன்!

என்று பிரலாபித்தான் மனோஜ். இருவரும் சிரித்தார்கள். அப்புறம், ரிஷான் சொன்னான்:

> ஆனால், வங்காள இலக்கியத்தில் நவீனத்துவத்தின் வருகையை ஆரம்பித்து வைத்தவர்களில் தவிர்க்க முடியாதவர் ஜதீன் மஷாய். குருதேவின் ஒரு கட்டுரையில் இவரைப் பற்றி ஒரு முழுப் பத்தி இடம்பெற்றிருக்கிறது.... இரு, எந்தக் கட்டுரை என்பது சட்டென்று நினைவு வரவில்லை - நாளை பார்க்கும்போது சொல்கிறேன்...

இந்த இடத்தில் எண்ணவோட்டம் திடீரென்று தடைபட்டது.

அடுத்த நாள் இருவருமே அதை மறந்துவிட்டார்கள். அடுத்த வாரமோ என்னவோ, ஷரீஃப் காக்கா பற்றிய தந்தி வந்தது. ரிஷான் ஊருக்குப் போனான். அதன்பிறகு, கல்லூரிக்கு வரவே இல்லை. பின்னர், விடுமுறைக்குப் போகும் சமயங்களில் சந்திக்கக் கிடைத்த ரிஷான், பழைய ரிஷான் அல்ல. லௌகீகமான விஷயங்களைப் பகிர்ந்துகொண்ட கிராமப்புறக் குடியானவன். கல்லூரி நாட்கள் பற்றியோ, வாசிக்கக் கிடைத்த நூல்கள் பற்றியோ ஒரு சொல்லும் பேசாமல் கவனமாய்த் தவிர்த்துவிட்டிருக்கிறான் என்பதே இப்போதுதான் உறைக்கிறது...

எப்போதாவது, நள்ளிரவில் தூக்கம் கலையும்போது, கற்பூரம்போலக் கரைந்து காணாமல் போய்விட்ட ரிஷானின் பிம்பம் கண்முன் வந்து நிற்கும். மனத்தின் அடியாழத்திலிருந்து ஒரு விசும்பல் மேலேறி வந்து அந்த வேளையை, படுக்கையறைச் சுவரில் மாட்டிய மரக்கடிகாரத்தின் பெண்டுலஓசையை, ஜன்னல்வழி தெரியும் ஆகாய இருட்கடலில் ஒற்றைப் பரிசலாய் நீந்தும் நிலவை, அது விலகிவிலகிச் செல்வதைக் கையாலாகாமல் பார்த்துக்கொண்டிருக்கும் நட்சத்திரங்களை, இப்படி உருவகம்போலத் தனக்குள் உதித்து தானாய் நகரும் வாக்கியங்களை, ஸ்தம்பிக்க வைக்கும்... இப்படி நாலு வாக்கியம் சேர்ந்தாற்போலப் பேசிவிட்டால்,

> இவ்வளவுதான். இவ்வளவேதான். இன்னும் எழுத ஆரம்பிக்காமல் ஏன் ஒத்திப் போடுகிறாய். இப்போது தெரிகிறதா, பிறப்பிலேயே நீ எழுத்துக் கலைஞன்தான். இலக்கியம் படிக்க உன்னைவிட வேறு யாருக்கு யோக்கியதை இருக்கிறது!

என்று கொண்டாட ஆரம்பித்துவிடுவான் ரிஷான்.

மனத்தில் சுரக்கும் ஒரு வரியைக் கூடக் காகிதத்துக்கு நகர்த்த இவனுக்குத் துணிச்சல் இருந்ததில்லை. கல்லூரிப் படிப்பு தான் ஆசைப்பட்ட திசையில் இட்டுச் செல்லவில்லை என்ற துக்கம்கூடக் காரணமாய் இருக்கலாம். ஆனால், தன்னிச்சையாக வரிகள் உருவாகி உருவாகிக் கரையும் மனப்பழக்கம் மட்டும் ஓயவேயில்லை.

சக ஊழியன் பிரபுத்தாவின் வீட்டு விசேஷத்தையொட்டி, 24 பர்கானாஸில் ஒரு கிராமப்புறத்துக்குப் போயிருந்தார்கள். சற்றுப் பெரிய கிராமம். ஹூக்ளியின் கரையில் அமைந்தது. ஏழெட்டு வாலிபர்கள்; சுஷ்மாவும் இன்னும் இரண்டு பெண்களும் கூட வந்திருந்தார்கள். இரவு வைபவம் ஆரம்பிப்பதற்கு முன்னால் கிடைத்த சாயங்காலப் பொழுதை ஒரு நதிக்கரையில், சிறு படகுத் துறையில் கழிக்கப் போனார்கள். தோளோடு தோள் உரசி அமர்ந்திருந்தாள் சுஷ்மா. அந்தச் சாயங்காலத்தின் பொன்னிறம் இன்னும் மங்காமல் எஞ்சியிருக்கிறது இவனுக்குள்.

சலசலவென்ற சாயங்காலக் காற்று, நீர்ப்பரப்பின்மீது ஓயாமல் சூட்சும வரிகளை எழுதி எழுதி அழித்துக்கொண்டிருந்தது. அந்தக் காட்சி இந்தக் கணத்தில் மீண்டெழும்போது, புதிதாக ஒரு சமாதானம் உதிக்கிறது. கிட்டத்தட்ட, தான் செய்வதும் அதுவேதான். துல்லியமான வடிவம் பெறுவதற்கு முன்பே கலைந்துவிடும் வரிகளைத் தரிக்கவும் இழக்கவுமாய் இருப்பது. அவை தோன்றும்போது கிடைக்கும் கிளர்ச்சி, பதிவுசெய்யும்போது காணாமல் போய்விட வாய்ப்பிருக்கிறது அல்லவா... நதிக்கரைக் காட்சியின்மீது ரிஷானின் உருவம் படிந்து புன்னகைத்தது. இவன் மனத்தில் உருவான சமாதானத்தைத் தலையசைத்து மறுக்கிறான் அவன். தொடர்ந்து ஏதோ சொல்கிறான் - உதடுகள் அசைகின்றன; ஒலி சிந்தவில்லை...

அப்படியொருவன் இருந்தானா என்பதே மாயம்போல ஆகிவிட்டது. ஆனால், தொட்டுப் பேசத்தான் இயலவில்லையே தவிர, மனத்துக்குப் பிடித்த பத்தி எதையாவது வாசிக்கும்போதோ, தறிகெட்டு ஓடும் சிந்தனை ஏதாவது முட்டுச்சந்தில் சென்று நிற்கும்போதோ, உயிருள்ள சித்திரமாக ரிஷான் எழுந்து வரத்தானே செய்கிறான். சிலவேளை, இவனுடைய திகைப்பு நீங்கும்விதமாக உரியவிதத்தில் பதிலும் சொல்கிறான். குரல்தான் வெளியில் கேட்காது; பதில் கிடைத்துவிடும். அந்த ஒரு கணத்தில், தானே ரிஷான் ஆகிவிட்டதாய் இவன் உணர்ந்ததும் உண்டு.

ஆமாம், நான் இருக்கும்வரை, என் நினைவுகள் இருக்கும்வரை ரிஷானும் இருக்கத்தான் செய்வான். ரிஷான் மட்டுமல்ல, மானசீகக் கச்சேரி முடிந்த கையோடு புறப்பட்டுப்போன தாத்தா, அகாலமாய்க் கொலையுண்ட ஷரீஃப் காக்கா, ஆத்மநண்பனைப் பின்தொடர்ந்த அப்பா, நெருப்பில் உருகிய அலுமினியப் பாத்திரம்போல உருக்குலைந்து கிடந்து நீங்கிய சீக்காளி அம்மா, சொந்த ஊருக்குப் போன இடத்தில் ரயிலில் பாய்ந்து இறந்த வகுப்புத்தோழன் பக்திசரண், அதே நாள் அதே வேளையில் தன் சொந்த வீட்டில் தீக்குளித்து மாண்ட அவனது காதலியும் வகுப்புத்தோழியுமான ஷ்யாமா என்று இறந்தவர்கள் அனைவருமே மனோஜுக்குள் பத்திரமாக இருக்கிறார்கள் - இவன் அழியும்போதுதான் தாமும் அழிவார்களோ என்னவோ...

அவர்களையும், யாரென்றே இவன் அறியாத கோடானுகோடிப் பேர்களையும் உள்ளடக்கிய முழுப் பிரபஞ்சம் தனக்குள் இருப்பதாகப் பட்டது. ஆமாம், என்றோ எங்கோ பார்க்கக் கிடைத்த அருவிகூட, இன்னமும் தனக்குள் பாய்ந்திறங்கியபடியேதானே இருக்கிறது. லேசான மூச்சுத் திணறலை உணர்ந்தான்...

ஜதீன் மஷாயை விட்டு எங்கோ போய்விட்டது யோசனை. ஆனால், எவ்வளவு நகர்ந்தும் அவருடனேதான் இருக்கிறது என்றும் சொல்லலாம் - அவருடைய பல கதைகள், இதுபோன்று நடைமுறை வாழ்வும் அதுபற்றிய சிந்தனையும் இரண்டறக் கலந்த சித்தரிப்பு கொண்டவை..

முன்னர் ஏதோ ஒரு தொகுப்பில் அவருடைய சிறுகதையொன்றை வாசித்தது நினைவிருக்கிறது...

சதுப்பு நிலத்தில் மாட்டிக்கொண்ட குதிரையின் வேதனையை விவரிக்கும் கதை... பார்வைக்குப் படும் மறுகரையை இக்கணமே அடைந்துவிடத் துடிக்கிறது. மனத்தின் வேகத்துக்குக் கால்கள் நகர்வதில்லை. ஊன்றும் இடத்திலெல்லாம் கால்களைப் பின்னும் நீர்க்கொடிகள், முட்புதர்கள். போதாக்குறைக்கு, ரத்தவேட்கை கொண்ட அட்டைகள் வேறு. தாம் உறிஞ்சியதுபோக மீதமிருக்கும் ரத்தத்தை வைத்து உயிரைப் பேணிக்கொள் போதும் என்று மிரட்டுகின்றன. கால்களையும் தலையையும் மாற்றிமாற்றி உதறிக்கொண்டு, ஓயாமல் வாலைச் சுழற்றிக்கொண்டு பாய்ந்து செல்வதான உணர்வில், நின்ற இடத்திலேயே நின்று அல்லாடும் குதிரையின் சித்திரம் மிக வலுவானது. வாசிக்கும் மனத்தின் நிம்மதியை முற்றாகக் குலைத்துவிடக் கூடியது. எந்த இடத்தில் மனித அல்லாட்டத்துக்கு அது குறியீடானது என்றே கண்டுபிடிக்க முடியாத சரளம்... தவிர, தமது நுட்பமான சொற்களால், சதுப்புநிலத்தை நிகழ்காலத்துக்கும், வறண்ட எதிர்க்கரையை வருங்காலத்துக்கும் குறியீடாக்கியிருப்பார்...

கதையை வாசித்த இரவு கனவில், அந்தச் சிறுகதையில் வந்த நிலத்துக்குள் தன்னந்தனியாக நின்றுகொண்டிருந்தான் மனோஜ். சரளமாக நடந்து அக்கரை சேர்ந்துவிட்ட ரிஷான், ‘வா, வா. அப்படியொன்றும் கடினமில்லை; சும்மா வா’ என்று உரத்துக் கூவினான். பொருள் புரிந்ததே தவிர, குரல் கேட்கவில்லை...

ஜதீன் மஷாய் எழுதி முற்றுப்பெறாத நாவலொன்று யதேச்சையாய்க் கைக்குக் கிடைத்தது. அவர் எழுதிய முதலும் கடைசியுமான ஒரே நாவல். ஏழே அத்தியாயங்கள் கொண்ட ‘பறவையும் சிறகும்’. பாதி எழுதியிருந்த நாட்களில், கொடூரமான சாலைவிபத்தில் தலத்திலேயே மாண்டு போனார் அவர். வங்காள நவீன இலக்கியத்தின்மீது விழுந்த பேரிடிக்கு ஆறுதலாக, எஞ்சியிருந்த கைப்பிரதி அவருடைய மரணத்துக்குப் பிறகு பிரசுரமானது. சிறுகதைகளில் தெரியவராத வேறொரு வகைக் குதூகலம் நாவல் முழுவதும் விரவியிருக்கும்.

> சிறுகதை என்ற வடிவத்தில் ஜதீன் தாவுக்கு அனுபவிக்கக் கிடைக்காத சுதந்திரம், நாவல் என்ற வடிவத்தை அவர் தீண்டிய மாத்திரத்தில் வரம்போல சித்தித்துவிட்டது. முழுமை பெறாத இந்தப் படைப்பின் ஒவ்வொரு பத்தியிலும், ஒவ்வொரு வரியிலும், ஏன், ஒவ்வொரு சொல்லிலும் குமிழியிடுகிறது அந்தப் பரவசம்... என்ன, வங்காள இலக்கியத்துக்குத்தான் கொடுப்பினை இல்லாமல் போய்விட்டது.

என்று தமது பதிப்புரையில் எழுதியிருக்கிறார், சித்தார்த் போஸ். ஜதீன் மஷாயின் எழுத்துக்களில் தீவிர வாசிப்பும் அபிமானமும் உள்ளவர். மேற்குறிப்பிட்ட பதிப்புரையில், இன்னொன்றும் சொல்கிறார்:

> ஜதீன் தாவின் எழுத்துக்களுடன் எனக்குள்ள அந்தரங்க உறவு விசித்திரமானது. விருப்பும் வெறுப்பும் சம அளவில் கலந்தது. விபத்தில் அவர் இறந்த அதே தேதியில் பிறந்தேன் என்பதிலிருந்தே தொடங்குவது. நான் எழுத நினைக்கும் அனைத்தையும் அவர் ஏற்கனவே எழுதி வைத்திருக்கிறாரே என்ற ஆச்சரியமும் பொறாமையும்; இதை நான் ஏன் எழுதாமல் போனேன் என்ற ஆதங்கம்; இனியும் அவற்றை வேறு ரூபத்தில்கூட எழுதவிடாமல் செய்துவிட்டாரே இந்தப் பாவிமனிதர் என்ற எரிச்சல் என்று மூன்று பட்டைகள் கொண்ட உறவு... உண்மையில், அவருடைய எழுத்தின் ஆழமும் வசீகரமும் கொண்ட ஒரேயொரு சிறுகதையாவது எழுதிவிட மாட்டோமா என்ற ஏக்கமே என்னைத் தொடர்ந்து எழுதவைக்கும் உந்துதல்...

‘முற்றுப்பெறாத படைப்புகளிலும், படைப்பாளியின் முழுமை பூரணமாக வீற்றிருக்கத்தான் செய்யும்’ என்று அறிவித்து, நாவலைப் பதிப்பித்தவர் போஸ். வங்காள நவீனகவிதை முன்னோடிகளில் ஒருவர். சிறுகதைகளும் எழுதியிருக்கிறார்.

மடாலயத்தை நீங்கிப் பொதுச் சமூகத்துக்குள் வந்து சேரும் துறவியின் நினைவோட்டமாய் நகரும் நூல் அது. வெளியேறி, மலைப்பாதையில் இறங்கிவரும் இளந் துறவி, இன்னொரு துறவியைச் சந்திக்கும் சந்தர்ப்பம் வெகு சுவாரசியமானது. எத்தனையோ தடவை படித்ததுதான்; ஒவ்வொரு முறை நினைவு வரும்போதும் இன்னொரு முறை படிக்க ஆசை வந்துவிடும்...

எழுந்து, முன்னறைக்கு வந்தான் மனோஜ். குழல்விளக்கை முடுக்கிய மாத்திரத்தில், அறை உயிர்கொண்டது. அலமாரியின் கண்ணாடித் தடுப்புக்குப் பின்னால், பச்சை நிறக் காலிக்கோ கட்டமைப்பில், துலக்கமாய்த் தெரிந்தது ஜதீன் மஷாயின் நாவல். சிறிய புத்தகம்தான். எடுத்துக்கொண்டு வந்து நாற்காலியில் அமர்ந்தான். வலது கை அனிச்சையாய்ப் புரட்டி அந்த அத்தியாயத்தில் சென்று நின்றது.

...ஒரு கணம் நின்றான். பசுமை போர்த்திய பள்ளத்தாக்கின் அடிவயிற்றிலிருந்து ஆவிபோல மேலெழுந்துவந்த பனிப்புகையைக் கண்கொட்டாமல் பார்த்தான். இல்லை; அது மஞ்சுமூட்டம் இல்லை, மேகக் கூட்டம்.

இந்தக் கணத்தில் இந்தப் பகுதி முழுக்க வெண்ணிறப் பேரானந்தம் நிரம்பியிருக்கிறது என்று பட்டது. சலனமற்று இருந்து அந்தக் கணத்தை, அந்த வெளியை, அதன் மாசற்ற நிறங்களை முழுசாகத் தனக்குள் நிரப்பிக்கொள்ள முனைகிறமாதிரி கொஞ்சநேரம் நின்றான். பின்னர் தன்னிச்சையாய் முடிவெடுத்த கால்கள் நடையைத் தொடர்ந்தன.

மலையின் உற்சாகமா, ஆகாயத்தின் உற்சாகமா, தன்னைத் தீண்டுவது எது? அல்லது, காரணமேயின்றித் தனக்குள் பொங்கும் உல்லாசமேதானோ? துறவிகளுக்கு சந்தோஷம் துக்கம் என்று இரண்டு இருக்கலாமா? இருக்கக் கூடாதுதான் - அதாவது, திட்டமிட்டு வரவைத்துக்கொள்ளக் கூடாது. தானாய்க் கிளர்வதைத் தக்க வைத்துக்கொள்ள முயல்வதும் கூடாது. அதுசரி, தன்னிச்சையாய் ஊறும் உணர்வுகளைத் தடுத்து நிறுத்த மார்க்கம் ஏது. ஒருபோதும் முற்றிலுமாய்த் தூர்ந்துவிடாத மனச் சுனைக்கு எதிரான போராட்டம்தானே துறவுவாழ்க்கையே.

மேற்படி மார்க்கம் ஒன்று இருக்கிறது என்றே வைத்துக்கொண்டாலும், அதைப் பயில்வதற்கு வழியுண்டா! பயின்றாலும், செயல்படுத்திப் பார்ப்பது முறையில்லையே - அதுவும் மனத்தின் இன்னொரு அபிலாஷைக்கு இடம் கொடுப்பது என்றுதானே பொருள்படும்!.

எப்படியானாலும், பாமரமனம்போல, ஊற்றெடுக்கும் உணர்வெழுச்சியை அடக்கிக்கொள்ளத் துறவுமனம் முனையாது;

அதை சுவாதீனமாக சொந்தம் கொண்டாடவும் முற்படாது. தடயமின்றித் தன்மீது கடந்துசெல்லும் பொழுதுகளைக் காண்பதுபோலவே, மேற்சொன்ன எழுச்சியையும் வேடிக்கைதான் பார்த்துக்கொண்டிருக்கும்...

இறக்கத்தில்தான் போய்க்கொண்டிருக்கிறான் என்பதால் நடையில் சற்று விசை கூடி, லேசான துள்ளல் இருந்தது. ஆனால், நூறு நூற்றைம்பது அடிகள் மட்டுமே அது நீடித்தது. திடீரென்று மேகத் திரளின் உற்சாகம் கரைமீறியது. வலுத்த தாரைகள் பொழியத் தொடங்கின.

நீரின் வருடலை ஏற்றுப் படுவேகமாகத் தலையாட்டிய செடிகளையும்; நனைதலின் சுகத்தில் புன்னகைப்பவைபோலக் காட்சியளித்த பாறைகள், அவற்றின் அந்தரங்க சகாக்களென அடர்ந்திருந்த புதர்க்குத்துகளையும் தவிர ஒண்டுவதற்கு ஏதுமில்லாத பிரதேசம். போதாக்குறைக்கு, பாதாளம் நோக்கி அவசரமாக இறங்கும் சரிவு.

சரிவின் ஆழத்தில் தெரிந்த, சற்றே பெரிய மரங்களிடம் போய் அடைக்கலமாவதற்குள் வஸ்திரம் முழுக்க நனைந்துவிடும்; ஒற்றை வஸ்திரம்தான் உடுத்துவது, அதிலும் இப்போது உடுத்தியிருக்கும் ஒரே வஸ்திரம்தான் கைவசம் உண்டு. இனி இன்றைய தினத்தில் சூரியன் தென்பட வாய்ப்பேயில்லை; எழுந்தாலும் வெம்மையைப் பாய்ச்சும் என்ற உத்தரவாதம் இல்லை என்பதால், ஒண்டித்தான் ஆக வேண்டும். மறுநாள் உதயம்வரை ஈர உடையுடன் இருப்பதற்கு அவசியமென்ன?

எண்ணவோட்டத்துக்கு ஆதரவு தெரிவிக்கும் விதமாய், பள்ளத்தாக்கின் பக்கமாக ஒரு குடிசை தெரிந்தது. கால்கள் துரிதமுற்றன. ஒரு சராசரி ஆள் இடித்துக்கொள்ளாமல் நிற்குமளவு உயரம் கொண்ட குடிசைபோலத்தான் தெரிகிறது. ஆனால், கூரை இற்றுப்போனது போலல்லவா இருக்கிறது. கைவிடப்பட்ட குடிசையோ என்னவோ. இந்த அத்துவானத்தில் குடிசை கட்டி வசிப்பானேன், கைவிட்டுப் போவானேன்? அதுசரி, மடாலயத்தைவிட்டே நீங்கி வர முடியுமானால், ஒற்றைக் குடிசையைக் கைவிட்டுப் போவதில் என்ன சிரமம் இருந்துவிடப் போகிறது!

தனக்குத்தானே கேள்வி-பதில் விளையாட்டை அவ்வளவு வேகமாக ஆடிய மனம், சட்டென்று ஓயும்விதமாக ஓர் ஆச்சரியத்தை எதிர்கொண்டது.

குடிசையின் உட்புறம், கூரையைத் தாங்க நடுவில் ஊன்றிய மூங்கில் கழியில் முதுகை முட்டுக்கொடுத்து ஒரு சாது உட்கார்ந்திருந்தார். முண்டனம் செய்த தலையும் முழுக்க மழித்த முகமும் வெறுங்கையுமாய் நின்ற இவனது எதிர்பிம்பம்போல, கிரீடமாக உயர்த்திச் சுருட்டிய ஜடாமுடியும், முகத்தில் மண்டிய ரோமப் புதரும்; வலது பக்கத்தில் கிடந்த, பளபளவெனத் தென்பட்ட கறுப்புத் திருவோடும்; முதுகைச் சுற்றிப் போர்த்திய காவி வஸ்திரமும்; அனாதைக் குழந்தைமாதிரி இடது பக்கத்தில் கிடந்த சிறு மூட்டையும் என முதல்பார்வைக்கே முழுசாக உள்ளே வந்துவிட்டார்.

எந்த நிமிடமும் எழுந்து பாயத் தயாரானவர்மாதிரி, குத்தவைத்து அமர்ந்திருந்தார். முழங்கால்களுக்கிடையே செருகிய இரண்டு கைகளும் கூப்பி உருவாக்கிய கூட்டுக்குள் பீடி புகைந்தது. புகையின் கசப்பு மணம், அது சாதாரண பீடியல்ல என்று உரத்து விளக்கியது. கிராமத்தில் ஒரு தரப்பு மனிதர்கள் பயன்படுத்துவதைப் பார்த்திருக்கிறான். ஆனால், அந்த நபர்களின் குழிவிழுந்த கண்கள் போலின்றி, உயிரின் உத்வேகம் நிரம்பிய, முட்டைக் கண்கள் இவருடையவை...

வரவேற்கிற மாதிரித் தலையசைத்தார் சாது. கூட்டைப் பிரித்து, வலது உள்ளங்கையைப் பக்கவாட்டில் தரையில் தட்டிக் காட்டினார். அட, அது பீடிகூட அல்ல, காய்ந்த இலையை உருட்டி இவராகத் தயார் செய்த புகைக் குழல். தட்டிய இடத்துக்குச் சற்றுத் தள்ளி தரையில் உட்கார்ந்தான்.

... ஊரிலிருந்து வருகிறாயா?

இந்தப் பகுதியில் அதிகம் பேச்சுப் புழக்கத்தில் இல்லாத இவனது தாய்மொழியில் அவர் கேட்டதும், அதுதான் தனது தாய்மொழி என்று அவருக்கு எப்படித் தெரிந்தது என்பதும், கணக்கற்ற சாயைகள் கொண்ட மொழியில் தன்னுடைய பேச்சுவழக்கை எப்படி அறிந்தார் என்பதும் தவிர, ஊருக்கொன்றாய் மடாலயங்கள்

மண்டிய தேசத்தில், இன்ன ஊரிலிருந்து வருகிறான் என்பதை எதைவைத்து இனம் கண்டார் என்பதும், முதல் கேள்வியையே ஒருமையில் விளித்துக் கேட்ட சுவாதீனமும் என ஒரே வாக்கியத்தில் இத்தனை அவதானங்களைப் பெற்றெடுக்கும் மனம் எப்போதுதான் சாந்தமடையுமோ என்ற ஆயாசம் பெருமூச்சாகச் சீறி வெளியேறியது. தன்னிச்சையாகத் தலை ஆடி பதிலளித்தது.

...வருகிறாயா; வந்தேவிட்டாயா?...

தாமே சிரித்துக்கொண்டார். தமது இலக்கண ஞானத்தையா, கேள்வியின் சாதுரியத்தையா - எதை எண்ணிச் சிரித்தாரோ. இவன் பேசாமல் இருந்தான்.

...ஒரு நொடி மௌனம், ஓராயிரம் பதில்களுக்குச் சமம், அப்பனே!

இப்படியொரு பழமொழியைக் கேள்விப்பட்ட ஞாபகம் இல்லையே... எப்படியானாலும், மழை ஓய்கிறவரை இவருடைய பேச்சில் சிக்கிக் கிடக்கத்தான் வேண்டும். மழையைவிட வேகமாகப் பொழியக்கூடியவர் என்று படுகிறது.

...இல்லறத்தை நாடிப் போகிறாயோ?...

சிரித்தார். புகை மணக்கும் சிரிப்பு. இல்லையென்று தலையாட்டினான்.

...ஞானத்தைத் தேடியாக்கும்!...

குரலில்தான் என்னவொரு கேலி! முதன்முறையாக, இவன் புன்னகைத்தான்.

...நானும் இத்தனை வருஷமாகப் போகிறேன். ஊர் ஊராகப் போகிறேன். ஏந்திய திருவோட்டை இறக்குவதும் இல்லை - பருக்கைகளும் பணமும் ஊசிய பதார்த்தங்களும் விழுகிறதே தவிர, ஒரு இடத்திலாவது என் கப்பரையில் ஒரு சொல்லோ சுவடியோ விழுந்ததில்லை. அப்புறம் ஞானம் எப்படி விழும்? அது சரி, நானும் உன்கூட வருகிறேனே, உனக்குக் கிடைக்கும் ஞானத்தில் ஒரேயொரு சிட்டிகை எனக்கும் கொடுக்கிறாயா?!...

குழந்தைமாதிரிச் சிரித்தார்.

> ... சாமியாருக்கு ஆசையைப் பார் என்று தூற்றாதே. சும்மா, ஞானத்தின் மணம் நிறம் ருசி எல்லாம் எப்படி இருக்கிறது என்று தெரிந்துகொள்ளத்தான்! என்னதான் சந்நியாசி என்றாலும், தெரியவந்தால்தானே துறக்கவும் முடியும்...

சொல்லிவைத்த மாதிரி இருவரும் சிரித்தார்கள்.

> வெறுங்கையுடன் வந்தவன் வெறுங்கையுடன்
> வெளியேறுகிறான் -
> வரும்போதைவிடவும் அகலமாய்த் திறந்திருக்கிறது
> வாசல்.
> வந்தவேகத்தில் திரும்புவதுபோல, சில கண
> இடைவெளிதான்.
> நீச்சல் அறியாதவன் மூழ்கினால் நீங்கத் தேவைப்படும்
> சொற்பக் கணங்களில் எத்தனை தேடுகிறான்
> மண்ணென்ன பொன்னென்ன பெண்ணென்ன
> எத்தனை ருசிகள் எத்தனை பதட்டங்கள் எத்தனை
> அபத்தங்கள்
> அத்தனையும் போதாதென்று உலோபியின் அவசம்போல்
> ஞானம்வேறு வேண்டுமாம்! அதை விற்கும் அங்காடி
> எங்கெங்கே எங்கெங்கே
> இங்கல்லாதெங்கெங்கே!

கரகரப்பான குரலில், சுருதியையோ ஸ்வரத்தையோ தாளத்தையோ பொருட்படுத்தாத மெட்டில், சன்னமாகப் பாடினார். ம்ஹூம், வசனத்தை இழுத்து நீட்டினார் என்றுதான் சொல்ல வேண்டும். இவனுடைய மொழியேதான். ஆனால், லேசான வங்காளச் சாயல் கொண்ட உச்சரிப்பு. ஆ வெல்லாம் ஓ வாகவும், வ வெல்லாம் ப வாகவும் திரிந்த, மழலைபோன்ற இனிமை.

இவன் அமைதியாய் இருந்தான். எதிரொலிகூடக் கேட்காத வெறுமையுடன் இலங்கியது மனம். இத்தனை வருட மடாலய வாசத்தால் கைவரப்பெற்ற சித்தி. மற்றவர் பேசும்போதும் சரி, தனியாய் இருக்கும்போதும் சரி, தயக்கமற்ற நீரோடைபோலத் தனக்குள் பாயும் மொழியோட்டத்தின் வேகத்தைக் குறைக்கவும்,

அநேக வேளைகளில் மொழியற்று இருக்கவுமான மனநிலை பலிதமாகியிருக்கிறது...

> ...வித்தைகளையும் உத்திகளையும் சித்திகளையும் ஞானம் என்று நினைப்பவர்களும் இருக்கத்தான் செய்கிறார்கள் அப்பனே!...

முதன்முறையாக சாமியாரின்மேல் கவனம் கூர்மையடைந்தது. தன் எண்ணவோட்டத்தைப் படிக்கிறாரா, தற்செயலா!

> ..பார், திரும்பவும் யோசனையில் ஆழ்ந்துவிட்டாய்! தற்செயலாக நடக்கக்கூடிய இரண்டு வெவ்வேறு சம்பவங்கள்கூட, பார்க்கும் மனத்தின் ஆசை காரணமாய் சித்திபோலத் தெரியக்கூடுமே!

உடலின் இறுக்கம் சட்டென்று தளர்ந்ததுபோல உணர்ந்தான். மனத்தின் சாளரங்கள் அனைத்தையும் திறந்துவைத்து, இந்த சந்நியாசி சொல்வதைக் கேட்கவேண்டும்...

உன்னைப்போல மடாலய வாசம் வாய்க்கவில்லை எனக்கு. எத்தனை ஆசிரியர் இருந்து கற்பித்தாலும், குருகுலத்தின் அடிப்படை மனோதர்மத்துக்கு ஆட்பட்டவர்களாகத்தான் அவர்கள் இருந்திருக்க முடியும். அவசரமான பார்வைக்கு, 'பொதுச்சமூகத்தின் ஆசிரியர்கள் போலில்லை இவர்கள்' என்றுகூடத் தோன்றியிருக்கும். ஏனென்றால், சமூகவெளியின் ஆசிரியர்கள் நடத்தும் பாடங்கள் அத்தனையும், வேர் ஊன்ற வைக்கும் நோக்கம் கொண்டவை; மடாலய குருமார்கள் நடத்துகிறவை, மரமாகும் பதத்துக்கு வந்து சேரும் செடியை வேரடி மண்ணோடு பிடுங்கியெறிபவை. உண்மையில், நோக்கமில்லாமல் பயிற்றுவிப்பது இயற்கை மட்டும்தான். அதை உற்றுக் கவனிக்கவும், கைகட்டி அமர்ந்து பாடம் கேட்கவும் யாருக்குப் பொறுமையிருக்கிறது! என்ன, நான் சொல்வது சரிதானே?!

நானோ, கயிற்றை அறுத்துக்கொண்டு பாய்ந்த கன்றுக்குட்டி. பால்குடி மறக்கும் வரைதான் ஒரு குருவின்கீழ் வாசம். அப்புறம் சித்தம் போனபடி குருமார்களைத் தேடி அலையவேண்டியதுதான்! அலையவும் செய்தேன். எத்தனை ஊர்கள், எத்தனை நாட்கள், எத்தனை மஹான்கள், எத்தனை அறிதல்கள், எத்தனை அதிர்ச்சிகள், எத்தனை விலகல்கள்...

ஆனால், அத்தனையிலும் புகுந்து புறப்பட்ட பிற்பாடு தெரியவருகிறது - நான் கன்றுக்குட்டி இல்லை, தன்னிச்சையாகக் கிளைவிட்டுக் கிளை தாவும் குரங்குக்குட்டி என்பது! அத்தனை அனுபவங்களையும் விவரிப்பதென்றால், ஒரு மழை போதாது! அப்புறம், வீணாகிவிட்ட அனுபவங்களை விரித்துச் சொல்லி என்ன பயன்! நீயும் எவ்வளவு நேரம்தான் கேட்டுக்கொண்டு உட்கார்ந்திருப்பாய், பாவம்! இதை மட்டும் சொல்லிவிடுகிறேன்: தானாக வாய்த்தவர்களும் சரி, நானாகத் தேடிப் போனவர்களும் சரி, சொல்லிவைத்த மாதிரி, அத்தனைபேருமே நாடோடிப் பெருமகன்கள்...

கடைசி குருவைவிட்டு அகன்றதைப் பற்றி மட்டும் சொல்கிறேன். ஏனெனில், அதற்குப் பிறகுதான் முழுக்கத் தனியானேன். யார் கண்டது, ஒரு மடாலயத்தைவிட்டு வெளியேறி வந்தவன், இன்னொரு கூரையைப் பார்த்துக் கிறங்காமல் இருக்க இந்தக் கதை உதவுமோ என்னவோ. அல்லது திறந்தவெளி ஆகாயத்தில் என்னைப் போன்ற வல்லூறுகள்தாம் எதிர்ப்படுமென்றால், கூரையின் பாதுகாப்பே மேல் என்ற விவேகம் சித்திக்கவும் செய்யலாம்!...

எப்போதும்போல, குருவின் ஆடாத வால்போல, கூடவே போயிருந்தேன். அவர் 'வா' என்று ஒருபோதும் சொன்னதில்லை, 'வராதே' என்று தடுத்ததும் இல்லை. நானாக என்னை அவரது நிழலாக வரித்துக்கொண்டேன். மனிதகுலத்தின் கல்வி வரலாற்றில், அத்தனை விட்டேற்றியான குருவும், இத்தனை தான்தோன்றியான சீடனும் இருந்திருக்கவே வாய்ப்பில்லை!

அது ஒரு பலமாடிக் கட்டடம். நகரின் மையத்தில், செருக்குத் தெரிய உயர்ந்து நின்றது. கட்டடத்துக்கு ஏது செருக்கு என்று பார்க்காதே. பெற்றோர் சூட்டிய பெயரைச் சொல்லிக் கூப்பிட்டால் திரும்பிப் பார்க்க மாட்டாயா! பெயர்பெற்ற நிறுவனம் ஒன்றின் தலைமையகம் அது. நிறுவனத்தின் செருக்கே கட்டடத்தின் தோற்றம்.

முந்திய இரண்டு ஆண்டுகளில் மிகப்பெரிய நஷ்டத்தைச் சந்தித்திருந்தது நிறுவனம். தேசத்தின் பொருளாதார நிலை,

வாடிக்கையாளரின் ரசனை மாற்றம், தயாரிப்பின் தரம் குறைவது என்றுதானே சாமானிய மனம் காரணம் கற்பிக்கும்? இன்னும் கொஞ்சம் நுட்பமான மனம் என்றால், புதிதாகப் பொறுப்பேற்ற மத்திய சர்க்காரில், போட்டி நிறுவனத்துக்கு இருந்த செல்வாக்குதான் காரணம் என்று கண்டுபிடிக்கும்!

மேற்படி நிறுவனத்தின் உரிமையாளர் வேறுவிதமாக யோசித்தார் - சாதாரண நிலையிலிருந்து தேசம் தழுவிய வணிக சாம்ராஜ்யமாக உருவெடுப்பதற்கு எத்தனை கழுத்துகளை முறித்திருப்போம். எத்தனை தலைகள்மீது ஏறி நடந்திருப்போம். புண்பட்ட தலைகள் விடுத்த சாபங்களே இன்றைய நிலைக்குக் காரணமோ.

பரிகாரம் வேண்டித் தவித்து அலைந்தவர், எப்படியோ என் குருவிடம் வந்து சேர்ந்தார். இவர் ஓரிரு யாகங்கள், சில பல தானங்கள் என்று அடுக்கத் தொடங்கினார். முற்றிய மூங்கில்போல எனது சீடத்துவம் சடசடத்து முறியும் ஒலி எனக்குள் கேட்டது. போயும் போயும் ஒரு போர்க்கலை நிபுணரிடமா வந்து சேர்ந்திருக்கிறோம்!

அதற்காக, கவனம் குவியாமல் இருக்குமா. குரு பட்டியலிடுவது அத்தனையும் ரிஷிகள் காலத்துப் பரிகாரங்கள். வாழ்க்கை முறையும், சிந்தனைப் பாதையும் வெகுவாக மாறிவிட்ட தற்காலத்திலும் அவற்றுக்கெல்லாம் பலன் இருக்க முடியுமா என்று யோசித்தவாறே, அவர்கள் உரையாடுவதைக் கேட்டுக்கொண்டு அமர்ந்திருந்தேன்.

இறுதியாக, ஹோமம் நடந்த தினத்திலும் அப்படியேதான்; கழைக்கூத்து பார்க்கும் சிறுவனைப்போல, சகலத்தையும் வேடிக்கை பார்த்துக்கொண்டு உட்கார்ந்திருந்தேன். ஹோமத் தீயின் சுவாலைகள் உயர்ந்து பரந்தபோது, நிலையற்றுத் துடிக்கும் காட்சித்திரையாக மாறிய நெருப்பில் என் கண்கள் அர்த்தமுள்ள பிம்பங்களைத் தேடிக்கொண்டிருக்க, சிந்தை தன் இயல்புப்படி தறிகெட்டு அலைந்து திரிந்தது.

இந்த ஹோமங்கள் பூஜைகள் எதிலுமே எனது குருவுக்கு எந்தவொரு ஆதாயமுமில்லை. நாடோடிச் சாமியாருக்கு ஆதாயமென்ன, வருமானமென்ன? தம்முடைய பயிற்சிகளும், உபாசனைகளும் எந்த அளவுக்குப் பலன் தருகின்றன என்று சோதித்துப் பார்ப்பது

அவரது நோக்கமாய் இருந்திருக்கலாம்; அல்லது, இந்த வணிகப் பெருந்தலையை முன்னிட்டு, தமது பிரத்தியேக உலகத்தின் தர்க்க முறைகளைப் பரிசோதிக்க உத்தேசித்திருக்கலாம். இன்னும், தாம் எந்த அளவு பூமியுடன் தொடர்பிலிருக்கிறோம், எந்த அளவு விடுபட்டிருக்கிறோம் என்று அறிந்துகொள்ளக்கூட முனைந்திருக்கலாம்...

எரியும் சுடரைப் பிரதிபலித்த அவரது விழிகள் இரண்டும் கோலிக்காய் அளவு தீக் கோளங்களாகப் பொலிவதைப் பார்த்துக்கொண்டேயிருந்தபோது, திடீரென்று என் விலாவில் தினவெடுத்தது. இறக்கைகள் விரியத் தொடங்கின.

குருவிடம் அது ஒரு பழக்கம் உண்டு - என்ன செய்கிறேன் எங்கே போகிறேன் என்று விசாரிக்கவே மாட்டார். சின்ன வயசில் நான் விஷமம் செய்யும்போது என் அம்மா என்னை பயமுறுத்துவார் - 'யாரும் பார்க்கவில்லை என்று நினைத்துவிடாதே மகனே! நீ செய்வதையெல்லாம் என் இடது கட்டைவிரல் நகத்தில் காட்சியாகவே பார்த்து விடுவேனாக்கும்!!' குருவுக்கும் அப்படிக் காட்சிகளை வருவித்துப் பார்க்கும் சித்தி இருந்ததோ என்னவோ! அல்லது, என் உருவில் தமது கண்ணாடிப் பிம்பத்தை அவர் பார்த்திருக்கலாம்; அதன் காரணமாகவேகூட என்னைச் சீடனாக ஏற்றிருக்கலாம். அவர் எங்கே ஏற்றார்? முன்பே சொன்னபடி, நானாகத்தானே அவருடன் போய்க்கொண்டிருந்தேன். எந்த நிமிடமும் கழன்று உருண்டுவிடக்கூடிய கங்கணம்தான் இந்தப் பயல் என்று அவர் முன்னுணர்ந்திருக்கவும் வாய்ப்புண்டு!

சூழ்நிலையின் லயத்தைக் குலைக்காதபடி நிதானமாக எழுந்து ஒவ்வொரு மாடியாக இறங்கி வந்தேன்.

அலுப்புத் தட்டிவிடவில்லையே!...

இதோ, சொல்ல முனைந்த விஷயம் வந்துவிட்டது: ஒரே மாதிரியான தளங்களைத் தாண்டி இறங்கி வருகிறேன். இறங்கி வரவர, ஒவ்வொரு தளத்திலும், ஒரே மாதிரிக் கூடங்கள்; ஒரே மாதிரி ஜன்னல்கள். ஒவ்வொரு கூடத்திலும் ஒரே மாதிரித் தரைகள், அவற்றில் விரித்த ஒரே மாதிரிப் புலித் தோல்கள். ஒவ்வொரு புலித்தோலிலும் ஒரே மாதிரி பத்மாசனமிட்டு அமர்ந்திருக்கும்

என் குருநாதர், அவர்முன் பணிவுடன் கைகூப்பிச் சம்மணமிட்டு அமர்ந்திருக்கும் பெருந்தனக்காரர். அவருடைய காதுகளில் மினுங்கும் வைரக் கடுக்கன்கள்...

கால்கள் நிஜமாகவே படியிறங்குகின்றனவா, அல்லது இறங்கும் பிரமையுடன் ஒரே இடத்தில் நிற்கிறேனா என்று ஒரு கணம் திகைப்பாய் இருந்தது.

எடுத்த எல்லாப் பிறவிகளிலும் ஒருவன் தையல்காரனாகவே பிறந்து, அதே யந்திரத்தில் அதே அறுந்த நூலைக் கோக்கிற மாதிரி இருந்தது அந்தக் காட்சி. குரு இதை எனக்காகத்தான் நிகழ்த்துகிறாரா, அல்லது எனக்கே எனக்கான கயிற்றரவா? அல்லது, அல்லது, வாஸ்தவமாகவே, மாடியிறங்குவதாக நினைத்துக்கொண்டு, நான் ஒரே இடத்தில் நிற்கத்தான் செய்கிறேனோ? நான் பிறந்ததிலிருந்து நீண்டு வந்திருக்கும் ஒற்றைக்கணம், இந்த இடத்தில் சிக்கி நின்றுவிட்டதா - கீறலில் ஊசி பதிந்த கிராமஃபோன் ரிக்கார்டு மாதிரி! கிராமஃபோன் என்று ஒரு கருவி இருக்கிறது - கேள்விப்பட்டிருக்கிறாய் அல்லவா! இல்லையென்றால் பிசகில்லை. ஏதோ மனத்தில் ஒரு உதாரணம் உதித்தது; சொன்னேன். மேற்கொண்டு நகர முடியவில்லை என்று அர்த்தமானால் சரிதான்...

பதினைந்து மாடிக் கட்டடம் அது. அதன் உச்சியிலிருந்து தெரியும் ஆகாயமும், தரைத்தளத்திலிருந்து தெரியும் ஆகாயமும் வெவ்வேறு தொலைவுகளிலா தெரியும்? உண்மையில், நெருங்க நெருங்கத் தள்ளிப் போகுமல்லவா வானம்! ஆனால், தரை அப்படியா?

ஆம், தரை என்னை நோக்கி வந்துகொண்டிருந்தது. மானசீகமாக நான் ஒரே இடத்தில் இருந்திருந்தால்கூட, அனுபவத்தின் நிஜத்தில் கால்கள் கீழ்நோக்கிப் போய்க்கொண்டே இருந்திருக்க வேண்டும்; தரையை எட்டவே செய்தேன்.

ஆக, ஒவ்வொரு தளத்திலும் நான் பார்த்தது நிஜமேதான். அல்லது என் மனம் தன்னியல்பாக உற்பத்தி செய்த தோற்றச் சங்கிலி. அதாவது, பிறந்ததிலிருந்து நான் ஒரே பூமியில் வசித்து வருவதான உருவெளித்தோற்றத்துக்கு நிகரானது!

இதை நிஜமாகவே நிகழ்த்தியதில், அல்லது எனக்குள் அப்படியொரு

காட்சித் தொடர் உருவாகியதில், குருநாதரின் பங்கு என்ன? அவரேதான் நடத்திக் காட்டியிருந்தார் என்றால், அதற்குப் பெயர் என்ன? வித்தையா, சித்தியா? அல்லது, இரண்டுமே அற்ற இயல்பு நிகழ்வா!

குடும்பத்தைவிட்டு வெளியேறுவதற்கு முன்னால் பார்த்திருந்த தெருவோரக் காட்சி மனத்தில் எழுந்தது. பெற்ற மகனை அழுக்குப் போர்வைக்குள் கிடத்தியிருந்தான் கழைக்கூத்தாடி. உள்ளே செலுத்திய கையில் பிடித்த குறுங்கத்தியால் மகனுடைய கழுத்தை அறுத்து ரத்தத்தை வெளியே எடுத்துக் காட்டினான்.

> இன்னும் கொஞ்சப்பேர் முகத்திலே நம்பிக்கை தெரியவில்லையே!

என்று சொல்லிக்கொண்டே, அந்தப் பாலகனின் தலையைத் தனியாய் எடுத்து உயர்த்திக் காட்டினான். அப்போதுதான் பறித்த நீர்த்தாவரத்தின் வேரிலிருந்து தண்ணீர் வழிகிறமாதிரி ரத்தம் சொட்டியது. எனக்குக் கால்கள் நடுங்கின.

இதற்குள், வித்தைக்காரனின் சம்சாரம் ஒரு பித்தளைத் தாம்பாளத்தை எடுத்துக்கொண்டு சுற்றி வந்தாள். ஓரளவு சில்லறைக் காசுகள் சேர்ந்ததும், அறுபட்ட தலையைப் போர்வைக்குள் நுழைத்தான். தூக்கக் கலக்கம் நிரம்பிய கண்களோடு, எழுந்து உட்கார்ந்த சிறுவன் இரண்டு கண்களையும் கசக்கிக்கொண்டான்...

அந்த மைவித்தைக்காரனுக்கும், என் குருநாதருக்கும் என்ன வித்தியாசம்? அட, அப்படியானால், சித்திகள் என்பவையெல்லாமே வித்தைகள்தாமா?

வித்தை கைவந்த மாத்திரத்தில் திருப்தியடைவது எது? உள்ளே வேர்விட்டிருக்கும் அகந்தைதானே? அதையேதானே சாதாரண மனமும் சதா விழைந்தவாறிருக்கிறது?

அதுசரி, வித்தையை ஞானமென்று நம்புவது, சொப்பு விளையாட்டுச் சமையலை ருசித்துச் சாப்பிடும் குழந்தை மனத்தின் வேலையல்லவா? அது நீட்டும் மரக் குப்பியில் மானசீகமாகப் பாயசம் அருந்திய மகிழ்ச்சியைக் காட்ட, தாய் தகப்பனாவது உடன் இருப்பார்கள். சித்திவித்தைக்காரருக்கு?

அவ்வளவுதான். திரும்ப மாடியேறத் தோன்றவில்லை. இலக்கின்றி நடக்கத் தொடங்கிவிட்டன கால்கள். மறுப்பின்றிப் பின்னோடு போய்க்கொண்டிருந்த மனத்தில், எதையோ பறிகொடுத்த ஏக்கம் நிரம்பியிருந்தது வாஸ்தவம்தான். ஆனால், அது இரண்டு நாட்களுக்கு மட்டுமே நீடித்தது.

இரண்டாவது நாள் சாயங்காலம், நகருக்கு வெளியே இருந்த ஒரு காட்டுப்பகுதிக்கு வந்து சேர்ந்திருந்தேன்.

பகல் முழுக்க நடந்திருந்த கால்களை இதப்படுத்த வேண்டி, ஒரு மரத்தடியில் அமர்ந்தேன். முதுகை வாகாக மரத்தண்டில் சாய்த்து, கால்களை நீட்டியிருந்தேன். இப்போது, என் பார்வைக் கோணத்தில் நிரம்பிய மொத்த உலகமும், பாம்பாட்டியின் கூடைக்குள் சுருண்ட பாம்புபோல, என் காலடியில் சுருண்டிருப்பதாக ஒரு நினைப்பு. சிரிப்பு வந்தது.

அருகில் இருந்த புதரில் ஏகப்பட்ட பூச்செடிகள் மண்டியிருந்தன. பொதுவாகப் பூச்செடிகள் இருக்குமிடத்தில் பூச்சிகளும் இருக்குமல்லவா? செடிகள் என்ற மாத்திரத்தில் பூச்சிக்கும் பன்மை வழங்கியதற்கு மொழியறிவு மாத்திரமல்ல - அத்தனை செடிகள் இருக்குமிடத்தில், ஒரேயொரு பூச்சி மட்டும் திரிவதற்கில்லை என்ற நடைமுறை உண்மையும்தான் காரணம்!

ஆனால், எனக்குள் ஏதோ நடப்பதற்கான வேளை அல்லவா - ஒரேயொரு வண்ணத்துப் பூச்சி, ஒரு செடியின் ஒற்றை மலர்மேல் வெகுநேரம் அமர்ந்திருந்தது. பிறகு எழுந்தது - இன்னொரு செடியில் போய் அமருமோ என்று பார்த்துக்கொண்டே இருந்தேன். ம்ஹும். எழுந்தது; பறந்தது; போயே போய்விட்டது...

வயிறு நிரம்பும் தருணம்போல, மனம் நிரம்பும் தருணம்போல, சிந்தை நிரம்பும் தருணம் ஒன்றும் இருக்கத்தானே வேண்டும்? அந்தப் பொழுதுக்குத்தான் ஞானம் என்று பெயர் சூட்டியிருக்கிறார்களோ? ஆனால், நிரம்பிய வயிறு செரிமானத்துக்குப் பிறகும் நிரம்பியே இருக்குமா என்ன? புதுப் பொம்மை கிடைத்த ஆனந்தம், மறுநாளும் மறுநாளும் என அதே வேகத்தில் நீடிக்குமா எந்தக் குழந்தைக்கும்!

அதைத்தான் சொல்ல வந்தேன். ஞானம் என்பது சுருக்குப்பையில் சேர்ந்த காசு போன்றது இல்லை. ஞானமும் ஞானமின்மையும்

ஒன்றுக்கொன்று எதிரானவையும் இல்லை. ஒரே சக்கரத்தின் இரண்டு ஆரக்கால்கள் மாதிரி. சக்கரம் சுழல்கிறதா என்பதைத்தான் பார்க்கவேண்டுமோ என்னவோ. குயவனின் சக்கரத்தைப்போல ஓயாமல் சுழற்றியபடி இருக்கவும் வேண்டும் - இல்லாவிட்டால் மண் காய்ந்து கட்டிதட்டி விடாதா!...

சிந்தனை இந்த இடம்வரை கூட்டிப்போன மாத்திரத்தில் புரிந்தது - அந்த வண்ணத்துப்பூச்சி என் முன்னால் இருந்தது ஒரு சொட்டு ஞானம் புகட்டுவதற்காகவே! ஆமாம், குருவல்லாத பிறிதொன்றும் வையகத்தில் இல்லை! செடியும் கொடியும் அணிலும் ஆமையும் புலியும் தேவாங்கும் என்கிறமாதிரி உயிர்ப்பொருட்கள் மாத்திரமல்ல, பாறையும் கடலும், காற்றும் மழையும் என உயிரற்ற சகலமும்கூட. அவ்வளவு ஏன், கனவும் பிரமையும் என்னும் அபூத இயக்கங்களும்கூட, குருவின் பணி செய்பவைதான்.

ஆக, குரு என்பது நபர் அல்ல - அது ஒரு சித்தாந்தம் என்று தோன்றியது. அப்படி நிலைப்படுத்த விருப்பம் இல்லையென்றால், குரு என்பது முழுமையானதொரு நிகழ்வு என்றுகூட வைத்துக்கொள்ளலாம். இதிலிருந்து என்ன தெரிகிறது? முக்கியத்துவம் குருவுக்கு அல்ல, சீடனுக்குத்தான் - அவனுடைய கற்கும் வேட்கைதான் கல்வியை உருவாக்குகிறது. அதன் உப செயல்பாடுதான் குருவின் உருவாக்கம்.

இதே ரீதியில் யோசித்துக்கொண்டு போனால், ஞானமின்மைதான் ஞானத்தை உருவாக்கும்! வெற்றிடத்தைத்தானே நிரப்ப முடியும்!!

இப்போது தெரிகிறதா, ஞானம் வேண்டும் என்று தேடுவது ஒரு பருவம் என்றால், எனக்கு ஞானம் வேண்டாம் என்று சொல்வது இன்னொரு பருவம். இரண்டுமே, ஓர் அர்த்தத்தில், இரண்டு பெயர்கள் கொண்ட ஒரே மனோபாவம் என்பதை அறிந்தவர்கள் பாக்யவான்கள், மகனே!... பால்யமும், வாலிபமும், முதுமையும் ஒரே நபருக்குள்தானே நிகழ்கின்றன!!

சாது பகபகபகவெனச் சிரித்தார். சடாரென்று எழுந்து குடிசைக்கு வெளியே போனார். வாலாட்டிப் பின்தொடரும் நாய்க்குட்டி மாதிரி இவன் பார்வையும் தொடர்ந்தது; பிறகு நின்றுவிட்டது - தன் எல்லை முடிந்ததும் தயங்கி நிற்கும் நாய்போல, பிரமை

பீடித்தவன்மாதிரி சில கணங்கள் அமர்ந்திருந்தவன், சடாரென்று வேகமாக எழுந்து, வாசலுக்கு வந்தான்.

மழை துப்புரவாக ஓய்ந்திருந்தது. சாலையின் மேற்புறம் நோக்கி அவர் நடந்து போய்க்கொண்டிருந்தார். படுவேகமான நடை. மறைவிடம் தேடி விரையும் பாம்புபோல அவர் நடையில் தென்பட்ட விசையை நம்புவதே கடினம்தான்.

குடிசைச் சார்ப்பிலிருந்து உச்சந்தலையில் நீர்த்துளிகள் சொட்ட இவன் நின்றிருந்தான். அவர் விலகிப்போகவில்லை, இவனுக்குள் படர்ந்திருக்கும் சூட்சுமத் தளத்தினுள் ஆழஆழ வேர் விட்டுக் கொண்டிருக்கிறார் என்று பட்டது.

ஒரு வளைவுவரை பார்வையில் இருந்தவர், வளைவுக்குப் பின்னால் முழுசாகப் பார்வையிலிருந்து காணாமல் போனார். தலையை உதறி மீள முயன்றான். எதிர்த்திசையிலிருந்து மேகத் துணுக்கு ஒன்று இறங்கி வந்தது. கீழ்நோக்கிப் போகும் பாதைமீது கவனம் பதிந்தது.

எதிர்த்திசையில் இறங்கி நடக்கத் தொடங்கினான். அட, இப்படியொரு சுகம் தன்னுடைய தாய்மொழியின் ஒலிக்கு இருக்கிறதென்றே இன்றுவரை தெரியாதே என்ற வியப்பு நிழல்போலத் தொடர்ந்தது.

அன்று சாயங்காலம், இவனுடன் இணையாக மலையிறங்கி வந்துகொண்டிருக்கும் ஜீவநதியில் முதல் முழுக்குப் போட்டு உயர்ந்தபோது, திடீரென்று உறைத்தது - அந்த சாதுவின் பூர்வாசிரமப் பெயரைக் கேட்டிருக்கலாமோ! ‘அது சரி, அதை எதற்காகத் தெரிந்துகொள்வது!’ என்று தன்னைத்தானே முறித்துக்கொண்டது கேள்வி...

பெருமூச்சுடன் புத்தகத்தை மூடி எழுந்தான் மனோஜ். சித்தார்த்த போஸ் சொல்வது முழுக்கச் சரி. ஜதீன் மஷாயின் சிறுகதைகளில் நிலவும் இறுக்கம் இந்த அத்தியாயத்தில் இல்லை என்பது மட்டுமல்ல; இத்தனை குறும்பு குமிழியிடும் பத்திகளை எழுதக்கூடியவர் என்பதற்கான தடயம்கூட அந்தச் சிறுகதைகளில் இருக்காது...

சட்டென்று ஏதோ தோன்ற, **ஜதீன் சட்டோபாத்யாயா சிறுகதைகள்** என்று தலைப்பிட்ட புத்தகத்தை எடுத்தான். கைப்போக்கில் ஏதோ ஒரு பக்கத்தைப் பிரித்தான். முன்னுதாரணமான ஜதீன் மஷாய்ப் பத்தி கண்ணில் பட்டது

> பிரபஞ்சத்தின் எந்த நிகழ்வுமே தனியானதல்ல - ஒற்றையும் அல்ல. ஒருவருக்கு நிஜத்தில் நடப்பது, மற்றவருக்குக் கனவில் நடக்கலாம். ஒருவரின் பகற்கனவு அவருக்குத் தொடர்பேயற்ற இன்னொருவருக்கு நேரில் நடக்கலாம். ஒரு தலைமுறையின் நிராசை அடுத்த தலைமுறையின் வெற்றியாக மாறலாம் - கப்பல்போல, ஆகாய விமானம்போல.

கட்டுரையின் பகுதிமாதிரித் தென்படும் சிறுகதைப் பத்தி. ஜதீன் மஷாய் பிரபலமடையாததுக்கான முழுக் காரணமும் இந்த ஒரு பத்தியில் இருப்பதும்; குறிப்பற்றுப் பொதுமைப்படுத்தும் இதன் சாயல்கூட மேற்சொன்ன அத்தியாயத்தில் மட்டுமில்லை, புத்தக வடிவம் பெற்ற அந்த ஏழு அத்தியாயங்களிலுமே இல்லாததும் புத்தம்புதிய அவதானம்போல மனோஜின் மனத்தில் இன்னொரு முறை மலர்ந்தன.

'அந்த இரவு இப்போது சுருள் அவிழ்வதன் பின்னணி என்ன?!' என்று திகைத்தவாறு மனோஜின் பார்வை துழாவியபோது, இன்னொரு அதிசயம் நிகழ்ந்தது.

பூங்காவின் வாசலில் வந்து முட்டும் சாலை இடமும் வலமுமாக இரண்டாய்ப் பிரிகிறது. வாகனப் போக்குவரத்து அதிகம் இல்லாத சாலை. அபூர்வமாகக் கடந்து செல்லும் வண்டிகளும் எதிர்ச்சாலையில் வருபவை அல்ல - இடவலமாகப் பிரிந்த கிளைச்சாலைகளில் ஒருபுறமிருந்து மறுபுறம் செல்பவைதாம். எப்போதாவது ஒரு பார வண்டி போகும். ஓரிரண்டு சைக்கிள்கள் தென்படும். ஒரேயொரு படகுக்கார் போனதையும் பார்த்தான்.

இப்போது, எதிர்ச்சாலையிலிருந்து ஒரு சைக்கிள் வருகிறது. ஓட்டி வருகிறவர் கவனத்தை ஈர்த்தார். தீர்க்கமான நாசியும், அடர்ந்த மீசை தாடியும் கொண்ட முகம். முழுக்க மலராது, கிறங்கிய கண்கள். காவி உடுத்திய, பிரிபிரியாய் இருந்த ஜடாமுடியை

உருமால்போலச் சுருட்டிக் கட்டியிருந்த, துறவி. வலதுபுறச் சாலையில் சைக்கிள் திரும்பியபோது, அவர் துறவிதானா என்பதில் இருந்த குறைந்தபட்ச சந்தேகமும் தீர்ந்தது - சைக்கிளின் பின்புறம் பொருட்கள் வைக்கும் இடத்தில் கறுப்புநிறத் திருவோடு ஒன்றைக் கவ்வக் கொடுத்திருந்தது.

அந்தக் காட்சியின் உடனடி முரண் மனோஜுக்குப் புன்னகை வரவழைத்தது. துறவிக்கு சைக்கிளில் போகவேண்டிய அளவுக்கு என்ன அவசரம்? சாமானிய வாழ்வில் காலத்துக்கு இருக்கும் அதே பெறுமதி துறவியின் வாழ்விலும் உண்டா என்ன! திருவோடும் மாற்று வஸ்திரமும் தவிர, சொந்தமாக ஒரு சைக்கிளும் வைத்துக்கொள்ளத் துறவிக்குச் சலுகை உண்டோ!

அப்புறம் சைக்கிளை நிறுத்த ஓர் இடம். அதைப் பாதுகாக்க ஒரு சுற்றுச் சுவர். இடத்தைப் பராமரிக்க ஒரு துணை. காற்றடிக்கவும் பழுதுபார்க்கவும் ஒரு நிபுணன். அவன் தொழில் நடத்த ஒரு கடை. கூலிகொடுத்துப் பராமரிக்க ஒரு சமூகம். அப்புறம் இருக்கவே இருக்கிறார்கள், ஜனக்கூட்டத்தின் தேவைகளை, ஆசைகளைப் பூர்த்திசெய்ய இன்னும் இன்னுமென்று ஜனங்கள். இப்படி விரிந்துகொண்டேபோய், ஒரு தனித்துறவி வாழ்வதற்கு ஒட்டுமொத்தப் பிரபஞ்சமும் அவசியப்படுவதைக் கண்டு, மனோஜின் மன ஆழத்தில் பூத்த புன்னகை, உதடுகளில் மிளிர்ந்தது...

அந்தத் துறவியின் முகம் மிகமிகப் பரிச்சயமானதாய் இருந்தது. அதிக சிரமமின்றி, ஒரே நொடியில் அடையாளம் தெரிந்துவிட்டது... ஜதீன் மஷாயின் நாவலில் மேற்சொன்ன அத்தியாயத்தை வாசித்த முதல் சந்தர்ப்பத்திலேயே, அந்த வழிப்போக்கத் துறவிக்கு மனோஜின் மனம் தானாகவே ஒரு முகத்தைத் துல்லியமாக வரித்திருந்தது. அச்சு அசலாக, சைக்கிளில் எதிர்ப்பட்டு மறைந்த துறவியின் முகமேதான் அது!

ஒரு புதிர் அவிழ்ந்த மகிழ்ச்சியைக் கொண்டாட, இன்னொரு சிகரெட்டை நாடியது மனம். மொட்டுபோலக் குவிந்து மூடிய உள்ளங்கைகளுக்குள் தீக்குச்சியின் சுடர் அசையாமல் நின்றது. அதன் வேரடியில் ஜதீன் மஷாயின் புகைப்பட முகம் பூத்திருக்கிறது. உற்றுப் பார்த்துக்கொண்டிருந்தவன், நிலைத்து நின்றவாறே

குச்சியின் அடிப்பகுதியை நோக்கி சுடர் விரைந்ததைக் கவனிக்க விட்டுவிட்டான். விரல் நுனியில் சுரீர் என்று உணர்ந்த மாத்திரத்தில் கீழே விட்டெறிந்து கையை உதறினான்.

இத்தனை வருட புகைப்பழக்கத்தில் கையிலோ சட்டையின் முன்புறத்திலோ தீத் துளி படுவது சர்வசாதாரணம்; சுடரடியில் ஒரு முகம் தெரிவது இதுதான் முதல் தடவை. வங்காளி மாதாந்தரி ஒன்றில் ஜதீன் மஷாயின் நேர்காணல் வெளிவந்தபோது பிரசுரமான படம் அது. வாயில் சிகரெட்டோடுதான் அவரும் காட்சியளித்திருந்தார்! அன்று முழுவதும் அவர்மீதான அபிமானமும், பொறாமையும் மாறிமாறிப் பொங்கியவாறிருந்தது நினைவு வருகிறது. தான் வாழ விரும்பிய வாழ்க்கையை இன்னொருவர் வாழ்வதை அறிந்தால் யாருக்குத்தான் பொறாமை எழாது!

அன்று வாசித்த ஒரு கேள்வியும் அவருடைய பதிலும் என்றுமே மறக்காது. பேட்டியாளர் கேட்கிறார்:

> *மணமாகாதவரான உங்களால், தம்பதியருக்கிடையிலான உறவுக் கொந்தளிப்புகளைத் தத்ரூபமாகவும் நுட்பமாகவும் எப்படி விவரிக்க முடிகிறது!*
>
> *(அண்ணாந்து பார்த்து வாய்விட்டுச் சிரிக்கிறார்)* சரிதான். தற்கொலை பற்றி எழுதவேண்டி வந்தால் இறந்துபார்த்துத்தான் எழுத வேண்டுமோ! (குரல் மெல்லத் தீவிரமடைகிறது) எழுத்தாளனின் மனோதளம் பற்றித் தெரியாமல் கேட்கிறீர்கள். அவனுடைய அனுமானங்கள் சுயநலமற்றவையாய் இருக்கும்போது, கறையற்ற பளிங்குபோல நிஜவாழ்க்கையைப் பிரதிபலிக்கும்.
>
> தவறாக எண்ணவில்லை என்றால், இன்னொரு கேள்வி.
>
> கேளுங்கள்.
>
> *நீங்கள் ஏன் திருமணம் செய்துகொள்ளவில்லை?*
>
> இந்தக் கேள்விக்கான பதில், வாசகர்களுக்கு ஒருபோதும் அவசியப்படாது. எழுத்தாளன் என்ன, சினிமாத் தாரகையா! என்றாலும், கேட்டுவிட்டீர்கள். தவிர, என்னிடம் அனுமதி வாங்கிக்கொண்டுதான் கேட்டீர்கள் என்பதால், பதில்

சொல்வதுதான் முறை. (முகத்தில் அபாரமான குறும்பு வந்து அமர்கிறது!)

என் கதாபாத்திரங்கள் அத்தனைபேருடனும் வாழ்ந்துகொண்டுதான் இருக்கிறேன். அநேக நாயகிகளுடன் குடும்பமே நடத்துகிறேன்! இன்னும் எழுத்தில் இறங்கிச் செல்லாதவர்களையும் கணக்கிட்டால் மிகப் பெரிய குடும்பம் என்னுடையது. என்னுடைய கதைகளை ஆசையாய்ப் படித்திருப்பதாய்ச் சொன்னீர்கள் இல்லையா. சித்தார்த்த கவுதமன், யசோதரை உள்ளிட்டு எத்தனை எத்தனை நூறு மனிதர்கள் கொண்டது என் அகவுலகம்... வசுதைவ குடும்பகம்!

அந்த பதில் முடிந்த இடத்தில் தனக்குள் எழுந்த கேள்வியும் நினைவு வருகிறது.

...எல்லாருடனும் ஒரே சமயத்தில் இருக்கிறேன் என்பதும், ஒருபோதும் யாருடனும் இல்லை என்பதும் ஒரே விஷயத்தின் இரண்டு பக்கங்களோ? வசுதைவ குடும்பகத்துக்குள் வசித்த சந்நியாசிதானா ஜதீன் மஷாய் என்ற மகத்தான கலைஞன்? தீப்தியும் குழந்தைகளும் இல்லாத வாழ்க்கையை என்னால் கற்பனையாவது செய்து பார்க்க முடியுமா! அல்லது, அந்த அளவுக்கு இந்த வாழ்க்கைக்கு மனம் பழகிவிட்டிருக்கிறதோ...

சிறுவனாய் இருந்தபோது, பர்த்வானில் நடந்த ரஷ்ய சர்க்கஸ் பார்க்க குழந்தைகள் நால்வரையும் அழைத்துக்கொண்டு போனார் அப்பா. தோள்களிலிருந்து பாதம்வரை ஒரே சீராக உடம்போடு ஒட்டிப் படிந்த தூய வெள்ளை ஆடை அணிந்து ஊஞ்சலில் தலைகீழாகத் தொங்கிய உருவங்களைப் பார்த்து, தானும் அவர்கள்போல ஆட ஆசைப்பட்டது ஞாபகம் வந்தது.

ஜதீன் மஷாயின் பேட்டியைப் படித்த அன்றும் இப்படித்தான்; மஷாயின் புகைப்பட முகம் அந்த ட்ரப்பீஸ் கலைஞனின் கழுத்தில் போய் ஒட்டிக்கொண்டது...!

முட்டைக்குள் இருக்கும் கருக்கள் இரண்டும்
சேர்ந்தே இருந்தும் தனித்தனியாய் இருக்கும் -
உடலும் மனமும்போல.
உருவான நாள் முதல் ஒன்றாய் இருந்து
வெளியேற நேர்கையில் ஒன்றாய் வெளியேறும் -
நீரும் விசையும்போல.

பழைய சுவடி ஒன்றில் கிடைத்த சுலோகம்

14

புரண்டு படுத்தான் நோர்பு. பகல்போலக் காய்ந்த பவுர்ணமி நிலவின் ஒளி ஜன்னல் வழியே பாய்ந்து அறையை நிரப்பியிருந்தது. விடிந்துவிட்டதோ என்று ஒரு கணம் பிரமை தட்டியது. இல்லை, வளாகம் இன்னமும் ஆழ்ந்த மௌனத்தில்தான் புதைந்திருந்தது. பகலிலும்கூட இப்படித்தான் இருக்கும் - பிறப்பிலேயே குரலற்ற பிராணிபோல. ஆனால், அதிகாலையில், வெள்ளி முளைப்பதற்குச் சற்று முன்பே, நடமாட்டம் ஆரம்பித்துவிடும். இப்போது சலனம் ஏதும் தட்டுப்படவில்லை. திடல்போல விரிந்த நடுமுற்றத்தில் நிலவொளியின் ஆதிக்கம் மட்டுமே நிறைந்திருந்தது.

செலுத்தப்பட்டவன்மாதிரி எழுந்து உட்கார்ந்தான். புதிதாக முலாம் பூசியதுபோலப் பளபளத்த வளாகத்தை வெறித்துப் பார்த்தான். இந்த நேரத்தில் விழிப்புத் தட்டுவது இது முதல்முறை அல்ல; மனமும் உடலும் இத்தனை சுறுசுறுப்பாய் இருப்பதுதான் புதிது.

கல் படுக்கையை நீங்கி வெளியே வந்தான். வளாகத்தின் உறுப்பினர்கள்தாம் அயர்ந்த தூக்கத்தில் இருப்பார்கள் - வளாகம் வழக்கம்போல விழித்திருக்கிறது என்று பட்டது. எங்கும் நீக்கமற நிறைந்திருந்த நிசப்தத்தின் பேரோசை தனக்குள் புகுந்து நிரம்புகிற மாதிரி பிரமை தட்டியது. சாட்சியமளிக்கிற மாதிரி, மையக் கூடத்தில் நிறுவப்பட்ட புத்த பகவான் சொரூபத்தின் முன்னாலுள்ள அகல்விளக்கின் அசையாச்சுடர் தெரிந்தது. வளாக வாசலிலிருந்து நேரே சில நூறு கஜதூரம் நீண்டு செல்லும் சாலை, அவசரமாய்ப் பள்ளத்தில் இறங்கும். மேலேறி வருகிறவர்களுக்கு, வழிகாட்டி தீபமாகவும் பகவானின் பொன்னிற விக்கிரகத்தைக் காட்டுவதாகவும் அல்லும்பகலும் எரியும் சுடர் அது.

தொலைவிலிருந்து பார்க்கும்போதுதான் நிலைத்திருக்கிற மாதிரித் தென்பட்டது. நெருங்கி வந்ததும், மெலிதாக வீசும் காற்றுக்கிசைந்து சன்னமாக அல்லாடுவது தெரிந்தது. ஆனால், அது சுடருக்குள் ஊறி சுடருக்குள்ளேயே அடங்கிவிடும் சிறு நடுக்கம் என்று தோன்றியது. ஆமாம், சுடருடைய ஆன்மா நடுங்குகிறது என்று ஓர் எண்ணம் முளைவிட்டது...

பகவான் முன் மண்டியிட்டான். மாயம் நிரம்பிய அந்தக் கணத்தில் மனம் முடிவெடுத்தது - வெளியேறிவிடலாம்.

ஏனோ, வளாகத்தின் ஒவ்வொரு அங்குலத்தையும் மறுவிஜயம் செய்யும் விருப்பம் ஆவேசமாய்ப் பீறியது.

ஊன்றிய மூங்கில் கழிகளினிடையே கட்டிய கயிறுகளில் தோரணம்போல வரிசையில் தொங்கி உலர்ந்த காஷாய வஸ்திரங்கள் காற்றில் அசைந்தன. அலைக்கழிக்கும் காற்றுடனோ, அலசும் நீருடனோ, அணியும் உடம்புடனோ உடனடியாய் அவை கொள்ளும் ஒத்திசைவு எப்போதுமே கவனத்தை ஈர்ப்பது...

இன்று வழக்கத்தைவிடவும் தரை மிருதுவாய் இருப்பதாக பிரமை தட்டியது. பிரமைதானா, பாதங்களில்தான் புதிய உறுதியேதும் தொற்றியிருக்கிறதா? தன்னனுபவத்தைத் தவிர பிரபஞ்சத்தை உணர வேறு மார்க்கமே கிடையாதோ? மிருதுவும் கடினமும்

வெறும் தர்க்க நிலைகள்தாமா? அப்படியென்றால் அவை வெறும் கற்பிதம் மட்டுமே என்றல்லவா ஆகிறது?...

அதிகாலை எழுந்த மாத்திரத்தில் இப்படிப் பாயத் தொடங்கும் மனம் என்ன விதமான யந்திரம்? அது நிஜமாக அளக்கவும் அறியவும் துடிப்பது எதை - தன்னையா, ஒட்டுமொத்தப் பேரண்டத்தையா? ஒருவேளை அப்படி இரண்டு வியக்திகள் இருப்பதே அனுமானம்தானோ?! அல்லது, மனம் என்பதே விசைக்குப் பணியும் ஜடப்பொருள் இல்லையோ - வேட்டைக்குக் கிளம்பும் உயிர்ப்பிராணியோ? அப்படியானால் அது விழுங்கத் துடிக்கும் இரை எது? தன்னையே தான் புசிக்கும் உயிரினம் ஏதும் உண்டா? வலது உள்ளங்கையை உயர்த்தி, பின்னந்தலையில் லேசாகத் தட்டிக்கொண்டான்...

தச்சுக் கூடம். பயன்பாட்டுக்குத் தேவையான மரப்பொருட்கள் அனைத்தையும் உருவாக்கும் துறவியர் அணி பகல்முழுக்கப் பணி நடத்தும் இடம். கொஞ்சகாலம், அந்தப் பகுதியிலும் நியமனமாகியிருந்தான். சீனத் தத்துவமான யின் - யாங் பற்றிய பாடம் நடந்ததற்கு மறுநாள், தச்சுக்கூடத்தில் வேறொரு ஞானம் சித்தித்தது: சொரசொரப்பான பட்டைகளும், மனம்போலத் திருகிய வளைவுகளுமாக முரட்டுத்தனமாய்த் தென்பட்ட மரத்தண்டு, இழைப்புளியின் உடனிருப்பை ஆமோதித்து மெல்ல மெல்லத் தன் போர்வைகளை விலக்கி, மிருதுவான, வழுவழுவென்று தென்படும் பலகையாக மாறுவதைக் கண்டபோது, நோர்புவின் உடலும் மனமும் சிலிர்த்தன.

கடினமான தோற்றம் தந்த மரத்தண்டா, நயமாக ஆனால் உறுதியாகத் தன் உத்தேசத்தைப் பூர்த்தி செய்துகொண்ட இழைப்புளியா, எது யின், எது யாங்? ஒருவேளை நிரந்த யின்னுமில்லை, நிரந்தர யாங்கும் இல்லையோ? என்று தனக்குள்ளாகவே வினவிக்கொண்டான். இத்தனைக்கும், ஒன்று ஜடப்பொருள்; மற்றது, பிராணனை இழக்கும்வரை சுறுசுறுப்பாய் இயங்கிய சரீரத்தின் தன்மை இன்னமும் முழுக்க மாறியிராத உயிர்ப்பொருள். இரண்டும் கொள்ளும் ஒத்திசைவும் இணக்கமும் பிரமிக்க வைத்தது.

தன்னிச்சையாய் உதிரும் மரச்சுருள்கள் இஷ்டம்போலச் சிதறிக் கிடக்கும் காட்சியில் கவனம் ஊன்றியது. அதில் சட்டென்று

புலப்படாத வடிவ ஒழுங்கு ஸ்தாபிதமாகியிருந்தது புலப்பட்ட கணத்தில், மனம் இன்னும் அதிகமாகப் பரபரத்தது; ஆமாம், அடுக்குவதில் மாத்திரமல்ல, சிதறுவதிலும் ஒருவகை ஒழுங்கு இருக்கத்தான் செய்யும் போல... பார்க்கும் கேட்கும் ருசிக்கும் சகலத்திலும் தனது புதுவாழ்வின் அடிப்படைகளைப் பொருத்திப் பார்க்கும் ஆவலும் வேகமும் மண்டியிருந்த நாட்கள் அவை...

சமையல் கூடம் திறந்து கிடந்தது. மொத்த வளாகத்திலுமே நிலைவாசல்கள் உண்டு; கதவுகள்தாம் கிடையாது. துறவிகள் தங்கும் தனி அறைகளுக்கும்தான்.

நூறுபேருக்கான உணவைத் தயார்செய்யும் பெரிய பாத்திரங்கள். விறகடுப்புகள். சுவரோரம் கிடத்திய விறகுக் கட்டுகள். பிள்ளைப்பூச்சிகள் முதல், தேள் நட்டுவாக்காலி என்று விதவிதமான பூச்சிகள் தஞ்சம் அடையும் இடம் அது. மேலாக இருந்த விறகை எடுத்தார் மூத்த துறவி. பெரிய சடைப்பூரான் குதித்து ஓடியது. அதை கவனிக்காதவர்போல அடுப்பை நோக்கி நடந்தார். அது ஒரு ஆச்சரியம் - இத்தனை பூச்சிகள் சரளமாகப் புழங்கும் இடத்தில், துறவிகளுக்கோ அதிதிகளுக்கோ பூச்சிக்கடி ஏதும் நேர்ந்ததில்லை. வளாகத்தில் நுழையும் யாருமே இங்கு நிலவும் ஒழுங்குக்குள்ளும் நுழைவார்களோ. அல்லது, கண்ணுக்குப் புலப்படாத அக ஒழுங்குதான் மடாலயம் என்ற பெயரில் இயங்குகிறதோ என்னவோ...

முதன்முறையாய்க் காய் வெட்டப் பணிக்கப்பட்டபோது, கோவைக்காய் வழுக்கி, இடது கையின் சுட்டுவிரலில் ரத்தக்காயம் பட்டுக்கொண்டான். தன்னை மீறி 'ஆ!' என்றான். இளங்குரலின் மெல்லிய அலறல் கேட்டோ, கசிந்த ரத்தத்தைப் பார்த்தோ, ஆறுதல் சொல்லக்கூட யாரும் முன்வராததைக் கண்டதுதான், துறவு வாழ்வின் தனிமையை ஒரு பூதாகாரப் பிரசன்னமாக தரிசிக்கக் கிடைத்த முதல் சந்தர்ப்பம்...

சாப்பாட்டு மேடைமீது பார்வை பதிந்தது. மூடிய தட்டைத் திறந்து புசிக்கக் கிடைத்த, நிரந்தரக் கரும்புள்ளியாக மனத்தில் ஒட்டிக்கொண்ட அறுசுவை உணவும்; வேண்டாவெறுப்பாக அதைக் காலிசெய்ய நேர்ந்த காட்சியும் மேடையின் மூலையில் இன்னமும் அப்படியே இருந்தன - புன்னகைத்துக்கொண்டான்.

அதே மேடையின் மறுமுனையில் பொருத்தப்பட்ட மர மேசையில் வரிசையாய்க் கவிழ்த்திக் கிடந்த மரக்கிண்ணங்கள், மர மேசைக்கரண்டிகள். வர்ணம் பூசப்படாதவை. ஆனால், தொடர்ந்த புழக்கத்தின் வழுவழுப்பும் பளபளப்பும் மர அந்தரங்கத்தின் நிற விந்நியாசங்களும் கொண்டவை. எந்தக் கிண்ணத்தையும் எந்தக் கரண்டியையும் யாரும் எடுத்து உபயோகிக்கலாம். ஆனால், உற்றுப் பார்த்து, தன்னுடைய கிண்ணத்தைக் கண்டு எடுக்காத துறவி ஒருவரைக்கூடப் பார்த்ததில்லை. விளிம்பில் ஒரு முன்னம்பல் அளவு சேதம் பட்டிருந்த கிண்ணத்தை மட்டுமே இவன் தினசரி பயன்படுத்தி வந்தான். பிடியில் பூவேலை முழுக்கத் தேய்ந்துவிட்ட கரண்டியையும்தான். அவற்றை ஒருமுறை கையில் எடுத்துப் பார்க்க விழைவு எழுந்தது. தலையை உதறி அதை மறுத்துவிட்டு நடந்தான்.

வைத்தியசாலையின் முகப்பு தென்பட்டது. உள்ளே நுழையக் கால்கள் தயங்கின. வியாதியஸ்தர்களோ, அவர்களைப் பேணும் துறவிகளோ யாராவது இந்த நேரத்திலும் விழித்திருப்பார்கள். யாரும் கேள்வி ஏதும் கேட்கமாட்டார்கள்தான். ஆனாலும், மனித முகம் எதையும் எதிர்கொள்ளும் இச்சை அறவே இல்லை, அந்த வேளையில்.

வாசலை நெருங்கும்போது இயல்பாக இடப்புறம் திரும்பியது பார்வை. எதிர்பார்த்தபடியே, திண்ணையின் விளிம்பில் குத்திட்டு அமர்ந்திருந்தார் அந்த முதிய துறவி. திண்ணையின் நுனி விளிம்பில், எப்போது வேண்டுமானாலும் சரியக் காத்திருக்கும் பாறை மாதிரி, தொடுக்கி அமர்ந்திருந்தார். எப்போது என்ன செய்கிறார், உறக்கம் என்ற சமாசாரம் அவரையும் தீண்டுமா என்பது பற்றியெல்லாம் நிர்ணயமாய் அறியவே முடிந்ததில்லை. அவருக்கான பணி என்று ஏதும் ஒதுக்கப்பட்டிருக்கிறதா என்றும் தெரிந்ததில்லை.

எவ்வளவு காலமாய் இங்கே இருக்கிறார்; ஆரம்பத்திலிருந்தே இப்படித்தானா என்றெல்லாம் எதுவுமே தெரியாது. இவ்வளவு ஏன், அவருக்கான உணவை யாராவது ஒரு துறவி அவரருகே கொண்டு வைப்பதுண்டு; கஞ்சி எப்போது காலியாகும், கிண்ணம் பழைய இடத்துக்கு எப்போது திரும்பும் - எதையுமே நோர்பு பார்த்ததில்லை.

எந்த நாளின் எந்தப் பொழுதிலும் இதே நிலையில் இதே

இடத்தில், திண்ணையின் பகுதியாக நிறுவப்பட்ட சிற்பம் மாதிரி மட்டுமே அவரைக் காணக் கிடைத்திருக்கிறது. மடாலயம் வந்த புதிதில் மிரட்டிய காட்சிகளில் ஒன்று அது. பத்மாசனத்திலோ வஜ்ராசனத்திலோ வழக்கத்தைவிட ஒரு நாழிகை அமர்ந்துவிட்டாலும் மரக்கத் தலைப்படும் தனது முழங்கால்கள், பாதங்களோடு அவருடைய நிலையை ஒப்பிட்டுத் திகைத்திருக்கிறான்.

பிரபஞ்சத்தின் இயக்கத்துக்குத் தன்னை முழுக்க ஒப்புக் கொடுத்திருக்கிறாரா, அல்லது அதன் நிரந்தர நுண்சலனங்களுக்கு தனது தீர்க்கமான எதிர்ப்பைக் காட்டுகிறாரா, அல்லது உயிர்ப் பிரபஞ்சத்தின் வெளிவிளிம்பில் ஒட்டியிருக்கும் நுண்ணுயிராகவே தம்மை வெளிக்காட்டுகிறாரா - ஒவ்வொரு பருவத்தில் ஒவ்வொரு விதமாக அவரை விளங்கிக்கொள்ள முயன்று தோற்ற சந்தர்ப்பங்கள் வரிசையாய் நினைவில் எழுந்தன. இத்தனை காலமும் விளக்கங்கள் மட்டும்தான் மாறிக்கொண்டே இருந்தன - இவனுடைய சிந்தையின் போக்கைப் பதிவு செய்துகொள்கிற மாதிரி. அவர் அதே நிலையில் நீடித்தார்.

அன்றாடம் பார்த்துப் பழகிய முகம். நிலவொளியின் பிரகாசத்தில், அகலத் திறந்த கண்களுடன், உணர்ச்சியற்ற கல் உருண்டையாய்த் தென்பட்டது. இவனைப் பார்த்ததான சலனம்கூட அதில் இல்லை. அவருடைய பெயர் தெரியாது - இவனுடைய பெயர் அவருக்கும் தெரிந்திருக்க வாய்ப்பில்லை. வளாகத்தில் இருக்கும் நூறு பேருக்குமே அப்படித்தானோ என்று கேள்வி எழுந்தது. லி யாங் முதல்தடவையாக வளாகத்துக்கு வெளியில் நிறுத்திப் பேசியபோதுதான் அவன் பெயரே தெரியும் - அது தெரிந்ததால் சிறப்பான பயனோ, விளைவோ ஏதுமில்லை என்பது இப்போது உறைத்தது; அடுத்தவர்களை உருவத்தின் வழியே அடையாளம் காண்கிற மனத்துக்கு, உபரியாக ஒரு பெயரின் வசதியும் கிட்டியது என்பதைத் தவிர வேறென்ன பலன்...

பெரியவரைக் கடந்தபோது ஒருமுறை அவரது விழியில் இடவலச் சலனம் மின்னல்போலத் தோன்றி மறைந்ததைக் கவனித்தான். ஆனால், அவர் இவனைப் பார்க்கவில்லை, தமது கனவைத்தான் பார்த்துக்கொண்டிருக்கிறார் என்று தோன்றியது. ஒருபோதும் தீராமல் ஆயுட்காலத்துக்கும் நீடிக்கும் ஒரே கனவோ என்னவோ...

இந்த நேரத்தில் கிளம்பி நடைபோகிற ஓரிருவரை இவனே பார்த்திருக்கிறான். அவர்களைப்போலவே போகிறான் என்று நினைத்திருப்பாரோ. அல்லது, எதையுமே நினைக்காமல் இருப்பதற்கான பயிற்சியும், அதில் வெற்றியும் ஈட்டியவரோ!

வளாகத்தை விட்டு வெளியேறினான்.

நேரே நடந்தான். சாலை பள்ளத்துக்குச் சரியும் இடத்தில் ஒருமுறை நின்றான். மடாலயத்தைத் திரும்பிப் பார்த்தான். ராட்சதப் பறவை ஒன்று தன் இறக்கைகளை முழுக்க விரித்துத் தரையில் நின்ற மாதிரித் தோற்றமளித்தது அது. இல்லை, தன்னிச்சையாய்ப் பறந்துபோக இயலாத, இழுக்கும் விசைக்காகக் காத்திருக்கும் ரதம் என்று மனம் தானாகத் திருத்திக்கொண்டது.

வளாக வாசலின் இட வலப் பக்கங்களில், எதிரெதிர்த் திசையில் இருந்த இரண்டு கிராமங்களை நோக்கிப் போகும் சாலைகள் உண்டு. வலப்புறச் சாலை வழியாகத்தான் இவன் வந்து சேர்ந்தான். மடாலயத்தை நோக்கி நின்றபோது, இடமும் வலமும் இடம் மாற்றிக்கொண்டன! அல்லது, பெயர் அடையாளம் தவிர எதுவுமே மாறவில்லையோ!

அந்தக் காட்சியை முழுசாகவும், தீர்க்கமாகவும் தனக்குள் நிரப்பிக்கொள்கிறவன் மாதிரி நாலைந்து நொடிகள் பார்த்துக்கொண்டே நின்றான்.

பிறகு, தீர்மானமான கதியில் சாலையோடு இறங்கத் தொடங்கினான். பிறந்த இல்லத்திலிருந்து வரும்போது ஒருமுறைகூடத் திரும்பிப் பார்க்கத் தோன்றவில்லை என்பது இப்போது ஏன் நினைவுவந்தது என்று தெரியவில்லை.

தயங்கித் தயங்கி இருள் பிரிந்து நகர்கிறது. எதனால் தயக்கம், அன்றாடத்தின் பழக்கத்தாலா, வைகறை வெளிச்சத்தின் நிர்ப்பந்தத்தாலா, நியதிக்கு அடிபணியும் பவ்வியத்தின் காரணமாகவா என்று அடுக்கத் தொடங்கியது மனம். அதே நேரம், தனக்கு முன்னால் லி யாங்கின் கோட்டுருவம் நடந்து செல்வது போன்ற பிரமையும் தட்டியது.

மிதமான வேகத்தில், அவசரம் உணராத மனத்துடன், தொடர்ந்து நடந்தான். வெட்டவெளி விரிந்துகிடக்கும் விதமாகவே, காற்றேறும் துருத்திபோலத் தன் மனமும் விரிந்துகொண்டே போகும் அனுபவம் கிளர்ச்சி தந்தது. நோர்புவைக் காணோமே என்று தேடிவரவும் ஆளில்லை; அட, வந்தேவிட்டானே என்று எதிர்கொண்டு வரவேற்கவும் ஆளில்லை என்று தோன்றியவுடன், மேற்சொன்ன அனுபவம் இன்னும் தீவிரம் கொண்டது. திசையெங்கும் வெளியெங்கும் எல்லா இடத்திலும் தானே இருப்பதாக, தான் மட்டுமே இருப்பதாக உணர்ந்தான். மெல்லிய காற்று ஊதி, மரங்களின் தலைகள் லேசாக அசைந்து ஆமோதித்தன.

பின்வாங்கிய தடயமேயின்றி பகல்பொழுது நகர்ந்து தீர்ந்தது. கால் சோரச்சோர நடந்து ஒரு மரத்தடிக்கு வந்து சேர்ந்திருந்தான். சாயங்காலம் முழுசாக முற்றி, இருள் இறங்கிவிட்டது. இருளில் கிளம்பி இருளுக்குள் வந்து சேர்ந்திருக்கிறோம் என்று பட்டது. ஆம், ஒரு முழுச் சுற்று முடிந்துவிட்டது. ஒரேயொரு பகல்வேளைதான் மடாலயத்துக்கு வெளியில் கடந்திருக்கிறது - ஆனாலும், காலங்காலமாய் இப்படித் திரிந்தலைவதான உணர்வு தட்டியது. அல்லது, அது முன்னுணர்வோ என்று தன்னையே கேட்டுக்கொண்டான். சாயங்காலம்வரை, நிமிர்ந்து பார்க்கும்போதெல்லாம் மடாலய வளாகம் தன் நிரந்தர உயரத்தில் காட்சியளித்தபடி இருந்தது. ஒரு வளைவில் மறையும்; மறு வளைவில் உதிக்கும்...

அது தென்படுவது இருக்கட்டும், தான் ஏன் அத்தனைமுறை திரும்பிப் பார்த்தோம்; ஆரம்பத்தில் இருந்த விலக்கம் சிறுகச் சிறுகக் குறைந்து வந்ததோ. அல்லது, தான் எடுத்த முடிவே தவறானதோ. 'திரும்பிவிடு' என்பதுதான் ஆழ்மனத்தின் செய்தியோ.

ஒரு வாரமோ, ஒரு மாதமோ வெளியேறி இருந்துவிட்டு, மீண்டும் திரும்பி வந்தவர்கள் உண்டு; அவர்களையும் மடாலயம் நிராகரித்ததில்லை. உண்மையில், அவர்கள் திரும்பி வந்ததில் மறைமுகமாய் ஒரு போதனை இருந்தது; ஞானத்தை நோக்கிய பயணத்தில்கூட, மடாலயத்துக்கு வெளியில் பெரிதாக எதுவுமில்லை என்பதை செயல்முறையில் நிகழ்த்திக் காட்டியவர்கள். பார்க்கப்போனால், வெளியேறி இரண்டு முழு வருடங்கள் ஆகியும்

திரும்பியே வராத லி யாங்தான் தனக்கான மறைமுகத் தூண்டுதலாய் இருந்திருக்க வேண்டும்.

மடித்த இடதுகையைத் தலைக்கடியில் வைத்துப் படுத்தான். பகல் முழுக்க எதுவும் உண்ணவில்லை என்பதும், அதுபற்றி வயிற்றுக்குப் புகார் ஏதும் இல்லை என்பதும் நினைவு வந்தன. ஒருவேளை, அனுபவிக்கக் கிடைத்த புதிய உணர்வைப் புசித்தே மனமும் உடலும் தம்மைத் தணித்துக்கொண்டுவிட்டனவோ என்று தோன்றியது. புன்னகைத்துக்கொண்டான்.

பவுர்ணமிக்கு மறுநாள் என்பதால், நிலவின் உற்சாகத்துக்குக் குறைவில்லை. காற்றுக்கிசையத் தலையசைக்கும் மர உச்சியின் இடைவெளிகள்வழி தன்மேல் வீழ்ந்து வீழ்ந்து விலகிய நிலவொளியைப் பார்த்துக்கொண்டே, உறக்கத்தில் அமிழ்ந்தான்.

புதிய இடத்தில் புதிய இடத்தின் உணர்வே எழவில்லையே என்ற எண்ணம்தான் பிரக்ஞைபூர்வமான கடைசித் தருணம்...

நள்ளிரவில் விழிப்புத் தட்டியது. அந்தக் கேள்வி மீண்டும் உயிர்கொண்டது. தவறு செய்துவிட்டோமோ. வந்த திசையிலேயே நடக்கத் தொடங்கிவிடலாமா. மிகச் சரியாக இரண்டாவது நாள் காலையில் மடாலயம் சேர்ந்துவிடலாம் - ஒரு நாளில் இறங்கிவந்த தூரத்தைக் கடக்க, இரண்டு நாளாவது பிடிக்கும்; ஏறிச் சென்று சேர.

ஆனால், முன்னாள் தலைமை குருவின் பிரசங்கத்தில் கேட்ட வாக்கியங்கள் திடீரென அசரீரிபோல ஒலித்தன:

> இருப்பது என்பதே நகர்வதுதான். அதற்குப் பிரயத்தனம் எதுவும் வேண்டியதில்லை. சூட்சுமப் பாதையின் தன்மை, தூலப் பாதை போன்றது அல்ல; சூட்சுமப் புலத்தில், பின்னோக்கிய பயணம் என்பதே கிடையாது. நகர்வதை உறுதிப்படுத்திக்கொள்வதற்காக அவரவரும் எதையெதையோ செய்கிறார்கள்; குடும்பம் நடத்துகிறார்கள், சேரவும் பிரியவும் செய்கிறார்கள், சொத்து குவிக்கிறார்கள், தானம் செய்கிறார்கள். எதுவும் செய்யாமல் சிலைத்திருக்கும்போதே

> தான் நகர்வதை உணர்வதற்காகத்தான் ஒருவன் துறவி ஆகிறான். ஆக, அவன் கவனம் முழுவதும் அந்த சூட்சும நகர்தல்மீது மட்டுமே குவிந்திருக்க வேண்டும். மிகச் சரியான மலையேறிக்குத் தெரியும் - சிகரத்தை எட்டுவது அல்ல, மலையின் உடம்பில் இருப்பதே மலையேற்றம் என்பது.

இந்த வாக்கியங்களின் தொடர்ச்சியாக, அல்லது நடைமுறை நிரூபணமாக, திண்ணையில் அமர்ந்திருக்கும் வயோதிகத் துறவியின் பிம்பம் எழுந்தது. நாள் முழுக்க, ஆண்டு முழுக்க, அவர் செய்வது அதைத்தானோ! தியானம்போல, அவரது பிம்பத்தையே சிந்தை உற்று நோக்கிக்கொண்டிருந்தபோது, உறக்கம் மீண்டும் கவிந்தது.

சூரியனின் முதல் ரேகை தரையைத் தொட்டபோது, இவன் விழித்தெழுந்து கிட்டத்தட்ட அரைநாழிகை கடந்திருந்தது. திண்ணையில் அமர்ந்த துறவிபோல, மடித்த கால்கள் இரண்டையும் நெஞ்சோடு சேர்த்திறுக்கி, குத்திட்டு உட்கார்ந்திருந்தான். இடையறாது பொழிந்து தரைதொட்டுக் காணாமல் போகும் சூரியக் கதிர்கள், இடைப்பட்ட வேளையில் ஒரு மாயத்தை நிகழ்த்தியவாறிருந்தன. ஆம், அவை தரையாகவே மாறிவந்தன. பூமியின் வஸ்துக்கள் ஒவ்வொன்றும் இரவு முழுவதும் இருளிடம் பறிகொடுத்திருந்த தத்தமது வர்ணங்களை வடிவங்களை வரம்போல மீட்டெடுத்துக் களித்தன. உதிரி வஸ்துக்களின் நிலைதான் அது; மற்றபடி, பூமிக்கும் சரி ஆகாயத்துக்கும் சரி, வெளிச்சத்தின்மீது ஆகர்ஷணமும் இல்லை; இருளின்மீது புகாரும் இல்லை என்று நினைத்துக்கொண்டான் நோர்பு.

மீதமிருக்கும் ஆயுள் முழுவதும் இதே இடத்தில், இதேவிதமாக அமர்ந்தே கழிந்தாலும் எதுவுமே கெட்டுவிடாது என்று தோன்றியது...

இப்போது, கிட்டத்தட்ட விடிந்திருந்தது. நேற்று இருட்டும்வரை அவ்வப்போது தென்பட்டும், அளவில் குன்றியும் வந்த மடாலய உச்சி தென்படுகிறதா என்று ஏறிட்டுப் பார்த்தான். தென்பட்டது.

குடும்பத்தை நீங்கி வந்து சேர்ந்த நாளிலும் இதேபோலத்தான், மலைச்சரிவின் மடிப்புக்குள்ளிருந்து ரத உச்சி போலத் தலைநீட்டியது.

இவன் நடக்க நடக்க, இவனை நோக்கி நகர்ந்து வந்தது ரதம்... எல்லாவற்றையும் துறந்து வந்தவர்கள்வசம் எத்தனை பெரிய சாம்ராஜ்யம் என்று ஒரு எண்ணம் குறுக்கே ஓடிக் கடந்தது.

இந்த இடத்திலிருந்து பார்க்கும்போது, ரதம் முன்னோக்கிப் போகவில்லை, பக்கவாட்டில் வேறெங்கோ செல்கிறதைப் போலப் பட்டது. இல்லை, ஓட்டத்தை இழந்து, நிலைத்து நிற்கிறது... முதன்முதலாக வந்து சேர்ந்த நாளில் மனத்துக்குள் வாஞ்சையும் பரபரப்பும் ஊறிய அதே பள்ளத்தில், தற்போது வெறுமையும் சாந்தமும் நிரம்பியிருந்தன. ஓட்டத்தை முழுக்கத் துறந்த ரத வடிவமும், திண்ணையில் சிலைபோல அமர்ந்திருந்த துறவியும், தானும் ஒரே நேர்கோட்டின் வெவ்வேறு புள்ளிகள் என்பதுபோல உணர்ந்தான்.

இலைகளின் இடைவெளியில், புறங்கைமீது, பொன்னிற வில்லையாய்ப் படிந்தது சூரிய ரேகை. இதோ, புத்தம்புதிய நாள் ஒன்றை என் முன்னால் மலர்த்திப் போடுகிறது சூரியன். அதனுள் ஆர்வமாய் நுழைந்து நீந்த விரையாமல், நான் ஏன் இப்படி உட்கார்ந்து ஒரே யோசனையை மென்றுகொண்டிருக்கிறேன்?

சட்டென்று எழுந்தான். விறுவிறுவென்று நடக்கத் தொடங்கினான். கிட்டத்தட்ட ஓட்டம் போன்ற நடை.

மென் தூவிகள் அசைய
காற்றுக்கு வலிக்காமல் பறந்து
வரும் ஒற்றை இறகை
அழுத்திப் பிடிக்காதே தோழீ!
தானாய் நழுவிப்
பறந்துவிடும் அது - கையில்
நாலைந்து ரோமம் மட்டுமே
எஞ்சியிருக்கும்!

வங்காள நடவுப் பாடல்

15

...நேற்றிரவு அம்மா மிகவும் சிரமப்பட்டுவிட்டாள். கடும் தலைவலி. இரண்டு கைகளாலும் தலையைப் பிடித்துக்கொண்டு துடித்தாள். கைவைத்தியம் கஷாயம் இங்கிலீஷ் மாத்திரைகள் எதுவும் கேட்கவில்லை. பண்டோஜே மாமா வந்து பார்த்துவிட்டு, 'ரத்த அழுத்தம் இவ்வளவு அதிகமாய் இருந்தால், தலை வலிக்காமல் என்ன செய்யும்?' என்று கோபமாய்க் கேட்டார். 'உங்கள் அப்பன் போனபிறகு ரொம்பப் பிடிவாதக்காரியாகிவிட்டாள்' என்று சொன்னாரா, அம்மா சிரித்துவிட்டாள்.

> மாமா ஊசி போட்டுவிட்டுப் போன பிறகுதான் தூங்கினாள். அதுவும் அயர்ந்த தூக்கமில்லை. தலைமாட்டில் நானும் கால்மாட்டில் இவளும் ராத்திரி முழுக்க உட்கார்ந்திருந்தோம். உறக்கத்தில் 'மனூ, மனூ' என்று ஓயாமல் அனத்தினாள். காலையில் எழுந்ததிலிருந்து, 'பேரக்குழந்தைகளைப் பார்த்து எவ்வளவு நாளாயிற்று' என்று புலம்பிக்கொண்டிருக்கிறாள். நீயும் ஊருக்கு வந்து மாதக்கணக்காயிற்றே. முடிந்தால் ஒரு நடை வந்து போயேன். கிழவிக்கு ஆறுதலாய் இருக்கும். எங்களுக்கே உங்களையெல்லாம் பார்க்க வேண்டும்போலத்தான் இருக்கிறது. என்ன செய்வது? நினைத்தால் உடனே கிளம்பி வரும் தூரத்திலா கொல்கொத்தா இருக்கிறது? அதீனுக்கும் ஷைலுவுக்கும் இதே மாதிரி எழுதிப்போட்டிருக்கிறேன்...
>
> தீப்திக்கும் குழந்தைகளுக்கும் எங்கள் அன்பு.
>
> நான் ஏதாவது பிழையாக எழுதியிருந்தால் தவறாக எடுத்துக் கொள்ளாதே.

கிட்டத்தட்ட நாலு முழுப்பக்கங்கள் ஓடிய கடிதத்தில், இந்த வரிகள்தாம் திரும்பத் திரும்ப மனத்தில் ஓடுகின்றன. அதாவது, இதே வரிகள் இல்லை; இந்த மாதிரிப் பொருள் தருபவை. ஜய்தீப்புக்கு இலக்கண சுத்தமாகவெல்லாம் எழுத வராது. கடிதத்தின் கடைசி வரி, விஷயத்தை முன்னிட்டா, மொழிநடையை முன்னிட்டா என்று தோன்றி, உள்ளூரச் சிரித்துக்கொண்டான் மனோஜ்.

ஜய்தீப்பின் கடிதத்தில் பல இடங்களை யூகித்துத்தான் புரிந்துகொள்ள வேண்டிவரும். அத்தனை மோசமான கையெழுத்து. எழுத்துப் பிழைகளும் இலக்கணப் பிழைகளும் சரளமாய் மண்டியிருக்கும். அவனுக்கு ஆரம்பம் முதலே படிப்பில் நாட்டமில்லை. மிகவும் சிரமப்பட்டு முதல் ஃபாரம் முடித்தபிறகு, 'இனிமேல் பள்ளிக்கூடம் போகமாட்டேன்' என்று பிடிவாதமாக மறுத்துவிட்டான். எதை முன்னிட்டும் குழந்தைகளைச் சித்திரவதை செய்யாத பெற்றோர் அமைந்தது அவனுக்கு சாதகமாகி விட்டது! அப்பாவுடன் ஆர்வமாக வயலுக்குப் போகத் தொடங்கினான்.

ஆனாலும், இலக்கண சுத்தமாக கச்சிதமாக எழுதும் எவருடைய ஒரு

வரியும் ஜய்தீப்பின் கடிதத்தில் பெருக்கெடுக்கும் பிரியத்துக்கும் விநயத்துக்கும் நிகராகாது என்று தோன்றியது.

எவ்வளவோ பொருளாதார நெருக்கடிகள் வந்த கட்டங்களிலும், குடும்ப நிலத்தை அல்லது வீட்டை அடமானம் வைக்கவோ விற்கவோ அப்பா முற்பட்டதில்லை. ஜய்தீப்தான் பிரதான காரணம்.

> பெரியவனுக்கு வேறு மார்க்கம் என்ன இருக்கிறது... ஆலுவோ ஸோரிஷாவோ விதைத்துப் பிழைத்துக்கொள்வான் இல்லையா.

என்பார்.

கங்கைச் சமவெளியின் செழுமை ஜய்தீப்பை அபாரமாய்ப் பேணியது. சிலவேளை, நிறைவான வாழ்க்கை வாழ்வது யார் - சொந்த ஊர் மண்ணை, அதன் சுகந்தத்தை, புழுதியை விட்டு அகலாது எளிமையும் இனிமையுமான, பரபரப்பில்லாத, சாத்வீக வாழ்க்கை நடத்தும் ஜய்தீப்பா; புறாக்கூடு போன்ற பொந்தில் இரண்டு குழந்தைகளுடன் வசிக்கிற, தார்க்குச்சிபோலக் கடிகார முள் விரட்ட அன்றாடத்தின் பாரத்தை இழுத்துக்கொண்டு கல்கத்தாவின் சாலைகளில் ஓடுகிற தானா; அல்லது அஸன்ஸாலின் நிலக்கரி வானத்துக்குக் கீழே, மாசு நிரம்பிய காற்றைச் சுவாசித்துக்கொண்டு வசிக்கிற அதீனா; ரூர்க்கேலா அரசாங்கக் குடியிருப்பின் இரும்பு வாசனைக்குள் வாழ்க்கை நடத்தும் ஷைலுவா என்று குழப்பம் வரும்.

‘இத்தனை பேருடன் பிறந்தவனல்லவா நான்!’ என்று நினைவு ஊறி ஏக்கம் வாட்டும். வருடத்தில் பத்து நாள் எல்லாரும் சேர்ந்திருந்தால் ஜாஸ்தி. பால்யத்தின் பொன்னாட்களில், கூடப்பிறந்தவர்களுடன் நிறையப் பேசவும் விளையாடவும் துப்பு இல்லாத மடையனாய் இருந்துவிட்டோமே என்று ஆதங்கமாய் இருக்கும். தன்னந்தனியாய் உட்கார்ந்து இருட்டை முறைக்கும் ஆந்தைபோல இந்தப் பெருநகரத்தின் ஒரு மூலையில் சீந்துவாரற்றுக் கிடக்கிறேனே என்று குமையும்.

இந்த விஷயத்தை ரிஷானுடன் ஒரு முறை விவாதித்தான். அவன் சர்வசாதாரணமாய் பதில் சொன்னான்:

> எழுத்தாளன் ஆக ஆசைப்பட்டவனல்லவா! எல்லாவற்றையும் ரொமாண்ட்டிசைஸ் பண்ணிப் பார்க்கிறாய். எவராய் இருந்தாலும், இருக்கும் இடம் கசக்கத்தானே செய்யும். எதிர்க்கரைப் பசுமை ஈர்ப்பதும் இயல்புதான்! அப்புறம், யாருக்குத்தான் இல்லை - கைநழுவிவிட்ட பால்யமும், அதுகுறித்த நினைவேக்கமும்! பறிகொடுத்ததுதான் அதன் ரம்மியத்தின் மூல காரணமே!! தொடர்ந்து நீண்டிருந்தால் தெரியும், அது வழங்கும் அலுப்பும் சலிப்பும்!!

இதைச் சொல்லும்போது அவன் முகத்தில்தான் எத்தனை குறும்பு...!

ஆனால், மேற்சொன்ன வாக்கியங்களைப் பேச முழுத் தகுதியும் உள்ளவன் ரிஷான். தந்தையின் அகால மரணத்துக்குப் பிறகு குடும்பப் பொறுப்பை ஏற்று, விவசாயி ஆனான். தம்பியின் வகுப்புத்தோழனாய் இருந்தவன், அண்ணனின் சகாவாக மாறிப்போனான். தான் கைவிட நேர்ந்த வாழ்வைப் பற்றி இன்றுவரை ஒரு சொல் பேசியதில்லை. தற்போதைய வாழ்வு பற்றிப் புகாரும் சொன்னதில்லை. ரொம்ப அழுத்திக் கேட்டால்,

> யார்யாருக்கு என்ன கொடுக்க வேண்டுமென்பதை அல்லா அறிவார் என்று என் தந்தையார் அடிக்கடி சொல்வார்.

என்று முடித்துவிடுவான்; ஒரு பெருமூச்சுக்கூட வெளிவராது...

எது எப்படியோ, ஜய்தீப்புக்கு உடன்பிறந்தவர்கள்மீது அப்படியொரு பாசம். அதிலும், தம்பி நன்றாய்ப் படித்தான், வங்கி வேலைக்குப் போனான் என்பதில் ஏகப்பட்ட பெருமிதம். அதைவிட, எந்நேரமும் புஸ்தகம் படித்துக்கொண்டே இருக்கிறான் என்பதில் விசேஷப் பெருமை. ஒவ்வொரு முறை ஊருக்குப் போகும்போதும், உருளைக்கிழங்கு மூட்டையைக் கொண்டு போய்த்தான் ஆகவேண்டும் என்று வற்புறுத்துவான். அதுபோக, ஓரிரு வீசை கடுகையும் சுமத்துவான்!

பஸ்ஸிலும் ரயிலிலும் மாறிமாறிப் பயணம் செய்து கொல்கத்தா வந்து சேர்வதற்குள் இவர்கள் நாலுபேரும் அலண்டு போயிருப்பார்கள். இதில் மூட்டையை வேறு சுமக்க முடியாது என்று அவனை சமாதானப்படுத்துவதற்குள் போதும் போதும் என்று

ஆகிவிடும். சிரித்த முகத்துடன் வேடிக்கை பார்த்துக்கொண்டு உட்கார்ந்திருப்பாள் தீப்தி...

'என்ன இது, கடிதத்தின் மையமான விஷயத்தை விட்டுவிட்டு வேறெதையோ யோசித்துக்கொண்டிருக்கிறேன்? ஒருவேளை, ஆழ்மனம் எதையோ முன்னுணர்கிறதோ. அதனால்தான் அந்த விஷயத்தை யோசிக்காமல் ஒத்திப்போட வைக்கிறதோ...'

உடனடியாக ஊருக்குப் போய் அம்மாவைப் பார்க்க வேண்டும் என்ற துடிப்பு எழுந்தது. அத்தனை சுலபமில்லை; ஒரு வாரம் பத்துநாள் விடுமுறை வேண்டும் என்றால், மேலாளரின் காலைக் கழுவி மன்றாட வேண்டும். சொந்தப் பணத்திலிருந்து பண்டிகை இனாம் தருகிற மாதிரி சடைத்துக்கொள்வார்.

இதே பிரச்சினை, தீப்தி பணிபுரியும் பள்ளியிலும் உண்டு. தலைமையாசிரியை வெகு சாதாரணமாகக் கேட்பாள்.

> அதுதான் மே மாதம் முழுக்க விடுமுறை இருக்கிறதே.. அப்போது போனால் போதாதா?

இது ஃபிப்ரவரி முதல் வாரம். மே மாதம்வரை கிழவி உயிரோடிருக்க வேண்டாமா? அந்த அம்மாளைக்கூட சம்மதிக்க வைத்துவிடலாம். முதலில், அத்தனை நாட்கள் கிராமத்தில் வந்து இருப்பதற்கு தீப்தி சம்மதிக்க வேண்டுமே. இத்தனை வருடத் தாம்பத்தியத்தில், அவளுக்குத் தன் புகுந்தவீட்டைப் பிடித்திருக்கிறதா இல்லையா என்றே புரிந்துகொள்ள முடியவில்லை. ஒரே விறகின் ஒரு முனையில் நெருப்பும், மறு முனையில் ஐஸ்கட்டியும் இருக்கிற மாதிரி நடந்துகொள்வாள். கடமை தவறாத மருமகள். கடமையைத் தாண்டி ஒரு இம்மி அன்புகூட கூடுதலாய்ச் சிந்திவிடாமல் பார்த்துக்கொள்வாள்...

அப்புறம், பால்காரன் பேப்பர்காரன் காய்கறி வண்டிக்காரன் என்று அத்தனை பேரிடமும், அதிகாலையில் எழுந்து காத்திருந்து, தகவல் தெரிவிக்க வேண்டும். குழந்தைகளைப் பள்ளிக்கு இட்டுச் செல்ல ஏழரை மணிக்கு வரும் கைரிக்ஷாக்காரரிடமும்தான். மாடிப்படிகளிலிருந்து பால்கனிவரை கிடைத்த இடங்களிலெல்லாம்

மண் தொட்டிகளில் செடி வளர்க்கிறாள் தீப்தி. வீட்டுச்சாவியைக் கீழ்வீட்டுக்காரரிடம் கொடுத்து, நாள் தவறாமல் அவற்றுக்கு நீரூற்ற ஏற்பாடு செய்யவேண்டும். கட்டாயம் செய்வார்; ஆனால், முகம் மலர்ந்து ஒரு சொல் பேசமாட்டார் மனிதர். அவமானமாய் இருக்கும் - உலோபியிடம் போய் யாசகம் கேட்க நேர்ந்ததே என்று...

பேசாமல் தான் மட்டும் போய் அம்மாவைப் பார்த்துவிட்டு வந்தால் என்ன?

இல்லை, தனியாக வந்தவனைப் பார்த்தவுடனே கிழவிக்கு முகம் சுண்டிவிடும். கடந்த சில தடவையாகவே, அம்மாவுக்கு மகனிடம் பேசுவதைவிட, பேரக்குழந்தைகளுடன் பேசிக் களிப்பதில்தான் நிறைவு கிடைக்கிறது என்பது வெளிப்படையாய்த் தெரிகிறது. மனோஜை, தன் கைநழுவிவிட்ட கனவு என்று நினைக்கிறாளோ! அல்லது, மகனின் பால்யகாலம் கொஞ்சமும் பிசகாமல் நிகழ்ந்தேறும் திரைகளாய்ப் பேரக் குழந்தைகளைப் பார்க்கிறாளோ. அவர்களிடம் ஏமாறுவதற்கு தான் இருக்க மாட்டோம், ஆயுள் போதாது என்று உணர்ந்திருப்பாளோ?!

முதுமையில் கனவுகள் வறண்டுபோவதைப் பற்றி ஜதீன் மஷாயின் ஏதோ ஒரு கதையில் படித்திருக்கிறோமே...

ஏன் இப்படி, தன்னைத் தானே உண்டு பசியாறும் விநோத ஜன்மமாய் மாறிப் போனோம். ஜதீன் மஷாய்போல எழுத்தாளனாக வேண்டும் என்ற இளமைக் கனவு பலிதமாகியிருந்தால் ஒருவேளை இப்போதைய மன அவசம் இல்லாமல் போயிருக்குமோ...

ஆச்சரியகரமாக, தீப்தி உடனே சம்மதித்துவிட்டாள். இனி, மற்ற சவால்கள் எல்லாம் தூசுக்கு சமம்!

அம்மா படுத்திருந்த அறைக்குள் அரைமணிநேரம் கூட இருக்க முடியவில்லை. அவ்வளவு துர்நாற்றம். இந்த இடத்திலா ராத்திரி முழுவதும் ஜய்தீப்பும் அண்ணியும் உட்கார்ந்திருக்கிறார்கள்? தெய்வங்கள் என்று தோன்றியது.

குழந்தைகளும் தீப்தியும் ஓரிரு நிமிடம் தரிசனம் கொடுத்துவிட்டு வெளியேறி விட்டார்கள். முருங்கைக்காய்போல நீளமான அம்மாவின் கை முன்னே நீண்டு இவனைத் தொட்டது. உள்ளங்கை சொரசொரவென்றிருந்தது. கறுப்பேறிய நகங்கள். பராமரிக்கக் கடினமாய் இருக்கிறது என்று, முழுசாக நரை கண்ட கூந்தலை க்ராப் வெட்டியிருந்தார்கள். புட்டம்வரை நீண்டிருக்கும் அம்மாவின் கார்குழல் நினைவிலெழுந்து தொண்டையை அடைத்தது.

அண்ணியின் சிவப்புநிற நைலான் ரிப்பனை நெற்றியில் பட்டிபோல இறுக்கிக் கட்டியிருந்தாள். வெலவெலவென்று ஆகிவிட்ட பருத்திப் புடவையை, உடுத்திவிடவில்லை; மேலோட்டமாய்ப் போர்த்தியிருந்தார்கள். ஒரு நாளில் ஓரிரு மணி நேரம் தலைவலி இல்லாமல் இருந்தால் அதிகம் என்று கவலையான குரலில் சொன்னான் ஜய்தீப். சாப்பாடும் செல்ல மாட்டேனென்கிறதாம். ஒரு நாளைக்கு ஒருவேளைதான்; அதுவும் கஞ்சிப் பதத்தில்.

சட்டென்ற பார்வைக்கு, அம்மா படுத்திருப்பதே தெரியவில்லை. சதைப்பிடிப்பே இல்லாத உடம்பு. கிழிந்த துணி மாதிரி, கட்டிலோடு தட்டையாய் ஒட்டிக் கிடந்தது. அதீதப் பிரகாசத்தோடு உறுத்துப் பார்க்கும் கண்கள் மிரள வைத்தன. அத்தனை பலவீனத்திலும், பேச்சும் நினைவும் கொஞ்சம்கூடப் பிறழவில்லை அம்மாவுக்கு.

எழுந்து, சுவரில் சாய்ந்து உட்கார முயற்சித்தாள். ஓரிரு நிமிடங்களுக்குமேல் முடியவில்லை. மூச்சிரைத்தது. படுத்துவிட்டாள். வைத்த கண் வாங்காமல் மகனைப் பார்த்துக்கொண்டிருந்தாள். மல்லாந்த முகத்தின் கண்களிலிருந்து இருபுறமும் கரகரவென வழிந்த கண்ணீரைப் பொறுமையாய்த் துடைத்த அண்ணி, மறுபுறம் திரும்பி தன்னுடைய கண்களையும் துடைத்துக்கொண்டாள்.

ஐந்து பெண்குழந்தைகள் மட்டுமே பிறந்த குடும்பத்தின் தலைமகள் அண்ணி. அந்த முகத்திலும் மனத்திலும் எந்நேரமும் நிரம்பியிருக்கும் சாந்தத்தை இவனால் புரிந்துகொள்ளவே முடிந்ததில்லை. மனோஜைவிட நாலு மாதம்தான் பெரியவள்; தான் முந்தைய தலைமுறைக்காரி போலவும், இவர்கள் மூவரும் தன்னுடைய குழந்தைகள் போலவும் நடத்துவாள்…

இரவில் அம்மாவுக்குத் துணையாய் இருக்கிறேன் என்று மனோஜ்

முன்வந்தபோது, மொத்தக் குடும்பமும் ஆச்சரியப்பட்டது. 'உன்னால் முடியாது தம்பீ' என்று கரிசனமாய்ச் சொன்னான் ஜய்தீப். ஷைலு தானும் இருக்கிறேன் என்றாள். 'கைக்குழந்தைக்காரி, உடம்பை வருத்திக்கொள்ளாதே. அவ்வளவு தொலைவிலிருந்து வந்திருக்கிறாய். போய்ப் படுத்துத் தூங்கு. அம்மா எங்கே போய்விடப் போகிறார்கள். காலையில் பார்த்துக்கொள்ளலாம்' என்று பலமுறை சொல்லி, அனுப்பிவைத்தாள் அண்ணி. ஆமாம், திருமணமாகிப் பதினைந்து ஆண்டுகள் கழித்து, முதல் குழந்தையைப் பெற்றிருக்கிறாள் ஷைலு. அதீன் 'சௌகரியப்பட்டால் வருகிறேன்' என்று எழுதியிருக்கிறானாம். பெரும்பாலும் சௌகரியப்படாது, பாவம். அவன் மனைவியோடு ஒப்பிட்டால், தீப்திக்குப் பெரிய கோவிலே கட்டலாம்...

மனோஜ் பிடிவாதமாக அம்மாவின் தலைமாட்டில் உட்கார்ந்துவிட்டான்.

அமர்ந்தபடியே மூடிய கண்களில், விதவிதமான காட்சிகள் தாறுமாறாக ஓடியவண்ணமிருந்தன.

விறகடுப்பின் முன் குத்தவைத்து அமர்ந்து புகைக்குள் கமறும் அம்மா; மார்வரை கட்டிய பாவாடையுடன் நீரைச் சேந்திச் சேந்தித் தலையில் ஊற்றிக்கொள்ளும் அம்மா; மயிரடர்ந்த அக்குளையும், நனைந்து ஒட்டிய வெள்ளைப்பாவாடையில் துருத்தித் தெரியும் பழுப்புக் காம்புகளையும் வெறித்த கண்களால் வேடிக்கை பார்க்கும் மனோஜைக் குறும்போடு பார்த்துவிட்டு, இயல்பாக எதிர்ப்புறம் திரும்பி அமர்ந்து குளியலைத் தொடரும் அம்மா: வாசலில் வந்த யாரோவொரு யாசகி சொன்ன ஏதோவொரு வார்த்தைக்காக, வீட்டுக்குள் ஓடிவந்து துர்கா மாதா படத்தின் முன் நின்று விம்மிவிம்மி அழுத அம்மா: பள்ளி செல்ல ஆரம்பித்துவிட்ட சிறுவனான இவன் வருவது தெரியாமல் அப்பாவின் அணைப்பில் சிக்கிக் குழைந்து நின்ற அம்மா; அப்போது அவள் முகம்தான் எவ்வளவு அழகாய் இருந்தது! 'உனக்கு ஒரு தங்கைப் பாப்பா வரப்போகிறாளாக்கும்!' என்று காதுக்குள் கிசுகிசுக்கும் அம்மா; இவனும் அதீனும் ஆளுக்கொருபுறம் உட்கார்ந்து, பருத்த வயிற்றில் காது பதித்து, குட்டிப்பாப்பா உதைப்பதை உணரும்போது சிரமப்பட்டுக் குனிந்து ஆளுக்கொரு முத்தம் உச்சந்தலையில் தரும் அம்மா...

அடியாழத்திலிருந்து புறப்பட்ட பேரலை, கண்ணில் பெருகி ஊற்றத் தொடங்கியது. அது அறையை, வீட்டை, தெருவை, ஊரை மூழ்கடிக்கும் வேகத்தில் பாய்வதைப் பார்த்தவாறு, கரையாது நின்று நனையும் கல்சிற்பம்போல அமர்ந்திருந்தான் மனோஜ். மனம் முழுக்க நிரம்பியிருப்பது அந்தக் காட்சிகள் வழங்கும் இன்பமா, தொடமுடியாத் தொலைவில் அவை இருப்பதன் ஆற்றாமை தந்த ஏக்கமா, காலம் இதுவரை தனக்கு ஏற்படுத்திய இழப்புகளின் தொகுப்பால் எழுந்த துயரமா என்று வகைபிரிக்க முடியாமல் வெகுநேரம் தடுமாறினான்.

மனூ, நீ படுத்துக்கொள்ளவில்லையா!

என்று ஆச்சரியம் தொனிக்கும் ரகசிய ஒலி கேட்டு விழிப்புத் தட்டியது. உட்கார்ந்த நிலையிலேயே தூங்கியிருக்கிறான்! அம்மாவின் குரல் கடுமையாய்க் கம்மியிருந்தது. அனிச்சையாய்க் கைக்கடிகாரத்தைத் திருப்பிப் பார்த்தான். நடுநிசி தாண்டியிருந்தது. பொம்மைபோலக் கண்திறந்து பார்த்துக்கொண்டிருந்தாள் அம்மா. எவ்வளவு வனப்பான பெண்மணி. எத்தனை திருத்தமான உடம்பு. காற்றிழந்து சுருங்கிய பலூன்போலக் கிடக்கிறாள். சாதாரணமாய்ப் பார்த்தால், கட்டிலில் ஒரு உருவம் படுத்திருப்பதே தெரியாது; வெறும் போர்வை என்றே யாருக்கும் படும் என்று மறுபடியும் தோன்றியது.

கட்டிலுக்குக் கீழே அரை அளவு தண்ணீருடன் இருந்த குவளையை எடுக்கச் சொல்லிச் சைகை செய்தாள். எடுத்து முகத்தருகில் நீட்டினான். தொண்டையை உரத்துச் செருமி, கோழை துப்பினாள். குரல் திறந்துவிட்டது. அடக்கமான தொனியில் பொழியத் தொடங்கினாள்:

மனு, அப்போது உனக்கு மூன்று வயது. ஓயாமல் விஷமம் செய்வாய். உன்னை ஒருவர் சதா பார்த்துக்கொண்டே இருக்க வேண்டும். இல்லையோ, ஆட்டுரலில் ஏறி மூத்திரம் பெய்துவிடுவாய். எரியும் அடுப்பிலிருந்து விறகை உருவுவாய். பாத்திரம் நிறைய

இருக்கும் சிங்காராக்களில் கைக்கொன்றாய் எடுத்து வாசல் சாக்கடையில் கொண்டு போடுவாய். ஒரு தடவை, அரைத்தூக்கத்தில் இருக்கிறேன். பக்கத்தில் உட்கார்ந்து என் முகத்தை வருடுகிறாய். நானும் காண்பித்துக்கொண்டே கண்ணை மூடிக் கிடக்கிறேன். வாசலிலிருந்து உள்ளே வந்த அப்பா உரத்துச் சிரிக்கும் சப்தம். கைக்கண்ணாடியை எடுத்து என் முகத்துக்கு நேரே நீட்டினார் மனிதர். ஒரு முழு கண்மை டப்பியை வழித்து வழித்து என் முகத்தில் தீற்றியிருந்தாய். அப்பா அறை கண்ணாடிபீரோ கண்ணாடி இல்லாமல் இருக்கிறதல்லவா, நீ கல்லாலடித்து நொறுக்கியதுதான். உன் விஷமத்துக்குச் சாட்சியமாய் அப்படியே இருக்கட்டும் என்று விட்டுவிட்டார். அவருக்கு உன்மேல் ரொம்பப் பிரியமாக்கும். 'ஜய்தீப் செய்யாததையெல்லாம் இந்தப் பயல் செய்துவிடுவான்...' என்று அடிக்கடி சொல்வார். அது சரிதான். இதோ கொல்கொத்தா வாசியாகிவிட்டாயே! இந்த ஊரிலிருந்து அங்கே போய்க் குடியமர்ந்தவர்கள் மூன்றே பேர்தான். டாக்டர் பாபுவின் மகன் அமிதவா. மித்ரன் சாட்டர்ஜியின் மூத்த மகள் அங்கே கல்யாணமாகிப் போனாள். நம் ஜய்தீப் வயசு அவளுக்கு. அவளுடைய பெயர் என்னது... நல்ல பெயர். இதோ, தொண்டையில் இருக்கிறது; வரமாட்டேனென்கிறது. போகட்டும் போ. அவர்கள் இரண்டுபேருக்கும் அப்புறம் நீதான்...

பார், எதையோ சொல்ல வந்து எங்கேயோ போய்விட்டேன். உனக்கு மூன்று வயது என்று சொன்னேனல்லவா, அப்பா வெளியூர் போயிருக்கிறார். வாசல் திண்ணையிலிருந்து குதிக்கிறேன் பார் என்று தலைகுப்புற விழுந்துவிட்டாய். முன்னம்பல் பதிந்து மேல் உதட்டிலிருந்து ரத்தம் கொட்டுகிறது. மூக்கிலிருந்தும் ரத்தம் கசிகிறது. மூஞ்சி முழுக்கப் புழுதி வேறு. மாரில் பாவாடையைக் கட்டிக்கொண்டு பாதிக் குளியலில் இருந்தவள் - வாசல் பக்கமிருந்து வீல் என்று சப்தம். ஈரப்பாவாடையோடு ஓடி வந்தேன். அப்படியே கைகளில் ஏந்திக்கொண்டு டாக்டர் பாபு வீட்டுக்கு ஓடினேன். அவரானால் சிரிக்கிறார். 'இதற்கா இவ்வளவு பதட்டம்' என்று! அவருடைய சம்சாரம் துண்டும் தன்னுடைய புடவையும் கொடுத்து ஆசுவாசப்படுத்தினாள்...

அப்படி இருந்த பிள்ளைதான்; ஏழெட்டு வயசில் மனித சகவாசம் பிடிக்காமல் போனது உனக்கு. யார்கூடவும் சேரமாட்டாய்.

மனசிருந்தால் ஜய்தீப்புடன் விளையாடுவாய். இல்லையோ, நீ உண்டு, உன் படப்புத்தகம் உண்டு என்று தனியாய் உட்கார்ந்திருப்பாய். ஷைலுவுக்கு உன்னோடு விளையாட ஆசையாய் இருக்கும். கிட்டக் கிட்ட வருவாள். தள்ளிவிட்டு விடுவாய்.

'அவன் போக்கில் விடு'. என்று சொல்வார் உன் அப்பா. அப்புறம் எப்படியோ ரிஷானுடன் உனக்கு சிநேகம் ஆகிவிட்டது. நீ கொஞ்சம் கொழுக்மொழுக்கென்று இருப்பாய். அவன் ஈர்க்குச்சிபோல இருப்பான். ஒருவரைவிட்டு ஒருவர் பிரிய மாட்டீர்கள். ஆயிற்று, ஷரீஃப் தா போயும் வருஷங்களாகிவிட்டது. விதி மட்டும் விளையாடவில்லையென்றால், எல்லாமே வேறு மாதிரி நடந்திருக்கும்...

அது சரி, நீ வந்து ஒரு பகல்பொழுது ஓடிவிட்டதே. அந்தப் பிள்ளையை இன்னும் காணோமே. பர்தொமான் போயிருப்பான், ஒருவேளை. என்னமோ அப்பா, அவனைப் பார்த்தால் உன்னைப் பார்த்த மாதிரியே ஒரு திருப்தி எனக்கு. கெட்டிக்காரப் பிள்ளை. யார் கண்டது ஷரீஃப் தா அல்பாயுசில் போகாமலிருந்தால், அவனும் கொல்கொத்தா வந்திருப்பானோ என்னவோ. நானும் உன்னைப் பற்றிக் கவலைப்படாமல் இருந்திருப்பேன். எத்தனை வயதானால் என்ன, தாயாருக்குப் பிள்ளைதானே. பாதி ராத்திரியில் கவலை வரும் - குழந்தை என்ன செய்கிறானோ. சாப்பிட்டானோ இல்லையோ. கூட இருக்க பாக்கியமில்லாமல் போய்விட்டதே நமக்கு... அதற்காக, றெக்கைக்கடியிலேயே வைத்துக் கொள்ள முடியுமா. அவரவர் உத்தியோகம், அவரவர் சம்சாரம்...

என்ன, அந்தப் பெண் சுஷ்மாவைத்தான் நீ கல்யாணம் செய்துகொள்வாய் என்று நினைத்தேன். அவ்வளவு சொல்வாயே, வீட்டுக்கும் கூட்டிவந்தாயே, அந்தப் பெண்ணும் அகல்விளக்கு மாதிரி, நமக்கு ஏற்றவள்மாதிரித் தெரிகிறாளே என்று வாய்விட்டுக் கேட்டுவிட்டேன். தப்புதான் அப்பா. நானெல்லாம் கிராமத்துக்காரி. உங்களை மாதிரி நாகரிகம் தெரியாது எங்களுக்கு. உனக்கு எவ்வளவு கோபம் வந்தது என்கிறாய். கேட்கக்கூடாததைக் கேட்டுவிட்ட மாதிரி வானத்துக்கும் பூமிக்கும் குதித்தாய். நல்லவேளை, அந்தப் பெண் திரும்பிப் போனபிறகுதான் இத்தனையும் நடந்தது. அப்புறம், உன்னை சமாதானப்படுத்துவதாக நினைத்துக்கொண்டு

'என்னமோ அப்பா, எங்கள் காலத்திலெல்லாம், அந்நிய ஆணும் பெண்ணும் பழகினால் ஒரே காரணம்தான் கட்டுவார்கள் எல்லாரும்' என்று சொல்லித்தொலைத்தேன். இன்னும் பழியாய்க் கோபம் வந்துவிட்டது உனக்கு. 'சிநேகிதம் என்றால் என்னவென்றே தெரியாத ஜென்மங்கள்' என்று பித்ருக்கள் அத்தனை பேரையும் திட்டித் தீர்த்தாய்!...

தீப்திக்கும் என்ன குறை. உன்னைமாதிரி ஒருத்தன்கூட வாழ்க்கை நடத்துவது என்றால் சாமானியமா. இருக்கட்டுமே, என் பிள்ளைதான். தங்க ஊசி என்பதற்காகக் கண்ணில் குத்திக்கொள்ள முடியுமா. என் குழந்தைகளிலேயே தகப்பனை உரித்து வைத்துப் பிறந்தவன் நீ ஒருத்தன்தான். அவர் முகத்திலாவது நிரந்தரமாய் ஒரு சிரிப்பு இருக்கும். நீ சரியான உம்மணாமூஞ்சி. தனியாய் இருந்து இருந்து நீங்களெல்லாம் என்னத்தைக் கண்டீர்களோ. இதற்கு, பேசாமல் சாமியாராய்ப் போயிருக்கலாமே. ஒரு பெண் ஜென்மத்தின் வதையை ஏன் கொட்ட வேண்டும்.

இதோ பார் மனூ, எங்களிடம் எப்படி வேண்டுமானாலும் நடந்துகொள். அந்தப் பெண்ணைக் கலங்கவிடாதே. உன் மனசுக்குப் பிடிக்காத எதையாவது செய்தால், அம்மாவை நினைத்துக்கொள். அவளும் இப்படித்தானே - ஒரு வீட்டில் பிறந்து வளர்ந்து, இன்னொரு வீட்டின் பகுதியாக வாழ வந்தவள் என்று. நானெல்லாம் ஆரம்பத்தில் உன் அப்பாவிடம் என்ன பாடுபட்டிருப்பேன் என்கிறாய்? சிரிக்காதே. பார்க்கத்தான் உன் அப்பா சாதுப் பிராணி. ஆத்திரம் வந்ததோ, ரணகளம் பண்ணிவிடுவார். அது அப்படித்தான், யாரிடம் என்ன கோபம் என்றாலும் அம்மாவிடம்தானே காட்டித் தீர்த்துக் கொள்வீர்கள். கல்யாணமானதும் அது அப்படியே பெண்டாட்டியிடம் மாறிவிடும். அதற்காகத்தானே, தாயாருக்குப் பின்னால் தாரம் என்கிறார்கள்.

பார் இன்னமும் சிரிக்கிறாய். அட, வேண்டாம் அய்யா, அம்மாவை நினைத்துக்கொள்ள வேண்டாம். அவள் வேறு யுகத்தைச் சேர்ந்தவள்; பழைய துணி மூட்டை. உன் தங்கை இருக்கிறாளே. அவள் உங்கள் தலைமுறைதானே. அவளை நினைத்துக்கொள்ளலாமே. அவளும் ஒரு கடுவன் பூனையிடம் மாட்டிக்கொண்டு வதைபடுகிறவள்தானே.

ஒன்று சொல்வேன் கேட்டுக்கொள் மனூ. நம் வீட்டுக்கு வாழ

வந்தவள் நிம்மதியாய் இருந்தால்தான், நாம் அனுப்பிவைத்தவள் சந்தோஷமாய் இருப்பாள். பகவான் செய்துவைத்த ஏற்பாடாக்கும் இதெல்லாம்.

ஆயிற்று, இந்த மனிதர் வந்துவிடுவார். என்னமோ இப்போதெல்லாம் பெண்டாட்டி ஞாபகம் அடிக்கடி வருகிறது போல. ஒரு நாள் தவறாமல், தூங்கப் போகிற நேரத்துக்கு நிலைவாசலில் வந்து நிற்கிறார். நானும் தினசரி கேட்கத்தான் செய்கிறேன், ‘அய்யா வந்ததே வந்தீர், என்னையும் கூட்டிக்கொண்டு போய்விடுமேன். குழந்தைகளுக்கு பாரமாய் இப்படிப் படுத்தே கிடப்பதில் யாருக்கு என்ன பிரயோசனம்?’ அதற்கும் சிரிக்கத்தான் செய்வார். இருக்கும்போதுதான் சிரித்துச் சிரித்து என் கழுத்தை அறுத்தீர். போனதுக்கப்புறமாவது புத்தி வந்திருக்குமா என்று பார்த்தால்...

இதோ வந்துவிட்டார். இன்றைக்காவது நான் சொல்வதைக் கேட்டால் நன்றாய் இருக்கும்...

மூச்சு மேலும் கீழும் இரைத்தது. சதைப்பிடிப்பே இல்லாத முன்னங்கையை ஆதரவாய் வருடினான். பேசிய சோர்வோ, தூக்கம் மீண்டுவிட்டதோ, கண்ணை மூடிக்கொண்டாள். ஆசைதீரப் பேசிய நிறைவில் முகம் மலர்ந்து தெரிந்தது.

அத்தனை சம்பவங்களும் ஏற்கனவே பலமுறை சொன்னவைதாம். கிட்டத்தட்ட இதே வார்த்தைகள், இதே ஏற்ற இறக்கம், இதே மாதிரி அடக்கிய புன்சிரிப்பு. எத்தனை முறை பார்த்தாலும் அவளுக்குத் திகட்டாத காட்சிகள் போல. மற்ற குழந்தைகள் சம்பந்தமாகவும் இதே அளவோ அல்லது இதற்கும் அதிகமாகவோ ஞாபகங்கள் வைத்திருக்கத்தான் செய்வாள். சதா நேரமும் வேலை வேலை என்று நடமாடிய பெண்மணி. படுத்த படுக்கையாய் இருப்பதால், நினைவுகளின் பிரதேசத்தில் கால்போன போக்கில் திரியத் தோன்றுகிறது போல.

...அசட்டுக் கிழவி. மருமகளிடம் பேச வேண்டிய வசனங்களை என்னிடம் பேசுகிறாள். தீப்தி சொல்லி எதையுமே நான் மறுத்ததில்லை என்று இவளுக்குத் தெரியுமா. அப்படி மறுக்கும்

இடத்தில் என்னை இருக்கவே விட்டதில்லை அவள்! தீப்தியைப் பற்றிய அபிப்பிராயத்தையாவது மன்னிக்கலாம். ஷைலுவின் புருஷனைப் பற்றிச் சொன்னதெல்லாம் அபாண்டம். என்னைவிடவும் பெண்டாட்டி அடிமை அந்த மனிதர்! ஷைலு கிழிக்கும் கோட்டைத் தாண்டாதவர். அவளை உள்ளங்கையில் வைத்துத் தாங்குகிறவர். அவரையும் இப்படிச் சொல்லிவிட்டாளே கிழவி!

'அப்பப்பா, இந்தப் பெண்கள்!' என்று ஒரு வாக்கியம் மனத்துக்குள் உதித்து, பெருமூச்சாக வெளியேறியது.

தொடர்ந்து சுஷ்மாவின் முகம் மேலெழுந்தது. எவ்வளவு நாள் கழித்து! அம்மா நினைவூட்டாவிட்டால் அதுபாட்டுக்குத் தன் ஆழத்தில் புதைந்து கிடந்திருக்கும். கண்ணில் துளும்பும் நீரும், அதை ஈடுகட்டுகிற மாதிரி அந்தப் பருத்த உதடுகளில் சுழித்துக் கிளம்பிய புன்னகையுமாய் 'வேண்டாம் மனோ! நாம் நண்பர்களாகவே இருக்கலாம். அதுதான் சரிப்பட்டு வரும்' என்று சொல்லிவிட்டுத் திரும்பிக்கொண்ட முகம். அடுத்த வாரமே, ஜல்பைகுரிக்கு மாற்றல் விண்ணப்பித்துவிட்டாள். அங்கே அவளுடைய சிற்றப்பா விமானப்படை அதிகாரியாய் இருந்தார். அங்கேயே ரயில்வேயில் பணிபுரியும் கணவன் அமைந்து, நிரந்தரமாய்க் குடியமர்ந்துவிட்டாள். நண்பர்களாக நீடிக்க முடியாமல் போனதுக்கு தொலைவும் ஒரு காரணம்.

ஒருவேளை, அவளுடன் இணைந்திருந்தால் வாழ்க்கை வேறுமாதிரி உருப்பெற்றிருக்குமோ! அபத்தம் அபத்தம். யாரோடு இருந்திருந்தாலும், நான் நானாகத்தானே இருந்திருப்பேன். கசக்கும் உமிழ்நீர் மாதிரி நிரந்தரமாய்ச் சுரக்கும் நிம்மதியின்மையில் எத்தனை சதவீதத்துக்கு நான் காரணமோ.

ஆனால், பேச்சுவாக்கில் அம்மா சொன்ன ஒரு வாக்கியம் அர்த்தமுள்ளது. இப்படி ஒரு மனநிலை கொண்டவன், சராசரி வாழ்க்கையைக் கழுத்தில் மாட்டிக்கொண்டதற்கு, சந்நியாசி ஆகியிருக்கலாம். கிடைத்த இடத்தில் தூக்கம், ஓட்டில் விழுந்தது உணவு என்று தேசாந்திரம் போயிருக்கலாம். யார் கண்டது, துறவியாகியிருந்தால் சம்சாரியாய்ப் போயிருக்கலாம் என்று தோன்றியிருக்குமோ!

தத்துவ வகுப்பு எடுத்த எட்வின் தாமஸ் ஒரு நாள் கூறியது நினைவு வந்தது. தேர்வுத்தாளில் ஒரேயொரு மதிப்பெண் குறைவாய்ப் போட்டுவிட்டார் என்று பிபின் அவரோடு மல்லுக்கு நின்றான். எண்பதுக்குமேல் வாங்கியிருந்தான்; வகுப்பின் முதல் மதிப்பெண் அது. ஆனாலும், தகராறு செய்தான். எட்வின் கடைசிவரை மறுத்துவிட்டார். பிறகு, வகுப்பு ஆரம்பித்தபோது சுலோகம் சொன்னார்:

தமஸோமா ஜ்யோதிர் கமய
அசதோமா சத் கமய
மிருத்யோமா அமிர்தம் கமய...

சற்று இடைவெளி விட்டார். வகுப்பில் அனைவரும் மனத்துக்குள் ஓம் ஷாந்தி என்று மூன்றுதடவை நிரப்பிக்கொள்ளும் அளவுக்கு இடைவெளி! அப்புறம் தொடர்ந்தார்:

அதிருப்தோமா திருப்திர் கமய...

வகுப்பு வெடித்துச் சிரித்தது. பிபின் வாய்விட்டுச் சிரித்தான்...

உறக்கத்தில் புதைந்துவிட்ட அம்மாவின் முகத்தைப் பார்த்தான் மனோஜ். அபாரமான திருப்தி சித்தித்துவிட்ட மாதிரி அப்படியொரு சாந்தம். செல்ல மகனுடன் தனியாய் இருந்து பேசியபோது மலர்ந்த முகம், அதே மலர்ச்சியுடன் தூங்கிவிட்டிருந்தது. கட்டிலுக்கு அருகில் தரையில் படுத்துக்கொண்டு தூங்கத் தலைப்பட்டான்.

அது சரி, ஷைலு விஷயத்தில் மட்டுமில்லை, ரிஷான் தொடர்பாகவும் அம்மாவின் நினைவு அழிந்துவிட்டதோ என்ற எண்ணம் உதித்து அடிவயிற்றில் பகீரென்றது. வியாதியின் அடுத்த கட்டத்துக்கு நகர்கிறாளோ...

பீதி கிளப்பிய சிந்தனை சட்டென்று அறுந்தது. தன்னையும் அம்மாவையும் தவிர அறைக்குள் யாருடைய பிரசன்னமோ இருப்பதுபோல உணர்வு தட்டியது. 'பிரமை, பிரமை' என்று தன்னைத்தானே சமனம் செய்துகொள்ள முயன்றது மனம். ஆனாலும், கைநீட்டினால் தொட்டுவிடலாம்போல அந்த மூன்றாவது வியக்தியின் நடமாட்டம் புலப்பட்டது. அது தனக்கு பீதியூட்டவில்லையே ஏன் என்று தன்னையே கேட்டுக்கொண்டான்.

நிச்சயம் பிரமையேதான் அது. அம்மாவின் பேச்சால் எழுந்த பிரமை...

வெளியில் சென்று ஒரு சிகரெட் பிடித்துவிட்டு வரலாமா என்று தோன்றியது. எழுந்து போகச் சோம்பலாய் இருந்தது. அறைக்குள் நடமாடுவதாய்த் தோன்றிய ஏதோவொன்றை தொடர்ந்து கவனிக்கவோ, ஆராயவோ அவகாசம் தராமல் கண்கள் அமட்டின. சிறு வயதில் அம்மா போர்த்திவிடும் போர்வைபோல ஆதுரத்துடன் மனோஜ்மீது உறக்கம் கவிந்தது.

அடுத்தநாள் காலையில் அண்ணியின் அலறல் கேட்டுத்தான் கண்விழித்தான். முந்தைய இரவு அம்மாவுக்கு தரிசனம் கொடுத்த அப்பா, மனைவியின் ஆசையைப் பூர்த்தி செய்துவிட்டிருந்தார்.

சமீபத்திய மழையின் காரணமாய் வீட்டு வாசலில் சின்னஞ் சிறு குட்டை உண்டாகியிருந்தது. பவுர்ணமி நிலா முழுசாகத் தெரியுமளவு அகலம். அம்மா செய்து தரும் ரொட்டிபோலவே வட்டமாக மிதக்கிறதே நிலா என்று வியந்து பார்த்து நின்றான் சிறுவன்.

இரண்டு நாய்கள் ஓடி வந்தன. ஒன்று வெள்ளை, ஒன்று கறுப்பு. எதிரெதிராய் நின்று ஒரே சமயத்தில் அருந்தத் தொடங்கின. நீரின் அளவு குறையக் குறைய, நிலா சிதிலமாகி வந்தது. குடித்து முடித்த பிறகு, குட்டை காணாமல் போயிருந்தது. நிலாவும்தான்.

ஏக்கம் தட்டியது சிறுவனுக்கு. அதைவிட, கடித்துத் தின்ன வேண்டியதை, இந்த நாய்கள் எப்படி குடித்துத் தீர்த்தன என்று ஆச்சரியமாய் இருந்தது!

விதேசித் துறவி சொன்ன குட்டிக்கதை

16

இத்தனை வருடங்களும் கிட்டத்தட்ட ஒரே மாதிரிக் கழிந்தவை என்றுதான் சொல்ல வேண்டும். இன்றைக்கு ஒரு கிழமை ஒரு தேதி; நாளைக்கு இன்னொன்று என்பதில் ஆரம்பித்து, இன்று மழை பெய்தது; நாளைக்கு வெயிலடித்தது என்கிற மாதிரி சில்லறை வித்தியாசங்கள் தவிர, ஒரு நாளுக்கும் இன்னொரு நாளுக்கும் வித்தியாசமே இல்லை என்கிற அளவுக்கு, பொதுவான

சில அம்சங்கள் நீடித்திருந்தன. சிலநேரம் தோன்றும் - ராத்திரி பகல் என்று வெளிச்சத்தின் தன்மை மாறிமாறித் தென்படுகிறதே தவிர, முடிவுறவே செய்யாத ஒரே நாள்தான் இன்றுவரை நிகழ்ந்துவருகிறதோ?...

பெரும்பாலும் வெட்டவெளியில்தான் தூக்கம். யாசகம் என்று யாரிடமும் கேட்டதில்லை. மாற்று வஸ்திரத்துக்காகவோ, சீரான இடைவெளிகளில் முகத்தையும் தலையையும் மழிப்பதற்கோ, அந்தந்த நாளுக்கான ஒருவேளை உணவுக்காகவோ, எதை முன்னிட்டும் இரந்ததில்லை. அனுப்பி வைக்கப்பட்ட மாதிரி யாரோ வருவார்கள். அப்போதைய தேவையைப் பூர்த்தி செய்துவிட்டு, வந்ததுபோலவே காணாமல் போவார்கள். அவர்கள் முகமோ குரலோகூட நினைவில் பதியாது.

இத்தனை விட்டேற்றியான வாழ்முறையிலும், கண்ணுக்கும் கருத்துக்கும் மறையாத நிரந்தரத் தருணங்கள் சில இருக்கவே செய்தன. சமவெளிக்கு இறங்கிய ஆரம்ப வருடங்களில் எப்போதோ நடந்த ஒரு சம்பவம் மிக நல்ல உதாரணம். அழுத்தம் கொஞ் சமும் குறையாமல் மனத்தின் தரையில் வண்டல்போலப் படிந்து கிடப்பது...

முதல் நாலைந்து மாதங்களிலேயே, தொடர்ந்து காதில் விழுந்துகொண்டிருந்த மொழி கொஞ்சம்கொஞ்சமாகப் பிடிபட ஆரம்பித்திருந்தது. பேசத் தெரியாதேயொழிய, பாமரக் கொச்சை புரியவும் செய்தது. தவிர, இவனுக்குத்தான் பேசுவதற்கான அவசியமே இல்லையே. கவனம் முழுவதும் செவிகளில் குவிந்திருக்கும்போது, சொற்களைவிடவும் அவை குறிப்புணர்த்தும் தொனி நன்றாகவே புரியும்.

குஜராத் என்றுதான் அந்த மாநிலத்துக்குப் பெயர் சொன்னார்கள். மிகப் பெரிய நகரம் ஒன்று. உயர்தட்டு மனிதர்கள் வசிக்கும் பகுதி. வீதிகளில் நிரம்பியிருந்த ஏகாந்தமும் சாந்தமும் வெகுவாகக் கவர்ந்தன, வாகனப் போக்குவரத்து கிட்டத்தட்ட இல்லவே இல்லை. இருபுறமும் பராக்குப் பார்த்தபடி, தடையின்றி நடந்து கொண்டிருந்தான்.

அநேக வீடுகளின் முன்புறம் பெரிய தோட்டம் இருந்தது. சுற்றுச்சுவரில் பதித்த பிரம்மாண்டமான கதவுகள். அவற்றின் கம்பி அழிகள் வழியே தெரிந்த அகண்ட முன்முற்றம். அநேக மாளிகைககளில் ஒன்றுக்கு மேற்பட்ட சொகுசு வாகனங்கள் நிற்பதும் கண்ணில் பட்டது. ஆள் நடமாட்டமே வெளித் தெரியாத மாளிகைகள். ஓரிரு வீடுகளில் கதவருகில் ஓடிவந்த நாய்கள் இவனை வெறித்துப் பார்த்தன. பெரும்பாலும், கன்றுக்குட்டி உயரமும் செழுமையும் கொண்டவை. அநாவசியமாக ஏன் குரைக்க வேண்டும் என்ற மெத்தனமோ, மேல்தட்டு வளர்ப்பு தந்த அமரிக்கையோ, இவன் சந்தேகத்துக்குரியவன் அல்ல என்ற உள்ளுணர்வோ - சிறு துணுக்கு ஒலிகூட எழுப்பாமல் வேடிக்கை பார்த்தன...

ஒரு மாளிகையைத் தாண்டி நடக்கிறான். ஐம்பதடி போலப் போயிருப்பான். பின்னால், கிராதிக் கதவு திறக்கும் கிரீச்சொலி கேட்டது. அனிச்சையாய்த் திரும்பிப் பார்த்தான். நடுவயதைத் தாண்டிய ஒருவர், தூய வெண்ணிறத்தில் பைஜாமா குர்த்தா அணிந்திருந்தவர், படுவேகமாக விடுவிடுவென நடந்து வந்தார். கடந்துசெல்ல வழிவிட்டு ஒதுங்கி நின்றான்.

இவனருகில் வந்ததும் நின்றார். தடாலென்று வீழ்ந்து நமஸ்கரித்தார். நோர்புவுக்கு உடலும் மனமும் கூசின. இந்த ஊர்களில், சந்நியாசிகளையும், வயதில் மூத்தவர்களையும் எதிர்கொள்பவர்கள் பாவனையாய் அவர்கள் பாதங்களைத் தொட்டுக் கண்களில் ஒற்றிக்கொள்வதைப் பார்த்திருக்கிறான். இவனைத் தாண்டிப் போன சிலரேகூட, பாதி உடலை வளைத்து, வலக்கரத்தை மட்டும் இவன் பாதத்தை நோக்கிப் பாவனையாய் நீட்டிப் போனதுண்டு. இப்படிச் சட்டடியாய் விழுந்து ஒருத்தர் வணங்குவது, அதுவும் தெருவில் படுத்து வணங்குவது அதுவே முதல் தடவை...

சாதாரணமாய் எடுப்பதைவிட அதிக நேரம் அதே நிலையில் கிடந்தார். செய்வதறியாமல் நின்றான் நோர்பு. எழுந்தவர், இவன் கைகளைப் பற்றிக்கொண்டார். தாமரை இதழ்கள்போல மிருதுவாய் இருந்த அவருடைய உள்ளங்கைகளில் இன்னமும் நடுக்கம் இருந்தது.

இல்லத்துக்கு வரும்படி லேசாக இழுத்தார். மறுப்பின்றி உடன்பட்டான்.

ஓரடி முன்னால் இவனை நடக்கவிட்டு, சற்றுப் பின்தங்கியே மாளிகைக்குள் நுழைந்தார். நல்ல உயரம் கொண்டவர். ஆனால், மொத்த உடலும் பணிவாய்க் குனிந்ததில், இவன் மட்டத்துக்குக் குறைந்திருந்தார். காவல் நின்ற கூர்க்கா, ராணுவ வீரனின் மிடுக்குடன் விறைப்பாகச் சொடுக்கிய வணக்கத்தைக் கவனிக்காதவர் மாதிரி, தனக்குள் ஆழ்ந்து பின்தொடர்ந்தார்.

வாசலில் இரண்டு பணிப்பெண்கள். செந்நிறத் தண்ணீர் ஊற்றிய தாம்பாளத்தில், நின்றெரியும் சுடர் கொண்ட பித்தளை அகல்விளக்கை ஏந்தி நின்றனர். இவன் முன்னால் குனிந்து சுழற்றினார்கள். வீட்டின் பிரம்மாண்ட வராந்தாவில் நின்ற நடு வயதுப் பெண்மணி, கையிலிருந்த குழந்தையை இவன் காலில் கிடத்தி, தானும் வணங்கினாள். அவளுக்குப் பின்னால் நின்றிருந்த இன்னொரு பெண்மணியும் அதேபோல வணங்கினாள். அவள் கிடத்திய குழந்தையும், முன்னவள் கிடத்தியதும் ஒரே அச்சில் வார்த்த இரண்டு உருவங்கள்போல இருந்தன. ஆழ்ந்த உறக்கம் தடைபட்டதால், ஒரே மாதிரி முகம் சுளித்தன. நல்லவேளை, இரண்டும் அழத் தொடங்குமுன், உள்ளே தூக்கிப் போனார்கள்.

தனக்குத் தொடர்பேயில்லாத காட்சிக்குள் நுழைய நேர்ந்துவிட்டதுபோலத் திகைத்தது நோர்புவின் மனம். முன்பே பலமுறை ஒத்திகை பார்த்தவர்கள்போல, யாரோ மாயாவியின் உத்தரவுக்கு இசைபவர்கள்போல, பிசிறின்றி அவர்கள் நடந்துகொண்டது விசித்திரமாய் இருந்தது. ஒருவர் என்றால் பரவாயில்லை, அத்தனைபேருக்குமேவா சித்தம் பிறழ்ந்திருக்கும். அல்லது, தன்னைத்தான் சித்தப் பிரமை பீடித்திருக்கிறதோ.

இப்போது நடக்கிறதாகத் தென்படும் எதுவுமே, நிஜத்தில் நடக்கவில்லை; தத்ரூபமாகத் தன்முன்னால் விளைந்து முற்றி நிற்கும் பிரமையேதான் இது; அல்லது, தன்னையறியாமல் ஒரு கனவுக்குள் நுழைந்துவிட்டானோ? ஒரு சொல்கூட உதிராத, ஆனால், வெகு துல்லியமான கச்சிதத்துடன் நிகழும் காட்சியில் நிஜமாகவே இவன் இருக்கத்தான் செய்கிறானா என்பதை எப்படி அறிவது?

இழுபடும் போக்கில் நகர்ந்தவாறே வேடிக்கை பார்த்துக்கொண்டிருந்த மனத்தின் இன்னொரு பகுதி, 'இவற்றில் எதுவுமே உனக்கு உரியதல்ல

நோர்பு' என்று மீண்டும் மீண்டும் சுட்டிக்காட்டியவாறிருந்தது. எந்நேரமும் இயல்பாகச் சுழற்றியடிக்கும் தர்க்கம், 'அப்படியானால், 'உனக்கு உரியவை' என்று ஒரு பட்டியல் இருப்பதாகத்தானே அர்த்தம்? துறவிக்கு, பாத்தியப்பட்டவை என்று ஏதும் உண்டா என்ன!' என்று மடக்கியது. ஆனால், இவனுடைய துறவுக்கோலமே இவையனைத்தையும் நிகழ்த்திக்கொண்டிருக்கிறது என்றும் உறுதியாய் நம்பியது மனம்.

பெரும் அரங்கம்போல விரிந்திருந்த மைய அறையில், அரியாசனம்போலக் கிடந்த, மெத்தை தைத்த இருக்கையொன்றில், இவனை அமர வேண்டினார். இடைப்பட்ட பொழுதில் இன்னும் நாலைந்து பணியாட்களும் வந்து கூடியிருந்தனர். விதவிதமான குழந்தைப் படங்கள் மற்றும் ஓவியங்களால் அலங்கரிக்கப்பட்ட முட்டையோட்டு நிறச் சுவர்களை; மினுங்கும் மரத்தூண்களின் உச்சியில் மிளிர்ந்த நுணுக்கமான வேலைப்பாட்டை; உயரமான விதானத்தை; ஆயிரம் கண்ணாடிக் கண்களால் தரையை உற்று நோக்கும் சரவிளக்குகளை நிதானமாய்ப் பார்த்தான்.

இதற்கிடையில், தேக்கு மரம் பளபளக்கும் அகலமான சிறு முக்காலியை இவன் புறமாய் நகர்த்தினான் ஒரு பணியாள். உள்ளேயிருந்து ஓர் இளம்பெண், கையில் பிடித்த வெள்ளிக் குடுவையுடன் நளினமாக நடந்துவந்தாள். சட்டென்று ஒரு கணத்தில் சகலமும் புரண்டு, அந்த இடமும் அதன் செல்வச் செழுமையும் மிகமிக அந்நியமானவையாக மாறியதை உணர்ந்தான். எழுந்து வாசலுக்கு ஓட யத்தனித்தது மனம்.

சிந்தையின் இன்னொரு பகுதி, 'அப்படியெல்லாம் அவசரப்பட வேண்டியதில்லை; தானாய் மலர்ந்த புதிர்ச் சித்திரம் தானே மட்கி உதிரும்வரை வேடிக்கை பார்க்கலாம். ஏற்பதை மட்டுமல்ல, மறுப்பதையும்கூட பிரக்ஞைபூர்வமாகச் செய்யவேண்டியதில்லை; சற்றுமுன்வரை நடந்துவந்த வீதிக்கும், இந்த வீட்டின் உட்புறத்துக்கும் பேதம் காண வேண்டிய அவசியமில்லை; தடுத்துத் தடுத்துப் பாத்திகள் உண்டாக்கிய பின்னும், தரை தரைதானே' என்று உறுதியாய் எடுத்துரைத்தது. சுவாதீனமும் சுவாதீனமின்மையும் ஒரே வில்லையின் இரண்டு பக்கங்கள்தாமே என்று புன்னகைத்தது...

மேசைமேல் ஒரு பெரிய வெள்ளித்தட்டு நிறையப் பழங்கள் வந்து

அமர்ந்தன. பணிப்பெண்ணின் கையிலிருந்த குடுவையைத் தாமே வாங்கி, அவளது இன்னொரு கையில் இருந்த வெள்ளித் தம்ளரில் ஊற்றினார் செல்வந்தர். பால். அவருடைய வலது கைவிரல்களில் அணிந்த மோதிரங்கள் மினுமினுத்தன - மிளகைவிட அதிகப் பருமனுள்ள கற்கள் பதித்த மோதிரங்கள்.

நிரம்பிய தம்ளரை இவனிடம் நீட்டினார். தலையை அசைத்து, கைகளாலும் மறுத்தான் நோர்பு.

மறுபேச்சில்லாமல் முக்காலியின்மேல் வைத்தார். கைகளைக் கூப்பிக்கொண்டு இவனிடம் சொன்னார்:

> சென்றமுறை நீங்கள் வந்து சென்றபிறகு, என் வாழ்க்கையே மாறிவிட்டது சுவாமி. நீங்கள் அளித்த வரத்தால், இதோ தகப்பனாகிவிட்டேன். ஆமாம், சமுத்திரம்போலத் திரண்ட என் பரம்பரைச் செல்வத்துக்கு ஒரே தடவையில் இரட்டை வாரிசுகள் உருவாகிவிட்டன...

மிகவும் மரியாதையான தொனியும், ரத்தினச் சுருக்கமான சொற்களும், அலையாடும் கரங்களும் முகமுமாய் அவர் பேசியதன் சாரம் இதுதான் போல என்று புரிந்துகொண்டான் நோர்பு.

'இந்த ஊருக்கு வருவதே இதுதான் முதன்முறை; மலையிறங்கிய நாளிலிருந்து, ஒருமுறை போன தலத்துக்கு இன்னொருமுறை போக நேர்ந்ததேயில்லை; நீங்கள் நினைக்கும் ஆள் நான் இல்லை; நீங்கள் நினைக்கும் விதமான ஆளும் இல்லை...' என்றெல்லாம் சொல்லிவிட்டால் தேவலை என்று தோன்றியது. ஆனால், அவருடைய மொழியில் அவரளவு பிடிப்பும் சரளமும் இல்லாததால் எதையுமே சொல்ல முடியாத இயலாமை கனத்தது. மேலும், சொல்ல உத்தேசித்ததின் கடைசி ஷரத்தையொட்டி, 'அப்படியானால், நீ என்னவிதமான ஆள் என்று தெரிந்துவிட்டதாக்கும்!?' என்று தன்னைத்தானே கேலிசெய்யக் கிளம்பியது மனம்...

அவர் அடுத்த படிக்கு நகர்ந்தார். இடதுகையை நெஞ்சின் குறுக்காக மடித்து, வலது கையால் பாவனையாக வாயைப் பொத்தியபடி, இறைஞ்சும் குரலில் சொன்னார்:

> மஹராஜ் இங்கேயே தங்கியிருந்து எங்களை ஆசீர்வதிக்க

> வேண்டும். ஆமாம், இந்த வரத்தையும் நீங்கள் எனக்கு அருளத்தான் வேண்டும். உங்களுக்கு எந்த இடையூறும் இல்லாமல் கவனமாய்ப் பார்த்துக்கொள்வேன். மாளிகையின் பின்புறம் உங்களுக்கென்று தனியாக ஒரு குடில் அமைத்துத் தருகிறேன்; முன்புறம் சிறியதாய் ஒரு கோவில் கட்டித் தருகிறேன்...

சரளமாகப் புரிகிறதே; அவர் வார்த்தைகளுக்கு தன் மனம் தனக்கு உகந்த விதத்தில் அர்த்தமேற்றிக் காட்டுகிறதோ; அல்லது, அவர் சொல்கிற மாதிரியான சக்தி ஏதும் நிஜமாகவே தன்னிடம் இருக்கிறதோ என்று ஒரு கணம் திகைத்தது மனம்.

இன்னாரிடம், இன்னது பேசுகிறோம் என்று தெரிந்துதான் பேசுகிறாரா என்று ஆச்சரியமாய் இருந்தது. காஷாயம் தரித்த அத்தனை பேருமே சமமானவர்களாய் அவருக்குத் தென்படும் விந்தையும் வியக்க வைத்தது.

> ...புத்தர் கோவிலைத்தான் சொல்கிறேன். சுத்த வெண்பளிங்கில் புத்தர் சொரூபம் அமைத்துவிடலாம்.

சட்டென்று எழுந்தான். வாசலை நோக்கி நகர முற்பட்டான். சூழ்ந்து நின்ற அனைவரும் அவசர அவசரமாய் விலகி, வழி உண்டாக்கினர். அவர் வேகமாய் ஓடி, கூடத்தின் வலது பாரிசத்தில் இருந்த அறையின் கதவைத் திறந்து நுழைந்தார். உள்ளே ஆளுயர வெண் பளிங்குச் சிலைகள் இரண்டும், முன்னால் பரத்திய பூஜைப் பொருட்களும் தென்பட்டன. அறையிலிருந்து விடுபட்டு வெளியேறிய நறுமணம் கூடத்துக்குள் நிரம்பியது...

திரும்பி வந்தபோது, இரண்டு கைகளிலும் ஒரு ஜோடி மரக்குறடுகளை ஏந்தியிருந்தார். பூஜையில் வைத்திருந்த, பித்தளைக் குமிழ்கள் புதுக் கருக்குடன் மினுங்கும் குறடுகள். இவன் பாதத்தடியில் வைத்துவிட்டு ஒதுங்கினார்.

அவரைக் கண்ணுக்குக் கண் பார்த்தான். தலையை அசைத்தபடி முன்னோக்கி நகர்ந்தான்.

மஹராஜ் ஒருமுறை அணிந்தாவது பார்க்க வேண்டும்...

புன்னகைத்தபடி, குறடுகளில் பாதங்களை நுழைத்தான். அட, இவன் பாத அளவுக்கு மிகச் சரியாய்ப் பொருந்தின! ஒரு விநாடி நின்றபின், கழற்றிவிட்டு, விறுவிறுவென்று வாசலுக்கு நடந்தான்.

நிச்சயம் அவற்றை மீண்டும் பூஜையறையில் வைத்துக்கொள்வார் என்று தோன்றியது. ஒரு யூகமாய் மட்டுமே தோன்றியது - பெருமிதப்படவோ கூசவோ என்ன இருக்கிறது...

வாசலில் வெளியேறி, வீதியின் காற்றை முகத்தில் வாங்கியபோது, இத்தனை நேரமும் இழந்திருந்த ஏதோவொரு அம்சம் மின்னல் வேகத்தில் தனக்குள் மீண்டும் நிரம்பிவிட்டதை உணர்ந்தான்.

கொஞ்சதூரம் போனபிறகு, இன்னொரு கேள்வி உதித்தது. போனமுறை வந்தது இவனேதான் என்று எப்படி அத்தனை உறுதியாய் நம்பினார்? ஒரு முகத்துக்கும் இன்னொரு முகத்துக்கும், ஒரு துறவிக்கும் இன்னொரு துறவிக்கும் வித்தியாசம் தெரியாதவரா என்ன? அல்லது, அவருடைய ஞாபகத்தில் பதிந்திருந்த பிம்பம் அச்சு அசல் இவன் சாயல் கொண்டதாய் இருக்குமோ? அல்லது, அல்லது... உடல் தானாய் விதிர்த்துக்கொண்டது. அட, அப்படியும் இருக்க முடியுமா?

சென்ற முறை அவருடைய இல்லத்துக்கு விஜயம் செய்தது லி யாங்காக இருக்குமோ?

நடையின் வேகம் சற்று மட்டுப்பட்டது. கண்ணெதிரே, ஒரு வீட்டின் சுவரையொட்டிப் பளபளத்த பொருள் கவனத்தை ஈர்த்தது. பாம்பு உரித்துப் போட்டிருந்த சட்டை...

பின்னொரு சந்தர்ப்பத்தில், ஏதோவொரு நதிக்கரையில் சாவகாசமாக நடந்துகொண்டிருந்தபோது, விசையாய்க் குறுக்கே ஓடிக் கடந்தது ஒரு பாம்பு. உடனடியாய் அந்த தனவந்தரின் முகமும் வார்த்தைகளும் நினைவிலெழுந்தன. புத்தம்புதிதாய் ஒரு வியப்பு மலர்ந்தது.

அதெப்படி, ‘கோவில்’ என்ற சொல் எனக்குள் விளைவித்த எதிர்வினைக்கு, அதே கணத்தில் அவர் பதில் சொன்னார்! அந்தத் தருணத்தில் நாங்கள் இரண்டுபேராக இருக்கவில்லையா!

குடும்பஸ்தர், சந்நியாசி என்ற இருமையைக் கடந்த பொதுமனம்தான் இரண்டு உடல்களாக ரூபமெடுத்து நின்றதா? உலகம் முழுவதும் ஒரே மனம் விரிந்திருப்பதாக ஒரு கணம் மின்னல் வெட்டியது. உடலும் மனமும் பரபரத்தன...

மனத்தின் விதிர்ப்பு அடங்கிய மாத்திரத்தில் இன்னொரு கேள்வி எழுந்து நமட்டத் தொடங்கியது. 'கோவில்' என்ற சொல் காதில் விழுந்ததும், 'நான் பௌத்தன்' என்று நினைவுதட்டியதே, எனக்குள் அந்த அடையாளம் எப்படி மிச்சமிருந்தது? என்னை பௌத்தன் என்று இனங்காண்பது ஒரு புறமென்றால், அந்த பிம்பத்தை எந்நேரமும் சுமந்து திரிகிறேனோ?

புறத்தோற்றத்தில் தென்படும் பிம்பத்துக்குக்கூடத் தான் பொறுப்பேற்க வேண்டியதில்லை என்று சமாதானப்படுத்திக்கொண்டான்.

ஆனால், இந்த பிம்பம்தானே அந்தச் செல்வந்தரிடம் கொண்டு சேர்த்தது; இன்னொரு துறவியிடமும்கூட...

நோர்புவின் நினைவில் அடிக்கடி வந்து போகும் மற்றொரு சம்பவம் அது...

மலைப்பாதையில் இறங்கி, சமவெளிக்கு வந்துசேர்ந்த ஆரம்ப வாரங்களில் சந்திக்கக் கிடைத்த துறவி அவர். மடாலய குருமார்களின் மறுவுருவம்போலக் காட்சியளித்தவர். காவிநிற ஒற்றை வஸ்திரம் உடுத்தியிருந்தார். இடுப்பையும் இடது தோளையும் ஒருங்கே மூடிய நீண்ட வஸ்திரம். முழுக்க மழித்த முகம்; முண்டனம் செய்த தலை என பளிங்கு உருண்டைபோலப் பொலிந்த முகம். அதைக் கழுத்தில் பொருத்திய மூங்கில் கழிபோல ஒல்லியாகவும் நெடுநெடுவென்றும் மழுமழுவென்றும் இருந்தார். எண்ணெய் தடவியதுமாதிரிப் பளபளக்கும் மூங்கில் கழி,

மிகப் பெரிய வித்தியாசம் ஒன்றும் இருந்தது. மடாலய ஆசிரியர்கள் தமக்குள் ஆழ்ந்தவர்கள். உரை நிகழ்த்தும் வேளைகளில் தவிர வாயே திறக்க மாட்டார்கள். முகம் பார்த்துப் பேசப் போகிற பிறருக்கு, சதா மௌன உச்சாடனம் செய்துகொண்டிருக்கும் உதடுகளைப் பார்த்ததும் பேச்சு அடங்கிவிடும். ஏதோ ஒரு வகையில், இவர்கள்

கேட்கப் போனதுக்கான விடை சூட்சுமமாகக் கிடைத்துவிடும் என்பது வேறு சங்கதி.

இவர் வித்தியாசமானவராய் இருந்தார். ஓயாமல் பேசினார்; ஆனால், அதில் ஒரு சொல்கூட வெட்டிப் பேச்சாய் இல்லை என்பது நோர்புவை ஆச்சரியத்தில் மூச்சுத்திணற வைத்தது. ஆண்டுக்கணக்காகத் தனக்குள் ஓடிய ஒரே தரப்பு உரையாடலின் சாரத்தை மட்டும் வாரித் தருகிறார் போல என்று நினைத்துக்கொண்டான். அதைவிட, விட்டு நீங்கி வந்து வாரக்கணக்காகியும் ஒரு இம்மிகூடத் தளர்த்தாமல் இவன்மீது தன் பிடியை நீட்டித்திருந்த மடாலயத்தை, முழுசாகக் கழன்று விழவைத்தவர் அவர்.

பேச்சின் இடையிடையே மௌனம் பூண்டு, இலக்கின்றிப் பார்த்துக்கொண்டு அமர்ந்திருப்பார். அந்த இடைவெளி தாள முடியாததாய் இருக்கும். ஆனால், இவனிடம் பேசவேண்டியவற்றைத் தொகுத்துக்கொள்கிறாரோ என்று தோன்றுமா, இவனும் அமைதியாய் இருப்பான்.

தமது கடந்தகாலத்தின் காட்சிகளைத் தமக்குள் நிகழ்த்திப் பார்க்க அவர் எடுத்துக்கொண்ட அவகாசமோ அது என்றும் தோன்றியதுண்டு - பின்னாட்களில். பல ஆண்டுகள் தனியாய்த் திரிந்தபின். இன்னொன்றும் தோன்றும் - பொதுமனத்தில்போல, நினைவேக்கத்தைத் தூண்டும் தொகுப்பு அல்ல அவருடையது; காணுந்தோறும் புதிதாய்த் தென்பட்டு, புதுப்புது அர்த்தங்களை உற்பத்தி செய்யும் நினைவுக்கிடங்காக இருந்திருக்க வேண்டும் - இல்லாவிட்டால், அத்தனை பொருத்தமான சொற்களில், அத்தனை தெளிவும் கச்சிதமும் கொண்ட வாக்கியங்கள் உதித்திருக்காது...

தெருவோரத்தைப் போன்ற புழுதிமண் தரை அல்ல; சாணமிட்டு மெழுகிய முன்முற்றம். அதன் விளிம்பாக இருந்த திண்ணையில் இருவரும் அமர்ந்திருந்தார்கள். ஊர் எல்லையில், யாத்ரீகர்களுக்காக ஏற்படுத்தப்பட்டு, ஊர்ப் பொதுவில் பராமரிக்கப்படும் சத்திரத்தின் திண்ணை.

முதலில், சுமார் ஒரு நாழிகை நேரம் இருவரும் பேசிக்கொள்ளவில்லை. கவனத்தை ஈர்க்கவும், உடனே கலைக்கவுமாய் இருந்த தெருவின்

சலனங்களை வெற்றுப் பார்வை பார்த்துக்கொண்டிருந்தார்கள். சாவதானமாக நடக்கும் இரண்டு பசுமாடுகளின் கழுத்துக் கயிறுகளை ஒரு கையிலும், மற்றதில் மிகப் பெரிய அளவிலான ஆழாக்கு போன்ற தகரப் பாத்திரத்தையும் பிடித்திருந்த உருமால்காரன்; தாயார்களின் பின்னால் துள்ளிக் குதித்தவாறு வந்த பழுப்புநிறக் கன்றுகள் - இரட்டைக் குழந்தைகள்போல ஒரே அளவும் சாயலும் கொண்டிருந்தன. இந்தக் குழுவின் பாதுகாவலன்போல தீர்க்கமாக நடந்துவந்த வெள்ளை நாய். திடீரென்று தன் உத்தியோகம் ஞாபகம் வந்ததோ என்னவோ, தன்போக்கில் போன இன்னொரு நாயை நோக்கி வீரியமாய்க் குரைத்தது. இந்த நாயைவிட தாட்டியமாய்த் தெரிந்த நாய் அது. ஆனாலும், வாலைப் பின்புறம் செருகிக்கொண்டு, சன்னமாய் முறுமுறுத்தபடி தாண்டிப் போனது.

தலையில் விறகுச் சுமையோடு ஊருக்குள் நுழைந்த நாலைந்து பெண்கள்; பரஸ்பரம் தலையைத் திருப்பாமலே மும்முரமாய் உரையாடிக்கொண்டு போனார்கள்.

பின்புறம் பெரிய துணிமூட்டைபோன்ற ஒன்றை வைத்து, சைக்கிளைத் தள்ளிக் கொண்டு நடந்து வரும் நடுவயதுக்காரர்.

கையில் ஒன்றும் தலையில் ஒன்றுமாய் பித்தளை எண்ணெய்க் குடங்களுடன் சென்ற வணிகர் - எண்ணெய் விற்றுத் தீர்ந்த காலிக்குடங்கள் போல; சற்று அஜாக்கிரதை தெரிய அவற்றைச் சுமந்து நடந்தார்...

குடுகுடுவென்று ஓடிவந்த சிறுவன், சட்டென்று ஒருகணத் தீர்மானத்தில், எதிர்ப்புறச் சுவரருகே சென்று மூத்திரம் பெய்யக் காற்சட்டையை வழித்து உயர்த்தினான். இடுப்புயரத்துக்குமேல் தாறுமாறாக இட்ட திலகங்கள்போலச் சாணவட்டங்கள் பதிந்த சுவரில் நீர்க்கோலம் படிந்து வழிந்தது...

ஒன்றுக்கொன்று தொடர்பற்ற சித்திரங்கள்போலத் தென்பட்டாலும், ஒன்றிலிருந்து ஒன்று பிரிக்க முடியாதவை; ஆழமான ஒத்திசைவு கொண்டவை. அந்த வேளையை அந்த வேளையாய் வனைந்து தருபவை; சகலத்தையும் நிகழ்த்திக் காட்டும் மாயக்கரங்களின் ஆணைக்குக் கட்டுப்படுபவை என்று தோன்றியது.

காட்சியளிக்கும் உயிர்ப்பொருட்களும், ஜடப்பொருட்களும், தன்னிச்சையாய்ப் பார்வைக்குள் நுழைவதை, வந்த வேலை முடிந்தவுடன் காணாமல் போவதை, பார்க்கப் பார்க்கத் திகட்டவில்லை. சிதறியவைபோலத் தெரியும் சித்திரங்கள் அத்தனையும், பார்க்கும் விழிகளின் முன்னிலையில் ஒருங்கிணைந்து தென்பட்ட அற்புதம் மலைக்கவைத்தது - இரண்டு ஜதை விழிகள் மட்டுமல்ல, கண்ணிமைக்காத ஓர் அந்திப்பொழுதும் சகலத்தையும் பார்த்துக்கொண்டிருக்கிறது...

ஒரு இளந்துறவியும், மத்தியப் பிராயத்தைத் தாண்டிவிட்ட மற்றொரு துறவியும், கால்களைத் தொங்கவிட்டு, கண்களை மட்டும் மூடித் திறக்கும் கற்பிரதிமைகள்போல ஒரு திண்ணையில் வீற்றிருந்ததும்கூட மேற்படிக் காட்சியின் பகுதியேதானே என்று தோன்றியது நோர்புவுக்கு. உடல் தன்னிச்சையாய் விதிர்த்தது...

முன்பொரு முறை கிராமத்துத் தெருவில் தலைமை குருவுடன் நடந்து சென்ற தருணம் நினைவு வந்தது. அன்றைக்கும் இதேபோல் மெலிதாய்க் கொசுத்தூறல் போட்டது. இரண்டு வித்தியாசங்கள் - அது இதுபோல அந்திப்பொழுது அல்ல; மெல்ல மெல்ல முதிர்ந்துவந்த முற்பகல் பொழுது. மோடம்கூடப் போடாத, வறண்ட வேளை.

நிதானமான இவர்களின் நடையில், ஐந்தாறு வயது தெரியும் சிறுவன் இடைப்பட்டான். ஒளிந்து விளையாடுகிறார்கள் போலிருக்கிறது. சட்டென்று குருவின் பின்புறம் மறைந்து, அவருடைய வஸ்திரத்தை இரண்டு கைகளாலும் இறுக்கிப் பிடித்துக்கொண்டான்.

குருவின் முகத்தில் புன்னகை பூத்தது. உள்ளூரப் பரவசமாய் உணர்ந்திருப்பாரோ என்னவோ. உடலை வளைத்து, தன்னைப் பற்றிய பிஞ்சுக் கைகள் இரண்டையும் தன் கைகளுக்குள் பொதிந்துகொண்டார். இதற்குள் தேடி வந்த சகா பார்த்துவிட்டான். இவனும் தலைநீட்டி அவனைப் பார்த்துவிட்டான். பார்க்காததுபோல குருவுடன் அழுத்தி ஒண்டினான். அவரைப் பின்னால் இழுக்கிறான். குரு ஆட்படுகிறார்! வந்தவன் இவனைப் பிடித்துவிட்டான். அவனிடம் இவனை ஒப்படைக்க மறுப்பதுபோல, சுழன்று திரும்பி பாவனை காட்டுகிறார் குரு!!

உச்சமாக, அடைக்கலம் வந்தவனை நெஞ்சோடு தூக்கிக்கொள்கிறார். கொடுக்கவே மாட்டாராம்! மூன்று குழந்தைகள் ஆனந்தமாய்ச் சிரிப்பதை வேடிக்கை பார்த்து நின்றான் நோர்பு. குதூகலம் நிரம்பிய சில கணங்களுக்குப் பிறகு, தேடிவந்தவனும், குருவின் கரங்களிலிருந்து வழுக்கி இறங்கியவனும் ஓடி மறைந்தார்கள்.

சிறுவர்களைப் பிரிந்து பத்துப் பன்னிரண்டு தப்படிகளுக்கு குருவின் நடையில் ஒரு துள்ளல் இருந்ததைக் கண்டான் நோர்பு. அப்புறம் திரும்ப குருவாகிவிட்டார். முகத்தில் பழைய விலகலும் சிலைத்தன்மையும் மீண்டுவிட்டன...

அவர் குடும்பஸ்தர் இல்லை என்பதுதான் உலகத்துக்கே தெரியுமே; அந்தச் சில நிமிடங்களில் துறவியாகவும் இல்லை. எனில், யாராகத்தான் இருந்தார் என்பது இன்றுவரை விளங்காத புதிர். ஆனால், ஒரு சின்னஞ்சிறு பொழுதுக்கு, குருத்துவத்தின் தளையிலிருந்தும் முழுக்க மீண்டிருந்தார் என்று இப்போது தோன்றியது... ஆமாம், வெளியேறும் உத்தேசம் துளிர்த்ததற்கு லி யாங் மட்டுமே ஒற்றைக் காரணம் இல்லை.

ஓரிரு நாழிகைகளுக்கு முன்பு, அந்தி மலரத் தொடங்கும் வேளையில், ஊர் தொடங்குமிடத்தில் அமைந்த கூரைக்கட்டிடத்தின் வெளித்திண்ணையில் கால்களைத் தொங்கவிட்டு அமர்ந்திருந்தார் அவர். விடைபெறும் சூரியனின் கிரணங்கள் அவருடைய தோற்றத்தைப் பொற்சிலைபோல ஆக்கியிருந்தன. அருகில் ஒரு தோள்பை கிடந்தது. சற்றுப் புடைத்த பை. அதுவும் காவி நிறம்தான்.

அவர் முன்னால், தரையில், கிராமத்தவர் நாலைந்துபேர் அமர்ந்திருந்தனர். சிறுசிறு சலனங்கள் தென்பட்டதால் மட்டுமே அந்தக் காட்சி ஒரு உயிர்ச்சித்திரமாய்ப் பொருள்கொண்டது. மற்றபடி, யாருமே பேசவில்லை. அவரவர் உலகத்தில் தோய்ந்து இருந்தபோதும், வெளித்தெரியாத ஓர் உரையாடல் நடந்துகொண்டிருக்கிற மாதிரியே புலப்பட்டது - நோர்புவின் பிரமையாகவேகூட இருக்கலாம்.

இவனைப் பார்த்த மாத்திரத்தில் அவர் புன்னகைத்ததும், தரையில்

அமர்ந்திருந்தவர்கள் கழுத்தை முழுக்கத் திருப்பி இவனைப் பார்த்ததும் சாவிகொடுத்த பொம்மைகள்போல உடனடியாய் எழுந்து நின்றதும், அந்தக் காட்சிக்கு நிஜத்தன்மை சேர்த்தன.

தனியாக நடந்துவந்த நோர்புவை, பக்கத்தில் அமரும்படி திண்ணையைத் தட்டிக் காட்டினார். உண்மையில், பகல் முழுக்க நடந்து வந்திருந்த கால்கள் தாமே அமரும் முனைப்பில்தான் இருந்தன. கைகளைப் பின்புறம் திண்ணையில் ஊன்றி, லேசாய்த் துள்ளி, தொற்றி அமர்ந்தான்.

முதல் பார்வைக்கு திபெத்தியர்போலவோ நேபாளிபோலவோ இல்லை. தட்டை மூக்கும் உள்நோக்கி மடிந்த உதடுகளும், கீற்றுகள்போலப் படுக்கைவசக் கோடுகளாகத் தெரிந்த விழிகளும், மழிக்கும் அவசியமே அற்றதுபோன்று ரோமக்கட்டின் தடயமே தெரியாத முகமும், முண்டனம் செய்வதற்கான தேவையின்றி வழுக்கைபோலப் பளபளத்த தலையும் என துறவியாய் இருப்பதற்காகவே பிறவியெடுத்தவர்மாதிரித் தென்பட்டார். வேறு ஏதோ பிரதேசத்தவர் என்று பட்டது.

இவனது அனுமானம் சரிதான். வேறு தேசத்தவராம். சுமார் நாற்பது ஆண்டுகளாக தேசாந்திரம் போய்க்கொண்டிருக்கிறார். நடை நடை நடை. நதிகளைக் கடக்க ஓடம், சமுத்திரத்தை எதிர்கொண்ட வேளையில் கப்பல் என்று, கொஞ்சமும் சுணங்காத பிரயாணம். இலவசமாய்க் கூட்டிச் செல்வார்கள்; அல்லது அந்நியர் யாரோ செலவழிப்பார்கள். இன்ன இடம் என்று தெரியாமலே கரைசேர்ந்து நடையைத் தொடர்வார்...

> சருகு பெரிய திட்டங்கள் ஏதும் வைத்துக்கொள்ள வேண்டியதில்லை நண்பனே. காற்று பார்த்துக்கொள்ளும் அதையெல்லாம்!

என்று புன்னகைத்தார்.

முப்பதுக்கும் மேற்பட்ட மடாலயங்களில் இருந்திருக்கிறார். குறைந்த பட்சம் ஒரு வாரம். அதிகபட்சம் மூன்று வருடங்கள். தங்கும் முதல் நாளிலேயே, வெளியேறும் வேட்கை கிளர்ந்துவிடுமாம். வருடக்கணக்காய் வாசம் செய்த ஒரே மடாலயத்தில், தலைமை குரு காலமானதால் வெளியேற நேர்ந்தது.

> இல்லாவிட்டால், யார் கண்டது, இன்றுவரை, அங்கேயேகூட இருந்திருக்கலாம்... அல்லது, குருவும் உடன் சேர்ந்து தேசாந்திரியாகியிருக்கலாம்!

என்று சொல்லிச் சிரித்தார்.

அவரளவு அடிக்கடி புன்னகைக்கிற, வாய்விட்டுச் சிரிக்கிற இன்னொரு துறவியை நேர்ப்பு பார்த்ததே இல்லை. ஒருநாளும் இவனாலும் மனம்விட்டுச் சிரிக்க முடிந்ததில்லை. அழவும் சிரிக்கவும் துறவிக்கு அவசியம் நேராது என்றே நினைத்துவந்திருந்தான் - அவரைப் பார்க்கும்வரை. ஆமாம், தனது மனத்தையும்கூடத் கழற்றிவிடும் பட்சத்தில், தன்னிச்சையாக ஊறும் சிரிப்பையும் கண்ணீரையும்கூட வேடிக்கை பார்க்க முடியும் போல என்று தோன்றியது...

பேச்சின் கதியில் அவரைப்பற்றிய தகவல்கள் சிறுகச் சிறுக உதிர்ந்தன. இடையிடையே இவனைப் பற்றியும் விசாரித்தார். அவர் பேசிய முதல் வாக்கியமே கனமாக இருந்தது:

> பறவைக்கு தான் பறவை என்று தெரியவரும் கணம் மிக முக்கியமானது. கூட்டுக்குள் அதுவரை சும்மா கிடந்த இறக்கைகளில், உடனடியாக வலு ஏறிவிடுகிறது என்பது மட்டுமல்ல; அத்தனை காலம் அந்நியமாய் இருந்த ஆகாயம், அடுத்த நொடியே தன்னுடைய இடமாய் மாறிவிடுகிறது அல்லவா!

நேர்ப்பு திகைத்தான். இதை எதற்காகச் சொல்கிறார். அந்நியனிடம் பேசும் முதல் வாக்கியமா இது! குரலிலும் தயக்கம் எதுவும் இல்லை; காலங்காலமாய் நடக்கும் உரையாடலின் பகுதிபோல அப்படியொரு சுவாதீனம். அப்படியானால், இவரை இதுவரை பார்த்திராதபோதும், இவருடனேதான் இருந்து வந்திருக்கிறேனா...

ஒரு நொடியில், உயிர்ப்பிரபஞ்சம் முழுவதும் தன்னுடன் வசிக்கிறது என்று பட்டது. அடுத்தநொடி, தன்னைத்தவிர பிரபஞ்சம் என்று ஒன்றில்லை என்று அதே வாக்கியத்தை மடக்கிப் போட்டது மனம். இரண்டாம் முறையாய் உடல் விதிர்த்தான்.

ஆனால், அந்தப் பொழுதின் விந்தைகள் அடங்கவே போவதில்லை என்பது அடுத்த கணத்தில் புரிந்தது. அருகில் கிடந்த தோள்பையை

எடுத்தவர், அதனுள் கை நுழைத்து நீளக் கழுத்துடைய கண்ணாடி சீசா ஒன்றை எடுத்தார். தக்கையைத் திறந்ததும், பழக் கொத்தின் வாசனை பரவியது. வாழை, தர்ப்பூசணி, பேரிக்காய் என்று விநோதக் கலவையைப் பிழிந்து சாறெடுத்த மணம்... வாய்க்கு உயர்த்தி, கடகடவென்று குடித்தார்.

உங்கள் மடாலயத்தில் இதைக் கேள்விப்பட்டிருக்கவே மாட்டீர்களே!...

என்று சிரித்தார். குரலில் கேலி இல்லை. பிரத்தியேகமான குறும்பு இருந்தது.

...இந்த தேசத்தின் இந்துச் சாமியார்களும் அப்படித்தான்; அசைவ உணவை நினைத்துக்கூடப் பார்க்க மாட்டார்கள். அதே மதத்தின் அகோரிகள், சிதையில் வேகும் மனிதத் தசையைப் புசிப்பார்கள்...

நோர்புவைக் குறுகுறுவென்று பார்த்தார்.

...அவ்வளவு ஏன், நீ பௌத்தன்தானே?...

ஆமாமென்று தலையாட்டினான்.

...கௌதம புத்தரின் மரணம் சம்பவித்தது, சரியாய்ச் செரிக்காத பன்றிக்கறியால் அல்லவா!

மறுபடியும் அதிர்ந்தான். அவர் முகத்தின் குறும்பு அதிகரித்தது.

நல்லவேளை, அவராவது பேதம் பார்க்காத துறவியாய் இருந்திருக்கிறார்...!

தொடர்ந்து சிரித்தார்.

...அது கிடக்கட்டும், என் குருவின் மறைவுக்குப் பிறகுதான் என் கடைசி வாசத்தலத்தை நீங்கினேன் என்றேனே; அந்த நாட்டில் ஒரு பழக்கம் இருந்தது. தலைமைத் துறவியரின் இறுதி வார்த்தையைப் பதிவு செய்வது.

சிலர் தமது கைப்படவே எழுதியும் வைத்திருக்கிறார்கள்... குருவின் படுக்கையைச் சுற்றி நாங்கள் நின்றிருந்தோம். நாடி

அடங்கிவருவதை உணர்ந்ததாலோ என்னவோ, சீடர்கள் அனைவரையும், கட்டிலருகில் வரச் சொல்லியிருந்தார். தமது உலகமாக இருந்தவர்களை இறுதியாய் ஒருமுறை பார்க்க விரும்பியிருக்கலாம். அந்த ஒரு கணத்தில் தாம் துறவியாய்க்கூட இல்லாமல் போவதை ஆழ்ந்து அனுபவிக்க முயன்றிருக்கலாம்!...

அதையெல்லாம் நாம் குற்றம் சொல்வதற்கில்லை. என் அருகே நின்றிருந்த சக துறவி, அடங்கிய குரலில் என்னிடம் கிசுகிசுத்தார்: 'இவருக்கு முன்னால் இங்கே தலைமை வகித்த குரு, தாம் பராமரித்துவந்த தோட்டத்துக்குக் கட்டிலைத் தூக்கிப் போகச் சொன்னார்'. அதையும் குற்றம் சொல்வதற்கில்லை. தனது இறுதிக் காட்சியாய் எதைப் பதிவுகொள்ள வேண்டும் என்று தேர்வு செய்யும் உரிமை ஓர் உயிருக்கு இல்லையா என்ன!...

கட்டிலைத் தோட்டத்தில் கிடத்திய மாத்திரத்தில், சூரியகாந்திபோல மலர்ந்து விகசித்தது முகம்; 'ஆ, என் பூக்களே!' என்று உரத்துக் கூவி விடைபெற்றாராம். ஆமாம், அவருடைய இறுதிச் சொல் அது...

சிறு இடைவெளி. மீண்டும் பேச ஆரம்பித்தார்.

...எங்கள் குருவின் கடைசி வாக்கியம் இது: 'எல்லாரும் சந்தோஷமாய்க் குடியுங்கள்!' எதை என்று அவரும் சொல்லவில்லை. யாரும் கேட்கவும் இல்லை. கேட்டிருந்தாலும், பதில் சொல்லத்தான் அவர் இல்லையே! தான் இறந்தபிறகு, 'நிலவறையில், அரிசிச் சாராயப் பீப்பாய்களுக்கு மத்தியில் என்னைப் புதையுங்கள்' என்று ஒரு ஜப்பானியத் துறவி கோரிக்கை வைத்த கதையும் பின்னாளில் கேள்விப்பட்டேன்...

சிரித்துவிட்டு மௌனமானார். இந்தமுறை இடைவெளி சற்று நீண்டது. அப்புறம், தமக்குள் ஓடும் எண்ணம் எதையோ தாமே ஆமோதிக்கிற மாதிரி தலையை அசைத்தார்:

குடும்பஸ்தர்கள் என்ன செய்கிறார்கள், அவரவர் பிரதேச

> ஆசாரங்களை அவரவர் இன ஆசாரங்களை கடைப் பிடிக்கிறார்கள். கிட்டத்தட்ட இதையேதான் துறவிகளும் செய்கிறார்கள். என்ன, பொதுச் சமூகம் விஸ்தாரமானது. மடாலய எல்லைகள் சற்றுக் குறுகலும் இறுக்கமுமானவை. மற்றபடி, உயிர் தரித்திருத்தல் என்ற அடிப்படையில் இரண்டு தளங்களும் வெவ்வேறானவை அல்ல... மேற்சொன்ன அடிப்படைக்கு ஆசாரங்கள் அவசியமேயில்லை!

நோர்புவைக் குறுகுறுவென்று பார்த்தார். மெல்லிய புன்னகையுடன் சொன்னார்:

> இவ்வளவு சொல்லியும் உன்னிடம் திருப்தியைப் பார்க்க முடியவில்லை, நண்பனே. சீசாவின் மணம் உன் முகத்தைவிட்டு அகலவில்லை! இரண்டு விஷயங்கள் சொன்னால், உன் புருவ முடிச்சு தளர்கிறதா பார்ப்போம்! ஒன்று, நான் தினசரி குடிப்பதில்லை; அல்லது, நான் குடிப்பழக்கம் உள்ளவன் இல்லை என்றும் சொல்லலாம். நீ வருவதற்கு நாலைந்து நாழிகை முன்புதான் இந்த ஊருக்குள் நுழைந்தேன் - எதிர்த் திசையிலிருந்து! இன்று அதிகாலையில் நடக்கக் கிளம்பியபோது, முந்தைய ஊரின் வெளிப்புறத்தில் இருந்த, சிதிலமடைந்த கட்டடத்துக்குள் ஒரு துறவி - அவரும் நம்மை மாதிரி பௌத்தராய்த்தான் இருக்க வேண்டும்! - இதைக் காய்ச்சிக்கொண்டிருந்தார். பிரியமாய் எனக்கும் ஒரு சீசா கொடுத்தனுப்பினார். இவ்வளவு நேரம் பைக்குள் இது இருந்ததே நினைவில்லை. உன்னையும் உன் துறவுக்கோலத்தின் தீவிரத்தையும் பார்த்தவுடனே ஞாபகம் வந்தது!... என்ன என்று கேளேன், துறவு என்பது அளப்பரிய சுதந்திரம் என்று துறவிகளுக்கே தெரியவில்லையோ என்றுதான்!

வாய்விட்டுச் சிரித்தார். சீசாவை எடுத்தார். பாதி சீசா பாக்கியிருந்த சாராயம் குலுங்கியது. அண்ணாந்து ஒரு மிடறு அருந்தினார். சட்டென்று எழுந்து, பத்திருபது அடி நடந்தார். புதரையொட்டி நின்று, சீசாவை அதனுள் விசையாய் வீசினார். சிலீரென்று கண்ணாடி உடையும் ஒலி கேட்டது. ஆனால், இவன் இருந்த திண்ணைவரை சாராயத்தின் நெடி வீசுவதற்கு வாய்ப்பில்லை; நாசி உணர்ந்தது இவனுடைய பிரமையைத்தானோ என்னவோ.

...ருசியாய் இருக்கிறதே என்று ஒரு கணம் தோன்றியது; போதுமென்று வீசி விட்டேன்...

அறிந்துதான் செய்கிறாரா, தன்னியல்பாக நடக்கிறதா என்று புரியவில்லை. அவருடைய ஒவ்வொரு செயலிலும் சொல்லிலும் தனக்குள் ஒரு பாடம் சேகரமாவதாகப்பட்டது. திரும்பவும் உடல் விதிர்த்தது... அவர் தொடர்ந்து பேசினார்:

இரண்டாவது விஷயத்தையும் சொல்லிவிடுகிறேன் - மயானத்தில் அமர்ந்து தனக்குள் லயித்திருந்த ஒரு அகோரி சொன்னார்: 'சுவாசம்போலக் கஞ்சா இழுக்கிறேன். பருவுலகின் வளர்ப்புநாய்கள்போலக் கட்டிக் கிடக்கும் புலன்களை அவிழ்த்துவிட எத்தனை அற்புதமான மார்க்கம் இது!'... அவர் சொன்னது சரியென்றுதான் பட்டது. தோல்பட்டியின் மறுமுனையில் கட்டிய வேட்டைநாய்கள் மாதிரிப் புலன்கள் சதா திமிறிக்கொண்டிருக்கின்றன நண்பனே. அவற்றைக் கட்டவிழ்த்துவிடுவதற்கு இதுவும் ஒரு மார்க்கம். அவ்வளவுதான். அதிலொரு விந்தையும் இருக்கிறது, இறுக்கிப் பிடித்திருக்கும்போது ஓயாமல் திமிறும் புலன்கள், அவிழ்த்துவிட்ட மாத்திரத்தில், வீட்டுநாய்போல வாலாட்டிக்கொண்டு பின்னாலேயே வந்து குழையும்!!

உவமையை வெற்றிகரமாய்ப் பூர்த்திசெய்த களிப்பு அவர் முகத்தில் வெளிப்படையாய் மலர்ந்தது. ஏதேனும் மடாலயத்தில் குருவாக மிளிர வேண்டியவர், தேசாந்திரியாய்த் திரிகிறாரே என்று உள்ளூர வியந்துகொண்டான்.

தாமரை இலையில் பொதிந்த கோதுமை உணவு எதையோ பிரித்து, இவனிடமும் நீட்டினார். உச்சிவேளையில் ஒருமுறை மட்டுமே உண்பது தன் வழக்கம் என்று தெரிவித்தான். ஆமோதிப்போ மறுப்போ இன்றி, தாம் மட்டும் உண்டு முடித்தார்: சத்திரத்துத் தொட்டியில் நீர் மொண்டு கைகழுவி வந்தவர், விட்ட இடத்திலிருந்து தொடர்ந்தார்:

அவரவர் தேசத்தின் ஆசாரத்துக்கு இணங்கிப் போகிறவர்கள் தம்மைத் துறவி என்று அழைத்துக்கொள்வது வேடிக்கைதானே! இன்றுவரை, நானும் அப்படிக் கட்டுப்பட்டிருந்தவன்தான்

> - வேறொரு விதத்தில். அரிசியிலிருந்து வடித்த சாராயத்தை மட்டுமே இதுவரை ருசித்திருக்கிறேன். காய்ச்சும் பக்குவமும் தெரியும். இன்றுதான் முதன்முறையாய்ப் பழச் சாராயம் அருந்தினேன். புதிதாக இன்னொரு விலங்கையும் உடைத்துப் போட்டதுபோன்ற விடுதலையுணர்வு நிறைந்திருக்கிறது என்னுள்!... சும்மா சொல்லக்கூடாது, இதனுடைய சுவை தனித்துவமானதுதான் - பழச் சாராயத்தைச் சொல்கிறேன்!

இருள் அடர்ந்துவிட்டது. மழைக்கால இரவின் ஓசைகள் உரத்து அரற்றின. மந்தமாக நகர்ந்துகொண்டிருந்த மேகங்கள் அளித்த ஓரிரு நிமிட இடைவெளியில் சோகையாய் முகம் காட்டி மறைந்தது நிலா. ஒரேயொரு விண்மீன்கூட இல்லாத வானம் காலியாய் இருக்கிறது என்பதா, வெறுமையால் நிறைந்திருக்கிறது என்பதா என்று தனக்குத்தானே தர்க்கத்தில் ஈடுபட்டது மனம். அவர் இன்னும் பேசினார்:

> பகல் முழுக்க புலன்களின் ஆதிக்கத்தில் கழிகிறது. இரவு உறக்கத்தில் சருமம் மட்டும் விழித்திருக்கிறது - மழைத்துளியோ கொசுக்கடியோ அதன் விழிப்புநிலைக்குத் தப்புவதில்லை. ஆனால், விழித்திருக்கும்போதே புலன்களின் கட்டுப்பாட்டைவிட்டு விலகியிருப்பதற்கு ஸாக்கே உதவிகரமாய் இருக்கிறது என்று ஒருநாள் தோன்றியது. அதற்காக, எல்லா நாளும் எல்லா வேளையும் புலன்களை அவிழ்த்துவிட வேண்டியது அவசியம் என்று படவில்லை. தேடிப் போவதில்லை; கிடைத்தால் மறுப்பதில்லை என்பதும் துறவுநிலையின் இன்னொரு பரிமாணமோ என்னவோ. யார் கண்டது! தினசரி நியமமாக கஞ்சா புகைக்கும் இந்துச் சாமியார்கள் எத்தனைபேர்களைப் பார்த்திருக்கிறேன்!!

வாஞ்சையுடன் இவனைத் திரும்பிப் பார்த்தார். சுவடி எதையோ வாசிக்கிற மாதிரிக் கூர்ந்து பார்த்தார். மறுபடி பேசியபோது, குரலில் பழையபடி அபாரமான கேலி வந்து அமர்ந்துவிட்டது...

> ...பார்க்கப் போனால், துறவிகள் என்று சொல்லிக் கொள்கிறோமே, எதையுமே நாம் துறக்கவில்லை தெரியுமா! உறக்கத்தையோ, உணவையோ, செரிமானத்தையோ ஏதாவது செய்ய முடிந்திருக்கிறதா? ஸ்திரீ சகவாசத்தைத்

தவிர்த்திருக்கிறோம் என்பதைத் தவிர எதையாவது உடலுக்கு மறுத்திருக்கிறோமா? இதை நான் உளப்பூர்வமாக உணர்ந்த சந்தர்ப்பம் எது என்கிறாய்... சொன்னால் யாரும் நம்பக்கூட மாட்டார்கள். இதேபோல ஒரு சத்திரத்தின் வெளித்திண்ணையில் உன்னையும் என்னையும்போல, பார்க்கப்பார்க்கத் துறவிபோலவே இருந்த காவிதாரி, பட்டப்பகலில் உறங்கிக்கொண்டிருந்தார் - வலது கையை மடித்துத் தலைக்குக் கீழே வைத்திருந்தார். அட, நாமும் இப்படித்தானே தூங்குகிறோம்; கேவலம், ஒரு தலையணையைக்கூடத் துறக்க முடியவில்லை. அதற்குள் என்னவெல்லாம் பாவனைகள் ஓடுகிறது உள்ளே! என்று ஒரு கணம் அவமானமாய் இருந்தது. மறுகணம் சிரிப்புப் பொங்கியது...!

இப்போதும் விழுந்து விழுந்து சிரித்தார் அவர். இந்த இடத்தில் தான் சிரிக்க வேண்டுமா கூடாதா என்று நிதானிக்க முடியாமல் திணறினான் நோர்பு...

எப்போது பேச்சை நிறுத்தினார் என்பதோ; இருவருமே தூங்கத் தலைப்பட்டது எப்போது, அதற்கான ஒப்பந்தத்தை எப்படி எட்டினார்கள் என்பதோ கொஞ்சம்கூட நினைவில்லை...

அருகில்தான் படுத்திருந்தார். வழக்கம்போல, முதல் கோழியின் கூவலுக்கே விழிப்புத்தட்டி எழுந்தான் நோர்பு.

அவரைக் காணவில்லை. அதில் தர்க்கபூர்வமான நியாயம் இருப்பதாகவே இவனுக்குப் பட்டது. ஆனாலும், அவர் படுத்திருந்த இடத்தைப் பூச்சிபோலச் சுற்றிச் சுற்றி வந்தது மனம். அவரைக் கிடத்தியே காட்சியைப் பூர்த்தி செய்துகொண்டது...

பல ஆண்டுகளுக்குப் பிறகு ஒருநாள், பொசுங்கும் குப்பைக்கிடங்கைத் தாண்டிச் செல்லும்போது, புகைத் திரையில் அந்தத் துறவியின் முகம் தோன்றித் தோன்றி மறைந்து விளையாட்டுக் காட்டியது. தலையை எவ்வளவு உதறியும் அகல மறுத்தது. அதுகூடப் பரவாயில்லை, எதிரில் உட்கார்ந்து கதைகேட்கும் முகமும்

தெரிந்தது. அந்த நாள் நோர்புவின் முகம். யாருடையதோபோல அந்நியப்பட்டுத் தெரிந்தது. இப்போது இருப்பவன் அதே ஆள்தான் என்பதற்கும்கூட நேரடிச் சான்றுகள் எதுவும் இல்லையே!

இல்லை, புகையில் தெரிவதும் அவருடைய முகம் இல்லை. பல ஆண்டுகளுக்கு முன்பு பார்க்கக் கிடைத்த முகம் அணுவளவும் மாறாமல் அப்படியே தென்படுகிறதென்றால், இது வெறும் சாயல் ஒற்றுமைதான். அல்லது, மனம் உருவாக்கிக்கொள்ளும் குறளி.

அல்லது, இன்னும் பத்திருபது வருடம் கழித்து, பிரமை என்றோ, உருவெளித்தோற்றம் என்றோ, கனவு என்றேவோ பொருள்படுவதற்காக உருவாகி மறைந்த காட்சி. அது சரி, நிஜமாகவே அவரைச் சந்தித்தோமா!...

அப்போது புத்தம்புதிதாக ஒரு சுழல் துளிர்த்தது. அவருடன் அமர்ந்து உரையாடிய காட்சிக்கு, நிரூபணங்கள் எதுவும் வெளியில் இல்லை. ஒருவேளை, தன்னுடைய மனம் தானாய் உருவாக்கிய வெறும் பிம்பம்தானா அவர்? அப்படியானால், அவர் சொன்ன கதைகள், தகவல்கள்? மனம் வெகு எளிதாக ஒரு சமாதானம் உருவாக்கியது - துறவிகளுக்குக் கற்பனை வலு இருக்காதா என்ன! 'நோர்பு போன்ற துறவிகளுக்கு' என்று அந்த வாக்கியம் தன்னைத்தானே திருத்திக்கொண்டது...

அவரே பிரமை விளைவித்த உருவெளித்தோற்றம்தானோ என்ற சந்தேகம் உதித்த பிறகு, அன்றிரவு கடைசியாய் அவர் பேசிய வாக்கியங்களும் கற்பிதமாகவே இருக்கக்கூடும் என்று பட்டது.

இருக்கட்டுமே, யாரிடமிருந்து அல்லது எதிலிருந்து கிளைக்கிறது என்பதுவா; கிளைப்பதன் சாரம்தானே முக்கியம்... அபாரமான கனிவு நிரம்பிய துறவியின் குரல் ஆழ்மனத்தின் அத்துவானத்திலிருந்து ஒலித்தது:

> நண்பனே, இந்த இரவின் செய்தியாய் நான் விடுக்க ஒரு விஷயம் இருக்கிறது. நான் வந்ததே வேடிக்கை பார்க்கத்தான் - பார்த்துத் தீரவில்லை. ஒருபோதும் தீரும் என்று தோன்றவும் இல்லை. இதில் சுவாரசியம் என்னவென்றால், நதியைப் பார்க்கும்போது நதியாய் இருக்கிறேன்; கடல் பார்த்தபோது கடலானேன். அலைகளில் கவனம்

> குவியும்போது அலையாகிறேன். அவ்வளவு ஏன், ஒரு வனப்பகுதியில் நடந்துவந்தேன். பாதையோரப் புதரின் மறுபக்கம் ஏதோ சலசலப்புக் கேட்கிறதே என்று எட்டிப் பார்த்தேன்; பார்த்திருக்கக் கூடாதுதான் - சம்போகத்தில் ஆழ்ந்து முயங்கியிருந்த ஆணும் பெண்ணும்! மறுகணமே பார்வையை விலக்கிக்கொண்டு என் போக்கில் தொடர்ந்தேன். 'பார்ப்பது அறமல்ல' என்ற நெறிசார்ந்த எண்ணத்தால் அல்ல - அவர்களுடைய தோற்றத்திலும் இயக்கத்திலும் தீயின் உஷ்ணம் தகித்ததுதான் காரணம். ஆனால், பார்த்த ஒரு கணத்தில் நானே ஆணும் பெண்ணுமாய் இருந்து என்னுடனே பிணைந்திருந்த ஜாலம் இன்றுவரை புரியவில்லை - அது சரி, எனக்குப் புரியவேண்டும் என்ற ஒரே நோக்கத்தில்தான் பிரபஞ்சம் உருவாகியிருக்கிறதா என்ன!...

வாய்விட்டுச் சிரித்தார். பின்னர், உல்லாசம் முழுக்க அகன்றுவிட்ட குரலில் இப்படிச் சொன்னார்:

> ...சமுத்திரத்தை வேடிக்கை பார்த்து நின்றதாலேயே சமுத்திரம் எனதாகிவிடுமா! அல்லது, நான்தான் பார்த்து நின்றேன் என்பதாலேயே நான் என்னுடையவனாகி விடுவேனா! சமுத்திரத்தைப் பார்வை தீண்டிய அந்தக் கணம்கூட பிரத்தியேகமாய் யாருக்கும் சொந்தமானது இல்லை. இதோ, இன்னாரென்றே தெரியாத இரண்டுபேர் படுத்திருக்கும் இந்தச் சத்திரத் திண்ணை இருவருக்குமே சொந்தமில்லை; இந்த இரவும் அவர்களுடையதில்லை என்கிற மாதிரி!

சாவதானமாய்ப் புரண்டு படுத்தார். இருளுடன் முயங்கிய வெட்டவெளியைக் குறுகுறுவென்று பார்த்துக்கொண்டு கிடந்தான் நோர்பு. சிறுகச் சிறுகத் தன்னிலிருந்து வெளியேறி, இருளுக்குள் கரைந்து அடையாளமிழக்கிற மாதிரி உணர்வு தட்டியது. கரைந்த வியக்தி எது, கரைவதைப் பார்த்துக்கொண்டிருப்பது எது என்ற குழப்பம் சுழற்சியெடுத்து, உறக்கத்துக்குள் கொண்டு தள்ளியிருக்க வேண்டும்...

வலசை வந்த பறவை
என் மொழியில் பாடுகிறது.
வேற்றூர் மேகம்
என் தலையில் பொழிகிறது.

உடுத்தியிருக்கும் ஆடைகளை
எனக்காக நெய்தவர் யார்?
இப்போதைய உணவை
எனக்காக விதைத்தவர் யார்?

எல்லாம் வல்லவனே,
எண்ணற்ற பாவைகளை
ஒற்றைத் திரையில் ஆடவிடும்
உன்னுடைய நோக்கம்தான் என்ன?

நாடோடிப் பாடலொன்றின் கண்ணிகள்

17

அலாரம் ஒலித்தபோது காரி நதியின் கரையில் நின்றிருந்தான் மனோஜ். நீருக்குள் விலாங்கு மீன் மாதிரி நெளிந்து நெளிந்து துழாவிக் கொண்டாடினான் ஜய்தீப். இவனை ஆசையும் அச்சமும் ஒரே சமயத்தில் பீடித்திருந்தன. ஆசை மீறும்போது முன்னால் ஓரெட்டு வைப்பான். அடுத்த நொடியே பின்வாங்கி இரண்டெட்டு நகர்வான். சீரான இடைவெளியில் ஜய்தீப் இவனைப் பார்த்துக் கையாட்டிக் கூப்பிடுவான்.

இவன் தலையாட்டி மறுத்துவிட்டு, பக்கத்தில் நின்றிருக்கும் ரிஷானைப் பார்ப்பான். அவனும் கிட்டத்தட்ட மனோஜின் மனநிலையில்தான் இருந்திருக்க வேண்டும். ஆனால், இவனைப்போல அல்லாடவில்லை; தீர்க்கமாக நீர்ப்பரப்பை உற்றுப் பார்த்துக்கொண்டிருந்தான். சட்டென்று முடிவெடுத்து நீருக்குள் இறங்கினான். அப்போது அவன் முகம் எட்டு வயதுப் பையன் மாதிரியே இல்லை.

தன் முகத்தருகில் வந்துவிட்ட மரக் கட்டையை இடது கையால் விலக்கி ஒதுக்கிவிட்டு, முன்னோக்கி நீந்தி வந்த ஜய்தீப், ரிஷானுடைய அடிவயிற்றைத் தன் இரண்டு கைகளிலும் ஏந்திக்கொண்டான். அவனுடைய முகமும் பதினோரு வயதுக்குரியதுபோல இல்லை. தற்போதிருக்கும் முதிர்ந்த முகமாகவே இருந்தது... அந்தக் கணத்தில்தான், உச்சந்தலையில் ஓங்கி அடித்தமாதிரி, அலார ஒலி எழுந்தது.

நச்சரிக்கும் கடிகாரத்தைத் தலையில் தட்டி நிப்பாட்டினான். கனவில் வந்த ஜய்தீப் இப்போதும் நேரில் நிற்பது மாதிரி பிரமை தட்டியது...

அலாரம் அடித்தவுடன் எழும் பழக்கம் கிடையாது. அரைமணி நேரமாவது படுக்கையில் புரண்டுகொண்டிருப்பான். தீப்தி எழுவதற்காகக் காத்திருப்பான் என்றே சொல்லலாம். கண் விழித்தவுடன் இவன் புறம் திரும்பி அணைத்துக்கொள்வாள். அந்த நேரத்தில், அந்த இறுக்கத்தில், இருவருக்குமிடையே விரிந்து வந்திருக்கும் இடைவெளி சடாரென்று காணமல் போய்விட்டமாதிரித் தோன்றும். முந்தின நாள் கொலைவெறியுடன் சண்டை போட்டிருந்தாலும்கூட, அதிகாலை அணைப்பு தவறியதேயில்லை. உறக்கம் மீட்டெடுத்த வாஞ்சையாக இருக்கலாம்; அல்லது, நாள்தவறாமல் அடிக்கும் அலாரம் மாதிரி, இவர்களுக்குள் படிந்த வெற்றுவழக்கமாகவும் இருக்கலாம். எப்படியோ, இத்தனை நாளும் குடைசாயாமல் வண்டி ஓடியதற்கு இந்த ஒரு செய்கைகூடக் காரணமாய் இருந்திருக்கலாம் என்று நினைத்துக்கொள்வான் மனோஜ்...

பகல்பொழுதின் உஷ்ணம் ஏற ஏற இருவருக்குள்ளும் வெம்மை அதிகரித்து தகராறாக முற்றுகிறதோ என்று தோன்றியது. உள்ளூரச்

சிரித்துக்கொண்டான். குழந்தைகள் குழந்தைகளாய் இருந்தபோது, இடையில் நின்று கூச்சலிடுவார்கள். ஆளுக்கொருவரைப் பிடித்து எதிரெதிர்த் திசையில் தள்ளுவார்கள். இவர்கள் இருவரும் எதையுமே உணராமல், தங்கள் தரப்பு வாதத்திலேயே, அதை உரத்துக்கூவி அறிவிப்பதிலேயே கவனமாய் இருப்பார்கள். குழந்தைகள் வாய்விட்டு அழ ஆரம்பித்த மாத்திரத்தில், சண்டை சடாரென்று நின்றுவிடும். கொஞ்சநாள் ஆரம்பத்திலேயே அழுது பார்த்தார்கள் குழந்தைகள். பெற்றவர்களுக்கு அது பழகி, அழுகையைப் பொருட்படுத்தாமல் சண்டையைத் தொடர்ந்தபோது, குழந்தைகளுக்கும் அந்த நடைமுறை பழகிவிட்டது; அவரவர் வேலையில் ஈடுபட ஆரம்பித்தார்கள்! அப்புறம், இவர்களுக்கே சலிப்புத்தட்டும்வரை நீண்டுவிட்டு, யுத்தம் ஓயும்...

ஜய்தீப்பின் பிரசன்னம் ஏன் தங்களது சண்டையில் கொண்டுபோய் நிறுத்தியது என்று தன்னைத்தானே கேட்டுக்கொண்டான். எளிமையான காரணம் ஒன்று தட்டுப்பட்டது. ஒவ்வொரு சண்டை முடிந்தபிறகும், ‘ஜய்தீப்பும் அண்ணியும் முரண்டிக்கொண்டதே இல்லை’ என்ற உண்மை ஞாபகம் வரும். சற்றுமுன் இருந்ததைவிட அதிகப் புழுக்கம் மனத்தில் நிரம்பும். சிகரெட் பாக்கெட்டையும் தீப்பெட்டியையும் எடுத்துக்கொண்டு தெருவுக்கு இறங்குவான்.

கடுமையாய் உரசிக்கொள்ள வேண்டிய சந்தர்ப்பங்களில்கூட ஜய்தீப் தம்பதிக்கிடையே விகல்பமான, கனத்த சொற்கள்கூட உதிராது. அதீன் நடைமுறையே வேறு. எடுத்த எடுப்பில் மனைவியை அடித்துவிடுவான். அப்புறம்தான் சண்டை ஆரம்பிக்கவே செய்யும். பிற்பாடு, சிறுகச்சிறுக மனைவியின் பிடிக்குள் போய்ச் சேர்ந்தான். இப்போது, மறுத்துப் பேசக்கூட முயல்வதில்லை!

ஷைலு குடும்பத்தில் சண்டை வருவதற்கு வாய்ப்பேயில்லை. இவள் விருப்பம் அத்தனையும் இவளுக்குத் தெரிவதற்கு முன்னாலேயே கௌதமுக்குத் தெரிந்துவிடும். அவரளவு கீழ்ப்படிதலுள்ள கணவர், மனிதகுலத்தில் இதுவரை உதித்திருக்கவே மாட்டார்!

பெற்றவர்களின் தாம்பத்தியம் தனி வகையானது. அப்பாவின் சிரிப்புதான் அம்மாவின் ரௌத்திரத்தை முடுக்கிவிடும். அவளுடைய கோபம் அதிகரிக்கும் அதே விகிதத்தில் அவருடைய சிரிப்பும் மலர்ந்துகொண்டு போகும். ஒரே குடும்பத்தின் ஐந்து தம்பதியரும்

ஆளுக்கொரு வகைமாதிரி என்பது முதன்முறையாய்க் கவனத்தில் பட்டு, சுவாரசியமூட்டியது…

தீப்தியின் கை இவன்மீது விழுந்து தன்புறமாக இழுத்தது. வாகாகத் திரும்பி, தானும் அணைத்துக்கொண்டான்.

கிளையில் கூட்டம் அதிகமில்லை. கவுண்ட்டரில் சும்மா இருந்த நேரம் முழுவதும் ஜய்தீப்பும் அண்ணியும் மனம் முழுக்க நிறைந்திருந்தார்கள்.

இவனைவிட மூன்றுவயதுதான் பெரியவன் என்றாலும், முந்தின தலைமுறைக்காரன் மாதிரி நடந்துகொள்வான் ஜய்தீப். பண்டிகைக்காலத்தில் புதுத்துணிகள் வாங்குவதற்காக பர்தொமானுக்கோ நவ்தீப்புக்கோ எல்லாரையும் கூட்டிப்போவார் அப்பா. பஸ் பயணம், ஓட்டல் சாப்பாடு என்று அந்த தினமே பண்டிகைநாள்போலக் குதூகலமாய்க் கழியும்.

தம்பிகளுக்கும் தங்கைக்கும் எடுத்த பிறகுதான் தனக்கு வாங்கிக்கொள்வான் ஜய்தீப். ஓட்டலிலும், ஆளாளுக்கு ஒரு ஐட்டம் சொல்லியிருந்தாலும், தன்னுடையதில் ஆளுக்கொரு வாய் ஊட்டுவான்; பெற்றவர்கள் ஒருவரையொருவர் பார்த்துக்கொண்டு புளகாங்கிதமடைவதை மனோஜ் பார்த்திருக்கிறான்.

இவனுக்கும், இளையவன் அதீனுக்கும் சைக்கிள் ஓட்டக் கற்றுக்கொடுப்பது, நீச்சல் பழக்குவது, மரமேறப் பயிற்றுவிப்பது என்று சகலமும் ஜய்தீப்பின் உபயம்தான். கோபம் முற்றும்போது, திட்டுவானே தவிர, கை ஓங்க மாட்டான். அம்மாவுக்குத் தன் தலைமகன்மேல் இருந்த நம்பிக்கை அபாரமானது. எதுவாயிருந்தாலும், ‘பெரியவனை ஒரு வார்த்தை கேட்டுவிடு’ என்பாள். பலநேரம் மனோஜுக்குப் பொறாமையாய் இருக்கும்.

குடும்பச் சுமை அப்பாவிடமிருந்து ஜய்தீப்பின் தோளுக்கு இடம்பெயர்ந்தது யாருக்குமே உறுத்தலாக இல்லை என்பது இப்போது நினைத்தாலும் ஆச்சரியம்தான். எப்போதென்றே தெரியாமல், அண்ணியை ஷைலு ‘மா’ என்று அழைக்கத் தொடங்கியதுவும்தான். திருமணமாகிப் புகுந்தவீட்டுக்குக் கிளம்பும்போது, ஜய்தீப்பைக்

கட்டிக்கொண்டு என்னமாய்க் குமுறினாள் அவள். அப்போதும் மனோஜுக்குப் பொறாமையாய்த்தான் இருந்தது. இவனுக்கும் அதீனுக்கும் ஆளுக்கு நாலைந்து சொட்டுக் கண்ணீர் மட்டும் வழங்கினாள் ஷைலு!

ஆனால், மனோஜே தன்னுடைய பிரச்சினைகளை அந்தரங்கமாய் அண்ணனிடம் கொட்டும்போது இந்தப் பொறாமையெல்லாம் எங்கே போய் ஒளிந்துகொள்ளுமோ... அவன் நிதானமாய்க் கேட்டுக்கொள்வான். உடனடியாய்த் தீர்வு சொல்வான். பெரும்பாலும் சரியாய் இருக்கும்; அல்லது, நடைமுறை சாத்தியமானதாய் இருக்கும். பள்ளிப்படிப்பை முடிக்காதவன் என்றே தோன்றாது - மிகப் பெரிய நிறுவனத்தின் தலைமைப் பொறுப்பில் இருக்கிறவன்போலப் பேசுவான். ஏற்றுக்கொள்கிற மாதிரித்தான் இருக்கும். அவ்வளவு ஏன், இப்போது வசிக்கும் அடுக்கக வீட்டை வாங்குவதற்குச் சற்றுப் பண நெருக்கடி ஏற்பட்டபோது,

> அதனால் என்ன, நிலத்தில் ஒரு பகுதியை விற்றுவிட்டால் போகிறது.

என்று உடனே சொன்னான். அவனுடைய ஜீவாதாரமல்லவா அது. இவன் முகம் சுண்டியதைப் பார்த்துவிட்டான்.

> ...விற்றதுபோக மிஞ்சுவதிலும் நாலில் ஒரு பங்கு உனக்கு உண்டு மனு!...

என்று சிரித்தான்.

> ...இப்போது விற்றாலும், இரண்டு அல்லது மூன்று வருடங்களில் திருப்பி வாங்கிவிடுவேன்.

நல்லவேளை, அப்படியொரு அவசியம் நேராமலே பணம் புரட்ட முடிந்துவிட்டது. வழக்கம்போல, பெரிய சண்டை போட்டு இவன் சம்மதத்தைப் பெற்று, தன் தகப்பனிடம் பணம் வாங்கிவந்தாள் தீப்தி... என்ன, அதற்கப்புறம் அந்த மனிதரை நிமிர்ந்து பார்க்கவே கூசுகிற மாதிரி ஆகிவிட்டது. இதை முன்னுணர்ந்து சொன்னதில்தான் தீப்தியின் அறச்சீற்றத்தை எதிர்கொண்டு பெரும் சண்டையாகிவிட்டது.

> நிலத்தைவிற்றுப் பணம் தருகிறேன் என்று சொல்ல உன் அண்ணனுக்கு பாத்தியதை உண்டு. கையிலிருக்கும் ரொக்கத்தை மகளுக்குக் கொடுக்க என் அப்பாவுக்கு உரிமை கிடையாதோ?...

சிகரெட் பிடிக்கவேண்டும் போல இருந்தது. கவுண்ட்டரை அடைத்துவிட்டு வெளியில் வந்தான்.

ஜய்தீப் சம்பந்தமான ஞாபகங்கள் வழியாகவே இந்த நாள் கழியும் போல. அவன் கொஞ்சம் முரட்டுத்தனமான ஆசாமிதான். பன்னிரண்டு வயதிலேயே அப்பாவுடன் வயலுக்குப் போக ஆரம்பித்தான். பதினாலு பதினைந்து வயதில், அவர் இல்லாவிட்டாலும் வேலை நடத்த ஆரம்பித்தான். அப்பா சித்தசுவாதீனமிழந்து இருந்த கடைசி ஆண்டில், விதைப்பு முதல் அறுவடைவரை தனியாகவே சமாளித்தான்.

பேச்சு கொஞ்சம் படபடவென்று இருக்கும். சில சமயம், அம்மாவும் அவனும் உரையாடும்போது பார்க்கும் புதியவர்களுக்கு, மகன் தேவையேயில்லாமல் சிடுசிடுக்கிறான்; தாயார் ஏன் இத்தனை தழைந்துபோகிறாள் என்று குழப்பமாய் இருக்கும். ஆனால், அத்தனை சுமுகமான தாய் - மகனைப் பார்க்கவே முடியாது. கணவரிடம் காட்டிய அதே இணக்கத்தை மகனிடமும் காட்டினாள் அம்மா. தாயார் கிழிக்கும் கோட்டைத் தாண்டாத பிள்ளை ஜய்தீப்.

மாமியாரின் இடத்தை வெகுசுலபமாய் நிரப்பினாள் அண்ணி. ஒரேயொரு வித்தியாசம், அம்மா மன்றாடும் குரலில் பேசுவாள். அண்ணி நேருக்குநேராக நிமிர்ந்து பேசுவாள். அண்ணன் - அண்ணி போன்ற மாதிரி ஆதரிச தம்பதியையும் பார்க்கவே முடியாது. அப்படித்தான் மனோஜ் நினைத்துக்கொண்டிருந்தான் - அந்தச் செய்தி காதில் விழும்வரை.

பண்ணையாள் ஒருத்தனின் மனைவியுடன் ஜய்தீப்புக்குத் தொடர்பு இருக்கிறது என்று தெரியவந்த நாளில், தர்மசங்கடமான மௌனம் நிலவியது வீட்டில். ஊர் எல்லையைத் தாண்டி பத்துப் பதினைந்து குடிசைகள் உண்டு. கிராமத்தின் நாவிதரும், வண்ணாரும்,

செருப்புத் தைக்கும் ரூயிதாஸும் வசித்த பகுதி. அதில் ஒரு குடிசைக்குத்தான் ஜய்தீப் வாடிக்கையாய்ப் போய்வருகிறான் என்றும், பண்ணையாட்களிலேயே இரண்டு விரல்களில் மோதிரம் அணிந்தவன் அந்த ஒரு ஆள் மாத்திரம்தான் என்றும் அதீன் விசாரித்து வந்து சொன்னான்.

துர்கா பூஜையையொட்டி, பிறந்த வீட்டில் குழுமியிருந்தார்கள் எல்லாரும். ஷைலுவின் கணவரும் தீப்தியும் அதீனின் மனைவியும் இருக்கும் இடத்தில் இதையெல்லாம் விவாதிக்கலாமா என்கிற தயக்கமோ என்னவோ, எல்லாரும் மென்று மென்று விழுங்கியபோது, ஷைலு சொன்னாள்:

எங்களுக்குப் போன தடவையே இது தெரியும்.

தீப்திக்கும்கூடத் தெரிந்திருக்க வாய்ப்புண்டு. ஆக, வழக்கம்போல், மேற்படி விஷயம் தெரியவந்த கடைசி ஆள் தானேதான் என்று மனோஜுக்குத் தோன்றியது.

அதீன் வானுக்கும் பூமிக்குமாய்க் குதித்தான். குழந்தைகளுக்கு விசேஷமான தின்பண்டங்கள் வாங்கிவருகிறேன் என்று தட்டுவண்டியை எடுத்துக்கொண்டு பர்த்வான் சென்றிருந்தான் ஜய்தீப்.

அவன் வரட்டும், இரண்டிலொன்று கேட்கிறேன் பார்.

என்று கூச்சலிட்டான் அதீன். அத்தனை நேரமும் பேசாமலிருந்த அண்ணி,

எதற்கு?

என்றாள்.

பின்னே? கேட்க யாருமில்லை என்று நினைத்துவிட்டானா?

அதீனின் குரல் இன்னமும் உரத்தது. அண்ணி சிரித்துக்கொண்டே சொன்னாள்:

தாராளமாய்க் கேள். இதே ஆவேசத்தோடு கேள். உன் அண்ணனிடம் உனக்கு இல்லாத உரிமையா!...

என்று அவனைக் கண்ணுக்குக் கண் பார்த்தவள், தொடர்ந்து கேட்டாள்:

...அப்புறம் உங்கள் குடும்ப விஷயங்களில் அவர் தலையிட்டு ஆலோசனை சொல்வாரே, பரவாயில்லையா!...

சட்டென்று சூழ்நிலையில் ஒருவித இறுக்கம் பரவியது. யாருமே பேசவில்லை. அதீனின் அருகில் போய், குனிந்திருந்த அவன் தலையை ஆதுரமாய் வருடினாள் அண்ணி.

...நாலு நாள் சந்தோஷமாய் இருக்க வந்திருக்கிறாய். இதிலெல்லாம் தலை கொடுத்து ஏன் சிரமப்படுகிறாய். இத்தனை காலம் கூட வாழ்ந்திருக்கிறேன். எனக்குத் தெரியாது என்றா நினைக்கிறாய்? அப்படியெல்லாம் யாரும் யாரையும் கட்டிப்போட்டுக் குடித்தனம் நடத்த வேண்டியதில்லை...

நீண்ட பெருமூச்சு விட்டாள். பண்டிகை நாள் வீடு தன் களையை முற்றாக இழந்திருப்பது வெளிப்படையாய்த் தெரிந்தது. கடைசியாக அண்ணி சொன்ன ஒரு அபிப்பிராயம்தான் இன்றுவரை அந்த நாளை நினைவில் பதித்து வைத்திருக்கிறது...

...எல்லா சுதந்திரமும் எல்லாருக்கும் உண்டு அதீன். சிலபேர் உபயோகப்படுத்துவார்கள். சிலபேர் மாட்டார்கள் - ஆண், பெண் எல்லாரையும்தான் சொல்கிறேன்.

அவரவர் போக்கில் பார்வை செலுத்தியிருந்த அத்தனைபேரும் ஒரே கணத்தில் அண்ணியின் முகத்தைப் பார்த்தார்கள். இயல்பான சாத்வீகம் கொஞ்சமும் குலையாமல் இருந்த முகம்.

...இன்றைக்குத்தான் உங்களுக்குத் தெரிந்திருக்கிறது. பாத்தியப் பட்டவள் நான். எனக்கே இல்லாத சங்கடம் உங்களுக்கு எதற்கு. நல்லவிதமாய்ப் பண்டிகையைக் கழித்துவிட்டு நல்லவிதமாய் ஊர்போய்ச் சேருங்கள்.

அன்று சாயங்காலம் ரிஷானைப் பார்க்கப் போனான். ஊருக்கு வெளியே நடந்தார்கள். ஒரு கணம், கல்லூரி நாட்களில் சென்ற

மாலைநடை நினைவிலெழுந்து, கனத்த ஏக்கமாய் மனோஜின் மனம் முழுக்க நிரம்பியது... ரிஷான் தன் போக்கில் நடந்துவந்தான். காரியிலிருந்து பிரிந்து பக்கத்து கிராமத்துக்குப் பாயும் வாய்க்காலை நெருங்கியிருந்தார்கள்.

மதகில் தொற்றியேறி அமர்ந்தார்கள். முதுகுப்புறம் சலசலத்த நீரின் ஒலி, சாயங்கால வேளைக்கு இதமான பின்னணி சேர்த்தது. ஆதுரமாய் வருடிச் சென்ற காற்று. மெல்லமெல்லக் கரைந்து வந்தாலும், அந்தியின் அந்த ஒரு நொடி மட்டும் நிரந்தரமானது; இம்மிகூடக் குறையப்போவதேயில்லை என்று உணர்வு தட்டியது. காலங்காலமாய் எல்லாம் இப்படியே இருந்துவந்திருக்கிறது - இந்த வேளை, இதன் வெளிச்சம்; காற்றில் நிரம்பியிருக்கும் அவரை மணம்; நிபந்தனையின்றி விரிந்து கிடக்கும் புறவுலகம் என சகலமும். மதகில் அமர்ந்த இவர்களும், அநாதிகாலமாய் இதே இடத்தில் வேரூன்றியிருப்பவர்கள்...

மனோஜ் நீட்டிய சிகரெட் பாக்கெட்டை இயல்பாகப் புறங்கையால் தள்ளினான் ரிஷான். அவனுக்கு எதிர்ப்பக்கமாய் முகம் திருப்பி, முதல் கொத்துப்புகையை வெளியேற்றினான் இவன். மெல்லச் சுருள்விரிந்த பேச்சு, காலையில் வீட்டில் நடந்த உரையாடலில் சென்று நின்றது.

> அண்ணியை ஒரு வீராங்கனை என்று நினைத்திருந்தேன். இவ்வளவு சுலபமாய் வாலைச் சுருட்டிக்கொண்டு ஒடுங்குவாள் என்று யூகித்ததுகூட இல்லை...

என்று ஆதங்கமாய்ச் சொன்னான் மனோஜ். ரிஷான் இவன்புறம் திரும்பி, கிண்டலாய்ச் சொன்னான்:

> இந்த லட்சணத்தில்தான் அந்தப் பெண்மணியைப் புரிந்து வைத்திருக்கிறது உங்கள் குடும்பம்!

மனோஜுக்குச் சுரீரென்றது.

> என்ன சொல்கிறாய்?

> பின்னே, பூமாதேவி மாதிரி விசாலம் கொண்டவர் அவர். இந்தமாதிரிச் சில்லறை விவகாரங்களைப் பொருட்படுத்தாத

> மனம் அது. இன்று நேற்றா பார்க்கிறேன், உங்கள் வீட்டில் அவர் வந்து நுழைந்த நாளிலிருந்து, எனக்கு ஒரு தபஸ்வினி மாதிரியே தெரிவார். தனது என்றோ, தவறு என்றோ எதையும் கருதாத துறவு மனம் அது. அதனால்தான் எல்லாரிடமும் சமமான பிரியம் செலுத்த முடிகிறது. அவர்களுக்கு நீயும் நானும் வேறுவேறு அல்ல என்பது உனக்குப் புரியவில்லையா மனு?...

அடிவாங்கிய மாதிரிக் கொஞ்சநேரம் உறைந்திருந்தான் மனோஜ். பிறகு, எச்சிலைக் கூட்டி விழுங்கிவிட்டு, குழறலாய்ச் சொன்னான்:

> இப்படியெல்லாம் சொல்லிச்சொல்லித்தான் பெண்களை ஏமாற்றி வைத்திருக்கிறோம் என்று ஒரு தியரி உண்டல்லவா.

சக்தியையெல்லாம் திரட்டியபின்பும் தன் குரல் பலவீனமாக ஒலிப்பது ஏன் என்று தானே திகைத்தான்.

> உன் தியரிகளைக் கொண்டுபோய் உடைப்பில் போடு. எந்தச் செருப்புக்கும் பொருந்தாத பாதங்களை இயற்கை உருவாக்கிக்கொண்டேதான் இருக்கிறது! இன்னமும் நெருங்கிக் கேட்டால், பண்ணையாள் மனைவியின் சார்பாக நாலு வாக்கியங்கள் பேசுவார் அண்ணி!!...

வாக்கியம் முடிவதற்குள்ளாகவே சிரித்தான் ரிஷான். கேலியோ குறும்போ கொஞ்சமும் தென்படாத, நிர்மலமான சிரிப்பு. சிறு இடைவெளிக்குப் பிறகு சொன்னான்:

> ...பூரணமான சைவக் குடும்பம் உங்களுடையது. உன் தம்பியானால், ஆகாய விமானத்தையும் நீர்மூழ்கிக் கப்பலையும் தவிர சகலத்தையும் சாப்பிடுகிறவன். மா இருந்த காலத்தில் அவருக்குத் தெரியாமலா இருந்திருக்கும்? அவரவருக்கு விருப்பமானதைச் செய்துவிட்டுப் போகட்டும் என்று சலுகை தரும் தாய் மனத்தை ஆண்களால் ஒருபோதும் புரிந்துகொள்ளவே முடியாது; பிறகல்லவா கடைப்பிடிக்க!

மதகிலிருந்து குதித்து இறங்கினான் ரிஷான். நின்றவாறே தொடர்ந்தான்:

அப்புறம், இந்த மாதிரி விவகாரங்களில் பொதுவான கருத்துக்கள் உருவாக்குவதோ உதிர்ப்பதோ பிரயோசனப்படாது. அந்தந்த இணை முடிவெடுக்கும் - எது தனக்கு உகந்தது என்று. மற்றவர்கள் அது பற்றி வம்பளக்க வேண்டியதில்லை; பஞ்சாயத்துப் பண்ணப் புறப்படவும் தேவையில்லை... சிலபல விலைகளைக் கொடுக்காமல், கூட்டுவாழ்க்கை நடைமுறைப்படாது. அதை பெண்ணினம் புரிந்துவைத்திருக்கிற அளவு ஆண்மனத்துக்குப் புரிவதும் சாத்தியமில்லை... வா. கிளம்பலாம். இருட்டு இறங்கிவிட்டது...

என்று இவன் முதுகைத் தட்டினான். சட்டென்று நினைவு வந்தவன்போல,

...இப்போது கொடு, அந்த சிகரெட்டை.

திரும்பி வரும்போது இருவரும் ஒரு சொல்கூடப் பேசிக்கொள்ள வில்லை. கல்கத்தா திரும்பியபிறகும், அந்தச் சாயங்காலம் அடிக்கடி நினைவில் வந்துபோய்க்கொண்டிருந்தது.

ஆனாலும், அப்படியெல்லாம் வாய்விட்டு, மனம்விட்டுப் பேசிய சந்தர்ப்பங்களைவிட, பேசாமல் ஒன்றாய் இருந்த சந்தர்ப்பங்களில் தங்களுக்குள் நிகழ்ந்த உரையாடலுக்கு ஈடும் இல்லை; முடிவும் இல்லை என்பதே மனோஜின் எண்ணம்...

ரிஷான் சொன்னதில் அர்த்தம் இருக்கிறது. பர்த்வானிலிருந்து தானே ஓட்டிவந்த தட்டுவண்டி நிறைய இருந்த துணிமணிகள் இனிப்புகள் பரிசுப்பொருட்களை ஜய்தீப் இறக்கி வைத்த அரைமணி நேரத்தில், கணவனும் மனைவியும் ஒன்றாய் அமர்ந்து ஒவ்வொருவராகப் பெயர் சொல்லிக் கூப்பிட்டு அன்பளித்தனர். அண்ணியின் முகத்தில் விகசித்த ஆனந்தத்தையும், குற்றவுணர்வின் சிறு தடயம்கூட இல்லாத ஜய்தீப்பின் முகத்தையும் பார்த்துப் பார்த்து மாளவில்லை மனோஜுக்கு. தங்கள் பிரத்தியேக உலகத்தில் சிறு கலக்கம்கூட இல்லாத தம்பதியாய்த் தென்பட்டனர்.

ஒரு கணம், பார்வதியும் பரமேஸ்வரனும்போல இவன் கண்ணுக்குத்

தெரிந்தனர்... அந்த ஆளும்தான் தன் உச்சந்தலையிலேயே இன்னொருத்தியை வைத்திருக்கிறார்; 'இதென்ன, போன நூற்றாண்டு மனிதனை மாதிரி என் யோசனை ஓடுகிறது...' உள்ளூர சலித்துக்கொண்டான்.

அன்று தோன்றாத இன்னொரு சமாதானம் பின்னொருநாள் தோன்றியது. வெளித்தெரியாத வேறேதோ நிறைவு அவர்களுடைய தனி உலகத்தில் நிரம்பியிருக்கலாம்; இருவருமே அதை உணரவும், ஆனந்திக்கவும், கொண்டாடவும் செய்யலாம். இவ்வளவு ஏன், ஜய்தீப் போன்ற முரடனுக்கு, தன்னைப் போன்ற சாதுப் பிராணி பொருந்தவே செய்யாது என்கிற மாதிரிக்கூட அண்ணி உணர்ந்திருக்கலாம், உள்ளூர...

தனக்கும் தீப்திக்கும்கூட முழுப் பொருத்தம் இருக்கிறதா என்ன? எந்நேரமும் யோசனையிலும், விசாரத்திலும் ஆழ்ந்திருக்கிற, நடைமுறை உலகத்திற்குக் கொஞ்சமும் லாயக்கில்லாத தானெங்கே? உலகாயத விஷயங்களில் நேர்த்தியும், மனிதர்களைக் கையாள்வதில் தனித்துவமான கெட்டிக்காரத்தனமும் உள்ள தீப்தி எங்கே. இருந்தும் வேறு மார்க்கத்தில் நகரவில்லையே. இருவருமே போதாமை எதையும் உணரவில்லையோ. அல்லது தைரியம் இல்லையோ. இரண்டாவதுதான் சரி. ஒரு சுஷ்மா போனாலென்ன, இன்னொரு தீப்தி என்று சமரசம் கொண்டுவிட்ட தன்னைப்போலவே, தீப்திக்கும் தான் பறிகொடுக்க நேர்ந்த ஆண்மகன் எவனாவது இருந்திருக்கலாம்...

ஒருவேளை, அவளுக்கு யாருடனாவது தொடர்பு இருக்கிறது என்று தெரிய வந்திருந்தால் தான் என்ன ஆகியிருப்போம் என்று கேட்டுக்கொண்டான். சிகரெட் கையைச் சுட்டது. கீழே போட்டு நசுக்கினான்... தற்போதைய நடைமுறையில் எந்த மாற்றமும் நடந்திருக்காது; எந்தவிதத்திலும் தான் ஆட்சேபித்திருக்க மாட்டோம் என்று ஒரு கணம் தோன்றியது. நடக்கவில்லை என்பதாலும், தான் சாதாரண ஆளில்லை; நுட்பமான ரசனையுள்ள பெரிய மனிதன் என்று தனக்கே உணர்த்திக்கொள்ளவும் இப்படியான எண்ணங்களையும், சமாதானங்களையும் உருவாக்கிக்கொள்கிறோமோ என்றும் தோன்றியது.

தனக்கு வேறு யாருடனாவது தொடர்பு ஏற்பட்டிருந்தால்,

தீப்திக்குமே புகார் இருந்திருக்காது என்று பட்டது. 'உனக்குக் கிடைத்த ஆளுயர பொம்மைமாதிரி என்னைக் கையாள்கிறாய்' என்று ஒரு சண்டையில் குமுறினான். அவள் சொல்லும் இடத்தில் நிற்கவேண்டும், அவள் சொல்லும்போது படுக்க வேண்டும். பழகிப் பழசான பொம்மையை இன்னொரு குழந்தையுடன் பகிர்ந்துகொள்வதில் பெரிய ஆட்சேபம் எதுவும் இருக்க வாய்ப்பில்லை என்றும் தோன்றியது.

கிளைக்குள் நுழைந்து தன் கவுண்ட்டரை நோக்கிப் போனபோது, சட்டென்று அண்ணியின் இன்னொரு பரிமாணம் புரிந்துவிட்ட மாதிரி இருந்தது...

அட! வேலைநேரம் முடியும் வேளை வந்துவிட்டது. அந்த நேரத்துக்கு இவன் கவுண்ட்டரை நோக்கி வந்த வாடிக்கையாளர் புன்னகையோடு பணத்தை எடுத்து அடுக்க ஆரம்பித்தார். மிகப்பெரிய வணிக நிறுவனத்தின் மேலாளர்.

வழக்கமாக, கவுண்ட்டரை மூடும் நேரத்துக்கு இவ்வளவு பெரிய வேலையுடன் யாராவது வந்து நின்றால், எரிச்சல் பொங்கிப் பெருகும். இன்றைக்கு ஏனோ, மிகமிக ஆறுதலாய் இருந்தது. கொஞ்ச நேரமாவது ஞாபகங்களிலிருந்து விடுபட்டிருக்கக் கிடைத்தால் நல்லதுதானே!

யாத்ரீகனாய் இருபது வருடங்கள்.
கிழக்கிலும் மேற்கிலுமாய் நடந்திருந்தேன்.
ஸீக்கனுக்குத் திரும்பியிருக்கிறேன்,
ஒரேயொரு அங்குலம்கூட நகர்ந்திராதவனாய்.

ஸீக்கன் - ச்சிஜு.
பெயர் மட்டுமே தெரிய வந்த ஜென் துறவி

18

இருபது வருடங்கள். கை சொடுக்கும் நேரத்தில் ஓடி மறைந்த இருபது வருடங்கள்.

மடாலயத்தை நீங்கி சமவெளிக்கு வந்த காலகட்டத்தில் இந்தியா சுதந்திரமடைந்துவிட்டது என்று கொண்டாடிக்கொண்டிருந்தார்கள். இதோ, நேற்று மாலை ஒரு திடலைத் தாண்டி வந்தபோது, அதில் நிரம்பியிருந்த கூட்டமும், மேடையில் நின்று அவர்களை நோக்கிப் பேசுகிறவரும் பார்வையில் பட்டார்கள். சுதந்திரதினக் கொண்டாட்டம் நடக்கிறது. ஒலிபெருக்கியில் வழிந்த குரல் 'இருபது ஆண்டுகள், இருபது ஆண்டுகள்' என்று திரும்பத் திரும்பச் சொன்னது.

இவனும் சுதந்திரத்தை நோக்கித்தானே வந்திருந்தான். ஆனால், ஒரு தேசத்தின் சுதந்திரமும், தனிமனிதனின் சுதந்திரமும் ஒன்றேதானா!

பார்க்கப்போனால், தனிமனிதர்கள் என்ற அளவில், பாமரக் குடும்பஸ்தனின் சுதந்திரமும், துறவியின் சுதந்திரமும்கூட ஒன்றல்ல. மடாலயம் என்ற அமைப்பு அழுத்துவதாக உணர்ந்திராவிட்டால், நோர்பு ஒருவேளை வெளியேறி வந்திருக்க மாட்டானோ. துறவியாய் இருப்பதன் அடிப்படை, விடுதலை; பொறுப்பேதும் ஏற்க வேண்டியதில்லை. யாருக்கும் பதில் சொல்ல அவசியமில்லை. ஆனால், ஒரு மடாலயத்தின் அங்கமாய் இருக்கும்போது சில நுட்பங்கள் சேர்ந்துவிடுகின்றன. உறக்கத்துக்கும் உணவுக்கும் அன்றாட நடைமுறைக்கும்கூட பூடகமான நிபந்தனைகள் சேர்கின்றன.

மலையிறங்கி வந்த நாட்களில், மலையின் வனமிருகங்கள்போலத் திரியும் அகோரிகளைப் பார்த்திருக்கிறான். முதன்முறை பார்த்தபோது அதிர்ச்சியும், தொடர்ந்த யோசனையில் சற்று வியப்பும் பொறாமையும் கிளர்ந்தன. இன்னும் பார்த்துப் பழகிய பிறகு, அப்படியொரு நிலைக்குத்தான் வந்து சேரவேண்டுமென்றால், மனிதகுலம் மொழி பழகியிருக்க வேண்டியதேயில்லையே என்று ஒரு நாள் தோன்றியது...

முதல் பத்துப் பதினைந்து நாட்களுக்கு, ஒவ்வொரு பகலும் புத்தம்புதிதாய் விடிந்தது; ஒவ்வொரு இரவும் புத்தம்புதிதாய்க் கவிந்தது. சிறுகச்சிறுக அவற்றில் பூசணமேறத் தொடங்கியது. புதிய இடங்கள், புதிய நபர்கள், புதிய தருணங்கள் என்றே நகர்ந்துகொண்டிருந்தாலும், ஒரு கட்டத்தில் புதியதை எதிர்கொள்வதில் ஒரு நடைமுறையான அம்சம் தொற்றியது. தனக்குள் இருக்கும் வியக்தி தன்னைப் புத்தம்புதிதாய் உணராதவரை, பழகிவிட்ட எதுவும் பழசாகத்தான் செய்யும் என்பதை உணர மேலும் கொஞ்சகாலம் பிடித்தது. சத்திரத் திண்ணையில் சந்திக்கக் கிடைத்த விதேசத் துறவியுடன் கழிந்த பொழுது, சில முக்கியமான திறப்புகளை அளித்தது என்றே சொல்ல வேண்டும்.

அப்புறம், தன்னிச்சையாகவும் தாட்சண்யமின்றியும் நகரும் அன்றாடத்தைக் கடப்பதற்கு, இயல்பாகத் தனக்குள் ஊறும் கேள்விகள் உதவிகரமாய் இருந்தன. அவற்றுள் பலவற்றுக்கு பதில் தேவையேயில்லை. கேள்விகளாய் உதிக்கும்போதே, உச்சபட்சக் கிளர்ச்சியை அளித்துக் கரைபவை.

உதாரணமாக, ஒருநாள் தோன்றியது: நான் உயரத்தைவிட்டு இறங்கி சமதளத்துக்குத்தானே வந்திருக்கிறேன்; அதாவது சூரியனைவிட்டுப் பல ஆயிரம் அடிகள் கீழ்நோக்கி. அப்படியானால், சூரிய வெம்மை குறைந்திருக்கத்தானே வேண்டும்? அதிகரிக்கவல்லவா செய்திருக்கிறது!... அந்த நாள் முழுவதும், ஏன், அடுத்த நாளும்கூட ஓயாமல் மலரும் புன்னகையைத் தடுக்க முடியவில்லை...

இன்னொரு நாள், மடாலயத்தை நீங்கியவன், பிறந்த இல்லத்துக்கு ஏன் போகவில்லை என்று ஒருநாள் கேட்டுக்கொண்டான். இல்லை, பூர்விகத்தை அறுதியாய் நீங்கித்தான் மடாலயம் வந்தான். அங்கே இனி ஒருபோதும் திரும்ப முடியாது. விட்டு வந்த காரணத்தாலேயே, மடாலயத்துக்கும் திரும்ப முடியாது என்று பட்டது.

பெரியப்பாவைப் போல, அரண்மனையில், அரசு நிர்வாகத்தில் கேந்திரமான பொறுப்பு வகிக்கப்போகிறான் என்றுதான் பெற்றவர்கள் நினைத்திருப்பார்கள். அதைவிடக் கேந்திரமான இடத்துக்கு வந்துசேர்ந்தாகிவிட்டது. தான் மட்டுமே நிறைந்த பிரபஞ்சத்தின் மைய அச்சாகவும், மையத்தைச் சூழ்ந்த வலயத்தில் நிரம்பிய வெளியாகவும் தான் மட்டுமே இருப்பதன் பேரனுபவத்தில் திளைக்கிறான்.

ஒரு விதத்தில், நிலமற்று வீழ்ந்துகொண்டே யிருக்கிறான். என்ன, ஸ்தூலமான வீழ்ச்சி அல்ல; காலத்தின் அதலபாதாளம் நோக்கி வீழ்ந்துகொண்டிருக்கிறான் - நோர்பு என்ற தனிமனிதனைப் பொறுத்தவரை, இருப்பது என்பதே வீழ்வதுதான்... ஆனால், அதுபற்றி விசனப்பட ஏதுமில்லை. பார்க்கப்போனால், ராட்டினம் கீழிறங்கும்போது கூச்சலிட்டு ஆனந்திக்கும் குழந்தைகள்போல, தனக்குள்ளும் ஒருவிதக் குதூகலமே பெருகுவதை அனுபவிக்கும்போது, இதுபோன்ற உணர்ச்சிப் பெருக்குகள் எல்லாம் துறவிக்கு ஏற்றவைதானா என்று கேட்டுக்கொள்வான்.

மூன்று சமாதானங்கள் கண்டுபிடித்து வைத்திருக்கிறான். ஒன்று, இவன் தேடிப்போய் ஈட்டியதில்லை அந்த ஆனந்தம். இரண்டு, தானாய் நிகழும் உணர்வுப் பிரவாகத்தை செயற்கையாய்த் தடுக்க வேண்டியதில்லை. மூன்று, உணர்வுகள் கிளைப்பது மனித மனத்தின் இயல்பு; அவற்றைத் தக்கவைக்கவோ, சொந்தம் கொண்டாடவோ முனையாதிருந்தால் போதும் துறவி...

போய்க்கொண்டேயிருக்கிறான் - தங்குதடையற்று ஓடும் நதிபோல, காற்றுக்கிசைந்து இழுபடும் சருகுபோல, தன்னிச்சையாய் ஏறியிறங்கும் சுவாசம்போல, யாருக்காகவும் காத்திராது வந்துசெல்லும் பகலிரவுபோல... தானாகவே சலிப்புற்று, அடுக்குவதை நிறுத்திக்கொண்டது மனம்.

வங்காளத்திற்குள் வருவது இது இரண்டாம் தடவை. முதன்முறை வந்தபோது, ஒரு கிராமத்தினுள் நுழைகிறான்; காலையிலிருந்து இருட்டியும் மிரட்டியும் வந்த ஆகாயத்துக்கு திடீரென சந்நதம் வந்துவிட்டது. வெறிவந்ததுபோலப் பொழியத் தொடங்கியது.

கங்கைக்கரை கிராமம் அது. முதல் நாள் முழுக்க, வீழ்ந்த தாரைகளை மௌனமாக ஏந்திக்கொண்ட கங்கை, மறுநாள் தன் பங்குக்கு சீறத் தொடங்கினாள். கரையேறிப் பாய்ந்தாள். ஊருக்குள் தாறுமாறாக வெள்ளம் புகுந்தது.

சற்று மேடான பகுதியில் அமைந்த சத்திரத்தில் நோர்புவைத் தவிர இன்னும் சிலரும் தஞ்சம் புகுந்திருந்தார்கள். முழுசாக ஐந்து நாட்கள். இருந்த இடத்தைவிட்டு அசையாமல் அமர்ந்திருந்தான். முதல் நாளே, இவனருகில், ஒரு சடைநாய் வந்துசேர்ந்தது. நனைந்த உடலை உலுப்பிச் சிலிர்த்தபோது இவன்மீது சாரல் தெறித்தது. பிறகு, சாவதானமாக இவன்தான் தனது எஜமானன் என்கிற மாதிரிப் பக்கத்தில் முன்னங்கால்களை நீட்டிப் படுத்துக்கொண்டது. உடலும் மனமும் ஒடுங்கி அது படுத்திருந்த விதத்தைக் கண்டபோது, விலங்கினங்களிலும் துறவியர் இருக்கக் கூடும் என்று பட்டது நோர்புவுக்கு. தனக்குள்ளாகச் சிரித்துக்கொண்டான்.

ஊருக்குள் ஒரு பள்ளிக்கூடத்தில் முகாம் அமைத்திருக்கிறது அரசாங்கம்; உணவு தாராளமாக வழங்கப்படுகிறது என்று ஒலிபெருக்கியில் அறிவித்தவண்ணம் வந்த படகில் ஏறி இடம் பெயர்ந்தார்கள், சத்திரத்தில் அடைக்கலம் புகுந்திருந்தவர்கள்.

நோர்புவும், சடைநாயும் இருந்த இடத்திலேயே இருந்தார்கள். இவர்களைத் தவிர, இன்னொரு மூலையில் ஒண்டியிருந்த லம்பாடிக் குடும்பம் படகில் ஏறிப் போக மறுத்துவிட்டது. ஏழெட்டுப்பேர் கொண்ட குடும்பமும். புரியாத மொழியில், உரத்த குரலில் அவர்களுக்குள் பேசிக்கொண்ட விதம், முற்றிய

வாய்த்தகராறில் ஈடுபட்டிருக்கிறார்களோ என்று எண்ண வைத்தது. காற்றில் நிரம்பியிருந்த ஈரக்கவிச்சியோடு, அவர்கள் திசையிலிருந்து வெளியேறிய ஒருவித துர்மணமும் கலந்துகொண்டது.

பதப்படுத்திய மாமிசத்துண்டுகளும், தானியங்களும், பாதுகாப்பாய் வைத்திருந்த விறகுக்கட்டும், பத்திரப்படுத்திய நெருப்பும்கூட அவர்கள்வசம் இருந்தன. முதல்நாள் முழுக்க ஓயாமல் சிணுங்கித் தன் எதிர்ப்பைத் தெரிவித்துக்கொண்டிருந்த கைக்குழந்தையும், புதிய சூழ்நிலையின் நிர்ப்பந்தத்தை உணர்ந்துவிட்ட மாதிரி, மௌனத்தில் ஆழ்ந்துவிட்டது.

இரண்டாம் நாள் மதியத்தில், இவனிடம் ஒரு அலுமினியத் தட்டை நீட்டினான் அந்தக் குடும்பத்தின் தலைவன்போலத் தென்பட்டவன். தொடர்ந்து இரண்டு பகல்கள் உண்ணாமல் இருந்த நோர்பு, மறுக்காமல் ஏற்றுக்கொண்டான். இன்னொரு மண் தட்டில் அதே உணவைச் சடைநாயிடம் கொண்டு வைத்தான் அவன்.

நோர்பு முதல் கவளத்தை வாய்க்குள் இடுகிறான், ஒரு சமுத்திரம் முழுக்க இருக்கும் உப்பை ஒரே வாயில் ருசித்ததுபோலக் கரிப்பு. இடையிடையே கடிபட்டவை நிச்சயம் மாமிசத்துண்டுகளாய்த்தான் இருக்க வேண்டும்.

ஆனால், மனத்தின் யோசனைகளைப் பொருட்படுத்தாது, ஒவ்வொரு கவளமாக மென்று விழுங்கிக்கொண்டிருந்தது வாய். அடுத்தடுத்த நாட்களிலும் அவர்கள்தான் உணவளித்தார்கள். இறுதியாய், மழை ஓய்ந்து, வெள்ளம் முழுக்க வடிந்தபிறகு, ஒவ்வொருவராய் இவன் பாதம் தொட்டு வணங்கி விடைபெற்றார்கள். கைக்குழந்தையை இவன்முன் ஒரு கணம் கிடத்தினாள் அதன் தாய். விசித்திரமான பள்ளம் ஒன்று தனக்குள் உருவாகி, அதே வேகத்தில் மேவவும் செய்வதை உணர்ந்தான் நோர்பு. நியாயத்துக்கு, இவன்தானே அவர்கள் காலில் விழுந்து வணங்கியிருக்க வேண்டும்!

உடன் படுத்திருந்த சடைநாய், திடீரென முடிவெடுத்து அவர்களைப் பின்தொடர்ந்து ஓடியது. அவர்களுக்கும் ஆட்சேபணை இருந்த மாதிரித் தெரியவில்லை.

இரண்டாம் முறையாய்த் தனக்குள் பள்ளம் உருவாவதை, இந்த

முறை அதன் ஆழம் அதிகமாய் இருப்பதை, மேவுவதற்கும் அதிக அவகாசம் எடுப்பதை இன்னும் விநோதமாய் உணர்ந்தான் நோர்பு.

அந்த ஐந்து நாட்களின் விளைவு என இரண்டு அம்சங்களைச் சொல்லலாம். ஒன்று, பிறந்த இல்லத்தை நீங்கிய நாட்களுக்குப் பிறகு, இன்னொரு முறையும் ஒரு குடும்பத்துடன் வசிக்கக் கிடைத்திருந்தது அவனுக்கு.

இரண்டாவது, உணவு குறித்துத் தனக்குள் இருந்த நிபந்தனைகள் அத்தனையும் ஒட்டுமொத்தமாக உதிர்ந்துவிட்டதைக் கண்டான். ஆமாம், அப்போதிருந்துதான் எதைவேண்டுமானாலும் புசிக்கும் மனநிலைக்கு வந்துசேர்ந்தான். எஞ்சியிருந்த ஒரேயொரு நியதி, ஒரு நாளைக்கு ஒருவேளை உணவு என்பது மட்டுமே. அதற்கும், இரைப்பை அதற்குப் பழகிவிட்டிருந்தது மாத்திரமே காரணம்...

இன்னும்கூட ஓரிரு சம்பவங்களைச் சொல்லலாம். ஏதோவொரு மாநிலத்தின் கிராமத் திருவிழாவில், பிள்ளைபிடிப்பவன் என்று சந்தேகித்து இவனைக் கட்டிப் போட்டதும், திருவிழாவையொட்டி வந்த கழைக்கூத்தாடிக் கூட்டத்தில் திபெத்திய மொழி அறிந்த ஒருவர் இருந்ததினால், பிறகு விடுவித்ததும்;

இந்திய-சீன யுத்தக் காலத்தில், சீன உளவாளி என நினைத்து இவனைத் தடுத்து நிறுத்திய அதிகாரி; யதேச்சையாக அந்தத் தலத்துக்கு வந்துசேர்ந்த உயரதிகாரி, பௌத்தராய் இருந்த காரணத்தால்,

துறவிக்கும் பிறருக்கும் வித்தியாசம் தெரியாதா உமக்கு?

என்று தனது கீழதிகாரியைக் கடிந்துகொண்டு, நோர்புவிடம் மன்னிப்புக் கேட்டு விடுவித்ததும். அநேக சந்தர்ப்பங்களில், மனிதர்களால் ஏற்பட்ட இடைஞ்சல்களை மனிதர்களே தீர்த்து வைத்த விந்தையைச் சொல்லி மாளாது.

ஒரே ஒரு தடவை மட்டும், மனிதர் தடுத்து நிறுத்தியபோது, முற்றிலும் எதிர்பாராத இடத்திலிருந்து உதவி நீண்டது.

அது வனப்பகுதியை ஒட்டிய கிராமம். இரவு முற்றும் வேளையில் வந்து சேர்ந்த நோர்பு, உடலைக் கிடத்தத் தோதுவான

இடமேதும் கிடைக்குமா என்கிற மாதிரிப் பார்வையால் துழாவிக்கொண்டிருந்தபோது, வேகமாய் நெருங்கிய காவலர், தோட்டத்துக்குள் புகுந்த எருமைமாட்டை விரட்டுவதுபோல இவனை லத்தியால் நெட்டித் தள்ளி சாவடிக்கு இட்டுப்போனார். சாவடியைச் சுற்றிலும் கடுமையாய்ப் புதர்கள் அடர்ந்திருந்தன. புலியே வந்தாலும் பத்திரமாக ஒளிந்துகொள்ள வசதியான அடர்த்தி.

அங்கே மேசை நாற்காலியிட்டு உட்கார்ந்திருந்த அதிகாரி, இவனை முறைத்தார். அதிகாரிக்குரிய கம்பீரமின்றி, குன்றி அமர்ந்திருந்தார். அடிக்கடி முகத்தைச் சுளித்தார். 'சுவரோரம் உட்கார்' என்று கட்டளையிட்டார். 'இரவைக் கழிக்கத் தனக்கு உத்தரவாகியிருக்கும் இடம் இதுதான் போல' என்று எண்ணியபடி சென்று அமர்ந்தான் நோர்பு. சுவருக்கு அருகில், ஆனால் சுவரில் சாயாமல், நன்கு நீட்டி அமர்ந்தான் - கால்கள் அற்ற கட்டிலில் அமர்கிற மாதிரி. பகல் முழுக்க நடந்து சோர்ந்திருந்த ஆடுசதைகள், தாமாகத் தரையில் அழுந்திக்கொண்டன.

ஓரிரு நாழிகைகள் போயிருக்கும்.

அவர் உள்ளே நுழைந்தார். அரிக்கேன் விளக்கின் வெளிச்சத்தில், பகல்பொழுதைவிடப் பளபளத்துத் தெரிந்தார். இடம் தவறி நுழைந்துவிட்டதை உணர்ந்துவிட்டதாலோ என்னவோ, வழக்கத்தைவிட அதிகமாய் நெளிந்தார். இதற்குள் அவரைப் பார்த்துவிட்ட காவலர், 'ஸாப், ஸாப்' என்று கூவினார். அபாயம் நெருங்கிவிட்டது என உணர்ந்தாரோ என்னவோ, விருந்தாளி ஆகச் சீக்கிரம் மறுவாசலைக் கண்டு வெளியேற முனைபவர்மாதிரி துரிதமாய் நகர்ந்தார்.

அவர் நுழைந்ததையும், நேராக நோர்புவின் திக்கில் முன்னேறுவதையும் பார்த்து, திகைத்துப்போனார் அதிகாரி. எழுந்து தடுக்க முனைந்தால், நோர்புவுக்கே ஆபத்து என்பதை உணர்ந்து நாற்காலியில் இன்னும் அழுந்துவது தெரிந்தது.

குத்திட்டு அமர்ந்திருந்த நோர்புவின் நீட்டிய கால்களை உருட்டுக் கட்டைகள் என்று நினைத்ததோ என்னவோ, சாவதானமாக அவற்றில் ஏறி இறங்கி மறுபக்கம் ஊர்ந்தது பாம்பு. முன்னொரு நாளில் தலைமை குரு கழிபோலக் கையில் ஏந்தி, வனத்தில் விடுவதற்காகக் கொண்டு சென்ற கருநாகத்துக்கும், இந்தப் பாம்புக்கும் என்னென்ன

வேறுபாடுகள் என்று உன்னிப்பாகப் பார்த்துக்கொண்டிருந்தான் நோர்பு.

பாம்பு வெளியேறிய பிறகு, பாய்ந்து இவன் முன்னால் வீழ்ந்தார் அதிகாரி. இவன் பாதங்களைப் பற்றிக்கொண்டு நெளிந்தார்.

மன்னித்துவிடுங்கள் மஹராஜ். தெரியாமல் செய்துவிட்டேன்.

என்று மன்றாடினார்.

அவரையே பார்த்துக்கொண்டிருந்தான் நோர்பு. தமது பையிலிருந்து நாலைந்து வாழைப்பழங்களை எடுத்து நீட்டினார். ஒன்றை மட்டும் எடுத்துக்கொண்டான் - அவரை நோகடிக்க வேண்டாமே என்று. உரிக்காமல் கையில் வைத்திருந்தான். அசாத்தியமான முதுகுவலியால் கஷ்டப்படுகிறாராம். வருடக்கணக்காக நீளும் வேதனை. எத்தனையோ மருந்துகள் சூரணங்கள் கஷாயங்கள் தைலங்கள் என்று முயன்று பார்த்தாகிவிட்டது. பலனில்லை.

எப்படியாவது நிவர்த்தி செய்யுங்கள் சுவாமி.

என்று இறைஞ்சினார்.

நான் வைத்தியனும் இல்லை; கடவுள் அவதாரமும் இல்லை ஐயா!

என்று தனக்குள் சொல்லிக்கொண்டான் நோர்பு. ஆனாலும், தன்னிச்சையாய் அவருடைய முதுகை வருடினான். அவர் விசித்துவிசித்து அழத் தொடங்கினார்.

பின்னர் எப்போதோ ஒருநாள், அவருடைய முகம் நினைவிலெழுந்தது. முதுகுவலி தீர்ந்திருக்குமா என்று அறியும் விருப்பமும் எழுந்தது.

இன்னொரு சம்பவமும் முக்கியமானதுதான். பரந்த புல்வெளி ஒன்றைக் கடந்து செல்லும்போது அது நடந்தது. குறுக்காக வகிர்ந்த சாலையின் இருபுறமும் பசுமை மண்டியிருக்க, வகிட்டின்மீது ஊரும் செவ்வண்டுபோல இவன் தென்பட்டிருக்க வேண்டும் - ஆகாசப் பார்வைக்கு.

அனிச்சையாக அண்ணாந்து பார்த்தபோது, வட்டமிட்டுக்

கொண்டிருந்த கழுகு பார்வையில் பட்டது. இறக்கை அசைக்காமல் காற்றில் மிதந்து வழுக்கும் அதன் நளினத்தைப் பார்ப்பது ரம்மியமாய் இருந்தது. நின்றுவிட்டான்.

தொடர்ந்து பார்க்கும்போது தெரிந்தது, அதன் வட்டத்துடைய ஆரம் குறுகிக்கொண்டே வந்தது. அது பறக்கும் உயரமும் குறைந்துகொண்டு வந்தது. வேகம் கொஞ்சம் அதிகரித்துவிட்ட மாதிரிப் பட்டது. சட்டென்று இவனுக்கு உறைத்தது - வட்டத்தின் மையப்புள்ளி இவனேதான்.

திபெத்தில் பிரேதங்களைத் துண்டுதுண்டாக வெட்டிக் கழுகுகளுக்கு உணவாகப் போடும் நடைமுறை இருந்தது. இங்கே, இந்தியாவிலும், சடலங்களைக் குன்றின் உச்சிக்குக் கொண்டு சென்று, கழுகுகளுக்கு இரையாக விடுத்து வரும் மரபு சமணர்களிடம் இருப்பதை அறிந்திருந்தான். முதன்முறையாக ஒரு பௌத்த உணவு கிடைக்கப்போகிறது, கழுகினத்துக்கு! உயிருள்ள உணவு... மனத்தின் சமநிலையைத் தாண்டி, தன் புலனுணர்வு மொத்தமும் உச்சந்தலையில் குவிவதை உணர்ந்தான்.

கிட்டத்தட்ட இவன் தலைக்கு நேர்மேலே இருந்தது கழுகு. சட்டென்று சரிந்து இறங்கத் தொடங்கியது. அண்ணாந்து ஒருமுறை பார்த்துவிட்டு, இருக்கும் இடத்தை விட்டு இம்மியும் நகராமல், கண்களை மூடி நின்றான்.

தலைக்கு வெகு அருகே சிறகடிக்கும் ஓசையும், இறக்கைகள் விசிறும் காற்றும் உணரக் கிடைத்த மாத்திரத்தில், மூடிய விழிகள் தாமாய்த் திறந்தன. முகத்துக்கு நேர்மேலே கழுகு வானேறிச் செல்வதைக் கண்டான்.

அதன் இறக்கையிலிருந்து உதிர்ந்த ஒற்றை இறகு காற்றின் செல்லக் குழந்தை மாதிரி மிதந்து மிதந்து தரைநோக்கிச் செல்வதும் தென்பட்டது. கழுகு கடைசிக் கணத்தில் முடிவை மாற்றிக்கொண்டது ஏன் என்ற வியப்பு மட்டும் கொஞ்சமும் வற்றாமல் நெடுங்காலம் நீடித்தது.

அவனைப் பிணவறைக்குக் கொண்டுசென்றிருப்பதாய்
சொன்னார்கள். நிலவு மறைந்து மறுபடியும் இருள்
தலைதூக்கியிருந்தது.
நேற்றிரவு ஐந்தாம் பிறை. திடீரென்று சாவின்மீது
பெரும் மோகம் கிளர்ந்திருக்க வேண்டும் அவனுக்கு.

ஜீவனானந்த தாஸின் 'மஹாபிருத்வி'
தொகுப்பில் உள்ள, 'எட்டு ஆண்டுகளுக்கு
முந்தைய ஒரு நாளில்' கவிதையிலிருந்து

19

அம்மாவின் மரணத்துக்குப் பிறகு உறுதியாய்த் தெரியவந்தது - அம்மா இன்னும் உயிருடன்தான் இருக்கிறாள்; உருவம் மட்டும் வேறு. அண்ணியின் பேச்சு நடையுடை பாவனைகள் என அனைத்திலும் அம்மா ஆழமாய் வேரூன்றியிருந்தாள். அவள் இருக்கும்வரை இப்படியொரு அம்சம் தன் கவனத்தில் உறைக்கவேயில்லையே என்று சற்றுத் திகைத்தான் மனோஜ்.

குட்டித் தவளை மாதிரி இன்னொரு ஆச்சரியமும் கூடச் சேர்ந்து குதித்தது. ஆமாம், வீட்டில் இருக்கும் யாரைப்பற்றியும் ஒரு சொல்கூட அபிப்பிராயம் உதிர்க்காதவளான தீப்தி, அண்ணியை 'லோக மாதா' என்றாள், ஒரு முறை. கேலியாக இல்லை, அவள் முகத்தில் சாதாரணமாகத் தெரியவராத பவித்திரம் அப்போது மட்டும் தென்பட்டது. ஷைலுவைப் போலவே இவளும், ஓரகத்தியை, பெரும்பாலும் 'மா' என்றே விளிக்கத் தொடங்கினாள்...

வந்த நாளிலேயே இப்படியொரு மனுஷியாகத்தான் இருந்தாள் நிம்மி அண்ணி. ஜய்தீப்புக்கு நடந்தது இரவுத் திருமணம். அவனுக்கு அருகில் வந்து அமர்ந்த ஐம்பொன் சிலையைப் பார்த்தபோது தூக்கிவாரிப் போட்டது. பின்னே, சமையலறையிலிருந்து நேரே மணவறையில் வந்து அமரும் மணப்பெண்ணை யாராவது பார்த்திருக்க முடியுமா? தனக்கு ஒப்பனைகள் எதுவும் பிடிக்காது என்று மறுத்துவிட்டாளாம். ஆனால், ஒப்பனையே தேவைப்படாத வெண்கலப் பிரகாசம் அந்த முகத்தில் இருந்தது.

ஆரம்பத்தில் இன்னொரு பிரச்சினை இருந்தது. இவனைவிட நாலு மாதங்கள் மட்டுமே மூத்தவள் நிம்மி அண்ணி. பெண்கள்மீது கூர்மையான கவனம் நாட்டும் பிராயத்தில் இருந்தவன்தானே மனோஜ். எதிர்ப்படும் பெண்ணுருவம் எதுவுமே உடம்பாக மட்டும் தெரியும் பருவம். புதிதாய் வீட்டுக்கு வரப்போகிறவளை இன்னொரு இளம்பெண்ணாகப் பார்ப்பதா; இல்லை, ரிஷானிடம் இதைப் பற்றிப் பேசியபோது அவன் சொன்ன யோசனைபோல, சமவயதுத் தோழியாய்ப் பார்ப்பதா; அல்லது, திருமணத்தை நடத்த வந்த புரோகிதர் சொன்னது மாதிரி, தாயாகப் பார்ப்பதா. புதுப் பாவாடை தாவணி சரசரக்க அங்குமிங்கும் ஓடிக்கொண்டிருந்த ஷைலுவிடம் எதற்காகவோ சொன்னார் அவர்: 'ப்ராதா பித்ரு ஸமானஹ.'

தகப்பனார் ஸ்தானத்தில் வைத்துப் பார்க்க வேண்டிய அண்ணனின் மனைவி என்பதால் அல்ல; தன்னளவிலேயே தாயாகத்தான் இருந்தாள் அண்ணி. முகத்திலும் வார்த்தைகளிலும் பாவனைகளிலும் இவர்கள் அனைவரையும் அவள் நடத்திய விதமே தனி.

உபரியாக, அவளைப் பன்மையில் அழைப்பதா ஒருமையிலா என்ற குழப்பமும் இருந்தது. மஞ்சளும் பாலும் நிரம்பிய செம்புகளைத் தாண்டி, நிலைக்கு உட்புறம் விரித்த தூய, புத்தம்புது வெள்ளைப் புடவையில் பாதங்களை ஊன்றித் தடம் பதித்து, வீட்டினுள் அவள் நுழைந்த சுபவேளைக்கு அப்புறமும் நீடித்த குழப்பம் அது. அடுத்த ஒரு மணி நேரத்தில், முதன்முறையாய் இவன் இருக்குமிடத்தைத் தேடி சாயா கொண்டுவந்தவளை, நிமிர்ந்து பார்த்தான். இயல்பாக வெளியேறியது அந்த வாக்கியம்:

நீங்கள் எதற்காக அண்ணீ...

அவள் புன்சிரித்தாள். தம்பியும் தங்கையும் மனோஜைப் பின்பற்றினார்கள். ஜய்தீப் பலதடவை சொல்லிப் பார்த்தான்.

> ஆமாம், என்னைப் 'போடா, வாடா' என்பீர்கள். என் பெண்டாட்டியை மரியாதையாய்ப் பேசுவீர்களாக்கும்!

எல்லாரும் சிரித்தார்களே தவிர, அவன் சொன்னதை யாரும் பொருட்படுத்தவில்லை... இத்தனைக்கும் அம்மாவை ஒருமையிலும் அப்பாவைப் பன்மையிலும் அழைக்கும் வீடு அது. ஆனால், அம்மாவையே ஒரு தாய்போலக் கவனித்துக்கொண்டாள் அண்ணி. ஜய்தீப் மேற்படி வாசகத்தை உதிர்த்த அன்று, வாய்த்துடுக்குக்குப் பேர்போனவளான பதினைந்து வயது ஷைலு சொன்ன பதில் நினைவிருக்கிறது:

> அதனாலென்ன, உன்னையும் இனிமேல் 'வாருங்கள், போங்கள்' என்று பேசிவிட்டால் போயிற்று. என்ன மனு அண்ணா, நீங்கள் என்ன நினைக்கிறீர்கள், நான் சொல்வது சரிதானே! அதீன் அண்ணா, நீங்களும் சொல்லுங்கள்!!

அவளைவிட இரண்டு வயது மூத்தவனான அதீன் செல்லமாய்க் கை ஓங்கினான். மறுபடியும் எல்லாரும் சிரித்தார்கள்.

அப்பாவின் மரணத்துக்கும், இவர்கள் திருமணத்துக்கும் பிறகு ரிஷானைப்போலத் தானும் பட்டப்படிப்பை விட்டு விலகிவிடலாமா என்று மனோஜ் யோசித்தபோது, அண்ணிதான் முதலில் சொன்னாள்:

> அதென்ன, அப்படிச் சொல்கிறாய்? படிக்கவைக்க ஆளில்லாமல் போனதா என்ன? இத்தனை நாள் படிப்பை வீணாக்குவார்களா?

ஜய்தீப் தீர்மானமாய்த் தொடர்ந்தான்:

> இதோ பார் மனு, விதை போட்டு, உரம் போட்டு, நீர் பாய்ச்சி, காவல்போட்டு தொடை உயரம் வளர்ந்துவிட்டது பயிர். அறுவடை வாரம்வரை பொறுமையாய் இருக்க மாட்டேன் என்று சொல்லலாமா?

அவனுக்கு வாய்க்கும் உதாரணங்கள் எல்லாம் வயலையும் விவசாயத்தையும் சுற்றியே இருக்கும்!

அவனுக்கு ஏற்ற மாதிரி ஒரு கற்பகவிருட்சம் மனைவியாய் வந்து சேர்ந்தது வாழ்வின் இனிமையேதான்... ஆனால், பட்டம் முடித்த பிறகு, 'மேலே படி' என்று இரண்டு பேரும் மிகவும் வற்புறுத்தியபோது, இவன் வன்மையாக மறுத்துவிட்டான். மூன்று வயது மட்டுமே மூத்தவனான அண்ணனின் தோளில் சிந்துபாத் கிழவனாட்டம் எத்தனை காலம் உட்கார்ந்திருப்பது. நல்லவேளை, யதேச்சையாய்க்கூட இவர்கள் இருவரும் பிரையனைச் சந்திக்க நேரவில்லை என்று ஆசுவாசமாய் இருந்தது!

தனக்கு வருகிறவள் நிம்மி அண்ணியின் நகலாக இருக்க வேண்டும் என்பது மனோஜின் ரகசிய ஆசை; தீப்தி தீப்தியாக இருந்தது பேரதிர்ச்சி. அம்மாவுடைய தலைமுறையின், அல்லது அதற்கு முந்தைய எண்ணற்ற தலைமுறைகளின் கடைசிக் கண்ணியே அண்ணி; மாறாக, புதிய தலைமுறையின் வரவை உரத்துச் சொல்கிறாள் தீப்தி என்பதால்தான் அவளிடம் தனக்கு விலகல் ஏற்பட்டதோ என்று பலதடவை யோசித்துப் பார்த்திருக்கிறான். அப்படியானால், வெளிப்பார்வைக்கு நவீனகால மனிதனாய்த் தென்படும் மனோஜுக்குள், நூறு நூறு ஆண்டுகள் பழைய மனிதன் உறைந்திருக்கிறானா?

பார்க்கப்போனால், தீப்தி தொடர்பாக எதிர்மறையான எதையுமே சொல்வதற்கில்லை; 'தான் நினைப்பதே சரி' என்ற எண்ணம் யாருக்குத்தான் இருக்காது? குடும்பத்துக்காகத் தன்னைக் கரைத்துக்கொள்வது என்ற அம்சம் அவளிடம் சற்றுக் குறைவாக இருந்தது என்று வேண்டுமானால் சொல்லலாம்; அதையுமே முழுசாகச் சொல்லிவிட முடியாது. தன் புருஷன், குழந்தைகளுக்காக மாடாய் உழைக்கத்தானே செய்கிறாள். தாய்க் குடும்பத்துக்கு இவ்வளவு ஆட்பட்டால் போதும் என்று நினைக்கிறாள் போல...

தீப்தி வந்தபிறகு, அண்ணிமீதான வியப்பு பலமடங்கு அதிகரித்தது. அதெப்படி, பிறவியிலேயே ஒருத்தருக்கு இப்படி குணபாவம் அமையுமா; அல்லது வளரும் சூழல் இதைத் தீர்மானிக்கிறதா; அல்லது யதேச்சையாய்ப் பார்க்கக் கிடைத்த பிம்பம் எதுவாவது ஆழ்மனத்தில் பதிந்து உரிய நேரத்தில் உயிர்நிகழ்வாக மாறியிருக்கிறதா; அல்லது அல்லது, வாழ்வின் எதிர்பாராத்

திருப்பமொன்றில் வேறொரு சுனை தானாய்த் திறந்துகொள்ளுமா?

இதெல்லாம் தன் மனம் தானாய் எழுப்பிக்கொண்டு ருசிக்கும் கேள்விகள் மட்டும்தானே: இவற்றுக்கு அப்பாலும் ஒரு காரணம் இருக்க வாய்ப்புண்டோ... 'யார் கண்டது, மாயாதேவி தன் கனவில் வெள்ளை யானை தோன்றிய கதையை சித்தார்த்தன் பிறந்த பிறகு, மகனுக்கு விபரம் தெரிந்த பிறகும்கூடப் பல தடவை மற்றவர்களிடம் சொல்லிப் பெருமைப்பட்டிருப்பார்தானே? பிஞ்சு மனத்தில் அது என்னவாய்ப் போய்ப் பதிந்ததோ?'

கடைசிக் கேள்விக்கு மனோஜ் சொந்தம் கொண்டாட முடியாது - அந்த புத்தர் கதையில், கணவன் காணாமல் போன காலகட்டத்தில், தனிமையில் புழுங்கும் யசோதரை தன்னைத் தானே கேட்டுக்கொண்டாள் என்று ஜதீன் மஷாய் எழுதி வைத்திருப்பதேதான் அது...

தீர்க்கமான, விரிவான புத்த சரிதம் கிடைத்தால் வாசிக்க வேண்டும் என்று தோன்றியது. மேற்படி புத்தர் கதையின் முன்குறிப்பில் யாரோ தென்னிந்தியர் எழுதிய நூல் பற்றி மஷாய் குறிப்பிட்டிருக்கிறாரே - சட்டென்று அந்தப் பெயர்கள் இரண்டுமே நினைவு வரவில்லை. நள்ளிரவில் எழுந்து தேடி எடுத்துப் பார்க்கப் பொறுமையில்லை...

மிக முக்கியமான காரணமாய்த் தோன்றுவது அண்ணியின் குடும்பப் பின்புலம். பர்த்வானில், பிரபல ஜவுளிக்கடை உரிமையாளரின் ஒரே மகள் தீப்தி. அண்ணி அதற்கு நேர்மாறு. ஐந்து பெண்கள் பிறந்த, கடுகெண்ணெய் வியாபாரம் செய்த சராசரி வாணியக் குடும்பத்தின் மூத்த பெண் அவர்.

ஜய்தீப்புக்கு மணமான புதிதில், ஒரு சாயங்காலம் எல்லாரும் உட்கார்ந்து பேசிக்கொண்டிருந்தார்கள். எவர்சில்வர் தட்டில், தலையெண்ணி நிரப்பிய தேநீர்க் கோப்பைகளோடு அலுங்காமல் நடந்துவந்த அண்ணி ஒவ்வொருவரிடமாக நீட்டினாள். அம்மாவானால், தட்டை மத்தியில் வைத்து, 'எடுத்துக்கொள்ளுங்கள்' என்ற அர்த்தத்தில் 'ம்ம்...' என்றிருப்பாள்!

தானும் ஒன்றை எடுத்துக்கொண்டு ஜய்தீப் அருகில் அமர்ந்தவள்,

பேச்சின் ஏதோ ஒரு முனையைப் பற்றிக்கொண்டு தன் பூர்விகத்துக்குள் நுழைந்தாள்:

அண்ணியின் தந்தையார் அசாத்திய கோபக்காரராம். பிடிக்காததைச் செய்தால், சுளீரென்று அடித்த பின்புதான் தமக்குப் பிடிக்கவில்லை என்பதையே தெரிவிப்பாராம். தானுமே அப்படித்தான் ஆகவிருக்கிறோம் என்பது அறியாத அசட்டு அதீன் தானும் லேசாகச் சிரித்துவைத்தான்!... தாயார் எதுவுமே சொல்லமாட்டார்.

இப்படிப் போட்டு விளாசுகிறாரே?

என்று விசாரிக்கும் அக்கம்பக்கத்தவரிடம்,

அவர்தானே பெற்றவர். அவருக்கில்லாத உரிமையா!

என்று சாதாரணமாய்ச் சொல்வாராம். அதிராத சுபாவம் கொண்டவர். அவரைப் பார்த்து இந்த வீட்டில் எல்லாருக்குமே வியப்பு உண்டு. 'பூமா தேவி' என்பாள் அம்மா. தன் தாயிடமிருந்துதான் அண்ணிக்கு அப்படியொரு நிதானம் தொற்றியிருக்க வேண்டும்.

ஒருநாள், அடிவாங்குவது அண்ணியின் முறை. பத்து வயதுக் குழந்தை. தக்கைபோல எடையற்று இருக்கும் ஒல்லி வாகு. கடைசித் தங்கை கைக்குழந்தை. தூக்கி விளையாடிய சிறுமி, கைதவறியதோ, குழந்தை துள்ளியதோ, கீழே போட்டுவிட்டாள். பதறி அழும் குழந்தையை எடுத்து மார்போடு அணைத்து சமாதானப்படுத்தப் போனாள் தாயார். மதிய உணவுக்காக வீடு வந்திருந்த தகப்பன், பெரியவளை அடிக்கக் கிளம்பினார்.

சரமாரியாக அடி விழுந்ததில் சிறுமிக்குக் கிட்டத்தட்ட மூர்ச்சை போட்டது. உச்சமாக, மகளைப் பிடித்துத் தள்ளினார். வலுவிழந்து நின்றிருந்த சிறுமி சொத்தென்று வீழ்ந்தாள். அப்பா சாப்பிட்ட எச்சில் தட்டின் விளிம்பு வலது புருவத்துக்கு அருகில் வெட்டிவிட்டது. ரத்தம் களகளவென்று பெருகி வழிந்தது.

இப்போது மறுபடியும் கீழே விழுந்தது கைக்குழந்தை. நல்லவேளை, இந்த முறை தாயின் மடியிலிருந்துதான் விழுந்தது. சன்னமான முனகலோடு விசும்பியது.

ஓடிப்போய் நிம்மியைத் தூக்கிய தாயார், குடிநீர்த் தம்ளரைத் தன் உள்ளங்கையில் கவிழ்த்து மகளின் முகத்தைக் கழுவினாள். சேலைத் தலைப்பால் துடைக்கத் துடைக்க ரத்தம் நிற்காமல் வருவதைக் கண்டு பீதியடைந்திருக்க வேண்டும். வாழ்நாளில் முதன்முறையாக கணவனை முறைத்தாள். தொடர்ந்து,

> பாவி மனுஷா, நீயெல்லாம் பெற்றவன்தானா?

என்று கேட்டாள்.

> அப்பாவின் முகம் சட்டென்று மாறிக் கறுத்துப்போனது இப்போதும் எனக்கு மறக்கவில்லை...

என்று சொன்னாள் அண்ணி. சிறுமியின் முகத்தில் வடிந்ததைவிடப் பலமடங்கு அதிகமான ரத்தம் அவரிடமிருந்து வடிந்துவிட்ட மாதிரி வெளுத்திருந்தது அப்பாவின் முகம். சாப்பிடும் முன்பு அவிழ்த்து வைத்திருந்த சட்டையைப் போட்டுக்கொண்டார். மனைவியை, குழந்தைகளை ஒருதடவை தீர்க்கமாகப் பார்த்தார். தலையை ஆட்டிக்கொண்டார். விறுவிறுவென்று படியிறங்கி நடந்தார்.

குடும்பம் அவரைக் கடைசியாய்ப் பார்த்தது அன்றுதான்.

> அதற்காக, நானென்ன மண்புழுவா? குழந்தைகளைக் கண்டித்த போதெல்லாம் பார்த்துக்கொண்டுதானே இருந்தேன்? தண்டிப்பதற்கு அளவு இல்லையா? கைதவறிக் கீழே போட்டதுக்குக் கண்டிக்கிறேன் என்று, நீர் மெனக்கெட்டுத் தள்ளிவிட்டீரே, அதற்கு என்ன சால்ஜாப்பு சொல்வீர்?

என்று தானாகச் சிலவேளை வாய்விட்டுப் புலம்புவாராம் அண்ணியின் தாயார். இதைச் சொல்லும்போது, யாருடைய குடும்பத்திலோ நடந்த கதையை விவரிக்கிற மாதிரி உணர்ச்சியற்ற குரலில், பாவமேயில்லாத முகத்துடன் சொன்னாள் அண்ணி.

ஜய்தீப் ஒருபுறமும், அம்மா மறுபுறமும் அண்ணியை நெருங்கி அணைத்துக்கொண்டார்கள். ஒருபோதும் பழசாகாத

புகைப்படம்போல மனோஜுக்குள் பதிந்திருக்கிறது அந்தக் காட்சி. அவர்களை சமாதானப்படுத்துகிறவர் மாதிரி, அண்ணி சொன்னாள்:

> அதனால் எதுவுமே கெட்டுப்போகவில்லை. எண்ணெய்க் கடையில் அம்மா போய் உட்கார்ந்தாள். அப்பாவின் நாட்களைவிட நன்றாகவே நடந்தது வியாபாரம்!

என்று தன் வழக்கமான புன்சிரிப்பை உதிர்த்தாள். அப்புறம் இன்னொன்றும் சொன்னாள்:

> தங்கைகளைப் பார்த்துக்கொள்கிற பொறுப்பு முழுக்க என்னிடம் வந்து சேர்ந்தது. என்ன, அதற்கப்புறம் ஒருதடவைகூடக் கைதவறியதில்லை! எல்லாரும் பெரியவர்களாகிவிட்டார்கள்; இருந்தும், அவர்களை விட்டுவிட்டு இருப்பதுதான் கொஞ்சம் சிரமமாக இருக்கிறது...

கண்ணில் நீர்த்திரையோடு புன்னகைத்தபோது அண்ணியின் முகத்தில் பொலிந்த பேரழகுக்கு ஈடே கிடையாது...

மருமகளுக்கு ஆறுதல் சொல்ல நினைத்தாளோ என்னவோ, அம்மா பேச்சை மாற்ற முற்பட்டாள்:

> ஆனால், நிம்மூ, உங்கள் ஐந்துபேரில் ஒருத்தராவது ஆணாய்ப் பிறந்திருந்தால், உங்கள் அம்மாவுக்குக் கொஞ்சம் ஆதரவாக இருந்திருக்கும்.

இலக்கைத் தொட்டுவிட்டது அம்பு. அண்ணியின் முகத்தில் சன்னமாய்க் குறும்பு அரும்பியது.

> அம்மாவுடைய சித்தியும் இதையேதான் சொன்னார், ஒரு தடவை. அம்மாவின் பதில் வேறு மாதிரி இருந்தது. 'இப்படியெல்லாம் யூகித்துப் பார்க்க என்ன இருக்கிறது சித்தி? அவன் தகப்பனைக் கொண்டு பிறந்திருப்பான். அவர் கோபத்தைத் தாங்கியது போதாதென்று, அடுத்த தலைமுறைக் கோபத்தையும் சகித்துக்கொள்ள வேண்டும்! போதாக்குறைக்கு, அப்பனைச் சார்ந்தே இருந்துவிட்டு, அப்புறம் மகனைச் சார்ந்து இருக்கவேண்டி வந்திருக்கும் எனக்கு. இப்போது பார், சொந்தக்காலில் நிற்கிறேனா இல்லையா? என் மகள்களையும் அப்படியே வளர்க்கவில்லை?!'

தன் தாயாரின் குரலில், அவர் போலவே பாவனைகளுடன் அண்ணி சொன்னது எல்லாருக்கும் சுவாரசியமாய் இருந்தது.

அண்ணியின் இன்னொரு சிறப்பம்சம் இது. விடுமுறைக்கு வரும் குழந்தைகளுக்குச் சோறூட்டும்போது, கம்சனாகவும், கண்ணனாகவும் தானே இருந்து நடத்தும் தாவா; சீதையும் அனுமனும் அசோகவனத்தில் தனியிடத்தில் சந்திக்கும்போது கிசுகிசுப்பாகப் பேசிக்கொள்வது; சூழ்ந்து இருக்கும் அரக்கிகளின் விதவிதமான குறட்டைகள்; கெஞ்சிக் கெஞ்சிக் கொஞ்சமாக இடம் கேட்டு உள்ளே வந்துவிட்டு பிறகு முழுக் கூடாரத்தையும் ஆக்கிரமிக்கும் ஒட்டகத்தின் குரல் என்று ரகரகமாய் குரல்வித்தை செய்வாள். ஆரம்பத்தில் நயந்திருக்கும் ஒட்டகத்தின் த்வனி, போகப்போக கனத்து, இறுதியில் அதிகாரமாய் மிரட்டுவது பெரியவர்களையே வெகுவாக ஈர்க்கும். ஆரம்பத்தில் சாப்பிட முரண்டு பிடித்த குழந்தைகள், 'இன்னும் கொஞ்சம் சாப்பாடு வேண்டும்' என்று அடம்பிடிப்பார்கள்!

ஆனால், வியப்பூட்டும் சமாசாரம் வேறொன்று இருக்கிறது. தங்கைகள் நால்வருக்கும், தான் பெற்ற மகள்கள்போலவே, வரன் பார்த்துத் திருமணம் செய்துவைத்தாள் அண்ணி. வியப்பு இதில் இல்லை. மூத்த மருமகனான ஜய்தீப், மைத்துனிகளைத் தன் சொந்த மகள்கள்போல நடத்தினான்; அந்தக் குடும்பத்தைத் தன்னுடையதாகவே வரித்துக்கொண்டான் என்பதுதான் இவர்கள் எல்லாருக்கும் ஆச்சரியம். ஆமாம், பெற்ற தகப்பன் வீட்டைவிட்டு வெளியேறியதால் அந்தக் குடும்பம் எதையுமே இழந்துவிடவில்லை என்பதை எப்படிப் புரிந்துகொள்வது!

அதுசரி, விட்டுப் போன தகப்பன் என்னவாகியிருப்பார்? சந்நியாசி ஆகியிருப்பாரோ. உள்ளூர அந்த எண்ணம் இருந்து வந்திருக்கலாம்; உகந்த சந்தர்ப்பம் வந்த மாத்திரத்தில், தன்னிச்சையாக அதைப் பற்றிக்கொண்டு இடம்பெயர்ந்திருக்கலாம் - நிச்சயம் இன்னொரு குடும்பத்தை நிர்மாணித்திருப்பார் என்று தோன்றவில்லை. ப்ரையன் அடிக்கடி ஒரு பழமொழி சொல்வார்:

Once bitten, twice shy…

ஜய்தீப்புக்குள் அத்தனை பொறுப்பான தகப்பன் இருக்கிறான் என்பதே அதுவரை யாருக்கும் தெரியாமல்தான் இருந்தது.

அல்லது, ஒரு தாயை மணந்துகொண்டதால் இயல்பாகவே தந்தை மனோபாவம் படிந்துவிட்டதோ என்னவோ. இதிலும்கூட தர்க்கப் பிழை இருக்கிறது. நானென்ன தீப்தி மாதிரியா ஆகியிருக்கிறேன்! அல்லது, ஒருவேளை, ஆகியேதான் போனேனோ!!

தீப்தி புரண்டு படுத்தாள். தன்னுடைய ஸ்திதியின்மேல் அதிருப்தி உள்ளவர்கள்தான் வேறொரு ஸ்திதிக்கு நகர முனைவார்களோ. இருக்கும் நிலை பிடித்திருந்தால், அல்லது அதன்மீது பெரும் புகார் ஏதும் இல்லாதிருந்தால், அப்படியே தொடரத்தானே செய்திருப்பார்கள்!

> புத்தத்துவத்தில் அதிருப்தியோ அசிரத்தையோ பிறந்தால், சித்தார்த்தனாகத் திரும்பவும் ஆகிவிடுவதற்கு அதிக நேரம் பிடித்திருக்காது அல்லவா!

என்ற ஜதீன் மஷாயின் வாசகங்கள் மேலேறி வந்து, எண்ணவோட்டத்தைத் தடுத்து நிறுத்தின...

அண்ணியின் குணவிசேஷம் ஓங்கித் தெரிந்த இன்னொரு சந்தர்ப்பமும் உண்டு. அன்றைக்கும், வழக்கம்போல ஒருமையில் விளித்தபடி, இவன் கையைப் பற்றியபடியே நின்றிருந்தாள். வீடு திரும்பியும் இவன் இருக்கும் இடத்திலேயே இருந்துகொண்டிருந்தாள். உச்சமாக, அந்த ஒரு இரவு மட்டும் தங்கள் அறையிலேயே இவன் படுத்துக்கொள்ள வேண்டும் என்று வற்புறுத்தினாள். ஜய்தீப்பும் இவனும் கட்டிலிலும், தான் தரையில் ஜமுக்காளம் விரித்தும் படுத்துக்கொள்ளலாம் என்றாள்.

> பரவாயில்லை. வந்தபோது இருந்ததற்கு அவன் முகம் கொஞ்சம் வெளிவாங்கி இருக்கிறது.

என்று சமையலறைக்குள் போன ஜய்தீப்பிடம் அண்ணி சொல்வது, வெளியில் இருந்த இவனுக்கும் கேட்டது.

மணமாகி வந்த நாளிலிருந்தே இவனை ஒருமையிலும், 'அவன், இவன்' என்றும் விளித்துவந்த தொனியில் அப்போது தாய்மையுணர்வு அதிகமாய் ஒலித்தது என்று பட்டது. இந்தத் தம்பதிக்கு ஒரு

குழந்தையை வழங்காமல் போனாரே என்று கடவுள்மீது ஆத்திரமும் ஆற்றாமையும் பொங்கியது...

இன்னும் உச்சமாய், ரிஷானைப் பெட்டிக்குள் வைத்து மூடிய தருணத்தில், தன் மார்போடு இவன் முகத்தை இறுக்கி அழுத்திக்கொண்டாள் அண்ணி. ஐயோ, அந்தத் தருணத்தில் எவ்வளவு வேண்டியிருந்தது அது! அவளுடைய இரண்டு கரங்களும், ஏன், முழு உடம்புமே இவன் சுக்குநூறாகச் சிதறிவிடாமல் பாதுகாத்து இறுக்கிப் பிடித்திருக்கிற மாதிரி உணர்ந்தான்...

ஒன்று இரண்டு மூன்று என சிந்தையில் எண்கள் ஓடிக்கொண்டிருக்க, அவற்றைத் தூண்டிவிடுகிற மாதிரி இரண்டு கைவிரல்களும் தாள்களைப் புரட்டுவது தினசரி வழக்கம்தான். எந்திரவேகத்தில் அனிச்சை எண்ணிக்கொண்டிருக்கும்போதே, எண்களின் தொகுப்பைக் கூட்டிக்கொண்டு வந்தது மனத்தின் இன்னொரு பகுதி. இறுதி எண்ணையும் தாள்களின் மதிப்பையும் ரணவேகத்தில் பெருக்கி விடை சொன்னது...

அன்றைக்கு விசித்திரமாய் ஒரு எண்ணம் உதித்தது - தான் ஒருபோதும் பெறுமானத்தை எண்ணியதில்லை; தாள்களை மட்டுமே எண்ணிவந்திருக்கிறோம். உடனடியாக மனத்தில் ஒரு புத்துணர்வு தோன்றி, சிகரெட் பிடிக்கும் ஆவல் உந்தியது.

எண்ணிய பணத்தை வாடிக்கையாளர் கையில் கொடுத்துவிட்டு, கட்டடத்தின் பக்கவாட்டில் இருந்த வண்டி நிறுத்தும் கொட்டகைக்குப் போனான். மனம் எங்கோ திரிந்தலைய, கைகள் தாமாகக் குவிந்து சிகரெட்டைப் பற்றவைத்தன. முதல் வருடம், சில வகுப்புகள் மட்டும் சௌமித்ரா பாபு எடுத்தார் - ஒரு இடைக்கால ஏற்பாடு மாதிரி. அப்போது ஒரு தடவை சொன்னார்:

> இதோ பாருங்கள் நண்பர்களே, புலன்களின் பலவீனம் அலாதியானது. அவை கொடுக்கும் தகவல்களைத் தொகுத்துக்கொள்ளும் மனோதளம் இன்னும் அபாரமானது. உங்கள் கைக்கடிகாரங்கள் ஒருபோதும் மத்தியானத்தைக் காட்டாது. எண்களைத்தான் காட்டும். பொழுதாக அவற்றை உருமாற்றிப் புரிந்துகொள்ளும் தளம் நூதனமானது. நான்

> சொல்வது புரியவில்லை என்றால், சுவர்க்கடிகாரம் உங்கள் பார்வையில் படுவது மாதிரியேதான், ஒரு வயதே நிரம்பிய உங்கள் கடைசித் தம்பிக்கும் படும் என்பதை நினைவுகூரலாம்!
>
> இப்படி யோசித்துப் பாருங்கள், மாணவர்களைக் காட்டலாம், கட்டடங்களைக் காட்டலாம், அவற்றில் பணிபுரியும் உத்தியோகஸ்தர்களைக் காட்டலாம், பெஞ்சுகளை, நாற்காலிகளை, ஏன், பாடப் புத்தகங்களைக் காட்டலாம். கல்லூரியை யாராவது பார்க்க முடியுமா? பாடங்களையும் கூடத்தான், சிந்தையில் தவிர வேறு எங்காவது உணர முடியுமா!!...

இதுவேதானே வங்கிக்கும், மருத்துவமனைக்கும். சொல்லப்போனால், குடும்பத்துக்கும்கூட இதைப் பொருத்திப் பார்க்கலாமே... மனவோட்டத்தை அறுத்து நிறுத்தியது சௌக்கிதார் கெய்ஸிங்கின் குரல்.

> ஸாப், மேலாளர் அழைக்கிறார். உங்களுக்கு ஏதோ ட்ரங்க்கால் வந்திருக்கிறதாம்.

இனம்புரியாத பதட்டம் உயர, வேகமாக சிகரெட்டை இழுத்துக் கீழேபோட்டு நசுக்கிவிட்டு, கிளைமேலாளரின் அறை நோக்கி விரைந்தான். தொலைபேசியில் ஜய்தீப்தான் பேசியிருந்தான். செய்தியைக் கேட்டு, துண்டுத் தாளில் எழுதியும் வைத்திருந்தார் மேலாளர்.

அங்கிருந்தே தீப்திக்குத் தொலைபேசியில் சொல்லிவிட்டு, பக்கத்துக் கூண்டு சகாவிடம் தன் இழுப்பறையின் சாவியைக் கொடுத்துவிட்டு, ரயில் நிலையத்துக்கு டாக்ஸி பிடித்தான். அவ்வளவு அவசரப்பட்டிருக்க வேண்டாம் - ரிஷானின் சொந்தத் தம்பி கரக்பூரில் இருக்கிறான். அவன் வரும்வரை காத்திருக்கத்தானே செய்வார்கள்... ஆனால், ரயிலேறி அமர்ந்தபிறகுதான் இப்படியொரு எண்ணமே உதித்தது.

இன்றுவரை புரியாமல் மீந்திருக்கும் விஷயம் அது. ரிஷான் நிறைவான வாழ்க்கை வாழ்ந்து வந்தான் என்றுதான் அத்தனைபேருமே

நினைத்தார்கள். அவன் மனைவியும் அதைச் சொல்லித்தான் அழுதாள். நன்கு நீச்சல் தெரிந்த ஒருவன், கால்களையும் கைகளையும் மாடு கட்டும் மணிக்கயிற்றால் சுருக்கிட்டுப் பிணைத்துக்கொண்டு தோட்டக் கிணற்றில் மிதக்க வேண்டிய அவசியமென்ன. அரைமணி நேரத்துக்கு முன்னால்தான் அவனிடம் பேசிவிட்டுத் திரும்பியிருந்தான் ஜய்தீப். அப்போது ரிஷானின் கையில் இருந்த கயிறேதானாம் அது.

வீடு திரும்பிய ஜய்தீப் கைகால் கழுவி, சாப்பிட உட்கார்கிறான், முதல் கவளம் இறங்கும் முன்பே செய்தி வந்துவிட்டதாம்.

வீடு தேடி வந்து விஷயம் சொன்ன குடியானவன், மாரில் அடித்துக்கொண்டு குழறியிருக்கிறான்:

> எஜமான் பத்து நிமிடம் முன்னால்தான் என்னிடம் சிரித்துப் பேசிவிட்டுப் போனார்; இப்படி ஒரு காரியம் பண்ணிவிட்டாரே...

நேரே ஆஸ்பத்திரி போய், ஈரத்துணியுடன் ஸ்ட்ரெச்சரில் கிடந்த ரிஷானைப் பார்த்து விட்டு, தபாலாஃபீஸில் ட்ரங்க்கால் புக் செய்தானாம் ஜய்தீப். மனோஜ் போய்ச் சேர்ந்தபோது ரிஷான் வீட்டு வாசலில், பேயறைந்த முகத்துடன் உட்கார்ந்திருந்தான்.

ஆட்கள் வருவதும் போவதும், வீட்டினுள்ளிருந்து அடங்கிய குரலில் ஏறி ஏறித் தாழும் பிலாக்கணமும், நீக்கமற நிறைந்திருந்த அத்தர் மணமும், ஊதுபத்திப் புகையும் என்று அந்த இடத்தில் ஒருவிதமான கனவுத் தன்மை நிரம்பியிருந்தது. ஆமாம், இத்தனையும் கனவுதான், விழிப்புத் தட்டும்போது கொல்கொத்தாவில் தன் அடுக்கக வீட்டின் படுக்கையறையில் இருப்பான் மனோஜ். வங்கிக்கு வந்ததும் முதல் காரியமாக ட்ரங்க்கால் புக் செய்து, ரிஷானைக் கூப்பிட்டுப் பேசுவான்...

லொட் லொட் என்ற சத்தம் தரையிறக்கிவிட்டது. நடுங்கும் வலதுகையால் கைத்தடியை ஊன்றி, தளர்நடையில் வந்த பண்டோஜே டாக்டர் உள்ளே சென்று ஒரு நிமிடம் நின்று அஞ்சலி செலுத்தினார். வெளியே வந்தவர், இவனுடைய கையைப் பற்றிக்கொண்டு,

உன்னுடைய வலது கை மாதிரி இருந்தான் இல்லையா...

என்றார். குமுறலை அடக்கிக்கொண்டு,

ஆமாம் மாமா.

என்றான்.

நான் பார்த்தவரைக்கும் உற்சாகமான பையன்தானப்பா. அகத்தின் நிறைவு அவன் முகத்தில் நிரந்தரமாய்த் தெரியும்...

என்றவர், வேறு பக்கம் பார்த்துக்கொண்டு சொன்னார்:

...ஆனால், எதுவரைக்கும் எனக்குப் பார்க்கக் கிடைத்ததென்றே தெரியவில்லையே...

அப்போதுதான் அவனைப் பார்த்துவிட்டு வந்திருந்தேன் மாமா. சிரித்த முகத்தோடு என்னிடம் பேசினானே...

என்று சொன்ன ஜய்தீப்பின் குரலில் ஆற்றாமை நடுங்கியது. அவன் முதுகை வருடியபடி அருகில் நின்றிருந்தாள் அண்ணி.

எந்த நொடியில் மனம் பிறழும், என்ன வேகத்தில் பிறழும், எப்போது நடைமுறை உலகத்திலிருந்து விலகும் என்பதெல்லாம் கடவுளுக்கே விளங்காத மர்மங்கள் மருமகனே. என்ன, ஒரு நொடியில் உருவான எண்ணமாய் அது இருந்திருக்காது. எவ்வளவோ காலமாக இப்படியொரு காரியத்தைக் கற்பனை செய்துகொண்டும், தனக்குள்ளேயே சீராட்டிக்கொண்டும் இருந்திருப்பான். இதுவும் ஒருவகை சந்நியாசம் மாதிரித்தான் - சமூகத்தை விட்டு விலகுவதற்கு பதிலாக, பூமியைவிட்டே விலகிப் போய்விட்டான், பைத்தியக்காரன்.

'அவன் இல்லை, டாக்டர் மாமா; எடுத்ததுக்கெல்லாம் அவனிடம் ஆலோசனை கேட்டுக்கொண்டும், அவன் சொல்வதை அப்படியே கடைப்பிடித்துக்கொண்டும் இருந்த நான்தான் பைத்தியக்காரன்' என்று வேகவேகமாக வார்த்தைகள் மனோஜுக்குள் ஓடின. அடிவயிற்றிலிருந்து ஒரு விம்மல் எழுந்தது. அது வெடித்து வெளியேறாமல் அடக்கப் பெரும் பிரயத்தனம் தேவைப்பட்டது.

அதன் வெம்மை உள்ளுக்குள்ளேயே இருக்கட்டும்; ரிஷானின் ஞாபகம் உள்ளிட்ட சகலத்தையும் பொசுக்கட்டும் என்று கறுவியது மனம்... பண்டோஜே டாக்டர் தொடர்ந்தார்:

> என்னை நினைத்துப் பாருங்கள் பயல்களா. என் நண்பர்களை அகாலத்தில் பறிகொடுத்தேன். இப்போது, அடுத்த தலைமுறையும் அவசரமாய்ப் புறப்பட்டுப் போகிறது. என்ன அபத்தம், என்ன அபத்தம்... இதற்கப்புறமும் இன்றைக்கு ராத்திரி சாப்பிடுவேன், இன்றில்லாவிட்டாலும் நாளை தூங்குவேன், காலைநடை போவேன், மாத்திரை மருந்துகளை ஒழுங்காய்ச் சாப்பிடுவேன்... அது இன்னும் பெரிய அபத்தம்...

பெருமூச்சுவிட்டார்.

வயோதிகக் கண்கள் வெகுவாகச் சிவந்தும் நீர்கோத்தும் இருந்ததைப் பார்க்கப் பரிதாபமாய் இருந்தது. கைத்தடியைப் பற்றியிருந்த ஒவ்வொரு விரலும் இரண்டு விரல் பருமனுக்கு வீங்கித் தெரிந்தன. கழுத்தில் தலையை நிலையாய் நிறுத்திக்கொள்ளவே பெரும்பாடு பட்டார். கைகளைவிட வேகமாய் நடுங்கியது தலை. 'மரணத்தின் சந்நிதானத்தில் இளைஞனாவது, கிழவனாவது...' என்று மனோஜுக்குள் ஓடிய வாக்கியத்தைத் தொடரவிடாமல், டாக்டரின் குரல் இடைவெட்டியது.

> ...அதுசரி, போனவன் போய்விட்டான். இருப்பவர்கள் பத்திரமாக இருக்க வேண்டும். நாம் இருப்பது மற்றவர்கள் இருப்பைச் சார்ந்து அல்ல என்பதை உணர வேண்டும். ஷரீஃப் போனபோது உங்கள் அப்பன் எப்படி நிலைகுலைந்தான் நினைவிருக்கிறதில்லையா. அதே அவனும் போனபோது, நான் ஸ்திரமாக மீந்து, இதோ இன்றுவரை இருக்கவில்லை?...

பண்டோஜே டாக்டரின் சொற்களுக்கு நேர் எதிர்த்திசையில் நகர்ந்து கீறியது அவர் குரல்.

> ...உனக்குத்தானடா மனோஜ் சொல்கிறேன். ஜாக்கிரதையாய் இரு. என்ன?

பற்றிய கையை அழுத்தமாய் ஒருதடவை இறுக்கிவிட்டு, தடியை ஊன்றி நடந்தார். வரும்போது இருந்ததைவிடத் தளர்ந்த நடை.

அவர் விட்ட இடத்திலிருந்து இவனைப் பொறுப்பேற்றுக்கொண்டாள், நிம்மி அண்ணி.

பிற்பாடு என்றோ ஒருநாள், கோடைவிடுமுறையை முன்னிட்டு தீப்தியும் குழந்தைகளும் பர்த்வான் சென்றிருந்த சமயத்தில், சாயங்காலப் பொழுதை ஹுக்ளியின் கரையில் கழிக்கலாம் என்று வந்தவன், ராமகிருஷ்ண மடத்துக்குள் நுழைந்தான். ஏதோ விசேஷ நாள் அன்று. இன்னும் கொஞ்ச நேரத்தில் இசை நிகழ்ச்சி இருக்கிறது என்றார்கள். புதிதாகவும் விரைவாகவும் வளர்ந்துவரும் ஒருவரின் ஸரோட் கச்சேரி.

மனோஜுக்கு சாஸ்திரீய இசைமீது குறிப்பான ஆர்வமும் கிடையாது, வெறுப்பும் கிடையாது. பத்திருபது பிரதான ராகங்களை அடையாளம் காணத் தெரியும்; ஆனால், முனைந்து இசை கேட்கும் மனப்பழக்கம் கிடையாது.

என்றாலும், ஸரோட் என்ற சொல்லே தாத்தாவின் நினைவுகளை இழுத்து வந்தது. அதன் தொடர்ச்சியாக, தாத்தாவுடைய கதைகளின் ஓரிரு வரிகள் ஒலித்தன. 'கொஞ்சநேரம் கேட்டுவிட்டுப் போகலாமே' என்று தோன்றியது.

வளாகத்தில் குறுக்கும் நெடுக்குமாய்ப் போய்வந்த சாமியார்களை வேடிக்கை பார்த்துக்கொண்டு படிக்கட்டில் அமர்ந்திருந்தான். ஆகாயத்தில் வெகு உயரத்தில் ஓரிரு வெண்பருந்துகள் வட்டமிட்டன. அவற்றின் பார்வைக்கு இந்தச் சாமியார்கள் தேன் சொட்டுகள் மாதிரித் தென்படக்கூடும்... அவர்களில் ஒருவருடைய முகம் பண்டோஜே டாக்டர் போலவே தெரிந்தது.

அது சரி, டாக்டர் மாமா சொன்ன கோட்பாட்டின் பிரகாரம், இவர்களெல்லாம் சமூகத்தைவிட்டு விலகியவர்கள் இல்லையா. எங்கே விலகினார்கள், துயரம் மீறும் இடங்களிலெல்லாம் ஓடியோடி சேவை செய்ய அல்லவா போகிறார்கள்; இவர்கள் மட்டுமல்ல, மிஷனரீஸ் ஆஃப் சாரிட்டீஸின் கன்னிமார்களும் அதையேதான் செய்கிறார்கள். அப்படியானால் இவர்கள் பார்வையில் துறவு என்பது விலகுதல் அல்ல, ஈடுபடுவது; இன்னும் நெருங்க முயல்வது என்றல்லவா ஆகிறது.

இருந்து பார்த்தால்தான் தெரியுமோ என்னவோ. அது கிடக்கட்டும், இவர்களில் ஒருவருக்குக் கூடவா இந்த வாழ்முறை திகட்டவில்லை; பழைய வாழ்க்கைக்குத் திரும்ப வேண்டும் என்ற எண்ணம் எழவில்லை? ஒருவேளை, அப்படி இரண்டு தரப்பு இருப்பதாகவே இவர்கள் கருதவில்லையோ என்னவோ. எத்தனை சாத்வீகமான முகங்கள்...

அது சரி, பழைய வாழ்க்கைக்குத் திரும்பிப் போனவர்கள்தான் சமூகத்தில் கரைந்திருப்பார்களே. அவர்களை எங்கேயென்று தேடுவது. வடிகட்டியின் துளைகளுக்குத் தப்பியவர்கள் மட்டும்தானே இங்கே நடமாடுகிறவர்கள்?...

லேசாகத் தலை வலிக்கிற மாதிரி இருந்தது. கச்சேரி கேட்கும் எண்ணத்தைக் கைவிட்டு எழுந்து நடந்தான். வரும்போது இருந்த விறைப்பை முற்றாக இழந்த நடை.

ஒரே மாட்டின் இரண்டு கொம்புகள் போல
ஒரே ஆற்றின் இரண்டு கரைகள் போல
ஒரே பாடலின் இரண்டு வரிகள் போல
ஒரே ராகத்தின் இரண்டு சுரங்கள் போல
பகலும் இரவும் போல
முகமும் முதுகும் போல
நீயும் நானும் கண்ணே
சேர்ந்திருந்தும் சேராதிருந்தோம்!

ஒரு நாட்டுப்புறப் பாடல்

20

அ

காலையில் சாயா போடுவதற்காக சமையலறைக்குள் புகுந்தபோதே அந்த எண்ணம் தாக்கியது. வீட்டினுள் நிரம்பியிருந்த தனிமைகூடக் காரணமாய் இருக்கலாம். அல்லது, கீழ்வீட்டுக்கு வந்திருக்கும் குடும்பத்தின் கைக்குழந்தை ராத்திரி முழுக்க வீறிட்டது காரணமாய் இருக்கலாம். புது இடம் ஒவ்வாமல் அழுதிருக்கும், பாவம். இன்றிரவேகூட, இந்த இடம் அதற்குப் பழையதாகவும், பழகினதாகவும் ஆகிவிட வாய்ப்பிருக்கிறது; சுமார் மூன்று மணி வாக்கில் குழந்தை அமைதியாகிவிட்டது - ஓயாமல் அழுத அலுப்பினால் போல!

ஆனால், குழந்தையின் அழுகை நின்ற நிமிடத்திலிருந்து ஒரு பூனையின் வீறல் ஆரம்பித்தது. அக்கம்பக்க வளாகங்களில் சுற்றித் திரியும் பூனைதான். ஏதோ ஒரு கிரமத்தில், இவர்கள் வளாகத்திலும் ஓரிரு இரவுகள் வந்து பிலாக்கணம் வைக்கும். குழந்தைக்குரல் போலவே இருக்கும். ஆனால், ஒருவித அமானுஷ்யம் மண்டிய அழுகை. பூனைகள் இணைசேர்க்கைக்கு ஏங்கும் நாட்களில் இப்படி அழக்கூடும் என்று யாரோ சொன்னதோ, எதிலோ படித்ததோ போல நினைவு.

இந்த ஓலங்கள் இல்லாமலிருந்தாலும், தூங்க வாய்த்திருக்காது என்றே பட்டது. கிறிஸ்துமஸ் விடுமுறையை முன்னிட்டு தீப்தியும் குழந்தைகளும் நேற்று மதியம் கிளம்பி பர்த்வான் சென்றதிலிருந்தே இப்படித்தான் இருக்கிறது - விசித்திரமான பரபரப்பு. அது மனமெங்கும் உடலெங்கும் சுரந்து வழிந்து, வீட்டின் சகல பரிமாணங்களிலும் நிரம்பிப் பரவுவதான உணர்வு. பால்கனியில் தேநீர்க்கோப்பையோடு வந்து அமர்ந்தபோது, மெல்லத் தலைகாட்டியிருந்த எண்ணம் வலுப்பட்டது.

எல்லாரும் இல்லை என்பதால் அல்ல, அவர்கள் இருக்கும்போதுமே தனியாய்த்தான் உணர்வான். குழந்தைகள் ஓடிவந்து காலைக் கட்டிக்கொள்ளும்போதும், தீப்தியுடன் ஆவேசமாய் முயங்கும்போதும்கூட, தன்னிலிருந்து கழற்றிக்கொண்ட வேறு நபர் மாதிரி, தன்னைத்தானே வேடிக்கை பார்த்துக்கொண்டிருப்பான். தீப்தியின் தாயார் இவனைச் செல்லமாக, 'சாமியார்' என்று குறிப்பிடுவார். சுஷ்மாவுடன் நெருங்கிப் பழகிய காலத்தில், மூத்த சக ஊழியர் அபிநவ் கேலி செய்வார்:

> என்னப்பா மனோஜ், உன் இடத்தில் நான் இருந்திருந்தால், அந்தப் பெண்ணுடன் சும்மா பேசிக்கொண்டு இருந்திருக்க மாட்டேன். இரு தரப்புக்கும் விருப்பமுள்ள இடத்தில் என்னவெல்லாம் முடியுமோ அத்தனையும் இதற்குள் செய்து முடித்திருப்பேன். நீயானால், பிறவி சந்யாசிபோல இருக்கிறாய்!

என்று ஒருமுறை சொல்லி, கடுமையான வார்த்தைகளையும், நிரந்தரக் குரோதத்தையும் வாங்கிக் கட்டிக்கொண்டார்.

இப்போது வேறுவிதமாய்த் தோன்றுகிறது. எல்லாரும் உடன் இருப்பதற்கும் இல்லாதிருப்பதற்கும் நிஜமான வேறுபாடு ஏதாவது இருக்கிறதா என்ன - சப்தங்களும் தொடுகைகளும் இல்லை என்பதைத் தவிர! தானாய்ப் புன்னகைத்துக்கொண்டான்...

கீழே சாலையின் பரபரப்புகள் விசையாய்த் தொடங்கிவிட்டன. சட்டென்று மனம் முடிவெடுத்தது. இன்று எதுவுமே செய்யத் தேவையில்லை. லாம்ப்ரெட்டாவை எடுத்துக்கொண்டு நேரே பூங்காவுக்குப் போய் விடலாம். அலுவலகத்தின் சுமை தாளாது உடலும் மனமும் சோர்ந்திருக்கும் நாட்களில், வீடு திரும்பும் வழியில், வழக்கமாய்ச் சென்று அமரும் பூங்காவுக்கு அல்ல. விக்டோரியா மெமோரியல் ஹால் தாண்டி, அரசாங்கம் புதிதாக அமைத்திருக்கும் தாவரவியல் பூங்காவுக்குப் போகலாம்.

மிகச் சிறந்த பராமரிப்பில், உள்ளங்கையைவிட அகலமான டாலியாக்கள் உள்ளிட்ட விதவிதமான பூச்செடிகளும், பிற தாவரங்களும் பொங்கிப் பூரித்துக் கிடக்கும் பூங்கா. உபரியாக, வேடிக்கை பார்க்க வரும் குழந்தைகள் பெண்களின் மலர்ந்த முகங்களும் சேர்ந்து, அந்த இடம் பூமிக்குச் சொந்தமானதே இல்லை; தவறிப்போய்த் தரையில் வீழ்ந்த, சொர்க்கத்தின் ஒரு துண்டு என்று ஆக்கும்.

செல்லும் வழியில் இரண்டு ரொட்டியும் சப்ஜியும் உள்ளே அடைத்துவிட்டுப் போய் விட்டால் போதும். மதியத்துக்கு இருக்கவே இருக்கிறது, பூங்காவிலிருந்து மேற்கே இரண்டு ஃபர்லாங் தள்ளி, குறைந்தபட்ச விலையில் ருசியான சாப்பாடு கிடைக்கும் தள்ளுவண்டிக் கடை. வயோதிக தம்பதி நடத்துவது. கனிவையும் சேர்த்துப் பரிமாறுவார்கள்.

இதுபோக, பூங்காவில் இன்று விடுமுறைநாள் கூட்டம் நெரியும். சைக்கிளில் கேத்தல் வைத்த தேநீர் வியாபாரிகள் போய்க்கொண்டும் வந்துகொண்டும் இருப்பார்கள். மண்குப்பியில் அளவாக நாலு மிடறு தேநீர் நிரப்பித் தருவார்கள். மறக்காமல் இரண்டு பாக்கெட் சிகரெட் வாங்கிக்கொண்டு போய்விட வேண்டும். ஒரு தலையணை எடுத்துக் கொண்டு போகலாமா என்று யோசித்தான். வேண்டாம், சும்மா போய், புல் முழுக்கத் தேய்ந்திராத கட்டாந்தரையிலோ காலியாய் இருக்கும் சிமெண்ட் பெஞ்ச்சிலோ படுத்துக் கிடக்கலாம்.

சுற்றிலும் இருக்கும் நடமாட்டத்துக்கு முழுக்க அந்நியனாக, தானும் தன் எண்ணங்களும் டிசம்பர்ப் பகலின் குளுமையும், நிபந்தனையற்று விரிந்திருக்கும் ஆகாயமும் என்று தனித்துக் கிடக்கலாம். அதே நேரம், ஒரு பரிவர்த்தனையும் இல்லாமலே எல்லாருடனும் சேர்ந்தும் இருக்கலாம். புரண்டு படுக்கும் வேலையைத் தவிர வேறெதையும் மேற்கொள்ள வேண்டியதில்லை! 'ஒரு நாள் தேசாந்திரி' என்று தனக்குள்ளாகவே சொல்லி, சிரித்துக்கொண்டான். ஒரே கணத்தில், உலகம் ரம்மியமானதாகவும், கல்கத்தாவின் சமூகவாழ்க்கை வாழத் தகுதியுள்ளதாகவும் மாறிவிட்டதே!...

எதிர்பார்த்ததைவிட, பூங்காவில் மனித நடமாட்டம் குறைவாய் இருந்தது. இன்று விடுமுறை நாள் என்பது இன்னும் எல்லாருக்கும் உறைக்கவில்லையோ! சிமெண்ட்டு பெஞ்ச்சில் மல்லாந்து படுத்த மாத்திரத்தில் மனோஜின் நடு நெற்றியில் ஒரு துளி வீழ்ந்தது. அடடே, தேசாந்திரத் திட்டம் ஆரம்பத்திலேயே முடியப் போகிறதா!

இல்லை. நகரும் மேகம் எதுவோ விளையாட்டுக் காட்டியிருக்கிறது. அங்கங்கே தீற்றலாகச் சிதறிக் கிடக்கும் வெண்மேகங்கள், தரையிறங்குவதற்கான முனைப்பேயின்றி, தாமாக நகர்ந்தும் வடிவம் குலைந்தும் கொஞ்சம் கொஞ்சமாக ஓரிடத்தில் குவிந்தும் என இடம்பெயர்வதைக் கொஞ்சநேரம் வேடிக்கை பார்த்தான். வைபவத்துக்கு வந்தவர்களை வரவேற்கிறதுபோல, நாலைந்து சொட்டுக்கள் விழுந்தன. அப்புறம் நின்றுவிட்டது.

ஆகாயம் தனது திட்டத்தை மாற்றிக்கொண்டது போல. குழந்தையைச் சாப்பிட வைக்கப் பூச்சாண்டி காட்டி மிரட்டும் தாயார் மாதிரி, வேறு ஏதோ நோக்கத்துக்காக ஓரிரு துளிகள் சொரிந்து காட்டியது போல. அவசரமே இல்லாமல் நகரத் தொடங்கிவிட்ட மேகக்கூட்டத்தை வெறித்துக்கொண்டு அதே நிலையில் படுத்திருந்தான். இன்று காலை முதலே, பொழுதின் ஒவ்வொரு அசைவுக்கும் பிரயாசைப்பட்டு உவமைகள் அடுக்கிக்கொண்டே போகிறதே மனம் என்று தன்னையே வியந்துகொண்டான்...

சும்மாவே தளர்ந்து தெரியும் சூரியன், மேகத்துக்குப் பின்னால் மறைந்ததால், லேசாக இருட்டிக் காட்டியது வானம். வெறும்

மோடம்தான். சில நிமிடங்களில் கலைந்துவிடும். இன்று முழுக்க இப்படியே இருந்துவிட்டால் தேவலை. உடனடியாய் சுதாரித்தது மனம்.

> அட, பொழிந்தால் பொழியட்டுமே. நனைந்தால் என்ன, கரைந்தா விடுவாய்?

மூன்றாம் மனிதன்போல, தன்னையே கேட்டுக்கொண்டான்...

எதிர்காலத்தை அனுமானித்துத் திட்டங்களும் கனவுகளும் ஊறும் சுனை அடங்கி விட்டது போல. அவகாசம் கிடைக்கும்போதெல்லாம் பழங்காலத்துக்குள் சென்று தலையைச் செருகிக்கொள்கிறது மனம். என்றோ நடந்தவை அத்தனையும் உணர்வு அழுத்தத்தை இழந்து, ஓசையற்ற சினிமாக் காட்சிகள்போல நகர்கின்றன. கிளர்ச்சியேதும் விளைவிக்காமல் மந்தமாய் நகரும் காட்சித் தொடர் விசித்திரமாய்த்தான் இருக்கிறது... இன்னும் பெரிய விசித்திரம், ஒரு நொடி மாத்திரம் மனத்தின் திரையில் தோன்றி மறையும் ஒரேயொரு காட்சிச் சித்திரமும் வால்போல இழுத்துவரும் நினைவலைகள். எத்தனை நீண்ட சம்பவமும், மின்னல் வேகத்தில் பூரணமாக ஓடி அடங்குவது... ஒருவேளை, முழு சம்பவமும் ஓடுவதில்லையோ என்னவோ. வீழ்ந்து ஆவியாவது ஒரேயொரு சொட்டுத்தான் என்றாலும், அதில் சம்பவத்தின் சாரம் முழுமையாய் மீந்திருப்பதுதான் காரணமோ. முழுக்கக் கறுப்பாகத் தென்படும் இசைத்தட்டில் ஊசி தீண்டும் இடங்களெல்லாம் ஒலியலைகள் திரள்கிற மாதிரி....

உடலின் ஆழத்திலிருந்து ஒரு பெருமூச்சு விசையோடு வெளியேறியது.

அனிச்சையாய் மணிக்கட்டைத் திருப்பிப் பார்த்தான். பனிரண்டரை. எழுந்து நடந்தால் சரியாய் இருக்கும். பணி நாட்களிலும் ஒரு மணிக்குச் சாப்பிடுவதுதான் வழக்கம். உருளைக்கிழங்கும் பச்சைப் பட்டாணியும் ரொட்டியோடு தொடுகறியாய் உண்ணவேண்டும் என்று நினைத்துக்கொண்டான். அவற்றை நினைத்த மாத்திரத்தில் தனக்குள்ளிருந்து பொங்கும் சப்ஜி மணத்தைக் கிளப்பியது எந்த அடுப்பு? நுகர்ந்தது எந்த நாசி?

அதைவிட, எவ்வளவு தூரம் விலகிவிலகிப் போய் அலைந்தாலும், உரிய நேரத்தில் பழைய இடத்துக்குத் திரும்பும் மனம்தான் எத்தனை

எளிதாய் எல்லாவற்றையும் விழுங்கிச் செரித்துவிடுகிறது என்ற ஆச்சரியம் பெரிதாய் எழுந்தது. உள்ளங்கைபோல பகிரங்கமாகவும் அரையிடுக்குபோல அந்தரங்கமாகவும் ஒரே நேரத்தில் இருக்கிற மனம் என்ற அம்சத்தை, பருவுடலின் அங்கம்போலக் கற்பிதம் கொள்கிற ஆழ் அடுக்கு எது என்ற வியப்பும் எழுந்தது. என்ன இன்று, கேள்விகளின் வித்தை வழக்கத்தைவிட ஜாஸ்தியாய் இருக்கிறதே...

சிரிப்பு வந்தது. எழுந்து, பூங்கா வாசலில் நிற்கும் ஸ்கூட்டரை நோக்கி நடந்தான். நன்கு விளைந்த கன்றுக்குட்டி படுத்திருப்பதுபோலத் தோற்றமளித்த லாம்ப்ரெட்டாவின்மீது உட்கார்ந்திருந்த இளைஞன், இவன் அணுகுவதைப் பார்த்தவுடன் சட்டென்று குதித்து இறங்கினான். இவன் தாண்டிப் போவதைப் பார்த்ததும், மறுபடி ஏறி அமர்ந்துகொண்டான்.

பூங்கா வளாகச் சுவரை அடுத்திருந்த தள்ளுவண்டிக்கடை நோக்கி நடக்கத் தொடங்கினான் மனோஜ்.

ஜதீன் மஷாயின் பூர்த்திபெறாத நாவலில் இதேபோல ஒரு பூங்கா வரும். அதில் அமர்ந்து தன் வாழ்வைப் பரிசீலிக்கும் குடும்பஸ்தன் ஒருவனும் வருவான். அவன் தானேதான் என்று ஒருதடவை தோன்றியிருக்கிறது. இத்தனைக்கும் அந்தக் குடும்பஸ்தனுக்கும் இவனுக்கும் எண்ணற்ற வித்தியாசங்கள் உண்டு. இவனைப்போலக் குமாஸ்தா அல்ல அவன்; ஏகப்பட்ட குழந்தைகளும், சொந்தமாக ஒரு துண்டு நிலமும் கொண்ட விவசாயி. எந்தக் காலகட்டத்தவன் என்ற நேரடியான குறிப்பும் கிடையாது. ஆங்கிலேயரின் வருகையும், அவர்கள் சிறுகச் சிறுக நிலைபெறுவதும், சாதாரண விவசாயியின் வாழ்வில் எத்தனை பாரதூரமான மாற்றங்களைத் திணிக்கின்றன என்பதை மையமாய்க் கொண்ட நாவல்.

தன்னைப்போலவே அவனும் வங்காளி என்பதும், அவகாசம் கிடைக்கும்போதெல்லாம் நினைவலைகளில் மூழ்கி முத்தெடுக்க முனைகிறவன் என்பதும் மாத்திரமே ஒற்றுமைகள். அன்றாட வாழ்வை சுமையாகக் கருதுகிறவன், உரிய காலத்தில் துறவியாய் ஆகாமல் போனோமே என்று மறுகுகிறவன் என்பது இன்னொரு ஒற்றுமை.

துறவி ஆகாவிட்டாலும் பரவாயில்லை, ப்ரையனின் சொல்லைக் கேட்டு மேற்கொண்டு படிக்கப் போயிருந்திருக்கலாம்; பால்யகாலக் கனவின் பிரகாரம், பேராசிரியராய் ஆகியிருக்கலாம். அதே கனவின் உள்மடிப்புபோல, எழுத முற்பட்டிருக்கலாம். யார் கண்டது, ஜதீன் மஷாயைப்போல நானுமே நவீன வங்காளத்தின் முக்கியமான எழுத்தாளனாகியிருக்கலாம்... வாசிக்கக் கிடைத்த எந்தவொரு நாவலுக்கும் சளைக்காத சிடுக்குகளும் திருப்பங்களும் ஆழமும் சுவாரசியமும் கொண்டதுதானே என்னுடைய வாழ்க்கையும்! அதை மட்டும் எழுதிப் பார்த்திருந்தால்கூடப் போதுமே...

ஜதீன் மஷாயின் நாவலில், பூங்காவில் அமர்ந்திருக்கும் நாயகனை நோக்கி, ஒரு துறவி வருவார். தம் கையிலிருக்கும் ஏதோவொன்றை இவனிடம் வழங்கிவிட்டுப் போவார். அது இன்னதென்று கவனிக்கும் முன்பே, ஒரே கணத்தில் இவனுக்குள் அளப்பரிய அமைதி கவிந்துவிடும்.

இருக்குமிடம் பற்றியோ வேளை பற்றியோ புகார் ஏதுமின்றிக் கையில் வீற்றிருப்பது ஒரு சூரியகாந்தி மலர் என்பதையும், நாயகன் கண்களுக்கு அது புத்தம் புதிதாய்த் தெரிந்தது என்பதையும் குறிப்பிட்டு அந்த அத்தியாயம் முடியும்; இடையில் ஓடும் குறிப்புகளில் அபாரமான கேலியும் கிண்டலும் சுய எள்ளலும் துள்ளும்...

அந்த விவசாயிக்கும் தனக்கும் மட்டுமல்ல, கற்பனைப் பாத்திரமாக வந்த புத்தபிட்சுவுக்கும் அவரை உருவாக்கி இயக்கிய ஜதீன் மஷாய்க்கும் கூட பெரிய அளவில் பேதங்கள் ஏதுமில்லையோ; சின்னச் சின்ன மாற்றங்களுடன், எல்லாருக்குமே வாழ்வதற்குக் கிடைத்தது ஒரே வாழ்க்கைதானோ; யாருக்குமே, மற்றவர்களுக்கு நடந்த அதே விஷயங்கள்தாம் திரும்பத் திரும்ப நடந்து முடிகின்றனவோ என்ற ஐயம் கிளம்பிய அதே நேரத்தில், அந்தத் துறவி கண்ணில் பட்டார்.

இன்றைய ஆச்சரியங்களில் இன்னொன்றாக, இவனை நோக்கித்தான் அவரும் வந்தார்!

தலையை உயர்த்தினான் மனோஜ்.

பூங்காவின் வாயிலில் நுழைந்து இவனை நோக்கி நேர்கோட்டில் வந்துகொண்டிருந்தார் அந்த பிட்சு. வலது உள்ளங்கையை இடது உள்ளங்கையால் மூடிப் பிடித்திருந்தார். அதிலிருந்து பச்சைநிறக் காம்பு எலிவால் போலத் தொங்கி ஊசலாடியது.

முதல் பார்வைக்கு, ஜதீன் மஷாயின் நாவலிலிருந்து இறங்கி வருகிறவர் மாதிரியே இருந்தது.

அருகில் வந்ததும் நின்றார். இப்போது, கையிலிருந்த பொருள் இன்னதென்று விளங்கிவிட்டது. தாமரை மொக்கு. காங்டாக்குக்கு சுற்றுலா சென்றபோது விஜயம் செய்த மடாலயத்தில், புத்த பகவானின் பாத கமலங்களில் அதுபோன்ற மொக்குகள் கிடத்தப்பட்டிருப்பதைப் பார்த்திருக்கிறான் மனோஜ்.

அப்போதுதான் பறிக்கப்பட்ட திரட்சியுடன் நறுமணத்துடன் இளஞ் சிவப்பு ஒளிர பிட்சுவின் கையில் இருந்த மலரை அப்போதுதான் முதன்முதல் தடவையாய்ப் பார்க்கும் பரவசத்துடன் பார்த்தான் - பரவசத்தின் காரணம் புரியாமலே.

ஏதோ சொன்னார். அந்த மொழி புதிது. அதன் உச்சரிப்பில் இருந்த வறட்சி புதிது. ஆனாலும், அந்த முகத்திலும் குரலிலும் வெளிப்பட்ட வாத்சல்யம் புதிது. அவர் பேசிய இரண்டு மூன்று வாக்கியங்களில், ‘கயா’ என்ற சொல் மட்டும் துலக்கமாய்க் காதில் விழுந்தது.

மலரை இவன் கையில் ஒப்படைக்க நீட்டினார். ஏனோ, அதைப் பெற்றுக் கொள்ளுமுன், அவருடைய பாதங்களைத் தொட்டுக் கண்களில் ஒற்றிக்கொள்ளத் தோன்றியது. செய்தான். அப்போது அந்தப் பாதங்கள் தரையில் ஊன்றியிருந்தனவா என்று கவனிக்காமல் விட்டுவிட்ட ஆதங்கம், இனி ஆயுட்காலம்வரை தன்னுடன் எஞ்சியிருக்கப் போகிறது என்று தெரியாமல், அவர் திரும்பிச் செல்வதைப் பார்த்துக்கொண்டு நின்றிருந்தான்.

ஆ

காலையில் பூங்கா திறந்ததும் முதல் ஆளாக நுழைந்தான் நோர்பு. உள்ளே சென்று, பசேலென்ற புல்தரையில் பத்மாசனமிட்டு அமர்ந்தான். இதமாக மோடம் போட்டிருந்தது. சிறுகச் சிறுக

ஆட்கள் வர ஆரம்பித்தார்கள். ஒவ்வொரு உயிரினமாக உதயமாகி பூமி நிரம்பத் தொடங்கியதுவும்கூட இப்படித்தான் நடந்திருக்குமோ என்று தோன்றியது - புன்னகைத்துக்கொண்டான். கண்களை மூடினான்.

இன்றைக்கு ஏனோ, எடுத்த எடுப்பில் மௌனத்துக்குள் புதைய மறுக்கிறது மனம். ஞாபகங்கள் ஏன் இத்தனை ஆவேசமாக அலைமோதுகின்றன. ஆழ்கடலைவிட, கரையோரம்தான் அலைகளின் கும்மாளம் அதிகமாய் இருக்கும் என்று பூரியில் சந்தித்த சாமியார் சொல்லவில்லை? சமுத்திரத்தின் மையத்தைவிட்டு மெல்லமெல்ல விலகி, கரை தொடும் புள்ளியை நோக்கி வந்துவிட்டிருக்கிறோமோ? மனத்தின் இன்னொரு பகுதியில், அசையாத பிம்பங்களும் சலனக் காட்சிகளும் ஈசல்கள்போலப் புறப்பட்டு நீடித்தவாறிருந்தன.

பக்கவாட்டில் வைத்திருந்த திருவோட்டை அனிச்சையாய்க் கை தடவியது. அதன் வழுவழுப்பில் கிறங்கிய மனம் ஒரு கணம் நின்று மீண்டும் கிளம்பியது. பெரியப்பா விஜயம் செய்த நாட்களில் தொடங்கி, ஏதேதோ ஞாபகங்களின் வழி அலையத் தொடங்கியது. பாதங்களால் நகர்ந்து தேசமெங்கும் அலைந்த தேசாந்திரத்தைவிட இது சுவாரசியமாகவும், வேடிக்கைக்குரியதாகவும் இருந்தது. ஒன்றைத் தொட்டு ஒன்றாக எறும்புவரிசைபோல, இடைவெளியின்றி நீளும் ஞாபக வரிசைக்குள் ஆர்வமாய்ப் புகுந்துகொண்டான்...

மடாலய வாழ்க்கையை நீங்கும் உந்துதல் ஏன் எனக்குள் உதித்தது? லி யாங் புறப்பட்டுப் போனதுவும் இதே உந்துதலால்தானா?... அதை ஒருபோதும் அறிவதற்கில்லை. ஆனால் நோர்புவாகிய தான் வெளியேறியதற்கு துலக்கமான காரணம் ஒன்றேயொன்றுதான் இன்றுவரை உடன் இருந்திருக்கிறது.

திகட்டத் திகட்ட சந்நியாச வாழ்வை வாழ்ந்து காட்டிய தலைமை குருமார் அநேகரைப் பார்த்துவிட்டோம்; பதினைந்து வருடங்களுக்குக் குறையாமல் தன்னனுபவமாக உணர்ந்தும் பார்த்துவிட்டோம்; ஏதோவொரு கட்டத்தில், ஒருபோதும் முழுக்க அறிய முடியாத முழுமையின் ஒரு அங்கம் மட்டுமே துறவு என்று தோன்றிவிட்டது. எட்டாக, பதினாறாக வகிரப்பட்ட கொய்யாப்பழத்தின் ஒரேயொரு துண்டு அது. இன்னபிற துண்டுகளைப் பார்த்து அறியவேண்டும் என்று ஆவல் துளிர்த்துவிட்டதோ!

மடாலயத்தின் மற்ற துறவிகளுக்கும் இப்படித் தோன்றாமலா இருந்திருக்கும்? இதேவிதமான உந்துதல் கிளைக்காமலா இருந்திருக்கும்? தாம் வாழும் வாழ்க்கையைப் பூரணமானது என்று நம்புகிற அளவு பேதைகளா அவர்கள்?

மனம் ஒரு தடவை சொடுக்கிக்கொண்டது. அவர்களெல்லாம், பழத்தின் பிற துண்டங்கள் பற்றிய, அனுபவ அறிவு பற்றிய ஆசையையும் அறுத்தவர்கள் போலும். தான் மட்டுமென்ன, விட்டுவந்துவிட்ட ஒரே காரணத்தால் அனுபவபூர்வமாகவா அவற்றை அறிந்துவிட்டேன், வெறும் பார்வையாளன்தானே. வேடிக்கை பார்ப்பதை எங்கே இருந்து பார்த்தால் என்ன? தவிர, பார்வையும் என் விழித்திறனைப் பொறுத்தது மட்டும்தானே. பார்த்ததால் மட்டும் என்ன கிடைத்துவிட்டது? அனுபவித்தவர்களுக்கு உபரியாக என்ன கிடைத்திருக்கும்? ஏதோவொன்று கிடைப்பது பற்றி யோசனை ஓடுகிறதே. நான் முழுமையான துறவியில்லையோ?

முழுமையான துறவு என்று ஒன்று இருக்கிறதா என்ன? முழுமையான வாழ்க்கை என்ற ஒன்று இருந்தால்தானே முழுமையான துறவும் இருக்க முடியும்? துறவி உண்பதில்லையா, உடுப்பதில்லையா, செரிப்பதில்லையா, கழிப்பதில்லையா. அல்லது குடும்பஸ்தர்கள் அத்தனைபேரும் தாம் இழந்தவை பற்றிய நினைவுகளையும் ஏக்கங்களையும் துறப்பதுதான் இல்லையா.

இது என்ன, ஒட்டுமொத்த மனித குலத்தையும் ஒரேயொரு கணிதச் சமன்பாட்டுக்குள் திணித்துப் பார்க்கும் அபத்த முயற்சி. பார்க்கப்போனால், வாழ்ந்து தீர்ப்பவனுக்கு வாழ்க்கை ஒரு சுமை இல்லையோ என்னவோ. யோசிக்கிறவன்தான் நுகத்தடியில் சிக்கியவன். வண்டி என்று அசட்டுத்தனமாக நம்பிக்கொண்டு செக்கை இழுத்துச் சுற்றிச் சுற்றி வருகிறான்...

அது சரி, இருபது வருடங்களுக்கு முன்னால் எடுத்த முடிவை இன்று புத்தம் புதிதாய்ப் பரிசீலிக்கத் தோன்றுவதேன்?...

பூங்காவில் நடமாட்டம் திடீரென்று அதிகரித்துவிட்ட மாதிரித் தோன்றியது. பூங்கா ஒரு மாயத் திருகையின் தோற்றம் கொண்டது. ஆட்களைத் தன் மையம் நோக்கி இழுக்கிறது. இலக்கறியாமல்

சுற்றிச் சுற்றி வருகிறவர்களை, துலக்கமற்ற கணித விதியின் பிரகாரம், திருகையின் சுழற்சி பிதுக்கி வெளித்தள்ளுகிறது. ஆமாம், அவர்கள் தாமாக வெளியேறவில்லை - புலப்படாத கரங்கள் அழுத்தித் தள்ளுவதால் வெளியேறுகிறார்கள்... சுழற்சியின் நிர்த்தாட்சண்யம் வெளிப்படையாய்த் தெரிகிறது.

இரண்டாம் முறையாக மனம் சொடுக்கியது - அடையாளமற்ற ஏதோவொரு நாளில், பெயர் தெரியாத ஊரின் சத்திரத் திண்ணையில் அமர்ந்து, சாராயம் குடித்த விதேசத் துறவி நினைவில் உதித்திருந்தார்.

> வேடிக்கை பார்க்க என்று கிளம்பி, வேடிக்கையின் அடிமையாகிவிட்டாயே அப்பனே! லாகிரியென்று வந்த பிறகு, சாராயமென்ன, சந்நியாசமென்ன!!

என்று கண்சிமிட்டியபடி சிரித்தார்.

பகீரென்றது. உடலெங்கும் மனமெங்கும், இன்னும் அழுத்திச் சொல்வதென்றால், ஆன்மாவிலும்கூடப் பரவிய விதிர்ப்பு அத்தனை ரம்மியமானதாய் இல்லை.

முட்டுச்சந்தின் முடிவில் எதிர்ப்படும் மதில் சுவர் பிடிவாதமாய் எழுந்து நிற்கிறது. தேசாந்திரம் போவதிலும் விருப்பமில்லை; ஓரிடத்தில் நிலைத்திருக்கவும் பொருந்தவில்லை என்று ஆகிவிட்டால், மீதமுள்ள வாழ்க்கையை என்னதான் செய்வது? பிடித்திருந்த கொம்பை விட்டு, மறுகொம்பும் அகப்படாத குரங்குபோல அந்தரத்தில் தொங்குகிறோமோ?...

பூங்காவின் மதிலுக்கு வெளியே ‘டமார்’ என்று பெருத்த ஓசை கேட்டது. வாயிற்புறத்தை நோக்கிப் பாய்ந்தது கவனம். போக்குவரத்து தன் கதியில் சீராக நடந்தது. ஏதாவது மோட்டார் வாகனத்தின் ரப்பர்ச்சக்கரம் வெடித்ததோ என்னவோ. அதுவும் நல்லதுதான், தனக்குள் புதைந்து குமையத் தொடங்கியவனை வெளியே மீட்டு வந்ததல்லவா!

இப்போது இன்னும் பெரிய திகைப்பு நோர்புவை ஆட்கொண்டது. ஆமாம், காலையில் வந்து அமர்ந்த வேளையில், முழங்காலுக்குச் சற்றுக் கீழே இருந்த சூரியன், இடுப்புயரத்தைக் கடந்து, எதிர்ச் சரிவில் விழத்தொடங்கி கணிசமான தொலைவு இறங்கியும்விட்டான்.

நேரப் பிரக்ஞையே இன்றி, இவ்வளவு நேரமும் ஒரே நிலையில் ஒரே இடத்தில் கிடந்திருக்கிறான் நோர்பு! இத்தனை வருடங்களில் இப்படி ஒருநாளும் நிகழ்ந்ததில்லை...

சட்டென்று ஒரு காட்சி கவனத்தை ஈர்த்தது. பூங்காவின் அகலத் திறந்த வாயிலுக்கு நேரே, வெட்டவெளியின் விளிம்பில் கபில நிறப் புள்ளி ஒன்று உதயமாவதைப் பார்த்தான். சூரிய வெளிச்சத்தை எதிரொளித்து ஒளிர்ந்தது அது. நட்சத்திர அளவில் தோன்றி, மெல்லமெல்ல சூரியனின் பரிமாணத்துக்கு வளர்ந்துவந்தது.

இன்னும் நெருங்கி வர வர, அது ஒரு மனித உருவம் என்பதும், தலையை முழுக்க முண்டனம் செய்த, ஒரே துணியால் உடல் முழுவதையும் மறைத்த பௌத்தத் துறவி என்பதும், பாதங்களையும் கழுத்துக்கு மேல்பகுதியையும் தவிர சகலமும் மறைந்திருப்பதையும் அறியக் கிடைத்தபோது அவர் இவனுக்கு எதிரில் நின்றிருந்தார்.

அவர் வருவது வெறும் தொலைவிலிருந்து மட்டுமல்ல, தொலைந்து புதைந்த வேறேதோ காலத்திலிருந்து என்று தோன்றியது. பழமை அவரைச் சுற்றி ஓர் உறைபோலப் போர்த்தியிருந்தது - அல்லது, நிகழ்காலத்துடன் அவரைப் பிணைக்கும் எந்தவொரு அம்சமும் புலப்படவில்லை. இத்தனைக்கும் அவர் அணிந்திருந்தது புத்தாடை போலவே இருந்தது.

வறண்ட முகம். உடல்மொழியை வைத்தோ, முகத்தின் பாவனையை வைத்தோகூட வயதை நிதானிக்க முடியவில்லை... ஆனால், புதிதாக எதிர்கொள்ள நேர்ந்த அந்நியரின் வயதை நிர்ணயிக்கவேண்டிய அவசியம் என்ன என்று தோன்றியது. எதிர்ப்படும் உயிர்ப்பிராணிகள் அனைத்துக்கும், ஜடப்பொருட்களுக்கும்கூட, ஒரேவிதமான மரியாதையை வழங்கவேண்டியதல்லவா தன் போன்றவர்களின் கடமை?

ஆனாலும், ஏனோ, அவர் தன்னைவிட மிகமிக மூத்தவர் என்று தோன்றத்தான் செய்தது. சல்லாத்துணிபோல அவரது முகத்தின்மீது படிந்திருந்த கனிவு காரணமாய் இருக்கலாம் - அல்லது, அவருடைய பாதக் குறடுகளில் படிந்திருந்த தூசியும், பார்வைக்கே அதைத்துத் தெரிந்த மேல்பாதங்களும்கூட அவருடைய பிரயாணத்

தொலைவையும் அதற்குத் தேவைப்படும் திராணியையும், அதை ஈட்டுவதற்குத் தேவையான பிரயத்தனத்தையும் தெரிவித்திருக்கலாம். இப்படிப் பட்டியல் இடாமலே, அனுபவத்தின் முதிர்ச்சி அவரை ஓர் உறைபோல மூடியிருந்தது என்று பார்த்த மாத்திரத்தில் உள்மனத்துக்குப் புலப்பட்டிருக்கலாம்.

உடல் முழுவதையும் மறைத்துப் போர்த்தியிருந்த ஒற்றை வஸ்திரத்தின் மேல் பகுதிக்குள் பொதிந்திருந்த வலதுகையை வெளிக்கொண்டு வந்து தோள்பைக்குள் கை நுழைத்தார். அது வாய் திறந்த சில விநாடிகளில் படுக்கைவசமாக அடுக்கிய ஏழெட்டுத் தாமரை மொக்குகள் தென்பட்டன. நீண்ட, பசுமை நிறக் காம்புகளுடன் இருந்தவை. அவற்றில் ஒன்றை எடுத்து இவனை நோக்கி நீட்டினார்.

மலரும் முனைப்பில் இருந்த மொக்கு.

பவ்வியமாக இரண்டு கைகளையும் ஏந்தி வாங்கிக்கொண்டான்.

இருவரும் ஒரே சமயத்தில் 'புத்தம் சரணம் கச்சாமி, சங்கம் சரணம் கச்சாமி, தம்மம் சரணம் கச்சாமி,' என்று உச்சரித்தார்கள். மூன்றாவது வாசகத்தின் முடிவில் இவன் கூறிய 'கச்ச்சாமி' ஒரு மாத்திரை அதிக நீளமாயிருந்தது போலும். 'மி' சற்று நீண்டு ஒலித்தது.

> கவனத்தின் கூர்மை அளவுக்கு செயல்பாட்டின் கூர்மையும் அதிகரிக்க வாழ்த்துங்கள் பெரியவரே...

என்று மானசீகமாக இறைஞ்சியபடி, அவரை வணங்கினான். அவர் கையுயர்த்தி வாழ்த்தினார். யாரிடமோ சொல்லும் தொனியில்,

> கயையிலிருந்து வருகிறேன். புத்தரின் உரை சற்று முன்தான் நிறைவு பெற்றது. தங்களிடம் இதை ஒப்படைக்கச் சொல்லி சங்கத்தின் உத்தரவு. நின்று பேச நேரமில்லை. இன்னும் சிலரையும் சந்திக்க வேண்டும்.

என்று ரத்தினச்சுருக்கமாகச் சொல்லிவிட்டு, ஒரு பிரமை கலைவதுபோல நிதானமாக அகன்றார்.

வாயிலை நோக்கிப் போகாமல், பூங்காவின் மறுகோடி நோக்கி அவர் நடந்து செல்வதைப் பார்த்துக்கொண்டே இருந்தான் நோர்பு. பிரமையிலிருந்து அல்ல, கனவிலிருந்து வெளியேறிக்கொண்டிருக்கிறார் என்று தோன்றியது. அவர் பேசிய

வார்த்தைகள், தனக்குள்ளேயே ஊறிச் சுரந்த கற்பிதம்தானோ என்றும் ஐயம் எழுந்தது.

ஆனால், அவர் வந்து சென்றது நிஜமேதான் என்று வலியுறுத்துகிற மாதிரி, கையில் வீற்றிருந்த தாமரை மொக்கை வெறித்துப் பார்த்தான்.

அது உலகினளவு கனமாய் இருப்பதை உணர்ந்தான். பொந்துக்குள் முழு உடலையும் நுழைத்துவிட்ட எலியின் வால்போல அதன் பசுங்காம்பு ஊசலாடியது. சற்று விறைப்பும், கனமும் பொருந்திய, வால்...

ஒருகணம், அது வெறும் மலர் அல்ல; ஜீவனை முழுக்கப் பறிகொடுத்திராத உயிர்ப் பிராணி; நிறமும் மணமும் முழுசாக மட்கும்வரை அதன் உயிர்ச்சாயையும் உற்சாகமும் குன்றவே போவதில்லை என்று பட்டது.

மறுகணம், குழப்பங்களை உதிர்த்துவிட்டு, இயல்பு வாழ்வுக்கு மீளும்படி தனக்கு விடுக்கப்பட்ட அழைப்பிதழ் அது என்று தோன்றியது.

சட்டென்று மொக்கின் மிருதுத்தன்மை அதிகரித்துவிட்ட மாதிரி உணர்ந்தான்.

ஐந்தாறு நிமிடங்கள் போயிருக்கும். காம்பருகில் அழுத்தமான சிவப்பும், இதழ்களின் விளிம்பில் இளஞ்சிவப்பும் கொண்டு குழந்தையின் முகம்போன்ற வெகுளித்தன்மை காட்டியபடி கையில் அமர்ந்திருந்த தாமரை மொக்கிடமிருந்து பார்வை விலகியது. இதேபோன்ற ஒரு பூவைக் கையிலேந்தி வந்துகொண்டிருந்தவன் கண்ணில் பட்டான்.

அவனுக்கு யார் கொடுத்திருப்பார்கள் என்ற ஆச்சரியம் இவனுக்குள் மேவியது.

அந்த மனோஜுடன், தாமரைப்பூவை முன்னிட்டு, மொழியற்ற ஓர் உரையாடல் தொடங்கும் என்று அப்போது தெரியாது. ஒரு சொல்லும் பகிராமலே கொஞ்சநேரம் அது நீடிக்கும் என்பதும்தான்.

அந்த உரையாடல் என்றில்லை, எந்த உரையாடலுக்குமே மொழி அவசியமில்லை என்பதுகூடத் தெரியாது; மொழியின் வருகையால், எளிமையான உரையாடல்கள் சிடுக்கானவையாய் மாறுகின்றன - தொடர்பை உருவாக்குவதற்குப் பதிலாக தொடர்புகளை நிர்மூலம் செய்யவே மொழி என்னும் அமைப்பு பயன்படுகிறது என்றெல்லாம் இவன் யோசிக்கத் தொடங்க அதிக நேரம் பிடிக்காது - இன்னும் ஓரிரு மணி நேரமே போதும்...

மற்றபடி, வந்துசென்ற மாயாவிக்கும் தங்கள் இருவருக்குமான முக்கோணத்தின் உரையாடலே மூவரும் வாழ்ந்து தீர்த்த வாழ்க்கை என்பது இருவருக்குமே தெரியாது...

வந்தவன் இவனைப் பார்த்து நெருங்கினானா, கையிலிருந்த மலரைப் பார்த்து நெருங்கினானா தெரியவில்லை. தன் இரண்டு கைகளாலும் இவனது இரண்டு கைகளையும் பற்றிக்கொண்டான். நடுங்கும் கரங்களின் உட்புறம் மின்னோட்டம்போல ஒரு நடுக்கம் பாய்ந்தோடுவதை உணர முடிந்தது.

அதேநிலையில் நின்றிருந்தார்கள். முதல் கணம் ஒருவர் கண்களை மற்றவர் பார்த்துக்கொண்டு நின்றார்கள். பிறகு இயல்பாக விலகிய பார்வைகள் பக்கவாட்டில் திரும்பின. நோர்புவின் முகம் வலதுபுறமும், மற்றவனின் முகம் இடதுபுறமும் திரும்பியிருந்தன. இருவர் விழிகளிலும், ஏக காலத்தில் ஒரு சொட்டு துளிர்த்ததை பரஸ்பரம் அறிந்தார்களா என்றும் சொல்வதற்கில்லை.

கனத்த, மிகச் சில கணங்களுக்குப் பிறகு, கைகளை விடுவித்துக் கொண்டு அவரவர் பாதையில் நடந்தார்கள்.

பற்றியிருந்த கணங்களில், இருவர் கையிலும் இருந்த பூக்கள் இடம் மாறியதை இருவருமே உணரவில்லை.

***

முதுகொட்டிய இரட்டையர்

'70களின் ஆரம்பத்தில் ஒரேயொரு வருடம் பெரியகுளத்தில் வசித்தோம். நான் எட்டாம் வகுப்புப் படித்தேன். அந்த வருடத்தில் நிகழ்ந்த பலவும் மறந்தே போய்விட்டன. கொஞ்சம்கூட மறக்காமல் இன்றுவரை என்னுடன் தங்கியிருக்கும் ஒரு சங்கதி உண்டு.

தென்கரையில் இரண்டு அக்ரஹாரங்கள் இருந்தன. வெளியூரிலிருந்து ஒரு ஒரு சந்நியாசி வந்து தண்டு இறங்கினார். வேதியர்களும், பணியாட்களும் என அவருடைய பரிவாரம். பத்துப் பன்னிரண்டுபேர் இருப்பார்கள். என் அம்மாவின் சொந்தத் தம்பி அந்தக் குழுவில் இருந்தார் - கிட்டத்தட்ட ஒரு நிர்வாகிபோல. இவரும் வேத அத்தியயனம் செய்தவர்தான். ஆனால், நிர்வாக வேலைகளில்தான் ஆர்வம்.

தினந்தோறும் காலையில் ஹோமங்கள், பூஜைகள், உச்சி வேளையில் பிரசாத விநியோகம், சாயங்காலங்களில் உரைகள் என்று அமர்க்களப்படும். முண்டனம் செய்த தலையை மறைக்கும் காவி முக்காட்டை அவ்வப்போது இழுத்துவிட்டுக்கொண்டு, லாலிபாப் போல முகத்துக்கு நேரே நீண்டிருக்கும் ஒலிவாங்கியை இழுத்து உறிஞ்சப்போகிறவர் போல உதட்டைக் கூட்டி சன்னமான குரலில்

அவர் உரை நிகழ்த்தும் காட்சி இப்போதும் பசுமையாய் இருக்கிறது எனக்குள். அதிகபட்சம் இருபதுபேர் அமர்ந்து கேட்கும் உரைக்கு, ஒலிபெருக்கி வேறு!

சந்நியாசி ஒருநாள் காணாமல் போனார். நாள்தவறாமல் தரிசனத்துக்கும் உரை கேட்கவும் போய்வந்த உள்ளூர்ப் பெண் ஒருத்தியையும் காணோம். பரிவாரத்தைச் சேர்ந்தவர்களும், பெண்ணின் உறவினர்களுமாய் ஆளுக்கொரு திக்கில் தேடிப் போனார்கள். திருச்சியிலோ வேறேதோ ஊரிலோ புதுமணத் தம்பதி குடித்தனம் ஆரம்பித்துவிட்டார்கள் என்று செய்தி கொண்டுவந்தவர் என்னுடைய மாமாவேதான் என்று நினைவு. திரும்பி வந்தபோது அவருடைய முகம் வெகுவாகக் கறுத்திருந்ததும்,

> அவனுக்கு அம்புட்டுக் கோபம் வரும்போதே நெனச்சேன், இப்பிடித்தான் ஏடாகூடமா என்னத்தையாவது பண்ணி வைப்பான்னு...

என்று சகோதரியிடம் அவர் அங்கலாய்த்ததும் மறக்கவில்லை.

துறவியின் வசீகரமான முகமும், காவி வஸ்திரம் மறைத்தது போக மீந்த இடங்களில் தென்பட்ட பளபளக்கும் வெண்கல நிறமும்கூட தத்ரூபமாய் நினைவிருக்கிறது; அவருடைய சந்நிதானப் பெயரும்தான்; அதை இங்கே குறிப்பிட அவசியமில்லை. இல்லறத்துக்குள் நுழைந்துவிட்டவருடைய பூர்வாசிரமம் பற்றிப் பேசுவது அவதூறுக்கு நிகரானதுதானே... அவர்கள் சேர்ந்து நிற்பதை மானசீகமாகக் காணும்போதெல்லாம், பின்னாட்களில் நினைவுகூரும்போதெல்லாம், ‘பிரமாதமான ஜோடி’ என்று தோன்றத் தவறியதேயில்லை!

அந்த நிகழ்வைப் பல சந்தர்ப்பங்களில் பலவிதமாக எழுதிப் பார்த்திருக்கிறேன்; ஆனாலும், நிறைவு இல்லை. இளம் மனத்தில் ஏற்பட்ட அதிர்ச்சியின் வலு அது. இல்லறம் பற்றியும் துறவறம் பற்றியும் எதுவுமே அறிந்திராத பிஞ்சு மனம் அவ்வளவு அதிர்ச்சி ஏன் அடைய வேண்டும் என்ற கேள்வி இப்போதும் இருக்கிறது. இந்தியப் பொது மனம் துறவிகள் பற்றி வைத்திருக்கும் கவுரவமான, பவித்திரமான அபிப்பிராயமும், துறவியர்மீதான எதிர்பார்ப்பும்

அவ்வளவு சுலபமாக அடுத்தடுத்த தலைமுறைகளுக்குக் கடத்தப்படுகிறது போல...

> நாய் மனிதனைக் கடித்தால் செய்தி இல்லை; மனிதன் நாயைக் கடித்தால் அது மிகப் பெரிய செய்தி!

என்று என் பத்திரிகையாள நண்பர் ஒருவர் சொல்லுவார்! ஆமாம், சாதாரணக் குடும்ப வாழ்க்கை நடத்தும் ஒருவர், வேறு பலருடன் தொடர்பு வைத்திருந்தாலும், அது வெறும் வம்புச் செய்தி மட்டும்தான். ஆனால், துறவை நீங்கிக் குடும்பவாழ்க்கைக்குள் ஒருவர் நுழைவது, மிகப் பெரிய தத்துவச் சிடுக்கு கொண்ட சமாசாரம் என்று படுகிறது.

பெரியகுளத் துறவிமீது என் மாமாவுக்கு அவ்வளவு ஆத்திரம் ஏன் எழுந்தது என்று பலதடவை குழம்பியிருக்கிறேன். இவருக்குத் தனிப்பட்ட இழப்பு எதையும் ஏற்படுத்திவிடவில்லையே அவர். ஆனாலும், தாம் மேற்கொண்டு ஆட்பட்ட, சந்நியாசம் என்ற நிறுவனத்தின் தகைமைக்கு ஊனம் ஏற்படுத்திவிட்டாரே என்ற ஆதங்கமே காரணமாய் இருந்திருக்கலாமோ! உயிர்வாழ்க்கையைச் செம்மைப்படுத்துவதைக் கற்றுத் தேர்ந்த மருத்துவர், கருணைக்கொலைக்கு உதவலாமா என்பது போன்ற தத்துவச் சிக்கல் அல்லவா இது!

கார்ப்பரேட் சாமியார், கபட சாமியார் என்று பலவித முன்மாதிரிகள் உருவாகி, அவர்களைப் பற்றிப் பீறியெழும் சமூக ஊடக வதந்திகளுக்கும் விமர்சனங்களுக்கும் பின்புலமாக, அவர்கள் சொத்துக் குவிக்கிறார்கள்; அரசியல்வாதிகளுக்கு நிகராக அரசியல் செய்கிறார்கள், மதவெறியைக் கிளர்த்துகிறார்கள்; பொருளாதார, பாலியல் முறைகேடுகளில் ஈடுபடுகிறார்கள் என்பதுபோன்ற வெளிப்படையான காரணங்களைவிட, துறவுக்கு எதிராக அவர்களுடைய நடவடிக்கை இருக்கிறதே என்ற ஆழ்மனப் புகாரே பிரதானமாய் இருக்கக் கூடும்...

ஆனால், தனிமனித சுதந்திரம் துறவிக்கு மட்டும் ஏன் மறுக்கப்பட வேண்டும்? இல்லறத்தைத் துறந்து தனியராகுபவர்கள்

மரியாதைக்குரியவர்களாக இருக்கும்போது, எதிர்முனையிலிருந்து இந்தக் களத்துக்கு வர முற்படுகிறவர்கள் ஏன் கேலிப்பொருளாக ஆக வேண்டும்? அப்படியானால், துறவறம் சுதந்திரத்தின் பாதை அல்ல; தளை - இல்லறத்தைவிடவும் மிகப் பெரிய நிபந்தனைகளை உள்ளடக்கிய ஒருவழிப் பாதை என்றல்லவா ஆகிறது?

இவ்விதமாக, பல வருடங்களாக நமட்டிக்கொண்டே இருந்த சகலமும் தொகுக்கப்படும் சந்தர்ப்பமாக இந்த நாவல் அமைந்தது. எதிர்ப்படும் மனங்கள் அனைத்துமே குடும்பம் என்ற அமைப்புடன் விருப்பமும் வெறுப்புமாகப் பிணைந்திருப்பவைதானோ என்ற தீராத ஐயத்துக்கும் வடிகாலாக அமைந்தது. பார்க்கப்போனால், குடும்பத்துக்குள் ஆழ்ந்திருக்கும் அனைவருமே தேவை கருதி மட்டுமே பொருந்திப்போகிறார்கள் என்றுகூடத் தோன்றியதுண்டு. குடும்பம் என்பதற்கான அவசியம் உருவாவது, வெறும் பாலியல் தேவை கருதி மட்டுமல்ல; ஃப்ராய்டியர்களும் மார்க்ஸியர்களும் கணக்கில் எடுக்கும் உளவியல், பொருளியல் நிர்ப்பந்தங்களை முன்னிட்டு மட்டுமல்ல; மனித இனம் தன்னைப் பெருக்கிக்கொள்வதற்காக ஏற்பாடான உயிரியல் மார்க்கத்தை, தன்னளவில் முறைப்படுத்திக்கொள்ளும் நோக்கத்தில், ஆதிமனித சமூகத்தினால் நிறுவனமாக்கப்பட்ட அமைப்பே குடும்பம் என்று ஆகியிருக்கிறது போல.

மேற்சொன்ன தேவைகளும், அவற்றுக்கு அப்பாற்பட்ட நோக்கமும் பூர்த்தியாகும் விதத்தைப் பொறுத்து நிறைவும் நிறைவின்மையும் விளைகின்றனவோ என்னவோ! மற்றபடி, என்றாவது ஒருநாள் இதையெல்லாம் விட்டுப் பறந்துவிட மாட்டோமா என்ற ஏக்கம் பொதுவானது என்றே படுகிறது - இந்த நாவலில் வரும் மனோஜுக்கு நேர்வதுபோல!

இன்னும் சில துறவிகளுடனும் இருக்கக் கிடைத்திருக்கிறது எனக்கு. ஜெயமோகன் முன்னின்று நடத்திய கவிதை முகாம்களில் பங்கேற்பதற்காக, ஊட்டி நாராயண குருகுலத்துக்குச் சென்று, சிற்சில நாட்கள் தங்கிய சந்தர்ப்பங்களைக் குறிப்பாகச் சொல்வேன்.

கவிதைபற்றி நாங்கள் பேசுவது எல்லாமே அபத்தமானவை,

நவீன கவிதை என்ற பெயரில் வெளியாகும் அனைத்துமே அசட்டுத்தனமானவை என்று தன் தாய்மொழியான மலையாளத்தில் கோபமாக வாதிட்டு, நான் உட்பட நாலைந்து பேரிடம் பதில்கோபத்தை ஈட்டிக்கொண்டு வெளியேறி, அடுத்த அமர்வுக்கு வராததோடு, ஆசிரமத்தைவிட்டே கிளம்பிப் போய்விட்ட இளம் துறவி ஒருவர். தாடியும் மீசையும் மண்டிய அவரது முகம் நினைவிருக்கிறது - பெயர் மறந்துவிட்டது.

ஆனால், பெயர்களும் முகங்களும் அவர்கள் காட்டிய அபரிமிதமான வாஞ்சையும் என நிரந்தரமாக எனக்குள் பதிவாகியிருக்கும் சிலர் உண்டு.

ஸ்ரீ வியாசப்பிரசாத் சாமி பெரும் இசை ஆர்வலர். தனது தனிக்குடிலில், விலை உயர்ந்த ஆப்பிள் கணினியில் புதுப் புது இசைத்தொகுப்புகளை எனக்குப் போட்டுக் காட்டியதோடு, நான் விரும்பியவற்றைப் பிரதியெடுத்தும் தந்தவர்.

புகையும் குடியும் துறவுக்கு விலக்கப்பட்டவை அல்ல என்று அறியத் தந்த, அலாதியான சுதந்திர உணர்வுகொண்ட, தாமே எழுதக்கூடியவராகவும் மொழிபெயர்ப்பாளராகவும் இருந்த, கவிதை விவாதங்களில் மிக ஆர்வமாகவும் அர்த்தபூர்வமாகவும் பங்கேற்ற, ஸ்ரீ விநய சைதன்யா சாமி.

முகாம் பங்கேற்பாளர்களுக்கான சமையல் மற்றும் ஆசிரம நிர்வாகப் பணிகளில் எந்நேரமும் ஈடுபட்டிருந்த, முகத்தில் சோர்வோ சுளிப்போ ஒருபோதும் தென்படாத, பூர்விகத்தில் தொழில்முறை மருத்துவராக இருந்த டாக்டர் தம்பான் சாமி.

இவர்கள் அனைவருமே, நான் எழுதிய பல்வேறு கதைகளுக்குள் மாறுவேடத்தில் வந்துபோனவர்கள்! அதிலும் ஒருமுறை, நான் கிளம்பும்போது கார் ஜன்னலருகில் வந்து நின்ற டாக்டர் சாமி,

யுவன், இன்றிரவு உன்னுடைய கனவில் நாம் சந்திப்போம்!

என்று கூறிய வாக்கியம், ஒருபோதும் கரையாத பனிக்கட்டியின் சில்லிப்புடன் எனக்குள் உறைந்திருக்கிறது.

ஆக, துறவு என்பது சமூகத்துக்கு அந்நியமாவது அல்ல; இயல்பான வாழ்வில் பங்கேற்றுக்கொண்டே துறவுநிலையையும் பேண முடியும் என்பதை எனக்கு உணர்த்தியவர்கள் இவர்கள்.

இதையே வேறொரு கோணத்தில் அறியத் தந்தவரும் இருந்தார்...

என் மனைவியின் சொந்தச் சித்தப்பா. அந்திம காலத்தில் எங்களுடன் வசித்தார். மணமாகாதவர். அவர்கள் பரம்பரையில், ஒவ்வொரு தலைமுறையிலும் ஒருவர் பிரம்மச்சாரியாகவோ, சந்நியாசியாகவோ, தேசாந்திரியாகவோ ஆகிவிடுவது வழக்கமாம். இவருக்கே, அப்படிக் கிளம்பிப் போன ஒரு மூதாதையின் பெயரைத்தான் சூட்டியிருக்கிறது என்று என் மாமனார் சொல்வார்.

அவர்கள் வீட்டுக்குப் பின்னால் இன்னொரு வீட்டின் கட்டுமானம் நடந்துகொண்டிருந்தது. சிகரெட் குடிப்பதற்காக, சுற்றுச்சுவரின் வெளிப்புறத்தில் எனக்கென்றொரு இடம் கண்டுபிடித்திருந்தேன். நான் வரும்போதெல்லாம், கட்டட வேலைக்காகக் கொண்டு கொட்டிய மணல்குவியல்மீது தனியாக அமர்ந்திருப்பார் அவர். என்னைவிடப் பலமடங்கு அதிகமாகப் புகைப்பவர். நேருக்குநேர் பார்க்கும்போதும்கூட அவருடைய பார்வை வறண்டேதான் இருக்கும். சொற்களிலும் லேசான மூர்க்கம் இருக்கும்.

ஓயாமல் விரலிடுக்கில் கனலும் சிகரெட்டுடன், நடமாட்டம் குறையத் தொடங்கிவிட்ட தெருவையோ, ஆகாயத்தையோ வெறித்துக்கொண்டு அமர்ந்திருப்பார். அப்போது அவருக்குள் என்னவிதமான சிந்தனை ஓடும் என்று நினைத்து நினைத்துத் திகைப்பேன்....

ஆமாம், குடும்ப வாழ்க்கை எதை வழங்குகிறதோ இல்லையோ, தனிமனிதர்களுக்கு அவரவர் வெற்றுப் பொழுதை நிரப்பிக்கொள்ள உதவும் கனவுகளைப் பரிசளிக்கிறது - அடுத்த வேளை, அடுத்த நாள், அடுத்த வருடம், அடுத்த தலைமுறை என்று மீண்டும் மீண்டும் உதித்து, கரைசேர்ந்து காணாமல் போகிற அலைவளையங்களை. ஒன்று கரைதட்டி ஓயும் அதே வேளையில் மையம் புதிய அலையைக் கிளர்த்தி அனுப்பியிருக்கும்...

ஆக, துறவறத்தை நீங்கித் தாம்பத்தியத்துக்குள் இறங்கிய பெரியகுளத்துக்காரரின் இன்னொரு தரப்புபோல, இல்லறத்தில் அமிழ்ந்திருந்த துறவி என்றே எனக்குள் நிலைத்திருக்கிறார், அந்தப் பெரியவர்.

அப்புறம், என் உடன்பிறந்த மூத்த சகோதரர். எண்பது வயது வரை இருந்துவிட்டு, இரண்டு ஆண்டுகளுக்கு முன்னால் காலமானவர். தாய்க் குடும்பத்தில் சரளமாகப் புழங்கிய பற்கோளாறு, நரம்புக் கோளாறு, ரத்த அழுத்தம், நீரிழிவு என எதுவுமே அவரைத் தீண்டவில்லை. இத்தனைக்கும், மேற்சொன்ன வியாதிகளும், இன்னமும்கூட ஏழெட்டும் தொற்றவேண்டிய அளவுக்கு நிம்மதியின்மையை அவரது தனிவாழ்க்கை வழங்கியிருந்தது என்பதுதான் உடன்பிறந்தவர்களின் கருத்து. ஆனால், எதிர்பாராத ஒருநாளில் சட்டென்று மரணமடைவதற்கு முந்தைய மாதம்வரை, இருசக்கர வாகனம் ஒட்டியவர். என்ன நடக்கிறது என்று தெரிவதற்கு முன்பே பறந்துவிட்டார். துக்கத்துக்கு வந்திருந்த அவரது நண்பர்,

எதையுமே மனசுலெ போட்டுக்காத மகானுபாவன்.

என்று அவரைப் பற்றி உதிர்த்த வாக்கியம், துறவறத்தின் இன்னொரு படிமமாக எனக்குள் இறங்கியது...

எந்த ஒரு புனைகதையிலும், எழுதுகிறவனின் சொந்த அம்சம் கொஞ்சமாவது கலக்காமல் இருக்காது என்றே நம்புகிறேன். ஆமோதிப்பாகவும் எதிர்ப்பாகவும் கனவாகவும் பகற்கனவாகவும் துர்க்கனவாகவும் குறளியாகவும் ஆதாரமேயில்லாத மாயப் புனைவாகவும் அந்தரங்கமான பிறழ்வாகவும் எழுத்தில் வந்து பாயும் பிரவாகத்தில் ஒரு சில துளிகளாவது, எழுதும் மனத்தின் சொந்தத் தாதுவின் பகுதிகளே. வாழ்க்கையைப் படுதீவிரமாகப் பரிசீலிக்கும் படைப்புகளுக்கும், கணநேர இன்பத்தைக் கொடுத்து விலகிவிடும் மேலோட்டமான ரஞ்சகப் படைப்புகளுக்கும் பொதுவான விதி இது என்றே சொல்வேன்.

அந்த வகையில், இந்த நாவலை எழுதும்போது நோர்புவாகவும் மனோஜாகவும் பல சந்தர்ப்பங்களில் நானே இருக்க நேர்ந்தது,

அலாதியான கிளர்ச்சி அளித்தது. இந்தப் பின்னுரையை எழுதும் நேரத்தில் அவர்கள் இருவருக்கும்கூடத் தொடர்பற்ற மூன்றாம் மனிதனாக இருந்து வேடிக்கை பார்க்கும் இந்த மனநிலைக்கு என்ன அடையாளம் என்பதும் குழப்பமேதான்!

ஆனால், நாவலின் அத்தியாங்கள் வளர வளர, துறவறமும் இல்லறமும் எதிரெதிரான இரண்டு மார்க்கங்கள் அல்ல; பிரிக்க முடியாதபடி முதுகுகள் ஒட்டியிருக்கும், சயாமிய இரட்டையரின் இரண்டு முகங்கள் மட்டுமே என்று தோன்றியது. வசதி கருதி, இரட்டையருக்கு ஒரே பெயர் சூட்டலாம் - மனித மனம்.

ஆமாம், அவை இரட்டை நிலைகள் அல்ல; இரண்டுபோலத் தோன்றும் ஒற்றைநிலை என்றே படுகிறது. எழுத ஆரம்பித்த காலத்தில், 'ஒற்றை நிலை' என்றே தலைப்பு வைப்பதாக இருந்தேன். அத்தனை அறுதியான சொற்றொடரை நாவல் தலைப்பாகச் சூட்டுவதில் ஒரு தயக்கமும் இருந்துகொண்டே இருந்தது...

நான் எழுத வந்த காலத்தில், திருமேனி என்று ஒரு கவிஞர் இருந்தார். கலாப்ரியாவின் வட்டாரத்தைச் சேர்ந்தவர். குற்றாலம் பட்டறைகளில் ஓடியாடி ஈடுபடுவார். இப்போது எழுதுகிறாரா என்றே தெரியவில்லை. துறவு கவிஞர்களுக்கு மாத்திரம் மறுக்கப்பட்டதா என்ன!

திருமேனியின் ஒரு குறுங்கவிதை, சுந்தர ராமசாமி நடத்திய காலச்சுவடு இதழில் வெளியானது, இன்றுவரை எனக்குள் நிரந்தரமாக நமட்டிக்கொண்டிருப்பது.

ஆனாலும் போனேன்
அக்கரைக்குத் தானே
இக்கரை பச்சை...

இப்போது அவர் எங்கே இருக்கிறார்; என்ன செய்கிறார் என்றெல்லாம் தெரியாது. ஆனாலும், இந்த நாவலின் தலைப்புக்கு, திருமேனிக்கு நன்றி சொல்லியே ஆகவேண்டும்...

எதிர்க்கரை பற்றிய கவனம் இல்லாமல் இந்தக் கரைமீது யாராவது நிற்க முடியுமா. இதில் துறவி என்ன, குடும்பி என்ன!

நண்பர் சுகுமாரன் மூலமாகத்தான் அறிமுகமானார். வயதிலும் வாசிப்பிலும் அனுபவத்திலும் மிகவும் சிறியவனான என்மீது அவருக்குள்ள அபிமானமும், கரிசனமும் அலாதியானவை. கதை கவிதை கட்டுரை எதுவானாலும் எழுதி முடித்த மாத்திரத்தில் எனக்கு நினைவுவரும் முகங்களில் ஒன்றாகத் திகழும் திரு அமரநாதனுக்கு இந்த நாவலை சமர்ப்பணம் செய்வதில் அப்படியொரு நிறைவு எனக்கு!

யுவன் சந்திரசேகர்
05 11 2022

யுவன் சந்திரசேகர் (1961)

இயற்பெயர் சந்திரசேகரன். மதுரை மாவட்டம் சோழவந்தானுக்கு அருகிலுள்ள கரட்டுப்பட்டி என்ற கிராமத்தில் பிறந்தவர். சென்னையில் வசிக்கிறார். பாரத ஸ்டேட் வங்கியில் பணிபுரிந்து விருப்ப ஓய்வு பெற்றவர்.

இவரது பிற நூல்கள்

நாவல்

குள்ளச்சித்தன் சரித்திரம் (2002)
பகடையாட்டம் (2004)
கானல் நதி (2006)
வெளியேற்றம் (2009)
பயணக்கதை (2011)
நினைவுதிர் காலம் (2013)
ஊர்சுற்றி (2016)
வேதாளம் சொன்ன கதை (2019)
எண்கோண மனிதன் (2021)

சிறுகதை

ஒளிவிலகல் (2001)
ஏற்கனவே (2003)
கடல் கொண்ட நிலம் (2009)
நீர்ப்பறவைகளின் தியானம் (2009)
ஏமாறும் கலை (2012)
ஒற்றறிதல் (2017)
கடலில் எறிந்தவை (2021)

குறுங்கதை

மணற்கேணி (2008)
தலைப்பில்லாதவை (2021)

கவிதை

ஒற்றை உலகம் (1996)
வேறொரு உலகம் (1999)
புகைச்சுவருக்கு அப்பால் (2002)
கைமறதியாய் வைத்த நாள் (2005)
தோற்றப் பிழை (2009)
தீராப் பகல் (முழுத் தொகுப்பு)
(முதல் இரண்டு தொகுப்புகளும் 'முதல் 74 கவிதைகள்' என ஒரே நூலாக 2005இல் வெளிவந்துள்ளன.)

மொழிபெயர்ப்பு

பெயரற்ற யாத்ரீகன் - ஜென் கவிதைகள் (2003)
ஜிம் கார்பெட் 'எனது இந்தியா' (2005)
குதிரை வேட்டை (2013)
பொம்மை அறை (2015)
கூட்டுவிழிகள் கொண்ட மனிதன் (2019)